தமிழவன் (பி. 1945) குமரி மாவட்டத்திலுள்ள மணலிக்கரையில் பிறந்தவர். பாளையங்கோட்டையிலும் திருவனந்தபுரத்திலும் இளங்கலை, முதுகலைப் பட்டங்களை முறையே பெற்றவர். பல கல்லூரிகளில் தமிழ் விரிவுரையாளராகப் பணியாற்றிவிட்டு பெங்களூர் சென்றார். அங்கு இருபத்தைந்து ஆண்டுகள் பெங்களூர்ப் பல்கலைக்கழகத்தில் பணியாற்றினார். வார்ஸா பல்கலைக் கழகத்திலும் குப்பம் திராவிடப் பல்கலைக்கழகத்திலும் தமிழ்ப் பேராசிரியராகப் பணியாற்றினார். ஏற்கனவே சொல்லப்பட்ட மனிதர்கள், சரித்திரத்தில் படிந்த நிழல்கள், ஜி.கே. எழுதிய மர்ம நாவல், முஸல்பனி, வார்ஸாவில் ஒரு கடவுள், ஆடிப் பாவை போல, சம்பாலா ஆகிய ஏழு நாவல்களை இதுவரை எழுதியிருக்கிறார். இவருடைய ஸ்ட்ரக்சுரலிசம் என்னும் அமைப்பியலும் அதன் பிறகும் என்னும் கோட்பாட்டு நூல் மிகவும் புகழ்பெற்றது. புதிய நோக்கில் அறுபதுக்கும் மேற்பட்ட சிறுகதைகளை எழுதி இருக்கிறார். பல விமரிசன நூல்களும் வெளிவந்திருக்கின்றன. கனடா இலக்கியத் தோட்டம் அளித்த சிறந்த நாவலுக்கான விருதும், கர்நாடக சாகித்ய அகாதெமியிடமிருந்து சிறந்த மொழிபெயர்ப்பு நாவலுக்கான விருதும், மனோன்மணியம் பல்கலைக்கழகத் திலிருந்து சிறந்த விமர்சகர் விருதும் பெற்றுள்ளார். சாகித்ய அகாதெமி, ஃபின்லாந்தின் நாட்டுப்புறவியல் நிறுவனம், அமெரிக்காவின் இன்றைய மொழிகளுக்கான அமைப்பு ஆகியவற்றில் உறுப்பினராக இருந்திருக்கிறார். பணி ஓய்வுபெற்றுத் தற்போது பெங்களூரில் வசிக்கிறார்.

ஜி. கே. எழுதிய மர்ம நாவல்

தமிழவன்

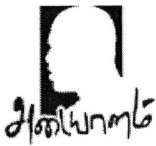

அடையாளம்

முதல் அடையாளம் பதிப்பு 2011
இரண்டாவது மீளச்சு 2025
© தமிழவன்
வெளியீடு: அடையாளம், 1205/1 கருப்பூர் சாலை, புத்தாநத்தம் 621310,
திருச்சி மாவட்டம், தொலைபேசி: 04332 273444, 9444 77 2686
நூல் வடிவம்: த பாபிரஸ், அச்சாக்கம்: அடையாளம் பிரஸ், இந்தியா.
ISBN 978 81 7720 145 1
விலை: ₹ 400

G. K. Ezhuthiya Marma Naaval is a Tamil Novel by Tamilavan, Published by Adaiyaalam, 1205/1 Karupur Road, Puthanatham 621 310. Thiruchi District, Tamil Nadu, India, email: info@adaiyaalam.net.

பதிப்புரை

பெரியாரின் அறிவு முதன்மைக் கொள்கை, படைப்பு இலக்கியத்தைச் சமீபகாலங்களில் பாதித்துவருகிறது என்பதற்குத் தமிழவனின் ஜி. கே. எழுதிய மர்ம நாவல் ஒரு நல்ல எடுத்துக் காட்டு. தமிழில் ஆயிரக்கணக்கான துப்பறியும் நாவல்கள் உள்ளன. இதுவும் மர்ம நாவல்தான். ஆனால் வித்தியாசமானது. இந்த நாவலில் கொலையைத் துப்பறிபவன் இன்னொரு மட்டத்தில் அறிவைத் தேடும் செயலைச் செய்கிறான். அறிவைத் தேட வேண்டுமெனத் திருக்குறளும் மேற்கத்திய தத்துவமும் கூறும். அந்த முறையில் இந்த மர்ம நாவல் எழுத்து, தமிழில் முதன்முதலாக வரும் முறையில் அமைந்து, ஆழமான ஓர் இலக்கிய வகையாகிறது. வெறும் அழகியல் வேறு. ஆனால் அறிவு வயப்பட்ட அழகியல் என்பது வாசகனின் எழுத்தாக இலக்கியத்தை மாற்றி எழுதுகிறது. அங்கு ஆசிரியன் இறந்துபோகிறான்.

ஆனால் இருபதாம் நூற்றாண்டில் தமிழில் நவீன இலக்கியம் தோன்றியபோது, வடமொழியின் அழகியலும் பாசாங்கான அந்தரங்கத் தேடலும் கொண்டுவரப்பட்டன. இருபத்தொன்றாம் நூற்றாண்டில் நிலைமை மாறுகிறது. பெரியாரின் பகுத்தறிவுப் பண்பு அழகியலில் தர்க்கத்தை மனதின் வடிவமாக்குகிறது. கல்விக்கூடத்தில் பல சாதியினர் காணப்படுகின்றனர்.

தமிழவனின் பல படைப்பு எழுத்துகள் பெரியாரின் அழகியலைக் கொண்டிருக்கின்றன. இப்போது தான் மாணவர்களும் விமரிசகர்களும் அதனை உணர்ந்து எழுதுகின்றனர். அவருடைய சிறுகதைகளும் நாவல்களும் அழகியலின் தர்க்கம் என்னும் இந்தத் தத்துவத்தைக் கொண்டிருப்பன.

இங்கே பேசப்படும் மர்ம நாவல், வெளியிடப்பட்டபோது ஒரு முற்போக்கு நண்பர் நான்கு மணிநேரத்தில் படித்துமுடித்ததாய்

சொன்னார். அவ்வளவு வேகமான வாசிப்புக்குரிய நாவல். அதே நேரத்தில் வெறும் நேரப்போக்கு நாவல் அல்ல இது. விரைவாய் கீழே வைக்காமல் வாசிக்கப்படும் நாவலாய் இருக்கும் அதே சமயம் இலக்கிய நயம், தத்துவம், அழகியல், மகிழ்வு போன்றன கொண்டிருக்கின்றன. இப்படி ஒரு நாவல் தமிழில் இதுவரை இல்லை.

நாவல் முழுதும் ஒரு துப்பறிபவனும் அவனுடைய துணைவனும் போகும் குதிரைகளின் சப்தம் கேட்டுக்கொண்டே இருக்கிறது. மாட மாளிகைகள் வருகின்றன. மத்தியகால நகர்கள் தென்படு கின்றன. அரசர்களும் சேனைகளும் ஆங்காங்கு உள்ளன. மாளிகைகளின் அமைப்புகளுக்குள் மர்மங்கள் இருக்கின்றன. வாசிப்பு ரசனையை எதிர்பார்க்கும் வாசகர்களுக்கு அத்தகைய சரித்திர நாவல் தரும் ரசனை கிடைக்கும். தத்துவம் தேவைப் படுபவர்களுக்குத் தத்துவ அனுபவம் கிடைக்கும். இருவரும் மகிழ்ந்து வாசிக்க முடியும்.

இன்று இந்திய ஒன்றியத்தில் மத முரண்பாடுகள் காணப் படுவது போலவே அன்றைய சுருங்கை என்ற நாட்டில். மத முரண்பாடுகள் காணப்படுவதாய் நாவல் எடுத்துரைக்கிறது. ஒரு நகர் இடிக்கப்படுகிறது, இன்னொரு நகர் தோன்றுகிறது. வேறு வழிபாட்டிடம் எழுப்பப்படுகிறது. இன்றைய இந்தியாவா அல்லது அன்றைய சுருங்கையா என வாசகர்கள் மருட்சியடை கிறார்கள்; அடையாளங்களைத் தேடுகிறார்கள். உண்மையைவிட அடையாளங்கள் கொலைகளுக்கும் அழிவுகளுக்கும் காரணமா கின்றன.

இதுபோல், ஒரு படைப்பு இதுவரை தமிழில் எழுதப்பட்ட தில்லை என்று கூறும்படி மத்தியகாலக் கலை, ஓவியம், வரலாறு, பௌத்தம், சார்வாகம் போன்றவற்றின் நிழலில் இரண்டு பேர் குதிரையில் உண்மையைத்தேடிப் போய்க்கொண்டேயிருக் கிறார்கள். வாசகர்களுக்கும் அந்த அனுபவம் கிடைக்கும் இதுதான் இந்த நாவல்.

ஜி.கே.
எழுதிய
மர்ம நாவல்

1

குதிரைப் பயணத்திலேயே ஒரு நீண்ட பகலும் இரவும் கழிந்து விட்டன. சோர்வுடனும் ஆயாசத்துடனும் அந்த மனிதர் வந்து சேர்ந்தார். குவலயபுரம் புத்த விகாரையிலிருந்து அவர் புறப்பட்ட போதே செய்தி வந்திருந்ததால், தங்குவதற்குச் சத்திரத்தில் எல்லா ஏற்பாடுகளும் செய்யப்பட்டிருந்தன.

வந்தவர் பார்ப்பதற்கு, இயற்கையின் படைப்பு இரகசியத்தை யாரும் அறிய முடியாதென்று கூறுபவர்களின் கொள்கையை மெய்ப்பிக்கும்விதமாய்க் காட்சி தந்தார். மூக்கு நீண்டு ரோமானியர்களுடையதுபோல் காணப்பட்டது. அடிக்கடி எதையாவது நினைத்துக்கொண்டவர் போல் அங்கங்களைத் திடீர்திடீர் என அசைத்தார். அதிதீவிர புத்திசாதுரியமும், மூடத்தனமும் ஒன்றோடு ஒன்று இணைந்த குணம் கொண்டவர் போல் நடந்துகொண்டார். இவரின் தாடை இறுகிப்போயிருந்தது. முகத்தின் தோல் தாடை எலும்போடு இறுக இழுத்துக் கட்டியது போலிருந்தது. கண்களில் எதையும் ஊடுருவிப் பார்க்கும் பார்வை. ஆனால் மண்டிக் கிடக்கும் சோம்பல் குணம் அந்தக் கண்களில் தெரியத்தான் செய்தது.

மறுநாள் சத்திரத்திலிருந்து புறப்பட்டார். ஏற்கனவே கொடுக்கப் பட்ட ஆணையின்படி இன்னொருவரைச் சந்திக்க அவர் தன்னைத் தயார் செய்துகொண்டு செல்ல வேண்டும். கவனமாகத் தன் கறுப்புநிற உள்ளாடையில் பிறருக்குத் தெரியாமல் உடலோடு கட்டப்பட்ட இரண்டு குத்துவாள்களை மீண்டும் ஒருமுறை சோதனை செய்து பார்த்துவிட்டு, கட்டடத்திலிருந்து கீழே இறங்கியபோது, குதிரை தயாராக நின்றிருந்தது. ஒரேயொரு

நாள் பழக்கத்திலேயே குதிரை நேச உணர்வு காட்டியது. அது அவருக்குக் கொஞ்சமும் வியப்பைத் தரவில்லை. எத்தனை வருடமாகக் குதிரை சவாரி செய்கிறார்! குதிரை தனக்குத் தயாராய் அனுப்பப் பட்டிருப்பதும் அவருக்கு ஆச்சரியமல்ல. உளவாளிகள் நிறைந்த இந்த மாதிரியான ஊர்களில் எதையும் தயார் நிலையில் தான் வைத்திருப்பார்கள்.

இவ்வளவு அனுபவம் இருந்தாலும் சந்திக்கப்போகும் அந்த மனிதரளவு இவர் புத்திக்கூர்மை உள்ளவர் அல்ல.

குதிரையின் முன்னால் போன சட்டையணியாத தேரையின் கொடியைக் கொண்ட சேவகன் வழிகாட்ட வந்திருந்தான். பயணம் முழுவதும் திரும்பிப் பார்க்காமல் பின்னால் வரும் தனது குதிரையின் ஒலியை வைத்து, நான் அவனைப் பின்தொடர்ந்து வருகிறேன் என்று அறியும் வல்லமை கொண்ட அவன் கெட்டிக் காரன்தான் என்று நினைத்தபோது இவருக்குச் சிரிப்பு வந்தது. ஹா...ஹா... என்று யாருக்கும் தெரியாமல் சிரித்துவிட்டு யாராவது தன்னைப் பார்க்கிறார்களா என்று நோட்டம் விட்டார்.

சற்று நேரம் சென்றபின் வலதுபுறம் திரும்பிப் பார்த்தபோது இன்னொரு மாளிகைக்கு அருகில் வந்திருப்பதை அறிந்தார். அழைத்துக் கொண்டு வந்தவன் இப்போதுதான் பேசினான்.

'இது தேவமித்திரரின் மாளிகை. நீங்களும் இனி இங்குத் தங்க ஏற்பாடு செய்யப்பட்டுள்ளது.'

சத்திரத்திலிருந்து புறப்பட்டபின் அடுத்ததாகத் தங்கும் இடத்திற்குத் தன்னை அழைத்து வந்துள்ளார்கள் என்று நினைத்தார்.

அவருக்காகக் காத்திருந்தது போல் அங்கு மாளிகை முன் நின்றிருந்தார் தேவமித்திரர். தேவமித்திரரின் அடர்த்தியான கண்களின் புருவம் யாரையும் கவராமல் போகாது. அடங்கிய கூர்மையான மூக்கும் தலையும் முகமும் மழுங்கச் சிரைத்த தோற்றம், பார்ப்பதற்குப் புத்தமடம் ஒன்றின் தத்துவப் போதகரைப் போல் தென்பட்டார்.

தேவமித்திரர் வந்தவரை மாளிகைக்குள் அழைத்துச் செல்ல எத்தனித்துப் புறப்பட்டபோது அழைத்துவந்த சேவகன் மூன்று முறை தேவமித்திரரை வணங்கிவிட்டுப் பின்பு குதிரையில் புறப்பட்டான்.

தேவமித்திரரின் மாளிகை மிக விசாலமாக இருந்தது. பறவைகளின் கால்நகங்களால் இறுகப் பற்றியிருக்கும் பாம்புகளின் சித்திரங்களை வரிசையாக ஒவ்வொரு படியிலும் சித்திரித்த இருபத்தாறு படிகளிலும் ஒவ்வொன்றாக ஏறினார்கள். முதலில் வந்தது தேவமித்திரர் தங்கும் பகுதி. மாளிகையை வெளியிலிருந்து பார்த்தபோது அது கிரேக்கப்பாணி கட்டடக்கலை என்றே வந்தவர் எண்ணினார். இவ்வெண்ணம் வந்தவுடன் தன் அறிவைக் கண்டு மகிழ்ந்தார் அந்த அரைக் கோமாளித்தனம் கொண்ட மனிதர்.

கிரேக்கர்களுக்கு முதலில் கட்டடக்கலை பற்றி அதிகம் தெரியாது. மேற்கத்திய நாகரிகமும் கிழக்கத்திய நாகரிகமும் கலந்த டைக்ரிஸ் பள்ளத்தாக்கிலிருந்தும் நைல்நதி தீரத்திலிருந்தும்தான் அக்கலை கிரேக்கத்திற்கு வந்தது. கிரேக்கத்திற்கு மிகப் பிற்காலத்தில் இந்தக் கட்டடக்கலை போய்ச் சேர்ந்தாலும் பின்னாளில் அது முழு கிரேக்கப் பாணியாய் பரிமளித்தது. பல நாடுகளைப் போலவே கிரேக்கத்திலும் கட்டடக்கலை கடவுள் வழிபாட்டோடுதான் உருவானது. பிற்காலத்தில் கிரேக்கக் கட்டடக்கலை, கோயில் தொடர்பைவிட்டு வெகுவாக மாறிவிட்டது. ஆனாலும் மாளிகையில் தென்பட்ட கட்டடக்கலையில்கூட பழைய கோயில் பாணி தொடரவே செய்தது. இதனை வந்தவர் தேவமித்திரரின் அறையின் தோற்றத்தைப் பார்த்துப் புரிந்து கொண்டார். தொடர்ந்துவரும் அவருடைய அறிவுத்திறம் அவரை ஆனந்தப்பட வைத்தது.

பேசிப் பார்க்கலாமே என்ற நினைப்பில் இப்படிக் கேட்டார்.

'தேவமித்திரர் அவர்களே'

தான் அழைத்தும்கூட தலையைத் திருப்பாமல் தேவமித்திரர் நடந்ததைப் பார்த்து ஏதும் புரியாமல் மிரண்டார் அவர். தன்னை முட்டாள் என நினைத்து அவமானம் செய்கிறாரோ என்று எண்ணினார்.

'தேவமித்திரரே' என்று மீண்டும் அழைத்தார்.

இப்போதும் பதில் இல்லை. தேவமித்திரர் முகத்தில் கோபம் கொப்பளிக்கத் திரும்பிப் பார்த்து முறைத்தார். பின்பு கையை' நீட்டி எதையோ கேட்டார்.

'ஓ... அதுவா?' தன் உள் சட்டையிலிருந்து இரண்டு தலையுள்ள

தேரையின் சின்னமிட்ட வெள்ளி முத்திரை ஒன்றை எடுத்துக் கொடுத்தார் வந்தவர். இப்போது தேவமித்திரர் சாந்தமாகச் சொன்னார்.

'ஒற்றர்கள் சூழ்ந்திருக்கும் இங்கு நீங்கள் எப்படி நடந்துகொள்ள வேண்டும் என்றுகூட அறியவில்லையே!'

'இல்லை... நான்...'

'என்ன இல்லை, என்ன நான்? நீங்கள்தான் போர்வீரர் அரையநாதர் என்பதையோ, குவலயபுரம் புத்த விகாரை அனுப்பியது உங்களைத்தான் என்பதையோ எப்படி நான் அறிவேன்? முத்திரையைக் கொடுத்தால்தானே தெரியும்?'

கண்டிக்கும் குரலில் கூறினார் தேவமித்திரர்.

'சரி. இனி கேட்க வேண்டியதைக் கேட்கலாம் நீங்கள், அரைய நாதரே!' என்று நாலாபக்கமும் பார்த்தபடி தன் அறைக்குச் சற்றுத் தூரத்தில் நின்றார் தேவமித்திரர். அரையநாதரின் முக மாற்றத்தைத் தேவமித்திரர் கவனித்திருக்க வேண்டும். அதனால் தேவமித்திரரே கூறினார்.

'சிறிய விஷயங்கள் என்று நாம் கருதும் விஷயங்கள் பெரிய பிழைகளுக்குக் காரணம் ஆகலாம் என்பதாலும் என்னுடன் வேலை செய்பவர்கள் எப்போதும் தயார்நிலையில் இருக்க வேண்டும் என்பதற்காகவுமே சொன்னேன்.'

இப்போது அரையநாதர் ஆச்சரியமடைந்தாலும் வெளிக் காட்டாதபடி புன்னகை புரிந்தார்.

'இல்லை தேவமித்திரரே' என்று தொடங்கினார்.

அவர் சொன்னதைக் கேட்காமல் நடக்க ஆரம்பித்த தேவ மித்திரரைப் பார்த்துக் குழம்பி மீண்டும் பேச்சை நிறுத்திய அரைய நாதர் அமைதியாக அவரைப் பின்தொடர்ந்து நடந்தார். அவர் மனதில் தேவமித்திரருக்குத் தன் பெயர் எப்படித் தெரியும் என்ற ஆச்சரியம் ஏற்பட்டது.

அமைதியாக நடந்த தேவமித்திரர் தன் அறையைத் திறந்தபின் அரையநாதரை உள்ளே அழைத்தார். பின்பு கதவைப் பூட்டினார். பூவேலைப்பாடுகளும் கோள்களும் பாம்புகளும் மனித ஆவி களுமாகக் காணப்பட்ட சித்திர வேலைப்பாடு கொண்ட அந்த உறுதியான கதவு பூட்டப்பட்ட பிறகு சுவர் துவாரம் வழி தூரத்தில் ஓர் ஒற்றன் நின்றிருப்பதை சைகைமூலம் அரையநாதருக்குக்

காட்டினார் தேவமித்திரர். தேவமித்திரரின் செயலைப் புரிந்துகொண்ட அரையநாதர் மீண்டும் களங்கமற்ற முறையில் புன்னகை புரிந்தார்.

'தேவமித்திரரே! உங்கள் ஒவ்வோர் அசைவும் ஒரு புது இரகசியத்தைக்கொண்டிருக்கிறது என்பதை இப்போது அறிந்து கொண்டேன்.'

இப்போது அரையநாதரைப் பார்த்துப் புன்முறுவல் பூத்தார் தேவமித்திரர். 'சொல்லுங்கள்' என்று கூறுவது போலிருந்தது அதன் அர்த்தம். அத்துடன் தேவமித்திரர் தன்முன் இருப்பவரை நிமிடத்திற்குள் தன் சாதுரியத்தால் தோற்கடிக்கும் வல்லமை கொண்டவர் என்பதைப் பறைசாற்றுவது போலவும் இருந்தது அந்தப் புன்னகை.

அரையநாதர் தான் கேட்கவந்ததைச் சொன்னார். தன் அறிவைக் காட்டும் ஆசை அவரைத் துளைத்தெடுத்தது.

'இது ஒரு கிரேக்கப் பாணி கட்டடம் போல் தெரிகிறதே!'

'அப்படியா?'

மீண்டும் சிரத்தையில்லாமல் தேவமித்திரர் பேசினார். தேவ மித்திரர் தன்னை அவமானம் செய்தாலும், தான் அதற்கு மசியப் போவதில்லை என்று நினைத்துக்கொண்டார் அரையநாதர்.

'உங்கள் கட்டடத்தில் தூண்களுக்கு நடுவில் மேலே வளைவு கொடுத்து இருப்பது கண்டு எனக்கு இந்த எண்ணம் ஏற்பட்டது.'

'ஒரு தவறு. உங்கள் கட்டடம் அல்ல; நமது கட்டடம்.'

அரையநாதர் மீண்டும் புன்னகைத்தார். இந்த மனிதர் நினைத்ததைவிட ஆழமானவராக இருப்பார் போன்றிருக்கிறதே என்ற எண்ணம் ஏற்பட்டது.

'நன்றி தேவமித்திரரே.'

இப்போது அரையநாதரைத் துளைப்பது போல் பார்த்துப் பலமாகச் சிரித்தார். பின்பு ஏதும் பேசாமல் கட்டடத்தின் தூரத்தில் லேசாகப் பரவியிருந்த இருளில் தென்பட்ட இரு தூண்களைக் காட்டினார். அரைய நாதர் இருந்த இடத்திலிருந்து அவர் காட்டிய இடம் தெரியாததால் எழுந்து நின்று பார்க்கவேண்டியிருந்தது. தூண்களுக்கு நடுவில், வெளிப்பகுதிக் கட்டடத்தில் அரையநாதர் இதுவரை பார்க்காத விதமாய் தூண்களை இணைக்கும் மேல்

வளைவுச் சுவர் காணப்பட்டது.

'அப்படியென்றால்...' தேவமித்திரரைப் பார்த்தார் அரையநாதர். அப்போது அரையநாதர் கண்களில் மருத்துவம், இலக்கணம், வான சாஸ்திரம், குஸ்தி நூல், கவிதை நூல், மனையடி சாஸ்திரம், மந்திர வாதம், பட்சி நூல் என்று அடுக்கப்பட்ட ஏடுகள் தென்படத் தவறவில்லை.

'அருமைக்குரிய போர்வீரரே! வந்ததும் வராததுமாக இப்படிச் சோதனை செய்கிறாரே தேவமித்திரர் என்று யோசிக்கிறீர்கள் இல்லையா?' பரிகாசம் செய்தார் தேவமித்திரர். அவர் கண்களில் இப்போது தென்பட்டது சாதுரியமா விஷமமா என்று அரைய நாதரால் ஊகிக்கக்கூட முடியவில்லை. தேவமித்திரரே சொன்னார். 'அப்படியானால் கிரேக்கச் சிற்பப் பாணியும் ரோம சிற்பப் பாணியும் இணைந்த கட்டடம் இது என்று கூறவந்தீர்கள் இல்லையா, என் அன்பான சக துப்பறி வாளரே?' என்று குறும்பாக கண்களை மட்டும் உயர்த்திப் பார்த்தார். அரையநாதர் திடுக்கிட்டுப் பார்த்தார்.

'என் பெயரும் உங்களுக்குத் தெரிகிறது. எனக்குக் கிரேக்க, ரோம சிற்பங்கள் பற்றிய அறிவு உள்ளதையும் அறிந்திருக்கிறீர்கள். இது எனக்கு ஆச்சரியம் தருகிறது' என்று ஆரம்பித்தார் அரைய நாதர். தேவமித்திரரின் கையிலிருந்த எழுத்தாணி நன்கு எண்ணெய் ஊற்றி சூரிய ஒளியில் ஒவ்வொரு நாளும் சூடேற்றப்பட்ட ஓர் ஓலையில் எழுதியபடியிருந்தது.

'மீண்டும் ஓர் ஆச்சரியம் நேரப் போகிறது உங்களுக்கு...'

'உம்' என்றார் அரையநாதர். அவரது மனவோட்டத்தைத் தேவமித்தரர் அறிய வேண்டாம் என்றுதான் 'உம்' என்று சுருக்கமாகச் சொன்னார். உடனே தேவமித்திரர் 'என்ன' என்று கேட்கமாட்டீர்களா?' என்றார் எழுத் தாணியை நிறுத்தி. முகத்தில் குறும்பு விளையாடியது.

'என்ன?' என்றார் இப்போது அரையநாதர்.

'உங்கள் மனதில், எப்படி இந்த மனிதன் என் மனத்திலுள்ள எண்ணங்களைக்கூட அறிந்துவிடுகிறான் என்ற ஆச்சரியம் தோன்றவில்லையா, அரையநாதரே? ஆனால் அந்த ஆச்சரியத்தை நான் புரிந்துகொள்ளக் கூடாது என்று மறைக்கிறீர்கள், சரிதானே!'

‘என் முன்னர் அமர்ந்திருக்கும் இந்த மனிதர் மிக மிகப் பெரிய அறிவாளி தேவமித்திரரே’ என்று தன்முன் அமர்ந்திருக்கும் தேவமித்திரரையே சுட்டிக்காட்டினார் அரையநாதர்.

ஓஹோவென்று சிரித்தபடி பெட்டி படுக்கை மீதும் அரைய நாதரின் ஆயுதங்கள் மீதும் கண்ணோட்டினார் தேவமித்திரர்.

‘பரவாயில்லை. அவற்றை என் அறைக்குக் கொண்டு செல்வதில் அவசரமில்லை’ என்றார் அரையநாதர். மீண்டும் அவரே தொடர்ந்தார். ‘நீங்கள் கூறுவதெல்லாம் உண்மைதான் தேவ மித்திரரே. ஆனால் கிரேக்கக் கட்டடக்கலையும் ரோமக் கட்டடக் கலையும் அறிந்தவன் நான் என்பதை எப்படிக் கண்டு பிடித்தீர்கள்? என்னை அனுப்பிய குவலயபுரம் புத்த விகாரையினர் என்னை வேறு பெயரில் அல்லவா அனுப்பி வைத்தார்கள்?’ மூச்சுவிடாதபடி அரையநாதர் தன் ஆச்சரியத்தையும் சந்தேகத் தையும் சற்றுப் பெருமையுடன் ஒரே கணத்தில் வெளிப் படுத்தினார். அவருடைய சாதுரியமற்ற குணம் அப்போது அவர் கண்களில் வெளிப்படத்தான் செய்தது.

தனது மழுங்கச் சிரைக்கப்பட்டிருந்த தலையை லேசாய் இரண்டு தடவை தடவிக்கொண்டு தேவமித்திரர் யாரையும் கவரும்படியான தன் அடர்த்தியான புருவங்களை உயர்த்தியபடி சொன்னார்.

‘அரையநாதரே, கவனமாகக் கேளுங்கள். நீங்கள் மேல் வளைவுச்சுவர் என்ற வார்த்தையைப் பயன்படுத்தியவுடன் உங்கள் கட்டடக்கலை அறிவு எனக்குத் தெரிந்துபோயிற்று. அடுத்த விஷயத்திற்கு வருகிறேன். உங்கள் குவலயபுரம் புத்த விகாரை இருக்கும் பகுதி களில் ஒரு பழக்கம் உண்டு.’

‘என்ன...?’ என்றார் ஆசையுடன் அரையநாதர். தன் பெயரை எப்படித் தெரிந்துகொண்டதாகக் கூறப்போகிறாரோ என எண்ணினார். அவரை அவருடைய சுய எள்ளல் உணர்வு வதைத் தாலும் யோசனை தொடர்ந்தது. சிலருக்கு மற்றவர்களின் மனதில் ஓடும் எண்ணங்களை அறியும் ஆற்றல் உண்டு. அதை ‘அடுத்தவர் உடலில் புகுதல்’ என்பார்கள். அப்படிப்பட்ட ஆற்றல் உள்ளவரோ இவர்? ஆவிகளுடன் தொடர்புவைத்திருப்பார்கள் சிலர். இவர் அப்படிப்பட்டவரோ? அப்படிப்பட்டவர்களுக்கு இழந்த பொருள்களை ஆவிகள் மூலம் பெறுவது எப்படிச் சாத்தியமோ,

அதுபோல் தெரியாத விஷயத்தைத் தெரிந்துகொள்வதுகூட சாத்தியப்படும். தேவமித்திரரும் யாருக்கும் தெரியாத என் நிஜப்பெயரைச் சொல்கிறார் என்றால் கண்டிப்பாக அப்படிப் பட்ட ஆவிகளின் மூலம் வேலை வாங்கத் தெரிந்தவராகத்தான் இருக்க வேண்டும். வேறு சிலர் இருப்பார்கள். அவர்கள் ஒருவரைப் பார்த்தவுடன் அவருடைய குடும்பம், கோத்திரம், பெயர், மனைவி, மக்கள் பற்றிக் கூற ஆரம்பித்துவிடுவார்கள். தேவமித்திரர் எந்த வித்தையைக் கற்றுத் தன் பெயரைக் கண்டுபிடித்தார் என்று அறிய ஆவலாய் அவரைப் பார்த்தார் அரையநாதர்.

'சொல்கிறேன்.'

தேவமித்திரர் அரையநாதர் அணிந்திருந்த நீளமான சிவப்பு நிற ஆடையின் கால் பக்கத்தில் உள்ள ஓர் ஓரத்தைச் சுட்டிக் குனிந்து ஒரு மூலையைக் கையில் எடுத்துக் காட்டினார். அதில் வண்ணானின் அரையநாதர் என்ற சங்கேத பாஷை காணப்பட்டது. இது குவலயபுரம் புத்த விகாரையின் வழக்கம். அங்கிருந்து அவர்கள் கொடுத்த ஆடை ஆயுதங்களுடன் வரும் ஒருவரிடம் எனக்குத் தெரியாத எந்த இரகசியமும் இருக்கமுடியாது என்பது போல் கேலியாகச் சிரித்தார் தேவமித்திரர். போதகர் போல் காணப் பட்டாலும் தேவமித்திரரின் பெரிய உடம்பையும் தாண்டிய ஒரு சாதுரியம் அவரிடம் இருந்ததை அரையநாதர் இப்போது கண்டு கொண்டார். தன்னைவிட உயர்ந்தவர் யாரையும் காணும் போது ஒருவருக்கு ஏற்படும் பொறாமை, தேவமித்திரரையும் அவரது செயல்களையும் கண்டபோது அரையநாதருக்கும் ஏற்பட்டது.

'இதெல்லாம் சாதாரண விஷயங்கள்தான்' என்ற தேவமித்திரர், 'சாதாரண விஷயங்களை அறிய முடிந்தவர்கள் அசாதாரண விஷயங்களை அறிகிறார்கள்' என்று தன் பேச்சை முடித்தார்.

தொடர்ந்து கலகலவென நகைத்தார்.

அரையநாதருக்குத் தேவமித்திரர் நிமிடத்துக்கு நிமிடம் ஆச்சரியம் தரும் மனிதராக மாறினார். அதே நேரத்தில் அமானுஷ்ய மான மனிதராக இருப்பாரோ என்று எண்ணிய தன் நினைப்புக்காக நாணமும் அடைந்தார்.

தேவமித்திரரும் அரையநாதரும் இப்போது பேசிக்கொண்டு இருக்கும் இந்த மாளிகைக்குச் சில மாதங்களுக்கு முன்பே

தேவமித்திரர் வந்திருக்க வேண்டுமென்று தோன்றியது. அதனைத் தேவமித்திரரிடம் கேட்டார். அது பற்றி அதிகம் உற்சாகமில்லாமல் ஒரு மாதத்திற்கு முன்பே இங்கு வந்து மத சம்பந்தமான ஆராய்ச்சிகள் செய்வதாகக் கூறி அப்பேச்சை ஒதுக்கினார். பிறகு அரையநாதர் தன் அறையில் அவருடைய பொருள்களை ஒரு பணியாளுடன் கொண்டுவந்து வைத்துவிட்டு மீண்டும் தேவ மித்திரரின் அறைக்குச் சென்றார்.

'அமருங்கள்' என்று சொன்னார் தேவமித்திரர்.

'இப்போது என் பெயரை மீண்டும் சொல்லத் தேவையில்லை' என்றார் நகைச்சுவையாக அரையநாதர்.

அதற்கு 'ஓஹோ'வென்று இரைந்து சிரித்தார் தேவமித்திரர். அவரது கட்டுமஸ்தான இருபக்கத் தோள்களும் ஏறி இறங்கின. பின்னர் குவலயபுரம் புத்த பிக்குகளைச் சந்தித்ததையும் அவர்கள் தேவமித்திரருக்கு ஒரு போர்வீரன் வேண்டும் என்றும் துப்பறியும் வேலைகளில் ஒத்தாசையாக இருக்க வேண்டும் என்றும் கூறிய வுடன் தேவமித்திரர் பெயரைத் தான் ஏற்கனவே கேட்டுள்ளதால் ஒத்துக்கொண்டு புறப்பட்டதையும் கூறினார் அரையநாதர்.

அப்போது தேவமித்திரர் அரையநாதரின் கண் களைக் கூர்ந்து பார்த்துக் கேட்டார். 'அந்தப் புத்த பிக்குகள் கூறியதற்காய் வந்தீர்களா அல்லது வேறு காரணங்களும் உள்ளனவா?'

'குவலயபுரம் புத்த பிக்குகள் கூறியதும் மட்டுமல்ல காரணம். நானும் எத்தனையோ பேரிடம் கூலிக்காகச் சென்று கொலைகள் செய்து செய்து அலுத்துவிட்டேன். என் இந்தப் பாழும் வாழ்வில் இத்தனை கொலைகளைப் பார்த்திருக்கக்கூடாது.' தனக்குள்ளிருந்து வரும் இந்த வார்த்தைகள் அரையநாதரையே ஆச்சரியப்பட வைத்தன. அரையநாதர் தலையைத் தொங்கப் போட்டார். அவரைத் தேவமித்திரர் முதுகில் தட்டிக் கொடுத்தார். பிறகு பேசாமல் இருந்தார். அரையநாதரே பேசட்டும் என்று நினைத் திருக்க வேண்டும்.

'மனிதர்கள் எவ்வளவு வித்தியாசமாகிவிடுகிறார்கள்' என்றார் அரையநாதர். இப்படித் திறமையாகத் தனக்குப் பேச வருகிறதே என்ற வியப்பும் ஏற்பட்டது.

'என்ன சொல்கிறாய்?' என்பது போல் ஏறிட்டுப் பார்த்தார்

தேவமித்திரர். அரையநாதர் தொடர்ந்தார்.

'நமக்குத் தெரிந்த மனிதர்களே சாவுக்கு அருகில் தாம் இருப்பதை அறிந்தவுடன் எவ்வளவு வித்தியாசமாகிவிடுகிறார்கள்.'

தான் ஒரு முட்டாள் என்று தன்னைப் பற்றியே நினைத்திருக்கும் அரையநாதர் தன் பேச்சை நிறுத்திவிட்டுத் தேவமித்திரரைப் பார்த்தார்.

அவர் 'உம்' என்று மட்டும் சொன்னாரே ஒழிய வேறு ஒன்றும் கூறவில்லை. 'ஒரு நாய் போல், ஓர் ஓணான் போல், ஓர் எறும்பு போல் மனிதன் மாறும் அந்த மாற்றத்தைப் பார்த்தால் மனித குலத்தின் மீது நம்பிக்கை போய்விடும். மனிதப் பிராணி எதற்காக வாழ்கிறது என்றால், சாவைக் கண்டு பயம், அதனால் வாழ்கிறது என்றுதான் நான் சொல்வேன்.' மனத்தில் அவ்வப் போது பேசுவதற்குச் சேர்த்து வைத்திருந்ததைக் கொட்டிவிட வேண்டுமென்று அரையநாதர் பேசியது போல் பட்டது.

மீண்டும் சற்றுத் தயங்கியபடி அவரே கூறினார்.

'மன்னிக்க வேண்டும். நீங்கள் எப்படிப்பட்ட தத்துவவாதி! அறிஞர்! உங்களிடம் போய் இதெல்லாம் பேசுகிறேனே!' தன்னைப் பற்றிய தாழ்வுமனப்பான்மை உணர்வு தலைதூக்கப் பேசினார் அரையநாதர்.

'பரவாயில்லை. உங்கள் சிந்தனைகளைக் கேட்பதில் எனக்கு விருப்பம் உண்டு.'

'உங்களைப் போன்ற ஒருவரின் முன் நான் ஒரு முரடன்; கூலிக்குப் போர் செய்யும் போர்வீரன், முட்டாள். நான் பேசுவது வெறும் வார்த்தைகள்.'

அரையநாதர் தயங்கியபடி பேசி முடிக்கும் முன் தேவமித்திரர் இடைமறித்தார்.

'நீங்கள் என் லட்சியப் பயணத்தில் உடன்வரும் எல்லாத் தகுதியும் படைத்தவர்.'

'எப்படி?' என்றார் அதே தயக்கத்துடன்.

'மனிதனின் வாழ்வுக்கான ஒரே அர்த்தம் சாவு என்று பேசுகிற ஒருவர் சாதாரணமானவரல்ல, அரையநாதரே.'

அரையநாதர் எழுந்துசென்று தேவமித்திரரின் கைகளைப் பிடித்துக்கொண்டார். நான்தான் இப்படிப் பேசினேனா என்ற

எண்ணம் எழுந்தது. என்றாலும் அந்தக் கட்டடத்தை நோட்டம் விட்டார். இரவிலும் பகலிலும் கோட்டான்களும் ஆந்தைகளும் சர்வ சாதாரணமாக வந்துபோய்க்கொண்டிருக்க வேண்டும். மிகமிகப் பழைய மாளிகை.

ஆந்தைகளும் கோட்டான்களும் என்ன, பேய் பிசாசுகள் இருந்தால்கூட தேவமித்திரர் பயப்படுகிறவராய்த் தெரிய வில்லை. அவரது மனத்தின் திடமான குணம் அவர் தன் உதடுகளை இறுக்கிவைத்து எழுத்தாணியால் எழுதும்போது வெளிப்பட்டது. உதடுகள் அவ்வளவு கெட்டியாகவும் மேலுதடும் கீழுதடும் இறுகி உறுதிப்பட்டு மூடியிருப்பது போலவும் காணப் பட்டன. அவர் மறுநாள் முதல் அரையநாதருக்குக் கொடுக்கப் போகும் வேலைகளை ஒவ்வொன்றாக விளக்கினார். பல துணிக் கட்டுகளை எடுத்துக் குறிப்புகள் எழுதினார். சில ஏடுகளை ஒரு முறைக்கு இருமுறை திருப்பிப் பார்த்தார். சில ஏடுகளில் வெறும் சித்திரங்களும் உயிரெழுத்துகள் கொண்ட திசை அம்புக்குறிகளும் காணப்பட்டன. அவற்றை நன்கு அறிந்த பாவனையில் புரட்டினார். நாலாயிரம் ஆண்டுகளுக்கு முன்னர் சீனர்கள் மனிதர்களின் எதிர்காலம், இயற்கை பேரிடர்கள் பற்றி எல்லாம் தீர்க்கத் தரிசனம் எழுதிவைத்த ஏடுகள் நிறைய இருந்தன. எந்தெந்த நாடுகளில் பூகம்பம் வரும் என்பதும், தீக்கிரையாகப் போகும் நாடுகள், பிரளயம் ஏற்படும் ஊர்கள், போர்கள், கோள்களின் சஞ்சாரம் என்றெல்லாம் எழுதிவைக்கப்பட்டிருந்தன.

முக்கியமாக எந்தெந்த நாடுகளின் அரச வம்சங்கள் எப்படி எப்படி அழியும் என்ற ஏட்டை அதிக நேரம் படித்தார் தேவ மித்திரர். கடந்த ஒரு மாதத்தில் நிறைய படித்திருப்பார் என்று தோன்றியது. அக் காலத்தில் காஷ்மீரப் பள்ளத்தாக்கில் துறவி களின் மடங்கள் இருந்ததையும் அங்கு இளமையில் தேவமித்திரர் வாழ்ந்ததையும் அரையநாதருக்கு எடுத்துரைத்தார். இவற்றில் அரையநாதருக்கு ஈடுபாடு உண்டோ, இல்லையோ என்பது பற்றிக் கவலைப்படாமலே கூறிக்கொண்டிருந்தார். சில விஷயங்கள் தனக்குப் புரியாதவை என்பதை அரையநாதர் வெளிப்படையாகக் கூறிய போது அவருடைய சோம்பேறிக்குணம் மண்டிய கண்கள் இன்னும் அதிகம் அறியாமையைக் காட்டின. எனினும் தான் ஒரு போர்வீரன், இத்தகைய நுட்பங்களைப் பற்றியும் தத்துவப்

பூடகங்களைப் பற்றியும் அறியத் தேவையில்லை என்ற தோரணை அரையநாதரிடம் ஏற்பட்டது.

அப்போது யாரோ அக்கட்டடத்தில் புகுந்ததுபோல் தென்பட, அரையநாதரின் கை வாளருகில் சென்றதைக் கண்டு தேவமித்திரர் உஷாரானார். ஆனாலும் தேவமித்திரர் எழுதுவதையும் குறிப் பெடுப்பதையும் விடவில்லை. அன்று முழுவதும் அங்கேயே இருந்து நேரம் கடந்ததால், இப்போது இருள் ஏறிவிட்டது கண்டு, தங்களுக்குத் தெரியாமல் யார் அந்த மாளிகைக்குள் புகுந்திருக்க முடியும் என்று எண்ணிய அரையநாதர் தேவ மித்திரரைப் பார்த்தார். அவர் எதற்கும் கவலைப்படாமல் இருந்த திலிருந்து, அவர் எப்படிப்பட்ட உறுதிவாய்ந்த மனிதர் என்று அறிந்தார் அரையநாதர். அவருக்குப் பொறாமை உணர்வு மீண்டும் மேலெழுந்தது.

சற்று நேரம் மௌனம். மீண்டும் ஏதோ சப்தம். அது மனிதர்கள் நடமாட்டம் என்று புரிந்தபோது அரையநாதர் உஷாரானார். ஒருவேளை பேய் பிசாசு இருக்குமோ என்று எண்ணிய போது அரையநாதருக்கும் அவருடைய அறிவுகுன்றிய மனத்தில் பயம் ஏறி மண்டிக்கிடப்பது புரிந்தது. தேவமித்திரர் பேய் களைக்கூட கட்டுப்படுத்த வல்லவராகத்தான் இருக்க வேண்டும் என்று அரையநாதர் நினைத்தார். சாவு அதுஇது என்று பேசித் தன்னை ஒரு தத்துவவாதி போல் காட்டும் பாசாங்கு தனக்குச் சற்று நேரத்திற்குமுன் கைகொடுத்ததை எண்ணிய போது திருப்தியாக இருந்தது. தேவமித்திரர்கூட அந்தப் பாசாங்கைப் புரிந்துகொள்ளவில்லையே என்று நினைத்தார் அரையநாதர். தொடர்ந்து இத்தகைய நாடகங்களைப் பிறர் அறியாதவாறு நடிப்பதன் மூலம் தன் சுயகௌரவத்தை அரைய நாதர் காப்பாற்றிக் கொள்ளலாம் என்று நினைத்தார். ஏதாவ தொன்றில் திறமை இல்லாதவர்களுக்கு இன்னொரு திறமையாவது வாய்க்கும்படி இறைவன் படைத்துள்ளானே என்று நினைத்த அரைய நாதருக்குத் தன்னைப் பற்றி நினைத்து வேதனை ஏற்பட்டபோது, தான் ஒரு போர்வீரன் என்ற எண்ணம் வந்து தன் சுயபரிதாப உணர்வைத் தடுத்தது. சிலவேளை தன் தகுதிகளைத் தான் தேவையில்லாமல் சந்தேகிப்பதாகவும் அவருக்குப் பட்டது.

இயற்கையான தனது அச்ச உணர்வைத் தான் ஒரு வீரனாகை

யாலும் தன் பலகால அனுபவத்தாலும் கட்டுப்பாட்டிற்குள் இருக்கும்படிப் பார்த்துக் கொள்வது அரையநாதருக்குக் கஷ்டமல்ல. அப்படி அவரையு மறியாமல் அவருடைய கையொலி வந்த திசையைத் தேவமித்திரருக்குச் சுட்டிக்காட்டியது. உடனே தேவ மித்திரரின் எழுத்தாணி சட்டென்று நின்றது. அரைய நாதரை நோக்கி அவருடைய கண்கள் திரும்பின. 'யாரோ நமக்குத் தெரியாமல் இங்கு இருக்கிறார்கள்' என்றார் அரையநாதர். உடனே அவர் ஒரு கைவிளக்கை எடுத்து அரையநாதரின் முன்பு நடந்தார். அவர் வேகமாக நடந்ததால் அரையநாதரும் வேகமாக நடக்க வேண்டியதாக இருந்தது. இப்போது அந்த அறையின் மேற்கு மூலையில் சப்தம் எழ, மெல்லமெல்ல அடியெடுத்து வைத்தனர் இருவரும். கறுப்பு மஞ்சள் வர்ணங்களால் சூரியனின் அடையாளம் வரையப்பட்ட தடுப்புப் பலகை ஒன்று தூள் படிந்தபடி அங்கு வைக்கப்பட்டிருந்தது. காதைக் கூர்மைப்படுத்திய தேவமித்திரர் சப்தம் வராதபடி குதிகால்களில் நடந்தார். அரைய நாதரும் அவரைப் போலவே சப்தமெழாதபடி முன் கால்களால் நடந்தார். திடீரென இரண்டு கைகளையும் சேர்த்து தேவமித்திரர் ஒரு பலகையை இழுத்தபோது அங்கிருந்து குதித்து ஓடின இரண்டு வெள்ளைப் பூனைகள்.

தேவமித்திரர் சிரித்தார். அரையநாதர் அவமானத்துடன் தேவமித்திரரை ஒரு மாதிரி நோக்கினார். தேவமித்திரர் எங்கே தன்னைக் கேலி செய்யப் போகிறாரோ என்று எண்ணியது போலிருந்தது அரையநாதர் பாவனை. இனி என்ன சப்தம் எங்குக் கேட்டாலும் பூனைகள்தான் என்று நினைத்துக்கொள்ள வேண்டும் என்று தன் மனதில் எண்ணினார் அரையநாதர்.

'யாரோ கட்டடத்திற்குள் நுழைந்துவிட்டார்கள் என்றுதானே நீங்களும்கூட நினைத்தீர்கள்?'

அரையநாதர் தன் மனச் சமாதானத்திற்காக இந்தக் கேள்வியைக் கேட்டதைக் கண்டுகொள்ளாமல் இருந்தார் தேவமித்திரர். இது இன்னும் அதிகம் அவரைப் புண்படுத்தியிருக்க வேண்டும் என்பது போல இருந்தது அரையநாதரின் முகத்தோற்றம்.

'நீங்கள் போய்த் தூங்குங்கள். நாளை நாம் யுனசேனனைச் சந்திக்கும்போது அவரிடம் பேச வேண்டிய எல்லாக் குறிப்பு களையும் நான் தயாரிக்க வேண்டும். இன்னும் சற்று நேரத்துக்கு

நான் தூங்க முடியாது.' தேவமித்திரர் கூறியதும் அரையநாதர் அந்த இடத்திலிருந்து எழுந்தார். யார் அந்த யுனசேனன் என்ற கேள்வி அவருக்கு எழாமல் இல்லை. என்றாலும் எல்லாம் போகப் போகப் புரியும் என்று எண்ணிய அரையநாதர் தன் அறைக்கு வந்தார்.

அவருக்கென ஒதுக்கப்பட்டிருந்த அறைக்குச் சென்ற அரையநாதர் ஆச்சரியப்படும்படி அங்கு எல்லாம் ஒழுங்கு செய்யப்பட்டிருந்தன. படுப்பதற்கு வசதியாகப் படுக்கை தயார் செய்யப்பட்டிருந்தது. புழுதிக்கிடையில் படுத்துக்கொள்ள வேண்டும் என்று எண்ணிய அவர் இப்போது மகிழ்ந்தார். இத்துடன் இப்படி நமக்குத் தெரியாமல் யார் வந்து படுக்கையை விரித்திருப்பார்கள் என்ற கேள்வியும் எழுந்தது. தேவமித்திரர் வந்து படுக்கையை விரித்துப் போட்டிருக்க நியாயம் இல்லை. ஏனெனில் முழுநேரமும் அவர் என்னோடல்லவா இருந்தார் என்ற தன் தர்க்கத்தை நினைத்துத் தன்னை அவர் மெச்ச ஆரம்பித்த போது மனதின் மூலையிலிருந்து இன்னொரு குரல் கேட்டது. 'ஏ மடையா, இதில் உன்னை மெச்சும்படியான தர்க்கம் என்ன தான் கண்டுவிட்டாய்?' என்று அந்தக் குரல் கேலி பேசியபோது அரையநாதர் பேசாமல் தூங்கப் போவதுதான் தான் செய்யத்தக்க செயல் என்று தூங்க நினைத்தார். அவர் பார்வை, திறந்திருந்த ஜன்னல் வழி வெளியில் சென்றது. அங்கு நிலா வெளிச்சத்தில் குதிரை கட்டிய இடத்தில் குதிரைக்கு ஆகாரப் பொருட்கள் வைக்கப்பட்டிருந்தன.

இக்கட்டடத்தில் வேறுசிலர் வசிக்கிறார்கள், தேவமித்திரர் ஏன் இதைத் தன்னிடம் கூறவில்லையென்று அரையநாதர் எண்ணினார். அவர்கள் பெரும் பாலும் பணியாளர்களாக இருக்க வேண்டும். அதனால்தான் அவர் என்னிடம் சொல்லவில்லை என்று சமாதானம் தேடிக்கொண்டார். 'என்னவாக இருந்தாலும் தேவமித்திரரைப் பாதுகாப்பதும் அவர் சொல்லும் செயல்களைச் செய்வதுமே என் கடமை; அதற்காகவே இங்கு வந்துள்ளேன்' என்று தன் மனதிற்குக் கூறிக்கொண்டு படுக்கையில் போய்ப் படுக்கப்போன அரையநாதர் தனக்கெதிரில் வாய்பிளந்து நின்ற அந்தக் களிமண் உருவத்தைக் கண்டு ஒருமுறை தானும் அதுபோல் வாய்பிளந்து 'அழகு' காட்டிவிட்டே படுக்கையில் சென்று படுத்தார்.

2

ஏதோ சப்தம் கேட்டு எழுந்து சுற்றுமுற்றும் பார்த்தார் அரைய நாதர். காலை; இதமாகக் குளிர் காற்று வந்துகொண்டிருந்தது. நேரம் முற்றாக விடிந்துவிடவில்லை. அந்த அதிகாலையிலேயே தேவமித்திரர் தன் அறையில், எழுந்து ஒரு கல்மேசைமீது ஏடுகளை அடுக்கிவைத்து எதையோ வாசித்துக்கொண்டிருப்பதைக் கண்டார் அரையநாதர். தேவமித்திரரின் அறிவைப் போல் அவர் உடல்வாகும் யாரையும் கவராமல் போகாது. சற்று உப்பிச் சதை போட்டிருந்தாலும் காவிநிறத்தில் அவர் மார்பின் மேலே சுற்றியிருக்கும் துறவிகளின் ஆடை விலகும்போது பின்புற விலாவின் சதைத் திரட்சி அவர் இளமைக் காலத்தில் செய்துள்ள உடற்பயிற்சியை வெளிப்படுத்தும். அவருக்குச் சுமார் நாற்பது வயதிருக்கலாம். அரையநாதரும் இவரும் சம வயதென்பதை யாரும் அறிய முடியாதபடி அரையநாதர் சற்று வயது கூடிய தோற்றத்தில் இருந்தார். அவர் அலைந்து திரிந்த தேசங்களும் மலை, காடு, நதிகளும் போர்க் காலங்களில் கழித்த உறக்க மின்மையும் இந்த வயதிற்கு மீறிய முதுமைத் தோற்றத்திற்குக் காரணமாக இருக்கலாம். அரையநாதர் காலையில் எழுந்து படித்துக்கொண்டிருக்கும் தேவமித்திரரைக் கண்டதும் தன்னை விட தேவமித்திரர் பலசாலியாகத்தான் இருக்க வேண்டும் என்று நினைத்துக்கொண்டார்.

அரையநாதர் சற்றுநேரத்திற்குப்பின் அறைக்கு வெளியில் வந்து ஒரு பத்து 'எட்டு' எடுத்து வைத்த போது தேவமித்திரர் அமர்ந்திருந்த அறையில் வேறு இருவர் அமர்ந்திருந்ததைக் கண்டார். இப்போது போக வேண்டுமா வேண்டாமா என்று சற்றுத் தயங்கிய போது தேவமித்திரரே அரையநாதரைப் பார்த்து விட்டார். அவரை அழைத்தார். அங்கு அமர்ந்திருந்த இரு துறவியினரையும் அவருக்கு அறிமுகப்படுத்தினார்.

புத்த துறவிகளின் தோற்றத்திலிருந்த அந்த இருவருக்கும் வணக்கம் தெரிவித்தார். அப்போது காலையிருட்டு முற்றாக நீங்கிவிட்டது என்று கூற முடியாது. வந்திருந்தவர்கள் காவியுடை

கட்டியிருந்தார்கள். வடதேசத்திலிருந்து வந்தவர்களாக இருக்க வேண்டும். அவர்கள் பேசிய சம்ஸ்கிருதத்தில் அந்தச் சாயல் இருந்ததைக் கண்டார் அரையநாதர். ஏதோ தத்துவ விஷயத்தைக் கேட்டுக்கொண்டிருந்தார்கள் அவர்கள்.

அரையநாதரை தேவமித்திரர் அங்கு அமரும்படி சைகை செய்தார், புன்முறுவலுடன். சிலவேளைகளில் தன்னை ஒரு பெருமுட்டாளாகக் கருதி நாடகப் பாணியில் நடந்துகொள்ளும் அரையநாதர் இப்போது அத்தகைய சேட்டை ஏதும் புரியாமல் மிகுந்த கவனத்துடன் அமர்ந்தார்.

அப்போது அந்தப் பௌத்தர்கள் இப்படிக் கேட்டார்கள்:

'...அப்படியென்றால் அறிவு பற்றிய உங்கள் தத்துவம் யாது?'

இருவரில் சற்றுப் பருமனாகத் தெரிந்த மங்கோலிய முகத்துக் காரர் இதனைக் கேட்டார். இருவரும் இளைஞர்களாக இருந்தனர். மடங்களில் தங்கி தத்துவம் பயிலும் மாணவர்களாக இருக்க வேண்டும்.

குளித்தப் புத்துணர்ச்சி கண்களில் மிளிர அமர்ந்திருந்த தேவமித்திரர் தரையைப் பார்த்தபடி சற்று நேரம் அமர்ந்துவிட்டு, பின்பு பதிலிறுத்தார்.

'இதற்கு இரண்டு பதில்கள் உண்டு' கேள்வி கேட்டவரை முன் நகர்ந்து கூர்ந்து பார்த்துவிட்டுத் தொடர்ந்தார்.

'ஒன்று, இந்தக் கதை: மரத்தில் கூடுகட்டி வாழ்ந்த பட்சியைப் பார்த்துப் புதிதாகப் பிறந்த பறவை கேட்டது, மரம் இருக்கிறதா என்று. தாய்ப் பறவை சொன்னது, இருக்கிறது என்று. சிறு பறவை கேட்டது, எங்கே என்று. தாய் சொன்னது: 'பார் தெரியும்.' உடனே சிறு பறவை நாணி வெட்கப்பட்டது.'

சொல்லிவிட்டு இருவரையும் பார்த்து ஓகோவென்று உரக்கச் சப்தமிட்டுச் சிரித்தார் தேவமித்திரர். அது அவர் தனக்குள்ளேயே இந்த உரையாடலைப் பலமுறை நிகழ்த்திப் பார்த்துச் சிரித்தது போல் தென்பட்டது.

அரையநாதர் முகத்தில் எந்த உணர்வும் தென்படவில்லை. தேவமித்திரரைப் பார்த்தபடியிருந்தார். தேவமித்திரரின் முகம் மீண்டும் இறுகியது. சற்று நேரம் மயான அமைதி. யாரும் எதுவும் பேசவில்லை. பௌத்தர்கள் இருவரும் மாறிமாறிப் பார்த்துக்

கொண்டார்கள். ஒரு பௌத்தரின் முகத்தில் லேசான புன்னகை ஒன்று நிமிடத்தில் தோன்றி மறைந்ததை அரையநாதர் கவனித்தார். இன்னொரு பௌத்தர் எந்த உணர்வும் காட்டாமல் அப்படியே அமர்ந்தபடி காட்சி தந்தார். கொஞ்சம் காற்று வீசியது. காலையில் எங்கோ உள்ள தோட்ட மலர்களின் நறுமணம் காற்றில் கலந்து வந்தது. தேவமித்திரரின் கட்டடம் இருந்த பகுதி மணல் பிரதேசம். எனவே மரம், செடி, கொடிகளின் வாசனையோ, நீரூற்றுகளின் குளிர்ச்சியோ காற்றில் கலந்து வரவேண்டுமென்றால் சுருங்கையைச் சுற்றியுள்ள காடுகளிலிருந்துதான் அந்தக் காற்றுவர வேண்டும்.

மௌனத்தைக் கலைத்துக்கொண்டு 'இரண்டாவது' என்று கூறிய தேவமித்திரர் எழுத்தாணியை எடுத்துக் கல்மேசையில் விரித்து வைக்கப்பட்டிருக்கும் ஓர் ஓலையில் ஏதோ எழுதி அந்த பௌத்தரின் கையில் கொடுத்தார். தேவமித்திரர் பின்பு எழுந்தார். ஓலையை இரு பௌத்தர்களும் பார்த்தனர்.

என்ன எழுதப்பட்டிருக்கும் என்று அதனைப் பார்க்கும் ஆசை அரையநாதரின் கண்களில் தென்பட்டது. ஆனால் அவர் இருந்த இடத்திலிருந்து பௌத்தர்கள் கையில் இருக்கும் ஓலை பார்க்க முடியாததாக இருந்தது.

பௌத்தர்கள் இருவரும் அசையாமல் நின்ற தோற்றம் என்ன எழுதப்பட்டிருக்குமென யாரிடத்திலும் ஆவலைத் தூண்டும். அரையநாதரிடமும் தூண்டியிருக்க வேண்டும். அவருடைய கட்டுப் பாடுகளை மீறி அவருடைய கோணங்கிச் செயல்களில் ஈடுபடும் அவருடைய உடல் ஓலை இருக்கும் திசை நோக்கி வளைந்தது.

இப்போது நடந்தது அரையநாதர் எதிர்பார்க்காதது. ஒருவர் கையிலிருந்து மற்றவர் ஓலையை வாங்க, திடீரென்று இருவரும் தேவமித்திரர் கால்களில் சாஷ்டாங்கமாக விழுந்தனர்.

அப்படி அவர்கள் விழும்படி என்ன எழுதியிருக் கிறது என்று ஓலையை ஓடிச் சென்று பார்க்க விரும்பிய மனதை அரையநாதர் கட்டுப்படுத்தியதை அவர் குணத்தை அறிந்த யாரும் புரிந்து கொள்ள முடியும்.

பின்பு பௌத்தர்கள் தேவமித்திரரிடம் விடைபெற்றுப் புறப் பட்டு வாசலுக்குச் சென்றதை உணர்ந்து உடனே அரையநாதர் ஓலை கிடந்த மேசைக்கருகில் சென்றார். ஓலையை ஆவலாக

எடுத்துப் பார்த்தார். மறுபக்கத்திலும் ஒன்றும் இல்லை. முதல் பக்கத்தில் 'இரண்டாவது?' என்று கேள்விக்குறியுடன் எழுதப் பட்டிருந்தது. வேறு ஏதும் இல்லை. இந்த ஓலைத் துண்டைப் பார்த்து என்னதான் கண்டுபிடித்தார்களோ என்று ஒன்றும் புரியாமல் விழித்தார் அரையநாதர். அப்படி விழித்தபோது இன்னும் அசல் கோணங்கி போல் தென்பட்டார்.

தேவமித்திரர் வந்ததும் கேட்டுவிடத் துடித்த அரையநாதரைப் பொருட்படுத்தாது தேவமித்திரர்,

'ஓடிச் சென்று பயணத்துக்குத் தயாராகிவிடுங்கள். நேரம் இல்லை. திடீரென்று இரு பௌத்தர்கள் வந்துவிட்டதால், பிந்தி விட்டது. நம் பயணம் தடைப்படக் கூடாது. திட்டப்படி எல்லாம் நடக்க வேண்டும். ஒரு சிறு தடங்கலும் ஏற்படக்கூடாது. சீக்கிரம், சீக்கிரம்' என்று துரிதப்படுத்தினார்.

அரையநாதர் குழப்பமுற்றாலும் தேவமித்திரர் கூறியபடியே செய்தார். அப்படிக் குழப்பமுறும்போது அவர் உடலில் ஏற்படும் வளைவு சுளிவுகள் மூளையின் வளைவு சுளிவுகளாய் மாறாது என்பது போல் ஓரளவு தெளிவாகக் காரியங்களைச் செய்வார். இப்போதும் அப்படியே பயணத்திற்குத் தயாரானார். இருவரும் காலைச் சிற்றுண்டியை அவசரமாக முடித்து மாளிகைக்கு வெளியில் வந்தபோது இரு குதிரைகள் தயாராக நின்றன.

தேவமித்திரர் தங்கியிருந்த அந்த மாளிகை இரண்டு பெரிய ராஜியங்களின் நடுவில் இருந்த வறண்ட மணல் பகுதியில் இருந்ததால் இரு ராஜாக்களுக்கும் அதிகாரம் இல்லாத பகுதி அது. தேவமித்திரர் தன் படிப்பிற்கும் ஆராய்ச்சிக்கும் எந்தத் தொல்லையும் எந்த ராஜரிடமிருந்தும் ஏற்படக்கூடாதென்று அப்படிப்பட்ட ஒரு பகுதியைத் தேர்ந்தெடுத்திருப்பார் என்று தோன்றியது.

தேவமித்திரர் தன்னுடன் ஒரு நிகண்டையும் (பழங்கால அகராதி) தூரத்தை அளக்கும் ஓர் அளவு கருவியையும் எடுத்துக் கொண்டார். பின்பு அரையநாதர் அவர் நேற்று வந்த குதிரையிலும் தேவமித்திரர் அடுத்த குதிரையிலும் ஏறிக்கொண்டனர். அரைய நாதரின் குதிரை அதற்குள் அவரோடு நன்கு பழகிவிட்டது. அவரும் அதனோடு பழகிவிட்டார். தனக்குக் குதிரையின் பாஷை

தெரியும் என்று அதனோடு அடிக்கடி உரையாடினார் அரையநாதர். தேவமித்திரர் அரைய நாதரைப் பற்றி இப்போது ஓரளவு புரிந்துகொண்டதால் அவருடைய இந்தக் கூற்றை நம்பவில்லை. ஆனால் இப்படிப்பட்டவர்களோடு எப்படி நடந்துகொள்ள வேண்டுமோ அப்படி நடந்துகொண்டார். ஆனால் குதிரைகளைத் தன் வயப்படுத்துவதில் அரையநாதர் சமர்த்தராக இருக்க வேண்டுமென்பதைத் தேவமித்திரர் நிமிடத்தில் புரிந்துகொண்டார். அரைய நாதரைக் கண்டதும் அவர் குதிரை அசைய ஆரம்பித்தது. ஒரு காலை நீட்டியது. தட்டிக் கொடுத்துவிட்டு ஏறினார் அரைய நாதர்.

தேவமித்திரர் குதிரையில் ஏறியதும் அங்கே குதிரைக் கருகில் நின்றிருந்த பணியாட்கள் அகன்றனர். அரைய நாதர் அந்தப் பணியாட்களைப் பார்த்து ஆச்சரியப்பட்டது தெரிந்தது. அந்தப் பணியாட்களில் ஒரு பெண்ணிற்கு மூக்கு வெட்டப்பட்டிருந்தது. அவள் அருகில் நடந்துபோன ஆடவனுக்கு இரு கண்களும் அறுபட்டுத் தொங்கின.

இதில் ஏதோ மர்மம் இருக்கிறதோ என்பது போல் மிரட்சி கொண்டன அரையநாதரின் கண்கள். அத்துடன் இவர்கள்தான் தனது குதிரைக்கு முந்தியநாள் உணவு கொடுத்ததும் தனக்குப் படுக்கையைத் தயார் செய்ததும் என்று புரிந்துகொண்டார்.

இப்போது தேவமித்திரர் குதிரையும் அரையநாதர் குதிரையும் அந்த மணல் பிரதேசத்தில் சீராக ஓடிக்கொண்டிருந்தன. சூரியன் உதிப்பதற்கான அடையாளம் தென்பட்டது. பறவைகள் ஒலியெழுப்பிக் கொண்டு பறந்தன. புதிய இலைகள் செடிகளில் வெளிவருவதாலும் பக்கத்தூரிலுள்ள தோட்டங்களிலிருந்து காற்று வீசுவதாலும் நறுமணம் வந்தது. தேவமித்திரரை ஒரு கள்ளன் போல் ஓரக்கண்ணால் பார்த்துக்கொண்ட அரையநாதர், தேவமித்திரர் தூரத்தில் தெரிந்த ஊரைக் குறியாக்கி, குதிரையை ஓட்டிக்கொண்டிருப்பதைக் கண்டார்.

***

சற்று தூரத்தில் சுருங்கை தெரிந்தது. ஆனாலும் இன்னும் தூரம் இருந்தது. தேவமித்திரர் ஏதோ ஆழ்ந்த சிந்தனை வயப்பட்டவராய் குதிரையில் சென்றுகொண்டிருந்தார். கைகள் தாமாக குதிரையின் கடிவாளத்தை இயக்கின என்பதை யார் பார்த்தாலும் கண்டு பிடித்துவிட முடியும். வாழ்நாள் எல்லாம் குதிரை ஓட்டியும் ஓட்டுபவர் களுடன் வாழ்ந்தும் நாட்களைக் கழித்த அரையநாதருக்கு தேவமித்திரரின் யோசனை தெரியாதா என்ன? அதனால் அவர் இப்போது தேவமித்திரருடன் ஏதும் பேசக்கூடாதென்று அமைதி யாகத் தன் குதிரையில் தேவமித்திரரின் குதிரை செல்வது போல் குறைந்த வேகத்தில் சென்றார். ஏனெனில் குதிரை சவாரி செய்பவர்கள் யோசனையில் ஆழ்ந்தால் குதிரையின் வேகம் தானாகவே குறைந்துவிடும். குதிரையின் வேகம்கூட வேண்டு மென்றால் பிரயாணம் செய்பவர்கள் தன் மனதின் வேகத்தைக் குறைத்துக் கொள்ள வேண்டும். அப்படி ஒருவர் மனதினுள்ளே செய்யும் பிரயாணத்திலிருந்து விடுபட்டால், தான் குதிரையின் வேகம் கூடும். தேவமித்திரர் மிகுந்த புத்திசாலி. ஆகையால் அரைய நாதர் தன்னுடன் ஏதும் பேசாமல் வந்தாலும் ஏதோ சொல்ல ஆசைப்படுகிறார் என்பதைப் புரிந்துகொண்டார். அதனை உணர்ந்து,

'நீங்கள் என்ன சொல்ல விரும்புகிறீர்கள்?' என்று கேட்டார், தலையைத் திருப்பி.

அரையநாதர் அவருடைய மனதில் கிடந்து குழம்பிய அந்த விஷயத்தைச் சொன்னார்.

'நீங்கள் அந்தக் கதையின் மூலம் பௌத்தர்களுக்கு உணர்த்த விரும்பிய உள்ளர்த்தம் என்ன?' தேவமித்திரர் அரையநாதர் முடிக்கும் முன்பே கூறத் தொடங்கினார்.

'பாருங்கள்' என்று கூறிவிட்டுக் குதிரையை லேசாகக் கால்களால் தட்டினார். குதிரை சற்று வேகத்தைக் கூட்டியது. அவரது பெரிய உடல் ஆடியது. அரைய நாதரும் வேகத்தைக் கூட்ட இருவரும் ஒத்த வேகத்தில் பயணம் செய்தனர். தன் குரலை உயர்த்திப் பேசினார் தேவமித்திரர். காற்றில் அப்போதுதான் கேட்கும்.

'அறிவு எல்லா இடங்களிலும் இருக்கிறது. குழந்தை பிறந்து

தவழ்ந்து பின்பு எழுந்து நடந்து அதன்பின் ஓடுகிறதே, அது அறிவில்லாமல் செய்யுமா?' அதனை விளக்கத்தான் பறவையின் கதையைச் சொன்னேன். பறவை கேட்கிறதைப் பாருங்கள் மரம் இருக்கிறதா என்று. இதுபோல்தான் அறிவு இருக்கிறதா என்று அந்தப் பௌத்தர்கள் கேட்டார்கள். அந்தத் தாய்ப் பறவை என்ன பதில் சொன்னது: 'பார்' என்று. 'ஊனக் கண்ணால் அல்ல; மனக்கண்ணால்' என்று அர்த்தம்.'

அரையநாதருக்கு மனதினுள் ஆச்சரியம். பேச ஆரம்பித்தவர் உடனே நிறுத்தி தேவமித்திரரின் இரண்டாவது பதிலில் உள்ள உள்ளர்த்தத்திற்கு வந்தார்.

'அறிவு இருக்கிறதா என்று கேட்ட பௌத்தர்களுக்கு இரண்டு பதில்கள் கூறினீர்கள். 'இரண்டாவது' என்று ஒரு கேள்விக் குறியுடன் எழுதி வெற்றிடம்விட்டிருந்தீர்கள். அதில் ஏதோ பெரிய உண்மை உள்ளதாக அவர்களும் நம்பி உங்கள் காலில் விழுந்து வணங்கிவிட்டுப் புறப்பட்டார்கள்.'

'என்னைப் பற்றிக் கொஞ்சம் கேள்விப்பட்டிருப்பீர்கள். இப்போது என் சக உதவியாளனாக என் பாதையில் பயணம் செய்யவும் ஆரம்பித்துவிட்டீர்கள். நீங்களே சொல்லுங்கள்' என்றார் தேவமித்திரர்.

'என் பாதையில் பயணம் செய்யவும் ஆரம்பித்துவிட்டீர்கள்' என்பதைச் சற்று அழுத்திக் கூறிய தேவ மித்திரரிடம் பேச ஏதும் இல்லாததால் அரையநாதர் மிகவும் மௌனமாகச் சென்றார். அப்போது தேவ மித்திரரே தொடர்ந்தார்.

'ஓலைத்துண்டில் இருந்த வெற்றிடம் பற்றிக் கேட்டீர்கள். அது என்ன காட்டுகிறது தெரியுமா? விளக்க முடியாது. விளக்கம் சொல்வது வீண் என்பதை மறைமுகமாகக் காட்டும் முறை அது. எனவே கேள்விக் குறியுடன் வெற்றிடம் விடப்பட்டிருந்தது. இப்போது புரிந்ததா?'

'தேவமித்திரரே! இப்போது உங்கள் காலில் சாஷ்டாங்கமாக நான் விழுந்துவிட ஆசைப்படுகிறேன்.' அரையநாதரின் முகபாவம் அவர் மிகவும் உணர்ந்து அப்படிக் கூறுகிறார் என்பதைக் காட்டியது. அவர் உண்மையாகப் பேசுகையில் குதிரை பாஷை அவருக்கு வராது என்பதும் இப்போது விளங்கியது.

அப்போது தூரத்தில் சில மனிதர்கள் இவ்விருவர் கண்களிலும் படாதவாறு ஒளித்துக்கொண்டார்கள். இவர்களின் குதிரைகள் தாண்டிய பிறகு பாதைகளில் மீண்டும் தோன்றினார்கள். தேவமித்திரரின் மாளிகையில் பார்த்ததுபோல் மூக்கற்றவர் களாகவும் கண்ணற்றவர்களாகவும் இருந்தனர் இவர்கள். அதனால் அரையநாதர் மனம் மேலும் திகிலுற்றது. அங்குமிங்கும் நோக்கினார். அப்போது மூக்கில்லாத ஒருவன் இருவரையும் பார்த்து அப்படியே நின்றான். இவர்களைப் பார்த்ததும் மற்றவர்களைப் போல் இவன் மட்டும் ஓடி ஒளியாமல் அப்படியே நின்றது அரைய நாதரை மேலும் வியப்படையச் செய்தது.

இருவரின் குதிரை அவனருகில் வந்ததும் ஒருபிடி மணலை எடுத்து வீசி அவன் கோபமாக ஏதோ சொன்னான். அரையநாதர் கேள்விக் குறியுடன் இப்போது பின்னால் வரும் தேவமித்திரரைப் பார்க்க, அவர், 'அவன் நம்மைச் சபிக்கிறான். நீங்கள் எதையும் பொருட்படுத்த வேண்டாம்' என்றார். இருவரின் குதிரைகளும் இன்னும் அதிக வேகத்துடன் இப்போது ஓடத் தொடங்கின.

3

'அதோ பாருங்கள் சுருங்கை.'

தேவமித்திரர் காட்டிய திசையில் திரும்பியபோது மரங்களுக் கிடையில் அகழிக்கு அப்பால் ஒரு பெரிய பழமைகொண்ட நகரம் தென்பட்டது. பல கட்டடங்களின் சுவர்களில் பாசி படர்ந்து அதிலிருந்து பல புதர்கள் வளர்ந்து காட்சி தந்தன. இடிபாடு களுடன் பல கட்டடங்கள் கொண்ட நகரமோ இது என்ற சந்தேகம் யாருக்கும் தோன்றும் விதமாகத் தென்பட்டது சுருங்கை. எங்கும் சிறிதாயும் பெரிதாயும் கட்டடங்கள் இருந்தன.

அந்த நகரின் பெரிய நடுவாசலுக்குக் குதிரைகள் சென்ற போது அந்த வாசலில் செதுக்கப்பட்ட சில உருவங்கள் தென்பட்டன. சுருங்கைக்குள் நுழையும் யாரையும் வரவேற்பது அந்தப் பெரிய மரமனிதர் களின் சித்திரங்கள். முகங்கள் தியானத்தில் இருக்கும் மாயமான மனிதர்களைச் சித்திரித்தன. அவ்வுருவங்களின்

கீழ்ப்பகுதியில் பறக்கும் மீன்கள் தத்தம் வாயில் சுருங்கை நகரில் பேசப்படும் பாஷையின் சில எழுத்துகளைக் கவ்வியபடியே இருந்தன. மீன்களுடன் ஜோடியாக மரத்தில் செய்யப்பட்ட பறக்கும் ஓணான் போன்ற ஒரு ஜந்து காணப்பட்டது. பறக்கும் ஓணான்களின் இடதுபுற இறகுகள் விரிந்து ஒரு காலை மறைத் திருந்தன. இரு தூண்களின் மேல்பகுதியில் விரிந்த இறகுகள் இருந்த பகுதியில் ஒரு பொருத்துப் பலகை மூலம் சிகரம்போல் அமைப்புடைய நடுப்பகுதி உயர்ந்து ஒரு மலைச் சிகரத்தின் தோற்றம் உருவாக்கப்பட்டிருந்தது. இன்னும் வேறு பாஷைகளும் அவற்றைத் தோற்றுவித்த தெய்வங்களும், தெய்வங்களின் காலடியில் கிடக்கும் கீழ்த்திசை நாடுகளின் அரச அடையாளச் சின்னங்களும் உயிர்க்கனி தரும் மரங்களும் இருள் பட்சிகளும் அங்கு வாசல் சித்திரத்தில் நிறைந்திருந்தன. அந்தப் பெரிய வாசல் சித்திரத்தின் ஓரிடத்தில் வேதனையுற்றுப்போன இதயங் களிலிருந்து புறப்பட்ட தாமரைத் தண்டுகளில் நம்பிக்கைத் தும்பிகள் சுழன்று கொண்டிருந்தன. சில இடங்களில் பெண்களின் முகம் கொண்ட ஆடுகள் வக்கிரமாகச் சிரித்தன.

இவற்றைப் பார்த்துத் திக்பிரமை அடைந்த அரையநாதர் புத்திசாலித்தனமற்ற தன் மனதிடம் மர்மங்களுக்கும் மாயா ஜாலங்களுக்கும் பஞ்சமில்லாத ஊருக்குத் தான் வந்துள்ளதாகச் சொல்லிக்கொண்டார். அவருடைய போர் செய்து சலித்துப்போன தோள்கள் உப்பி நின்றன.

உள்ளே தெரிந்த பாதை வழியாக இப்போது குதிரைகள் ஓடிக்கொண்டிருந்தன. அரையநாதர் கோமாளி போல் இருந்தாலும் காரியத்தில் கண்ணாய் இருப்பார். தெரிந்துகொள்ள வேண்டியதைத் தெரிந்து கொள்ளாமல் விடமாட்டார். எப்போதும் தன்னைத் தோற்கடிப்பதில் திருப்தி காணும் தன் மூளை, நெருக்கடி நேரங்களில் தன்னைக் காலை வாரிவிடுவதில்லை என்பதை நன்கு அறிந்த அரையநாதர் தேவமித்திரரைப் பார்க்க, தேவ மித்திரரும் அவரைப் பார்த்தார். இணையாக இப்போது குதிரைகள் ஓடிக்கொண்டிருந்தன. அரையநாதர் சொன்னார்:

'தேவமித்திரரே! குவலயபுரத்தில் உங்கள் திறமைகளையும் உங்கள் தத்துவப் படிப்பையும் நான் கேள்விப்பட்டேன். ஆனால் நேரில் உங்கள் திறமைகளைக் காணும் வாய்ப்பு என்னை

இன்னும் பிரமிக்க வைக்கிறது.'

'என்னுடைய திறமைக்கும் அறிவுக்கும் இவ்வளவு ஆச்சரியப் படுகிறீர்களே! இன்று இந்த உலகின் எல்லாவித தத்துவங் களுக்கும் வானத்துக்கும் பூமிக்கும் நடுவே உள்ள மர்மங்களுக்கும் விடை கண்டுவிட்ட ஒருவரை நாம் தேடிப் போகிறோம். அது உங்களுக்கு எவ்வளவு பெரிய சந்தோஷத்தைக் கொடுக்கும்!'

அரையநாதர் பெருமையாகத் தேவமித்திரரைப் பார்த்தார். தேவமித்திரர் தொடர்ந்தார்.

'எனக்கு யுனசேனனைப் பற்றி முதன்முதலில் அந்தக் காளைச் சண்டைவீரன்தான் சொன்னான்.'

தேவமித்திரர் சொல்லிவிட்டு மெல்ல நிறுத்தினார். மெய்மையைத் தேடுகிறவர்கள் காளைச் சண்டை வீரர்களாகவோ, உடற் பயிற்சியாளர்களாகவோ இருப்பதை நினைத்தார் அரையநாதர். ஏனெனில் அவரும் உடல்வலிமையால் வெற்றிபெற்று வாழ்க்கையில் சந்தோஷம் காண அலைந்தவர்தானே. இப்படிக் கோணங்கிக் குணமும் அறிவாளியின் குணமும் சுயஎள்ளலும் கொண்ட அரையநாதரைப் பார்த்துத் தேவமித்திரர் தொடர்ந்து சொன்னார்.

'நான் எப்படி அந்தக் காளைச்சண்டைவீரனைக் கண்டேன் என்று கேட்கவில்லையே?'

'நான் கேட்காவிட்டாலும் சொல்வீர்கள் என்று தெரியும்.'

நகைச்சுவையாகப் பேசும்போது மிகவும் கோபமாக முகத்தை வைத்துக் கொள்ளும் அரையநாதர் இப்போதும் அப்படியே முகத்தை வைத்துக் கொண்டார்.

அதனைப் பார்த்துச் சிரித்துவிட்டுத் தொடர்ந்தார் தேவமித்திரர்.

'நான் வட்டவடிவப் படிகள் என்ற வார்த்தைகளுக்கு என்ன அர்த்தம் என்று எல்லோரையும் கேட்டபடி அலைந்த போதுதான் அந்தக் காளைச்சண்டைவீரனைக் கண்டேன். அப்போது சில இலக்கணங் களுக்கும் உலகில் நடக்கும் புரியமுடியாத சம்பவங் களுக்கும் தொடர்பு உண்டு என்று அறிந்தேன். அந்தக் காலத்தில் தான், காளைச்சண்டைவீரன் ஒரு சண்டையை முடித்துக் கொண்டு வடநாட்டுக்குப் பயணமானான். வழியில் சத்திரத்தில் தூங்கும்போது எனக்கும் அவனுக்கும் பழக்கம் ஏற்பட்டது.

அவன் முகம் விசித்திரமாக இருந்தது. அவன் தன் சண்டைகளை எப்போதும் மனதில் நடத்திக்கொண்டிருப்பதே அதற்குக் காரணம் என்று அறிந்தேன். அவனது கைவிரல்களைப் போல் ஒரு கைவிரலை இன்றுவரை நான் கண்டதில்லை. சுருக்கமாகச் சொல்ல வேண்டுமென்றால் இறுகிய இரும்பாணி போல் நகங்கள் கொண்ட குள்ள மான விரல்கள். அது பற்றி நான் கேட்டபோது, நம்முடைய விரல்கள் வெளியே வளர்கிறதென்றால், அவனது விரல்கள் உள்ளே வளர்ந்து முதிர்ந்து இருப்பவை என்றான்.'

'அவன்தான் யுனசேனன் பற்றிச் சொன்னானா, தேவ மித்திரரே?'

'ஆம்' என்று சொல்லிவிட்டுத் தொடர்ந்தார்.

'யுனசேனன் எழுதும் வரலாறுதான் எல்லாவற்றுக்கும் காரணம் என்றான் காளைச் சண்டைவீரன். அந்த நூல் மிகுந்த வடிவமைப்புத் தேர்ச்சியுள்ள ஓவியன் ஒருவனால் கையால் எழுதப்பட்டதுபோல் காணப்பட்டது. யுனசேனன் காளைச் சண்டைவீரனுக்கு அதைக் காட்டியதுண்டாம். யுனசேனன் அறிவு விஷயத்தில் கெட்டிக்காரனாக இருந்தது போலவே, உடல் பலமும் கொண்டவன். இளமையில் அவன் ஒரு காளைச் சண்டை நடுவராக இருந்தவனாம். அந்த நூல் பல மர்மங்களைக் கொண்டது. ஏனெனில் வார்த்தைகளின் ஆரம்ப எழுத்துகள் மட்டுமே கொண்ட நூல் அது. அதன் தலைப்புகள் யுத்தங்களின் பெயர்களைக்கொண்டிருந்தன. அந்த யுத்தங்களைச் செடிகள், விலங்குகள், பறவைகள், ஊர்வன மற்றும் வானமண்டலத்தின் பலவிதக் கோள்கள், நட்சத்திரங்கள் என்று மாற்றுப் பெயர்களால் திறமையாகக் குறித்திருந்தான். இப்படி இரகசிய அடிப்படைகளில் மொத்த நூலும் அமைக்கப் பட்டிருந்ததால் அந்த நகருக்கு வரும் வெளிநாட்டு யாத்திரீகர் களும் உள்ளூர்க்காரர்களும் 'இரகசிய நூல்' என்றே அந்த நூலை அழைத்தனர். காளைச்சண்டைவீரன் அந்த நூல் பற்றிய இத்தகவல்களைத் தந்தவுடன் நான் தேடிக்கொண்டு அலையும் வட்டவடிவ படிகள் என்பதற்கும் அந்த நூலுக்கும் ஏதாவது தொடர்பு இருக்குமா என்று நினைத்தேன். அந்த நினைப்பு ஒரு யூகம்தான். காளைச்சண்டைவீரன், மழைக்காலம் வரும்முன் நான் புறப்பட்டால் குதிரையில் செல்ல முடியும் என்றும், காலில் அரக்கு போல் மண் ஏறிக் குதிரையின் குளம்புகள் சேதமுறாது

என்றும் கூறினான். அதனைக் கூறிவிட்டு, நான் ஒருவன் சத்திரத்தில் இல்லாதது போல் அப்படி விழுந்து தூங்கினான். இப்படி அவன் கூறிய விஷயங்களின் பரவசங்களை மீறி அவன் தூங்கியது என்னால் நம்ப முடியாததாகும்.'

கண்களை இடுக்கித் தூரத்தில் அசையும் உருவங் க்ளைத் தேவமித்திரரும் அரையநாதரும் உற்று நோக்கினர். பின்பு ஏதும் பேசாமல் சென்ற தேவமித்திரரைக் கண்டோ என்னவோ, அரையநாதரும் பேசாமல் சென்றார்.

சற்றுத் தூரத்தில் ஒரு மடம் காணப்பட்டது. சிவப்பு நிறத்திலான, மூன்று தூண்களால் உருவான பழைய வட்டவடிவக் கட்டடம் அது. சூரியக் கடவுளின் கட்டடம். பழைய லிபியில் எழுத்துகளும் தேவதைகளும் கந்தர்வர்களும் அவர்கள் கைகளில் காணப்படும் வாத்தியக் கருவிகளும் சித்திரிக்கப்பட்ட அடிப் பகுதியை அஸ்திவாரமாகக் கொண்டது அக்கட்டடம்.

பின் திடீரென்று தேவமித்திரரின் குதிரை நிற்க, அரையநாதரும் தன் குதிரையை நிறுத்தினார். மதியமானதால் குதிரைகளை ஒரு மரத்தில் கட்டிவிட்டு இருவரும் உணவுப் பொட்டலத்தைத் திறந்தார்கள். ஒரு கவளம் உணவை உண்டு அவர்களுடன் சுரக் குடுக்கைகளில் கொண்டு சென்றிருந்த நீரைக் குடித்த சமயம் ஒரு சப்தம் கேட்டது. தேவமித்திரர் முகத்தைத் திருப்பாமல் கடைக் கண்ணால் கவனித்ததைக் கண்ட அரையநாதரும் முகத்தைத் திருப்பாமல் காதுகளைக் கூர்மைப்படுத்தி ஓசை வந்த திசையில் வேறு என்ன கேட்கிறது எனக் கவனமாகக் கேட்டார்.

அப்போது ஒருவன் கிழிந்த ஆடைகளுடன் மரங்களுக்கிடை யிலிருந்து கைநீட்டினான். அவனுக்கு மூக்கறுபட்டிருந்தது.

தேவமித்திரர் அவனை அழைத்தார். அவன் வரவில்லை. மீண்டும் அழைத்தார். அப்போதும் அவன் வரவில்லை. உடனே தன் பையிலிருந்து ஒரு வெள்ளி நாணயத்தை எடுத்து அவனை நோக்கி விட்டெறிந்தார். ஓடிச்சென்று அந்த நாணயத்தை எடுத்து அதில் பதிக்கப்பட்ட சின்னத்தை அவன் உற்றுப் பார்த்தான். பின்பு ஆனந்தப்பட்டு நடனமாடியபடியே மறைந்தான் அவன்.

'இவன்' என்று அரையநாதர் ஏதோ கேட்கும்முன் தேவமித்திரர் பதிலிறுத்தார்.

'அடிமைகள். வீட்டிலும் வழியிலும் நாம் பார்த்த மூக்கும் காதும் கைகளும் அற்ற மனிதர்கள் இதே இனத்தைச் சார்ந்தவர்கள் தான். விசித்திரமான ஒரு பழக்கத்துக்கு அடிமையாகிப் போனவர்கள். வெள்ளி நாணயத்தைப் பார்த்து அவனுக்கு ஏற்பட்ட ஆனந்தத்தைப் பார்த்தீர்களா? காரணம் என்ன தெரியுமா? இவன் இந்த நாணயத்தைக் கொடுப்பதால் இரண்டு யோகச் சீட்டுகள் கிடைக்கும். எனவேதான் சந்தோஷமாக ஓடுகிறான். எளிமையான நல்ல ஜனங்கள்.' அவர் பேசி நிறுத்தியவுடன் அரையநாதர், 'யோகப் பரிசா, அது என்ன?' என்றார்.

'ஆம். அப்படி ஒரு பழக்கம் இந்த ஊரைப் பிடித்து ஆட்டுகிறது. கையில் வெள்ளி நாணயங்கள் கிடைத்துவிட்டால், உடனே உணவுப்பொருள் வாங்குவதைவிட யோகப் பரிசுச்சீட்டு வாங்குவதற்கு இந்த ஜனங்கள் ஓடுகிறார்கள். இவர்கள் இப்போது தெற்கில் உருவாகி வரும் சின்னச் சின்ன நாடுகளான சேர சோழ பாண்டிய நாடுகளில் பேசப்படும் தமிழ் என்ற மொழியின் தாய் பாஷையான *சிந்த்* என்ற மொழியைப் பேசுகிறார்கள் என்று சிலர் கூறுகிறார்கள். ஆனால் என்னுடைய மொழி இலக்கண ஞானத்தின்படி அந்த மொழி *சிந்த்* அல்ல; *க்வாலிதான்*' என்று தேவமித்திரர் பேசி முடித்தார். உணவின் இறுதிக் கவளத்தை வாயில் போட்டுத் தண்ணீர் குடித்தபடி அவர் பேசியதைக் கேட்டுக்கொண்டிருந்த அரையநாதர் புன்னகைத்தார்.

'ஆமா, இவர்களை நல்லவர்கள் என்று கூறினீர்களே! ஆனால் ஒருவன் மட்டும் நம்மைச் சபித்தானே, நம்மைப் பார்த்ததும்' என்று தன் ஐயத்தைக் கேட்டார் அரையநாதர்.

தேவமித்திரர் தம் ரோமமற்றிருந்த முகத்தைத் தடவியபடி பதில் சொன்னார். கண்கள் கூர்மைகொண்டன.

'அவன் புத்தி பேதலித்தவன்; சரி, நீங்கள் சாப்பிட்டு விட்டீர்களா? மீண்டும் விரைவில் நாம் பயணத்தைத் தொடங்க வேண்டும். மூட்டைகளைக் கட்டுங்கள்' என்று கூறிவிட்டுத் தொடர்ந்தார்.

'பரிசுச்சீட்டு இறுதியில் இவர்களைச் சிறைக்குத்தான் அனுப்பும், என்றாலும் இவர்களுக்குப் பரிசுச்சீட்டு வாங்கும் பழக்கத்திலிருந்து தப்ப முடிவதில்லை. அப்படிச் சிறைக்குப் போய் இருண்ட அறைகளில் பல ஆண்டுகள் கிடந்து புத்தி பேதலித்தவன்

அவன். இவர் களில் கணிசமான ஆணும் பெண்ணும் ஒன்றில் முழு பைத்தியக்காரர்கள் அல்லது பாதி பைத்தியக்காரர்கள்... ம்... எப்படி இருக்கிறது?' என்று சிரித்துக்கொண்டார்.

அவரது உதவிக்கு வந்துள்ள அரையநாதரும் அந்த ஊரை நன்கு புரிந்துகொண்டால், அவருக்கு உதவியாக இருக்க முடியும் என்று நினைக்கிறார் என்பது போல் இருந்தது அவருடைய பேச்சு.

பின்பு அரையநாதர் கேட்ட கேள்வியால் தேவமித்திரர் மிரண்டார் என்றுதான் கூறவேண்டும்.

உடலைக் கோணல் மாணலாய் வளைத்தபடி அரையநாதர் இப்படிக் கேட்டார்:

'தாங்கள் புத்த விகாரையைவிட்டு வந்துவிட்ட புரட்சித் துறவி என்று ஜனங்கள் பேசக் கேட்டிருக்கிறேன். ஆனால் நீங்கள் தோற்றத்திலும் புத்த பிக்கு போல் உள்ளீர்கள். உங்களிடம் என்னை அனுப்பியவர்களும் புத்த விகாரையினர். உங்களிடம் வந்து போகிற வர்களும் புத்தர்கள்.'

இதனை அரையநாதர் கேட்ட விதம் தேவமித்திரருக்குச் சிரிப்பை வரவழைத்திருக்க வேண்டும். ஆனால் சிரிக்கவில்லை. அதற்குப் பதிலாய் அவருடைய முகம் ஒரு மர்மக்களையைக் கொண்டது.

'நீங்கள் என்னைப் பற்றிக் கேள்விப்பட்டிருப்பது சரிதான். புத்த விகாரையிலிருந்து வெளியில் வந்தவன் நான். புத்த விகாரைகளில் புக ஆரம்பித்திருக்கும் மடத்தனத்தை எதிர்ப்பவன் நான். ஆனால் என் நண்பர்களில் சிலர் இன்னும் புத்த விகாரை களில் இருக்கவே செய்கிறார்கள். என் கருத்துகள் இளம் புத்த துறவிகளை ஈர்ப்பதில் வியப்பேதும் இல்லை...'

உணவை முடித்திருந்ததால் இதைக் கூறிவிட்டுத் தொடர்ந்து பேச விரும்பாதவர் போல் குதிரையில் ஏறிப் புறப்பட, அரைய நாதரும் அவருடன் புறப்பட்டார்.

குறிப்பு 1

மிகவும் சிரத்தையாய் நீங்கள் இவ்வளவு நேரம் படித்த இந்த மர்ம நாவலை எழுதியவர் யார் என்பதைப் பற்றித்தான் சர்ச்சை. இந்த சர்ச்சை சில கவனம் வாய்ந்த இலக்கியக் கட்டுரையாசிரியர்களால் தொடர்ந்து பேசப்படுகிறது. இப்போது எல்லோரும் ஏற்றுக் கொண்டுள்ள 'ஜி. கே'தான் இந்த நாவலை எழுதினார் என்று சொன்னாலும் ஜி. கே. உண்மையில் யார் என்பதைக் கண்டு பிடித்துவிட்டோம் என்று அர்த்தமல்ல. அப்படியானால் ஜி. கே. யார்? அவர் வாழ்ந்த காலம் எது? இந்தக் கேள்விகளுக்கான பதில்கள் அவ்வளவு எளிதில் சொல்லிவிடக்கூடியவை அல்ல என்பது இதுவரை இந்த நாவலாசிரியனின் பெயராராய்ச்சி பற்றியே வந்துள்ள மூன்று கட்டுரைகளையும் வேறுசில உதிரிக் குறிப்புகளையும் இலக்கிய அபிமானிகளிடமிருந்து தொகுத்துப் படிப்பவர்கள் அறியலாம். அப்படி அறிவது லாபகரமானவை அல்ல என்று ஏதும் கூறிவிட முடியாது.

இந்தப் பகுதியில் தொகுத்துக் கொடுக்கப்படும் குறிப்புகள் இரண்டு விதமானவை: ஒன்று, பண்டிதர்கள் 'அகச்சான்றுகள்' என்று கூறும், நூலுக்குள் வரும் ஆதாரங்கள். இரண்டு, 'புறச் சான்றுகள்' என்கிற நூலுக்கு வெளியில் உள்ள ஆதாரங்கள். ஓர் அகச்சான்றாக, இந்த நாவலில் வரும் பாத்திரங்களில் ஒருவர் மற்றவரின் பெயரைக் கண்டுபிடிக்கும் முறையைச் சொல்லலாம். ஓரிடத்தில் தேவமித்திரர் அரையநாதரின் பெயரைக் கண்டு பிடிக்கிறார். அப்படிப் பெயரைக் கண்டுபிடிப்பதை மர்ம நாவலின் உத்தியாய் பயன்படுத்திய சில மர்ம நாவலாசிரியர்கள் பத்தொன்பதாம் நூற்றாண்டின் இறுதியில் வாழ்ந்திருக்கிறார்கள். இந்த வகையில் ஒரு மூன்று பெயர்கள் கிடைக்கின்றன.

ஒருவர், சி. பெரியநாயகம் பிள்ளை.

அடுத்தவர், ஆங்கிலேயரான ஜூலியன் வென்சன்.

மூன்றாவது நபர், பூவாராகவ முதலியார். இதில் சி. பெரிய நாயகம் பிள்ளை திருச்சி செயிண்டு ஜோசப் கல்லூரியிலிருந்து 1932இல் தன்னுடைய பயாலஜி வகுப்பில் மறைத்து வைத்து

ரெய்னால்ட்சின் ஆங்கில மர்ம நாவலைப் படித்ததன் காரணமாய் வெளியேற்றப்பட்ட குறிப்பின் மூலம் ஏதாவது பிரயோ ஜனமான தகவல் இலக்கியப் பிரியர்களுக்குக் கிடைக்குமா இல்லையா என்பது தெரியவில்லை.

ஜூலியன் வென்சன் பத்தொன்பதாம் நூற்றாண்டின் இறுதி யில் தஞ்சை மாவட்ட நீதிபதியாக இருந்த நெல்சனைப் பார்க்க லண்டனிலிருந்து புறப்பட்டுவந்த அவரது மனைவியின் தம்பி. வேட்டையாடுவதிலும் பழைய ஏடுகளைத் தொகுப்பதிலும் விருப்பம் கொண்ட இவன் தனது மைத்துனரின் எதிரியும் முதல் தமிழ் நாவலை எழுதிப் புகழ்பெற்றவருமான வேதநாயகம் பிள்ளையின் புகழை மழுங்கடிக்க ஒரு மர்ம நாவல் எழுதி முதல் அத்தியாயத்தில் மூன்று பேரைக் கொலை செய்திருந்தான். சென்னைப் பல்கலைக்கழகத்தில் ஒரு முதலியார் துணை வேந்தராக இருந்தபோது அதன் பழஞ்சுவடிக் காப்பகத்தில் மிஸ்டர் ஐயர் என்று துணைவேந்தரால் அழைக்கப்படும் பஞ்சாபகேச ஐயர் இருந்தார். அரசு மருத்துவமனையில் தவறான ஊசி மருந்தால் அவர் சாகும் தருவாயில் வெளியிட்ட இந்தச் செய்தி ஒரு மொழிபெயர்ப்பு இதழில் வந்தது. பின்பு வேத நாயகம்பிள்ளை பெற்ற புகழாலோ, ஆங்கிலேயர்கள் விரட்டப் பட்டதாலோ ஜூலியன் வென்சன் எழுதிய மர்ம நாவல் தமிழிலக்கிய வரலாற்றிலிருந்து மறைந்தது. பரிபூரணம் பிள்ளை பாளையங் கோட்டைக்கருகில் ரெட்டியார்பட்டி என்ற ஊரில் வசித்த போதுதான் ஆங்கிலத்தில் எழுத நினைத்த 'நவீன தமிழிலக்கிய வரலாற்றில்' சேர்க்கத் தயாரித்த குறிப்புகளில் இந்தச் செய்தியைப் பார்த்ததாய் சேவியர் கல்லூரித் தமிழ்ப் பேராசிரியர் குரூஸ் அந்தோணி தம் மாணவர்களிடம் கூறிய துண்டு. இந்தச் செய்தி (குரூஸ் அந்தோணி விஷயம்) நிரூபிக்கப் படாதது. ஏனெனில் இவர் பொய் சொல்லக்கூடியவர்.

அடுத்து, பூவாராகவன் முதலியார் பற்றி.

இவர் வட ஆற்காட்டில் ஒரு நிலச் சுவான்தாரின் மகனாகப் பிறந்து சென்னையில் படித்தவர். இதுகூட பட்டதாரியல்லாத நாஞ்சில் கோலப்பப்பிள்ளை எழுதிய 30 பக்க நூல் ஒன்றில் மட்டுமே உள்ள செய்தி. கோலப்பப் பிள்ளையின் நூலில் வரும்

தகவலின்படி பூவாராகவன் முதலியார் போலியோ வியாதியால் தாக்கப்பட்டவர்; மூன்று பெண்டாட்டிக்காரர். உத்தியோகம் பார்க்கையில் உயர் அதிகாரியான கார்டன் துரை 'யு ப்ளக்கார்ட்' என்று திட்டியதால் மனம் உடைந்து தூக்குப் போட்டுச் செத்தவர். என்ன உத்தியோகம் என்று குறிப்பு இல்லை. கோலப்பப் பிள்ளையின் நூல் ஒரு ரூபாய் இரண்டணாவுக்கு விற்கப்பட்டதை அவருடைய மனைவியின் தம்பி பிரசுரிக்கத் தக்கத் தகவல் எனக் கருதுகிறார்.

4

தேவமித்திரரும் அரையநாதரும் புறப்பட்டப்பின்பு நடுவில் பல வேலைகளை முடித்துவிட்டு சுருங்கையைச் சுற்றிக் கட்டப் பட்ட கோட்டைக்குச் சென்று சேர்ந்தபோது மாலைநேர வெயில் வந்துவிட்டது.

சுற்றிக் கட்டப்பட்டிருந்த கோட்டை மிகவும் புராதனமாகவும் செல்லரித்து எறும்புப் புற்றுகள் ஆங்காங்கு உருவாகியுள்ளதாகவும் காட்சியளித்தது. வாசலில் இரண்டு முகமூடி போட்ட சடைமுடி வீரர்கள் காணப்பட்டனர். அவர்களிடம் சென்று தேவமித்திரர் சுருங்கைக்கு வந்திருப்பதாகக் கூற அவர்கள் பின்பக்கம் சுட்டிக் காட்டினர்.

அங்கு நான்கு சிறுவர்கள் நீர்க்குடங்களைக் கொண்டுவந்தனர்.

தேவமித்திரரின் கைகளைக் கழுவும்படி முகமூடி வீரர்கள் சமிக்ஞை செய்தனர். அவர் புன்னகைத்து அரையநாதரைப் பார்த்தார். ஏற்கனவே இருவரும் வருவது சுருங்கையின் ராஜாவுக்குத் தெரிந்திருக்கிறது. அரையநாதரின் கைகளையும் சிறுவர்கள் கழுவினார்கள். இதுபோன்ற பாலகர்கள் அரண்மனைகளில் அந்தக் காலங்களில் பணிவிடைக்காக நிறையவே அமர்த்தப் பட்டிருந்தனர். இத்தகைய பாலகர்களைச் சில அரண்மனைகளில் பாலுணர்வு திருப்திக்குப் பயன்படுத்துகிறார்கள் என்ற புகார்களும் அரையநாதர் கேட்டதுண்டு.

வீரர்கள் பாலகர்கள் இருவரையும் அழைத்து இவர்களுடன்

ஓர் இருண்ட நிலத்தடிப் பாதையில் இறக்கிவிட்டனர். அங்குச் செல்லும் பாதையின் படிகளில் நிறைய களிமண் பொம்மைகள் செய்து நிறுத்தப்பட்டிருந்தன. பெரும்பாலும் எல்லா உருவமும் கோரமான வடிவமும் பருத்த வயிறும் அளவுக்கு அதிகமான கோரைப் பற்களும் கொண்டிருந்தன. அடிமைகள் செய்த வடிவங்கள் என்றார் தேவமித்திரர். அடிமைகளின் கற்பனை ஏன் இப்படிக் கோரமாக வெளிப்பட்டுள்ளது என்று அரையநாதர் மனதில் ஒரு கேள்வி உதித்தது.

பாதை சற்றுத் தூரம் சென்றது. நிலத்தின் அடியில் இருந்த பாதையில் இருள் அதிகமாகக் காணப்பட்ட இடத்திலிருந்து விளக்குகள் ஏற்றப்பட்டிருந்தன. பாதை சென்று சேர்ந்த இடத்தில் ஒரு மாளிகை காணப்பட்டது. அதன் பெயர் 'வரவேற்பு மாளிகை.' வெளிநாட்டவர்களோ, வெளியூரிலிருந்து வரும் முக்கியஸ்தர்களோ வந்தால் அமைச்சர்களோ, ராஜாவோ வந்து வரவேற்கும் மாளிகையாகையால் அதன் பெயர் அப்படி அமைந்திருந்தது. அங்கு முன்னறையில் இருந்த ஓவியத்தில் காணப்பட்ட காட்சி அரையநாதரின் மனதைவிட்டு அகலவில்லை. நான்கு மர மனிதர்கள் எலும்பு நாற்காலிகளில் அமர்ந்திருக்கும் காட்சியும் தேவதைகள் பாடல்களைப் பிடிக்கப் புறப்படும் காட்சியும் எதிரும் புதிருமாக அதில் அமைக்கப்பட்டிருந்தன. மரமனிதர்கள் தங்கள் கைகளில் பலமான பித்தளைக் கிரீடங்கள் வைத்திருக்க, அந்தக் கிரீடங்களில் கறுப்பு மற்றும் சிவப்பு வர்ணங்கள் மாறிமாறிக் கோடுகளாய் இழுக்கப்பட்டிருந்தன.

இடது ஓரத்தில் எலிகள் ஓடிக்கொண்டிருந்த இடத்தில் அநேக மரத்தாலான முகமூடிகள் கண்ணிற்கும் மூக்கிற்கும் துவாரம் செய்யப்படாமல் செதுக்கி அடுக்கப்பட்டிருந்தன.

இப்படிப் பார்த்துக்கொண்டு இருவரும் நின்ற போது பணியாட்கள் வந்து இவர்களை 'வரவேற்பு மாளிகை'யின் உள் அறைக்கு அழைத்துச் சென்றனர். அவர்கள் அப்படி அழைத்துச் சென்றது ஒரு பெரிய அறை. சுமார் எண்பது அடி நீளமும் நாற்பது அடி அகலமும் கொண்டிருக்கக் கூடியது அது. அந்த அறை யில் குறுக்கும் நெடுக்குமாக இருவரும் ஓரிரு முறை நடந்தனர்.

அந்த அறையிலும் விசித்திரமான சித்திரங்கள் காணப்பட்டன. வடக்கு மூலையில் மண்ணும் மரப்பசைகளும் சேர்த்துப் பிடித்து

வைத்திருந்த புடைப்புச் சித்திரம் ஒன்று கவனத்தைக் கவரும் விதமாய்க் காணப்பட்டது. அதில் நதி ஒன்றில் பேய்பிடித்த, ஓர் எலும்பும் தோலுமான, கண்கள் குழிவிழுந்த, நாக்கு வெளியில் தள்ளிய முதியவனைப் பிடித்துத் தள்ளுவதுபோல் ஒரு சித்திரம். பிடித்துத் தள்ளும் சக்திகள் உலகத்தின் கைகளாய்ச் சித்திரிக்கப் பட்டிருந்தன. உலகத்தின் கைகள் மிகவும் பலம் பொருந்தியும் அதே நேரத்தில் மிருதுவாகவும் காணப்பட்டன. முதியவனின் நீண்ட கைநகங்கள் மரக்கிளையைக் கெட்டியாய்ப் பிடித்துத் தொங்கின. நதியின் நீரோட்ட வேகமும் பிடித்துத் தள்ளும் கைகளின் உள்மன ஆசையும் தெற்றென விளங்கும்படி சித்திரிப்பு அமைந்திருந்தது.

'நதியைப் பார்த்தீர்களா?' தேவமித்திரர் கேட்டார்.

'அது என்ன நதி?' என்று கண்களைக் கோணல் கண்ணாய் மாற்றி, கோமாளி போல் பார்த்துக் கேட்டார் அரையநாதர். இந்தத் தோற்றத்தில் யாராவது அவரைப் பார்த்தால், இப்படிப்பட்டக் கோமாளியைத் தேவமித்திரர் எதற்கு அழைத்துச் செல்கிறார் என்றுதான் கேட்பார்கள்.

தேவமித்திரர் பதில் தந்தார்.

'இது காலநதி.'

'அவன்?'

'அவன் பேய் பிடித்த மனிதன்'

'அவனை என்ன செய்கிறார்கள்?'

'அதனால், அவனைப் பலி கொடுக்கிறார்கள். அவனுக்குப் புத்தி பேதலித்திருப்பதால், அவனைப் பலிகொடுப்பவர்களை அவன் விதிதேவனுக்குக் காட்டிக் கொடுக்க முடியாது என்பது நம்பிக்கை. இவர்களின் இந்தத் தத்துவத்தை விளக்கும் ஓவியம் இது.'

அப்போது யாரோ வேகமாக நடந்து வரும் சப்தம் கேட்டதால், இருவரும் திரும்பிப் பார்த்தார்கள். எங்கிருந்து முளைத்து வந்தார் இந்த மனிதர் என்று கூறும்படி மேலாடையில்லாத ஒல்லியான உருவத்துடன் தலையில் தங்கநிறத் துணிகட்டிய ஒருவர், இவர்கள் இருவரின் திசையில் நடந்து வந்துகொண்டிருந்தார். இருவரின் முன்வந்து நின்ற அந்த உயரமான மனிதரின்

லேசாகக் குழிவிழுந்த கன்னங்கள் அவருடைய முகத்திற்கு விசித்திரத் தோற்றத்தைக் கொடுத்தன. அப்போதுதான் அரைய நாதர் வந்தவரின் பின்னால் ஒரு வாள்வீரன் காவலுக்கு நின்றிருப்பதைக் கண்டார். தேவமித்திரர் வந்தவரை இனம் கண்டுகொண்டிருக்க வேண்டும். இருவரும் வணக்கம் தெரிவித்தார்கள். அரையநாதரைப் பற்றித் தேவமித்திரர் கூறிய போது அரையநாதர் படைத் தளபதிக்குப் படைவீரன் காட்டும் தோரணையில் வணக்கம் தெரிவித்தார். வந்தவரின் தோற்ற வருணனையில் இன்னொரு முக்கிய விஷயம், அவரது பற்கள் மிகவும் காவி படிந்து காணப்பட்டதாகும். உடலில் ஒரு பூணூல் கிடந்ததையும் உடல்மேல் கிடந்த தங்கவர்ணத்துண்டு காற்றில் ஆடிய போது தான் அரைய நாதர் கண்டார்.

வந்தவரும் மற்ற இருவரும் உள்ளறைக்குச் சென்றதும் வாள் வீரன் ஓரமாய்ப் போய்விட்டான். அதனால், வந்தவர் ராஜாவிட மிருந்து வந்திருக்கிறார் என்பதை அரையநாதர் அறிந்தார். வந்தவர் ஒரு அமைச்சர் என்பதையும் புரிந்துகொண்டார். 'அமைச்சரே வந்து எங்களை வரவேற்றதற்காக நாங்கள் நன்றி சொல்லக் கடமைப்பட்டவர்கள்' என்றார் தேவமித்திரர்.

தேவமித்திரர் எப்படியாவது வருகிறவர் யார், வந்த நோக்கம் என்ன என்பவற்றையெல்லாம் நிமிடத்திற்குள் புரிந்து விடுகிறாரே என்ற வியப்பு அரையநாதருக்கு ஏற்பட்டது. அவரைக் கேட்டால், ஒரு குறிப்பு மூலமாய்க் கண்டுபிடித்ததாய்க் கூறுவார். அந்தக் குறிப்புகள் புற அடையாளங்கள் என்பார். ஆனால் புற அடையாளங்கள் போல் அக அடையாளங்களும் முக்கியம்தான் என்று வாதித்தாலும் தேவமித்திரர் ஒப்புக்கொள்வதே இல்லை. ஆனால் சிறிய அடையாளங்கள் மூலம், பெரிய விஷயங்களை, உலகின் அண்ட கோள இரகசியங்களைக்கூட கண்டுபிடிக்கலாம் என்கிறார். இது சிறு படகு மூலம் பெரிய நதியைக் கடப்பது போன்றது என்று தேவமித்திரர் விளக்கும் போது அரையநாதர் புன்னகை புரிவார்.

இப்போது அமைச்சர் பேசினார்.

'தங்களுடைய ஆற்றல்களைப் பற்றியும் மந்திர தந்திர சாகஸங்களைப் பற்றியும் கேள்விப்பட்டிருக்கிறேன். உலகின் ஓயாத இயக்கத்தையும் வான மண்டலத்தையும் பூ மண்டலத்தையும்

அவற்றில் அசையும் அசையாதப் பொருட்களையும், உயிருள்ள உயிரில்லாத வஸ்துகளையும் ஆராயும் நோக்கத்தோடு, எங்கள் நகரத்துக்கு வந்துள்ளீர்கள். உங்களை எங்கள் ராஜனின் சார்பில் வரவேற்க நான் பாக்கியம் செய்தவன்.' இப்படி அமைச்சர் முகமன் கூறினார். பின்பு கண்களை மூடி வாய்க்குள்ளாகவே சூரிய தேவனை வணங்கும் முகமாக ஒரு வாசகம் சொல்லிக் கண்களைத் திறந்தார்.

'என் ஆற்றலும் மந்திர தந்திர சாகஸங்களும் அறிவுக் கடவுளான புத்த தேவனின் அடிகளில் மண்டிக்கிடக்கும் இலட்சோப லட்சம் இரகசியங்களில் ஏதோ ஓர் அற்பத்தை நான் புரிந்து கொண்டதன் விளைவு.'

தான் கூறியதை அமைச்சர் எப்படி எதிர்கொள்கிறார் என்பதைக் கவனிப்பவர் போல் லேசாகத் திரும்பி நோக்கினார் தேவமித்திரர்.

'தேவமித்திரரே, உமது பாதையையும் சிந்தனையையும் மகாயான புத்தர்கள் ஏற்காமல் உம்மைப் புறக்கணித்தது அவர்களுக்குப் பெரும் நஷ்டம்.'

அப்போது அமைச்சரைத் திடுக்கிட்டுப் பார்த்தார் அரைய நாதர். அதைக் கவனித்த அமைச்சரும் தன் முகத்தில் தோன்றிய குறிப்பை மறைத்தார். அப்படி மறைத்த அமைச்சர் அழுத்தமான ஆள்தான் என்று நினைத்த அரையநாதர், 'தேவமித்திரரே' என்ற சொல்லை அமைச்சர் வேண்டுமென்றே அழுத்திக் கூறியதைக் கவனித்தார். ஒருவேளை தேவமித்திரரின் பெயர் மட்டுமல்ல, அவரைப் பற்றிய பூர்வ கதை முழுவதும் தனக்குத் தெரியுமென்று சொல்லாமல் சொல்கிறாரோ என்று பட்டது. மேலும் தேவமித்திரர் மகாயான புத்தத்திலிருந்து கருத்துவேறுபாடு காரணமாக வெளியேறியுள்ளதும் இந்த அமைச்சருக்குத் தெரிந்துள்ளதை அரையநாதர் அறிந்தார்.

'ஏன் மகாயானத்திற்கு நஷ்டம் என்கிறீர்கள், அறிவில் வல்ல அந்தணரே?'

பௌத்தர்களுக்குப் பிராமணர்கள் மீதுள்ள மரபான வெறுப்பு வெளிப்படாதபடி மறைத்துக் கேட்டார் தேவமித்திரர்.

'இல்லை...' என்று இழுத்துவிட்டு அமைச்சர் கூறினார்.

'உங்கள் புத்தி சாதுரியமும் வீரமும் தைரியமும் மந்திர

தந்திர ஆற்றலும் புராணங்களிலும் வேதங்களிலுமுள்ள பாண்டித்தியமும் பலவித மொழியறிவும் அவர்களுக்கும் அவர்களின் தர்மத்திற்கும் இனி பயன்படாதே என்று அறிந்து அப்படி நினைத்தேன்.'

'ம்' என்று ஹுங்காரம் செய்து தலையைத் தரை நோக்கி ஆழ்ந்த சிந்தனையோடு சாய்த்த தேவமித்திரரை நோக்கி அமைச்சர் சொன்னார்.

'நீங்கள் அயனாபுரம் அரண்மனையில் நடந்த ராஜனின் கொலையைக் கண்டுபிடித்து இறுதியில் யாருமே சந்தேகப்படாத வகையில் இருந்த அரசிதான் கொலை செய்தவள் எனக் கண்டு பிடித்த போது உங்களைப் பற்றிய உயர்ந்த எண்ணம் அயனாபுரத்தில் வாழும் மக்களிடம் ஏற்பட்டபோது நானும் அங்கு இருந்தேன். உங்களுக்கு அது தெரியாது. உம்மைப் போன்ற தத்துவவாதிகள் எங்கிருந்தாலும் அது தெரிந்துவிடும்; என்னைப் போன்ற சாதாரண ஆட்கள் எங்கிருந்தாலும் அது தெரியாது...'

அதிலிருந்த நகைச்சுவையை உணர்ந்து 'ஓ' என்று சிரித்த தேவமித்திரரின் சிரிப்பில் இவற்றைக் கவனமாகக் கேட்டுக் கொண்டிருந்த அரையநாதரும் கலந்துகொண்டார்.

அமைச்சரின் நகைச்சுவை உணர்வை இருவரும் அறிந்து உண்மையிலேயே ரசித்தனர். அரையநாதருக்குத் தேவமித்திரர் முன்பு துப்பறியும் காரியத்தில் ஈடுபட்டிருந்தது இதுவரை தெரியாது. ஆனால் தத்துவவாதிகள் அந்தக் காலங்களில் மாளிகைகளில் நடந்த கொலைகளைக் கண்டுபிடித்துக் கொடுத்து வந்தார்கள் என்பது எல்லோருக்கும் தெரிந்த செய்தி.

'நீங்கள் அந்த ராணிதான் கொலை செய்தவள் என்று கண்டுபிடித்த போது எனக்கும் உங்கள் மீது ஒரு சந்தேகம். என்ன தெரியுமா? உங்களைப் போன்ற பௌத்தர்களுக்குப் பெண்களைக் கண்டால் பிடிக்காது; எனவேதான் அந்தப் பெண்மணியைப் பிடித்துக் கொடுத்துவிட்டீர்கள் என்று.'

மீண்டும் மூவரும் சிரித்தனர். அரையநாதரை அமைச்சரின் நகைச்சுவை மிகுந்த சீரிய நபராய் மாற்றியிருந்தது. தன்னுடல் எங்கும் பார்ப்பவர்களுக்கு விருந்தாக நகைச்சுவை பரவியிருக்கும் போது அமைச்சர் பேச்சில் வெளிப்படும் நகைச்சுவை அப்படி

என்ன உசத்தி என்பது போல் சிரித்து உடனே அமைதியானார் அரையநாதர். ஆனால் தேவமித்திரர், அமைச்சர் ஆழமான நபர் என்று மனதில் கருதியதை அவரது கண்கள் காட்டின.

'அமைச்சர் அவர்களே! அந்த ராணியை அதன்பின் அப்படிச் சித்திரவதை செய்ததை நான் விரும்பவில்லை. அப்படி அவளை மக்களே சித்திரவதை செய்து, கொல்ல அனுமதித்திருந்ததைக் காணவிரும்பாமல் நான் யாருக்கும் சொல்லாமல் நகரத்தை விட்டுப் புறப்பட்டுவிட்டேன். என் ஆர்வம், உலகிலுள்ள மர்மங்களைக் கண்டுபிடிப்பது. கொலையும் ஒரு மர்மம். அந்த மர்மத்தைக் கண்டுபிடிப்பதன் மூலம் அறிவின் எல்லா மர்மங் களையும் காணமுடியும். இதுதான் என் அணுகு முறை. அதனைப் புரியாதவர்கள் அவர்கள் நோக்கம் நிறைவேறியவுடன் என் நோக்கத்தைப் புறக்கணித்துவிடுகிறார்கள். கொலைகாரர்களைக் கண்டுபிடிப்பதோ, தண்டனை வாங்கிக் கொடுப்பதோ என் முக்கிய நோக்கமல்ல.'

அரையநாதர் தேவமித்திரரின் இந்தப் பேச்சை மிகக் கவன மாகக் கேட்டுக்கொண்டிருப்பது போல் தெரிந்தது.

'ஆக உண்மைதான் உங்கள் நோக்கம்.'

'சரியாகச் சொன்னீர்கள்' என்று அமைச்சருக்குப் பதிலிறுத்தார் தேவமித்திரர்.

'ஆனால் உண்மை எப்போதும் கசப்பான விளைவுகளுக்குத் தான் கொண்டுவருகிறது.'

'இல்லை. இதை நான் ஏற்கமுடியாது, அமைச்சர் அவர் களே!' என்று கடுமையான முகத்துடன் சொன்ன தேவமித்திரரின் கூற்றைப் போர்வீரரான அரையநாதர் தலையாட்டி ஒப்பினார். அவர் தலையாட்டிய முறை அப்படி இருந்தது.

அமைச்சர் உடனே தன் கூற்றிற்கு விளக்கம் கூறுவது போல், 'அப்படியல்ல, தேவமித்திரரே! அப்படியல்ல; பொய்யை யாராவது பிரச்சாரம் செய்வார்களா?' என்று சொன்னார். பிறகு மூவரிடமும் மௌனம் நிலவியது.

அந்த அமைதியைக் குலைப்பது போல் தொடர்ந்து அமைச்சரே மீண்டும் பேசினார்.

'நான் சொல்லவந்தது உண்மை வெளிப்பட வேண்டும்.

ஆனால் அதே நேரத்தில் அதனுடன் சேர்ந்து வெளிப்படும் மனித அவலம் தடுக்கப்பட வேண்டும். அந்த ராணியைக் காதையும் மூக்கையும் தனித்தனியே வெட்டிவிட்டு நெருப்பில் இட்டுச் சுட்டார்களே, அது கண்டு மனம் நொந்துதானே நீங்கள் ஊரை விட்டுப் புறப்பட்டீர்கள். ஆமா, இன்னொரு செய்தி உங்களுக்குத் தெரியுமா? இறந்துபோன ராஜனின் தம்பி ஆட்சிக்கு வருவதற்குத் தான் அண்ணனைக் கொலை செய்வதற்கு தன்னுடன் கள்ளத் தொடர்பு வைத்திருந்த அண்ணனின் மனைவியைத் தூண்டி னானாம். ராணி செய்த கொலை வெளிப்பட்டவுடன் கணவனின் தம்பியே அவளை அப்படிக் கொடூரமாய்க் கொல்ல ஏற்பாடு செய்து, அக்கொலையில் தனக்குத் தொடர்பில்லை என்று காட்டிக் கொண்டானாம். இந்தச் செய்தி இப்போது மக்கள் மத்தியிலும் பரவியுள்ளதாம்.'

தேவமித்திரர் தானும் இந்தச் செய்திகளைக் கேட்ட தாய்க் கூறினார். பின் இருவரும் தங்களுக்குள் கருத்துவேறுபாடு இல்லை என்பதுபோல் புன்முறுவல் பூத்தனர்.

சற்று வேதனையுடன் தேவமித்திரர் சொன்னார்.

'அமைச்சர் அவர்களே! என் வாழ்வு தொடர்ந்து அமைதியற்று இருந்துகொண்டே இருக்கிறது. ஓர் உண்மை நிலைநாட்டப் படுகிறதே என்ற திருப்திக்காக அந்த துப்பறியும் வேலையை நான் செய்தேன். ஆனால் உண்மை வெளிப்படும்போது, நீங்கள் குறிப்பிடுவது போல வேதனைகளும் சதிகூட சேர்ந்துகொள் கின்றன. இது எனக்குத் தோல்வியுணர்வையே கொடுக்கிறது. நான் எந்தத் திசையில் பிரயாணம் செய்ய வேண்டும் என்பதே புரியாமல் போய்விடுகிறது. இந்தப் பிரச்சினைக்கு விடைகாண முடியாமல் தான் புத்த விகாரையைவிட்டு வெளியேறினேன்.'

தேவமித்திரரின் குரல் மென்மையாய்க் கேட்டது. அமைச்சர் ஆறுதலாகச் சில வார்த்தைகளைக் கூறினார். பின்பு அவருடைய பேச்சு யுனசேனனைத் தேவமித்திரர் சந்திப்பது பற்றியதாக இருந்தது. தேவமித்திரரும் அரையநாதரும் யுனசேனனைச் சந்தித்து அறிவு விஷயங்கள் பற்றி அறிந்துகொள்வதில் லாபம் பெற வாழ்த்துவதாக அமைச்சர் கூறினார்.

பின்னர் அமைச்சர் சொன்னார்:

'துரதிருஷ்டவசமாக அவர் கடந்த ஆண்டு ஒரு குதிரை விபத்திற்கு ஆளானது உங்களுக்குத் தெரிந் திருக்கும். சரியாகப் பயிற்றுவிக்காத ஒரு குதிரை மலைச்சரிவில் பயணம் செய்யும் போது அவரைத் தள்ளிவிட்டது. அவருடைய முதிய வயதுக்கு அந்த நிகழ்ச்சி ஆபத்தாக முடிந்திருக்கும். ஆனால் ஆச்சரியகரமாக அவர் தப்பிவிட்டார். அவரை நேரில் பார்த்ததால்தான் நானும் நம்பினேன். அவ்வளவு திடகாத்திரமாக இருக்கிறார். எனவே எங்கள் மக்களிடம் ஒரு நம்பிக்கை வந்துவிட்டது, அவர் இனி என்றும் சாகமாட்டார் என்று. மலையில் கிடைக்கும் ஒருவகை மந்திரக்கனியை அவர் உண்டதே அதற்குக் காரணம் என்று ஜனங்கள் கருதுகிறார்கள். ஆனால் சரித்திரக்காரர் யுனசேனன் சரித்திரம் பற்றிய நினைவிலிருந்து மீளாமல் இருப்பது...'

அவர் முடிக்கும் முன்பு தேவமித்திரர் குறுக்கிட்டார். 'சரித்திரம் பற்றிய நினைவிலிருந்து மீளாமல் இருப்பது என்பது என்ன பொருள்?'

'அவர் இரும்புவேலை செய்கிற ஒருவரின் புதல்வன். மனிதர் களைக் கண்டு புரிந்துகொள்ளாமல் வாழ்ந்துவிட்டவர். அதீத சக்தி கொண்டவர் என்று பலருக்கு அவரிடம் அணுகப் பயம். எனவே அவர் கடந்த ஐம்பது ஆண்டுகளாகத் தனியாய் வாழ்ந்து வருகிறார்.'

அமைச்சர் யுனசேனனைப் பற்றிச் சொல்லச்சொல்ல தேவ மித்திரருக்கும் அரையநாதருக்கும் அவரைப் பார்க்கும் ஆர்வம் இன்னும் கூடியது. அவர் கண்டிப்பாகப் பார்க்கப்படத் தகுந்த மகாமனிதர் என்ற எண்ணம் பலப்பட்டிருக்க வேண்டும். பின்னர் அமைச்சர், அவர்கள் இருவருக்கும் தங்குவதற்கும் யுன சேனனைப் பார்ப்பதற்கும் செய்துள்ள ஏற்பாடுகளைப் பற்றிக் கூறினார். இறுதியாக ராஜனின் சார்பில் மிகப் பெரிய படிப்பாளி யான தேவமித்திரரையும் அவருடைய துணைவரான போர்வீரர் அரையநாதரையும் வரவேற்பதாகக் கூறிப் புறப்பட்டார்.

அவர் புறப்பட்டதும் அரையநாதரின் குழப்பம் மிக்க மனம் அமைச்சரின் திறமையையும் குணங்களையும் அலசியது. அவர் தேவமித்திரரின் திறமைகளைப் பற்றி ஏற்கனவே அறிந்து வைத் திருக்கிறார். இன்னொரு முக்கியமான விஷயம், அமைச்சர் தனது சொந்தக் கருத்துகள் எந்தச் சூழ்நிலையிலும் வெளிப்படாதவாறு

மிகவும் ஜாக்கிரதையாகப் பேசுகிறார் என்பது அரையநாதருக்குத் தெளிவாக விளங்க ஆரம்பித்தது. இது ஓர் அந்தணரின் புத்திசாலித் தனம் என்று கூறுவதா, இன்றைய சூழ்நிலையில் இவ்வளவு ஜாக்கிரதையாக இருக்கவேண்டும் என்று திட்டமிட்டு நடந்து கொள்கிறார் என்று கூறுவதா என்று புரியவில்லை.

பின்பு இருவரும் அவர்கள் இருவருக்கும் சேர்த்துக் கொடுக்கப் பட்ட தனி மாளிகைக்கு ஓய்வெடுக்கப் புறப்பட்டார்கள். அமைச்சர் தன் வேலைகளைப் பார்க்கப் புறப்பட்டார். அப்போது தூரத் திலிருந்து தோன்றிய அவருடைய மெய்க்காவல்வீரன் அவருடன் சேர்ந்துகொண்டதைப் போர்வீரரான அரையநாதர் கவனிக்கத் தவறவில்லை.

இவர்களுக்கு அளிக்கப்பட்ட மாளிகைக்கு ஒரு சேவகன் இருவரையும் அழைத்து வந்தான். அவர்களின் குதிரைகள் அவற்றைக் கட்டும் இடத்திற்கு அழைத்துச் செல்லப்பட்டன. தங்கும் மாளிகை வரவேற்பு மாளிகையிலிருந்து சற்றுத் தள்ளியிருந்தது.

இருவரும் தங்குவதற்கு ஏற்பாடு செய்யப்பட்டிருந்த அந்த மாளிகை விசாலமாக இருந்தது. இந்தக் கட்டடம் அங்குள்ள பல கட்டடங்களைப் போல் வட்டவடிவமாகவோ, பாறை மீதோ கட்டப்பட்டிருக்கவில்லை. அதன் எல்லாப் பகுதியிலும் காற்று வீசிற்று. கட்டடத்தின் ஓரங்களும் நுனிகளும் கைதேர்ந்த வேலைப் பாடுகளுடனும் வர்ணங்களுடனும் காணப்பட்டன. அந்த வர்ணங் களில் பச்சை வர்ணமும் மஞ்சளும் தூக்கலாக இருந்தன. மாளிகையின் பழுப்பு வெள்ளைச் சுவர்களும் தோரணங்களின் பச்சை வர்ணமும் மாளிகைக்கு வரும் விருந்தினர்களை வரவேற்று நல்லெண்ணத்தை உண்டு பண்ணும் என்பதில் எள்ளளவும் சந்தேகம் இல்லை.

இருவரும் சரித்திரக்காரரைப் பார்க்கச் செல்வதால் மாளிகை யைச் சுற்றிப் பார்த்து அம்மாளிகையின் சிறப்புகளைக் கவனிக்கவோ, ரசிக்கவோ நேரமிருக்கவில்லை. தேவமித்திரர் சற்று நேரம் ஓய்வெடுத்துக் கொண்டுவந்தபோது அரையநாதர் தயாராக இருந்தார். குதிரைகளை இவர்களுக்குத் தயார் செய்த ஏவலர்கள் இவர்கள் இருவரும் குதிரைகளில் ஏறியதும் அகன்றனர். ஏவலாளர்தாம் ஒரு தேசத்தினைப் பற்றிய நல்லெண்ணத்தை

அங்கு வருகிற பிரயாணிகளுக்கு அறிவிக்கும் தூதர்கள் என்பதை இந்த ஏவலாளர்கள் நடந்துகொண்ட விதத்திலிருந்து அறியலாம்.

சரித்திரக்காரரின் மாளிகைக்குச் செல்லும் பாதை குறுகலானதாக இருந்தது. குதிரைகள் செல்ல பாதை சரியாகச் செப்பனிடப்படவில்லை. பாதையில் நிறைய இருள். அப்போது மதியம் தாண்டிய நேரமாகையால் சூரியன் மேற்கிலிருந்து கதிர்களை வீசியது. மரங்களும் வள்ளிகளும் அடர்ந்திருந்த பாதை. பாதைக்குக் கீழ் நீர் பாய்ந்த கரடுமுரடான பள்ளங்கள் எதுவும் சீர் செய்யப்படவில்லை. குதிரைகளை இருவரும் மெதுவாக ஓட்ட வேண்டியிருந்தது. தேவமித்திரர் அரையநாதரைப் பார்த்தார். ஆங்காங்குப் பாறைகள் வெளியே தள்ளிக்கொண்டிருந்ததால் அந்தப் பாறைகளுக்கு அருகில் சென்றதும் இருவரும் குதிரைகளிலிருந்து இறங்கிச் செல்ல வேண்டும். பாதை வளைவு தாண்டியதும் மீண்டும் ஏறிக்கொள்ளலாம். பக்கத்து நீரூற்றுகளிலிருந்து நீர்பாய்ந்து சில இடங்களில் சதுப்பு நிலமாகி, கொசுக்கள் ஆட்களையும் குதிரையையும் மேலே போக விடாது தடுக்குமளவு அப்பிக்கொண்டது. இவ்வளவு குறுகிய நீண்ட பாதையைக் கண்டதில்லை என்று சொல்லும்படி இருந்தது அந்தப் பாதை.

எப்படியோ இருவரும் பாதையைக் கடந்து ஒரு மாளிகையைக் கண்டனர். அந்த மாளிகை பழைய கிரேக்கப் பாணியில் கட்டப்பட்டிருந்தது. முன்னறை வட்டவடிவில் அமைந்திருந்தது. முன் அறையில் நிறைய விசித்திரமான சித்திரங்கள். ஒன்றில் இடையில் துணி கட்டி, தலையில் சிறு துண்டுகளைக் கட்டிய ஆண்கள் வானத்திலிருந்து ஒரு நட்சத்திரம் விழுந்ததைப் பார்த்துக் கொண்டிருந்தனர். வெடிப்பேறிய மரத்தில் அந்தச் சித்திரத்தைச் செதுக்கியிருந்தார்கள். அப்படி நட்சத்திரத்தைப் பார்த்தபடி நின்ற ஆண்களின் கண்களில் ஒரே விதமான உணர்வுகள் காணப்பட்டன. ஏதோ மர்மமானதை அவர்கள் கண்டு கனவுநிலையில் நிற்பது போல் நின்றிருந்தனர். அவர்களின் கால்களின் தசையிறுகி அபாரபலத்துடன் காணப்பட்டது. ஒரு பக்கம் நான்கு பேரும் மறுபக்கம் ஐந்து பேருமாக நின்றனர். ஒரு குழந்தை ஐந்து பேர் நின்ற பக்கம் அவர்களின் கால்களுக்கு அருகில் விளையாடியபடி இருந்தது.

அப்போது மெதுவாக ஒரு மனித அசைவு மாளிகையின்

உள்பக்கம் தென்பட்டது. ஒளியற்று இருந்தது உள்பகுதி. யுன சேனனின் மனம் மாயக்காட்சிகளால் நிரம்பிய மனம் என்கிறார்களே என்று அவரைப் பார்க்கச் சென்ற இருவரும் பெரிய எதிர்பார்ப்பு களுடன் சென்றனர். அப்போது யுனசேனன் வந்தார்.

சுமார் எழுபது வயதிருக்கலாம். புன்னகையற்ற முகம், புருவம் மிக அதிகமாக மண்டி வளர்ந்திருந்தது. மெலிந்தும் நேராகவும் உயரமாகவும் இருந்தார். அவருடைய சாம்பல் வர்ணக் கண்களில் உயிர் இருக்கிறதோ, இல்லையோ என்று தோன்றியது. யாரையும் எந்த உணர்வும் இல்லாமல் எத்தனை நேரமும் பார்க்கும் சடமான கண்கள். எண்ணங்களையும் தகவல்களையும் எவ்வளவு காலமும் மறைக்கும் கண்கள். அவை மெல்ல அசைந்தபோது ஒரு புலப்படாத ஒளி தோன்றி மறைந்தது.

இருவரும் அவர்கள் யுனசேனன் மீது வைத்துள்ள மதிப்பையும் கௌரவத்தையும் விளக்கி முகமன் கூறினார்கள். அவருடைய பாதங்கள் மெலிந்து நீண்டிருந்தன. இரத்த நாளங்கள் மிகவும் அதிக மாகப் புடைத்துத் தள்ளியபடி ஓடின. அவை வெளிறிக் காணப் பட்டன.

'அதிக நேரமாகக் காத்திருக்கிறீர்களா? வெளிநாட்டவர்கள் என்று ஏவலாளர்கள் சொல்லவில்லையே! நாங்கள் விருந்தினர் களுக்கு மிகவும் மதிப்புக் கொடுப்பவர்கள்' என்றார். அவர் குரலிலிருந்து அன்புடன் பேசுகிறாரா, வெறுப்புடன் பேசுகிறாரா என்று கண்டுபிடிக்க முடியாத பேச்சு.

வந்திருப்பது தேவமித்திரர் என்று தெரிந்தவுடன் முகத்தில் ஓர் ஒளி தோன்றி மறைந்தது.

தேவமித்திரர் அவரை வாழ்த்தி வணங்கினார்.

'யாரைச் சந்தித்தால் மனதின் சஞ்சலங்கள் மறையுமோ, கண்களுக்குக் குளிர்ச்சி கிடைக்குமோ, கைகளுக்குப் பலம் கூடுமோ அவரை இன்று சந்தித்த தற்காய் மகிழ்கிறேன். நான் படித்த விஷயங்களிலிருந்து குழப்பங்கள்தான் மனதில் கூடினவே யொழிய தெளிவு கிடைக்கவில்லை. உங்களைப் பார்த்தால், என் கல்வி விருத்தியடையும், மனசக்தி கூடும் என்று வந்துள்ளேன்.'

இதனைக் கேட்டு லேசான சலனம் அந்த மனிதனின் முகத்தில் தோன்றினதேயொழிய எந்தப் பேச்சும் வரவில்லை. அவர்

உணர்ச்சி வசப்படுகிறார் என்பது தெரிந்தது. அவர் தேவமித்திரரின் கைகளைப் பிடித்துக்கொண்டார். ஏதோ ஒலிகள் வாய்களில் வர அவற்றை அவர் அடக்குவது போல் கஷ்டப்பட்டார்.

அந்தச் சூழ்நிலையைச் சர்வ சாதாரணமாக்குவது போல் தேவமித்திரர் கேட்டார்.

'நீங்கள் குதிரையிலிருந்து விழுந்ததாகக் கூறினார்கள். எங்களுடைய வருத்தத்தைத் தெரிவிக்கிறோம்.'

'ஓ, அதைச் சொல்கிறீர்களா?' என்று புன்னகையற்ற முகத்துடன் இருவரையும் கூர்ந்து பார்த்தார். பிறகு அவருடைய வாயிலிருந்து வார்த்தைகள் புறப்பட்டன. நடந்த விபரத்தை விளக்கலானார்.

'நான் தைலபுரி மலைச்சரிவை அடைந்தபோது அது நடந்தது. முந்தியநாள் இரவு நான் தூங்கவே இல்லை. அது ஒரு நீண்ட இரவாகத் தென்பட்டது. ஏதோ ஒன்று என் மனசுக்குள்ளிருந்து என்னைத் துன்புறுத்தியது. காலையில் பட்சிகள் எழும்பும் முன் நான் படுக்கையைவிட்டு எழுந்தேன். என் அடிமை ஏவலர்கள் அப்போதும் தூங்கிக்கொண்டிருந்தார்கள். சந்திரனின் வெளிறிய வெளிச்சத்தில் மண்ணில் புழுக்களும் பாம்புகளும் ஓணான்களும் நெளிந்தன. மனித நித்தியத்தை மணலில் காண்பார்கள் ரிஷிகள் என்பது உங்களுக்குத் தெரியுமில்லையா? சோர்வுற்ற அந்தக் குதிரை யாத்ரீகன் கிழக்கிலிருந்து வந்தான். 'எதைத் தேடுகிறாய்?' என்றான். அவனது தேசத்தில் ஜனங்கள் ஆட்டுக் குட்டியைப் பற்றிப் பேசும் கதையைச் சொன்னான். சூரியனை மறைத்த ஆட்டுக்குட்டியின் கதை. சமுத்திரத்தில் சாவு போன்று முடிவுறாத பரப்பில் ஒரு சூரியன். சூரியனுக்கு ஆட்டுக் குட்டியிடம் பிரேமை. அதனாலேயே சூரியனை ஆட்டுக் குட்டி மறைத்தது. அரைகுறையாய்க் கதை முடிந்த போது கிழக்கிலிருந்து வந்தவன் மறைந்தான். நான் குதிரையிலிருந்து கீழே வீசப்பட்டிருந்தேன். இதுதான் சம்பவித்தது.'

சொல்லிவிட்டு யுனசேனன் கண்களை மூடினார். முகத்தில் எந்தவித உணர்ச்சியும் இல்லை. இவர்கள் இருவருக்கும் யுனசேனனின் உலகம் ஓரளவு இப்போது பரிச்சயமாயிற்று. இன்றைய உலகில் வாழ்வதைவிட கடந்தகால உலகில் வாழ்வதையும் பழைய ஞாபகங்களை நம்புவதையும் பழக்கப்படுத்திக்

கொண்டவர் என்று அறிந்தனர். ஒவ்வொரு சரித்திர நிபுணனும் பழையதைத் தங்கள் உலகமாக்கிச் சஞ்சரிக்கத் தொடங்குவது இவர்களுக்குப் புதிராகப்பட்டிருக்க வேண்டும்.

யுனசேனன் தொடர்ந்தார்.

'நவீன உலகம் எனக்குப் புரிவதில்லை என்கிறார்கள். நான் யாரோடும் பேசுவதில்லை என்கிறார்கள். அவர்களுக்கிருக்கும் அறியாமையைக் கண்டு எனக்கு என்மேல்தான் கோபம் வருகிறது. நான் ஏன் பேசுவதில்லை, தெரியுமா?'

தேவமித்திரரை அருகில் நெருங்கி உற்றுப்பார்த்தார் யுனசேனன். தேவமித்திரரும் ஏதும் பேசாமல் யுனசேனனைப் பார்த்தார்.

'ஏனென்றால் எனக்கு இவர்களின் சாவைப் பார்த்து இவர்கள் மேல் பரிதாபம். சாகிற பூச்சிகள். என்னைப் போல் சாவை வென்றவர்கள் கடந்த காலத்தில் வாழ்கிறார்கள். நான் கடந்தகால நபர்களோடு பேசுகிறவன். இன்றைக்கு மட்டும் வாழ்கிறவர் களோடு ஏன் பேசவேண்டும்? இன்றைக்கு வாழ்கிறவர்கள் என்னைக் கொல்ல சதிசெய்பவர்கள்' என்று கூறி, இறுதியாக 'அதோ சூரியனிலிருந்து என்னைக் கொல்லப் புறப்படுகிறார்கள்' என்று தனக்குத்தானே கூறி அமைதியானார்.

அப்போது ஒருவித பீதி யுனசேனன் முகத்தில் காணப் பட்டது. அவரது உதடுகள் துடித்தன. அப்படித் துடித்த போது உதட்டின் உள் பாகம் கறுத்து வெடித்திருந்தது தெரிந்தது. தேவமித்திரர் அந்த இரகசிய நூல் பற்றிக் கேட்கக் காத்திருந்தவர் போல் காணப்பட்டார்.

'நான் கொஞ்ச நாட்களுக்கு முன்பு ஒரு காளைச் சண்டை வீரனைச் சந்தித்தேன். அவன் உங்களைப் பற்றிய பல விசேஷங் களைக் கூறியிருக்கிறான். அதில் ஒன்று உங்களுடைய சரித்திரப் புத்தகம்...' என்று தேவமித்திரர் கூறிவிட்டு அரையநாதரைப் பார்க்க, அந்தப் பார்வையின் உத்தேசத்தைப் புரிந்துகொண்ட அரையநாதர் இப்படிக் கேட்டார்.

'அந்த நாளில் உலகின் பல இரகசியங்களை நீங்கள் சங்கேத மொழியில் எழுதியிருப்பது பற்றி...'

ஏற்கனவே தேவமித்திரர் இது பற்றி அரையநாதரிடம் பேசியிருந்தார்.

யுனசேனன் அரையநாதர் பேச்சைப் பொருட்படுத்தியதாகக்

காட்டிக்கொள்ளவில்லை. ஆனால் தேவமித்திரரின் பேச்சுக்குப் பதில் சொன்னார்.

'காளைச் சண்டைவீரனா? அவன் என் குருநாதன். நான் காணாததை எல்லாம் கண்டவன். அவனை நீங்கள் சந்தித்தீர்களா? எங்கே, எப்போது, எப்படி, எங்கிருக்கிறான்?' கிணற்றிலிருந்து அவசரமாய்க் கேட்கும் குரல் போல் கேட்டது அவர் குரல்.

அவசரப்பட்ட யுனசேனனுக்கு நிதானமாகப் பதில் சொன்னார் தேவமித்திரர்.

'அவனை ஒரு சத்திரத்தில் பார்த்தேன்.'

தேவமித்திரர் முடிக்கும் முன்பு இடைமறித்தார் யுனசேனன்.

'தெரியும். அதுதானே பார்த்தேன். தோன்றுவது போல் தோன்றி மறைந்துவிடுவான். யாருக்கும் அகப்படமாட்டான். ஓர் அபூர்வமான மனிதன் அவன். அவனுடைய ஆசை, சாவை நேரில் காணவேண்டும் என்பது.'

'அந்தக் காளைச் சண்டை வீரனுக்கா?' தனது அடக்க முடியாத தன்மைகொண்ட மனதில் உதித்த அந்தக் கேள்வியை முன் வைத்தார் அரையநாதர். இப்போது யுனசேனன் அரையநாதரைத் திரும்பிப் பார்த்துப் பேசினார்.

'நண்பரே! காளைக்கும் அவனுக்கும் சண்டை என்பது வெறும் சாக்கு. அவன் நிஜத்தில் சண்டை செய்வது யாரோடு தெரியுமா? சாவோடு. அவனது ஈடுபாடு, சாவுக்கும் வாழ்வுக்கும் இடையில் நடக்கும் சண்டையை ரசிப்பது...'

காளைச் சண்டை வீரனின் விசேஷப் பண்புகளைக் கேட்ட தேவமித்திரரும் அரையநாதரும் ஒருவரையொருவர் பார்த்துக் கொண்டனர்.

யுனசேனன் மனதில் ஏதோ ஞாபகங்கள் வந்து மறைந்திருக்க வேண்டும். உலகில் எவ்வளவு வித்தியாசமான மனிதர்கள் எல்லாம் வாழ்கிறார்கள்!

யுனசேனனைப் பார்த்துத் தேவமித்திரர் மீண்டும் ஞாபகப் படுத்தும் தோரணையில் கூறினார்.

'அந்தச் சரித்திரப் புத்தகம்...' அரையநாதருக்கு 'வட்ட வடிவப் படிகள்' என்ற வாசகம் ஞாபகத்திற்கு வந்தது. காளைச்சண்டை

வீரனைப் பற்றி முன்பு தன்னிடம் பேசியபோது தேவமித்திரர் சொன்ன வாசகம் அது. அதன்பொருள் என்ன என்று அவர் தேடியதுண்டு எனக் கூறியுள்ளார். அப்படியானால், அந்த வாசகத்திற்கும் யுனசேனன் எழுதும் உலக சரித்திரத்திற்கும் தொடர்பு உண்டா? இந்தக் கேள்விக்கு விடை கிடைக்குமா என யோசித்தார் அரையநாதர். யுனசேனனுக்குத் தேவமித்திரரின் குறிக்கோள் ஓரளவு புரிந்தது. அந்தப் புத்தகம் பற்றி அறிவதில் விருப்பமாக இருக்கிறார்.

'அதனை அறியும் மனோபலம் உள்ளவர்களை நான் இன்றைய மனிதர்கள் மத்தியில் காணவில்லை. அது நாட்களோடும் காலத்தோடும் கலந்து போன நூல்...'

பின்பு ஏதோ ஒரு இரகசிய விதிக்குக் கட்டுப்பட்டவர் போல் அமைதியாக இருந்த யுனசேனனின் முகம் வெறுமைகொண்டது.

'நாட்களோடும் காலத்தோடும் கலந்துபோன நூல்' என்ற வாசகத்திற்கு ஒரு புதிய அர்த்தம் இருக்க வேண்டும் என்று தேவமித்திரருக்குப்பட்டிருக்க வேண்டும். அவர் நினைப்பை அவர் முகம் காட்டியது. மெதுவாய் அரையநாதர், 'அந்த வாசகத்தின் அர்த்தம் என்ன, தேவமித்திரரே?' எனக் கேட்க, அதைப் பிறகு பார்க்கலாம் என்பதுபோல் சைகை மூலம் பதில் சொன்னார் தேவமித்திரர்.

யுனசேனன் அப்போது தன் உள்குரலில் அதீத இரகசி யத்தைப் பிரகடனம் செய்வது போல் பேசலானார்:

'பாசானி ஒரு பாம்பு. சுருங்கையின் சரித்திரத்தை ஒரு பாம்பு கடித்தது. அவனது ஏழு நாக்குகளிலும் இருந்த விஷம் சுருங்கையின் ஏழு திசைகளையும் தீண்டியது. அந்தக் கெட்ட சார்வாகனைப் பற்றிய சரித்திரமும் நிகண்டுகளும் அர்த்த கோசங்களும் திசைச் சொல் அகராதிகளும் இலக்கண நூற்களும் நூல்பட்டியல் பகுப்பு முறைகளும் இந்தத் தேசத்தில் புகுந்த அன்று சூரியன் கறுப்பாக மாறிற்று. சந்திரனில் புது இரத்தம் பெருகி வடிந்தது. நான்கு திசைகளிலும் நெருப்புப் பற்றியெரிந்தது. அது எரிந்து கொண்டேயிருக்கிறது. அது எரிந்தகொண்டேயிருக்கும், என்னுடைய மனத்தின் நெருப்பைப் போல...'

ஒரு மந்திரம் போல் ஏறி இறங்கி நின்றது யுனசேனனின்

வரலாற்றுக் குரல். அமைதியாக இதுவரை இருந்த தேவமித்திரர் ஏதோ ஒன்றைத் தெரிந்துகொள்ள விரும்புபவர் போல, ஒரு கேள்வி கேட்டார். அரைய நாதர் மனம் மீண்டும் முட்டாள் தனத்தாலும் சோம்பேறித் தனத்தாலும் வெகுவாகப் பாதிக்க, தான் எதிலும் ஈடுபாடற்றவராய் அமர்ந்திருந்தாலும் தேவ மித்திரரின் கேள்வியின் மூலம் அவர் தேவமித்திரரின் மனதை உணர்ந்தார்.

'தாங்கள் எழுதி வரும் சரித்திரத்தில் சங்கேதங்களும் சக்கரங் களும் பிரதான பங்கு வகிப்பதாகப் பல நாடுகளில் பேசுவதை நான் கேட்டிருக்கிறேன். ஆனால் அந்தச் சங்கேதங்களுக்கும் இந்த நகரத்தின் அமைப்பு முறைக்கும் தொடர்பு இருக்கிறதென்று நான் என் படிப்பின் மூலம் கண்டுபிடித்திருக்கிறேன்.'

தேவமித்திரர் கூறியதைக் கேட்டு யுனசேனன் முகம் வெகுவாக மாறியது. ஆனால் அந்த மாற்றத்தை அங்கிருக்கும் இருவரும் அறியாதவாறு மறைக்கப் பிரயத்தனப்பட்டார். கண்களில் ஒரு குரூர மாம்சபட்சிணி தோன்றி மறைந்தது. யுனசேனன் திடீரென்று சிரித்தார். பின் அமைதியானார். யுனசேனன் கண்கள் தேவமித்திரர் முகத்தை வட்டமிட்டது. அரையநாதர் அதனை நன்கு கவனித்தார்.

அப்போது யுனசேனன் தினம் இரவு அமர்ந்து எழுதும் எழுத்தாணியும் மைப் புட்டியும் தேவமித்திரர் கண்களில் பட்டன. அதனை எடுத்துப் பார்த்தார். அதன் அழகான சீனப் பீங்கான் அமைப்பு யாரையும் கவர்ந்திழுப்பதாக இருந்தது. அரைய நாதரும் தேவமித்திரரின் கையிலிருந்த மைப்புட்டியைப் பார்த்தார்.

பின்பு யுனசேனன் ஓய்வெடுக்கச் செல்லும்படி எழும்ப, தேவமித்திரரும் மைப்புட்டியை வைத்துவிட்டு அரையநாதருடன் எழுந்து யுனசேனனிடம் விடைபெற்றுக் கிளம்ப ஆயத்தமானார்.

வழியில் தேவமித்திரர், அரையநாதருக்குமுன் குதிரையில் எதையோ யோசித்தபடி செல்ல, அவருக்குப் பின்னால் போகும் அரையநாதர் தன் குதிரையின் வேகத்தைக் கூட்டித் தேவமித்திரருடன் இணையாக இரு குதிரைகளும் போகும்படிச் செய்து பின்னர் இப்படிக் கேட்டார்.

ஜி. கே. எழுதிய மர்ம நாவல் ❋ 47

'தேவமித்திரர் அவர்களே! யுனசேனன் யாரோ ஒரு பாசானி என்பவனைப் பற்றிக் கூறினார். அந்தப் பாசானி யார்?'

'யாரோ பாம்பாம்!' என்றார் தேவமித்திரர் கேலியாக. இப்போது தேவமித்திரர் மனதிற்குள் சில இரகசியங்கள் இருக்கக்கூடும் என்று அரையநாதர் ஏனோ நினைத்தார்.

'அது எப்படிச் சுருங்கைக்கு வந்தது?'

'பொறுங்கள் அரையநாதரே! சுருங்கையின் சரித்திரம் சுவாரஸ்ய மானது. சுருங்கை பற்றி முழுதும் நாம் அறிய வேண்டும். அப்போதுதான் நமக்கது புரியும்.'

'ஆமா, தேவமித்திரரே! 'வட்டவடிவப் படிகள்' என்ற நூல் பற்றிக் கேட்கப்போகிறீர்கள் என்று நினைத்தால் வேறு ஏதோ பற்றிக் கேட்டீர்களே ஒழிய, அந்த நூல் பற்றிக் கேட்கவில்லையே தாங்கள்?'

'ஒவ்வொன்றிற்கும் ஒரு நேரம் இருக்கிறது' என்ற மிகச் சுருக்கமான பதிலைக் கேட்டு அரையநாதர் ஏமாற்றமடைந்தது போலிருந்தது. ஆனாலும் விடுவதில்லை என்று அவர் அடுத்து இக்கேள்வியைத் தொடுத்தார்.

'சுருங்கை என்ற சொல் பற்றிய தங்கள் கருத்து என்ன? அது ஓர் உள்நாட்டுச் சொல்லா? கிரேக்கச் சொல்லா?'

தேவமித்திரர் ஒருமுறை எந்த உணர்வு பாவமுமின்றி நிமிர்ந்து இவரைப் பார்த்தார். உடனே அரையநாதர் இப்படித் தன் கேள்விக்கு நியாயம் கற்பித்தார்.

'இல்லை. கோபித்துக் கொள்ளாதீர்கள். நீங்கள் ஒரு மொழி நிபுணர் இல்லையா? அதற்காகத்தான் கேட்டேன்.'

இப்போது தேவமித்திரரது எரிச்சல் நீங்கிவிட்டதாக அறிய முடிந்தது. முகத்தில் மீண்டும் புன்னகை தோன்ற ஆரம்பித்தது. அவரது உடலசைவின் அடையாளங்களையும் அவருடைய மன ஓட்டத்தின் அடையாளங்களையும் படிக்க அரையநாதர் முயல்வது போல் பட்டது.

'ஏன் அப்படிப் புன்னகைக்கிறீர்கள், தேவமித்திரரே? நான் சம்ஸ்கிருதச் சொல்லை ஏதும் தப்பாகக் கிரேக்கச் சொல் என்று கூறிவிட்டேனா?'

மீண்டும் ஒருமுறை புன்முறுவல் பூத்து அமைதியானார் தேவமித்திரர். வாயிதழ்கள் இறுகின. மனிதர் கெட்டியான ஆள்தான் என்று அரையநாதர் மனதிற்குள் கருதியிருக்க வேண்டும். முட்டாள்தனம் மண்டியிருப்பதுபோல் முகபாவனை செய்து கொண்டார் அரையநாதர். ஏதோ பரீட்சைக்குத் தன்னை உட்படுத்துகிறாரோ தன்னிடம் துணைவராக வந்தவர் என்ற அனுமானம் தேவமித்திரருக்கு வந்தது போலிருந்தது, அடுத்ததாக அவர் வாயிலிருந்து வந்த சொற்களைப் பார்க்கையில்.

'உங்களுக்குச் சுருங்கை பற்றிய சொல்லாராய்ச்சி சரித்திரம்கூட தெரியுமா என்று கேட்டு ஆச்சரியப்பட மாட்டேன் அரையநாதரே'

ஏனோ தேவமித்திரர் முகத்தில் கடுமை படர ஆரம்பித்தது. அந்தக் கடுமைத் தோற்றம் உண்மையோ, பாவனையோ என்று ஒருவர் அறிய முடியாதபடியிருந்தது அவருடைய முகத்தோற்றம். பேசாதவரை ஒரு பேச்சுக்குள் இழுக்க தர்க்கவாதிகள் பயன் படுத்தும் ஓர் உத்தியை இப்போது அரையநாதர் பயன்படுத்தினார். அதாவது நேரடியாக ஒன்றைக் கேட்டால், வராத பதிலுக்கு மறைமுகமான கேள்வி மூலம் பதில் வர வழைத்துவிடலாம். அந்த உத்திமுறையை அரையநாதர் வேண்டுமென்றே பிரயோகித்தார் என்று நினைத்துத் தான் தேவமித்திரர் கடுமையாகி விட்டாரோ என்ற பயம் அரையநாதர் மனதில் ஏற்பட்டது. தன்னைப் போன்ற மரமண்டைக்குப் புரிந்துவிடும் ஆழத்தில் மட்டும் சிந்திப்பவரல்லர் தேவமித்திரர் என்று தனக்குத்தானே சொல்வது போல் வெள்ளையாக ஒரு கோமாளி போல் வாயை அகலமாக வைத்துச் சிரித்த அரையநாதரிடம் தேவமித்திரர் இப்போது இப்படிக் கேட்டார்.

'சுருங்கை வரலாறும் உங்களுக்குத் தெரியுமா என்றும்கூட கேட்கமாட்டேன்.'

இது ஒரு கிடுக்கிப் பிடி வாசகம். இந்தக் கேள்விக்கு நேரடியாகப் பதில் சொன்னால் இவருக்கு எவ்வளவு செய்திகள் சுருங்கை பற்றித் தெரிந்திருக்கிறதென்று அறிந்துவிடலாம். தெரியவில்லை என்றாலும் அரைய நாதரைப் பற்றி அறிந்துகொள்ள அது ஓர் அளவு கோலாகப் பயன்படும் என்று அரையநாதர் அறிந்து தேவமித்திரரின் சாமர்த்தியத்தை மனதிற்குள் பாராட்டிக் கொண்டார். தேவமித்திரருக்குக் கேட்கட்டும் என்று 'எவ்வளவு

ஆழமான மனிதர்!' என்று தனக்குத்தானே பேசுவதுபோல் ஒருமுறை கூறினார். ஆனால் தேவமித்திரர் அதனைக் கேட்ட தாகக் காட்டிக் கொள்ளவில்லை.

சுருங்கையின் சரித்திரம் எந்த நகரின் சரித்திரத்தையும் போலத்தான். ஆனால் கொஞ்சம் அதிகம் விசித்திரம் இந்த நகரத்தைப் பற்றிய சரித்திரத்தில் காணமுடியும். அந்தக் காலங் களில் தென்னிந்தியாவில் எங்கும் சிறுசிறு அரசுகள் தோன்றின. எனவே அரசுகள் தங்கள் தங்கள் எல்லைகளை அதிகரிப்பதற்குப் பிற அரசுகளுடன் யுத்தங்களில் ஈடுபட்டன. பெரிய அரசுகள் சிறிய அரசுகளை விழுங்கின. பெரிய அரசுகள் மதங்களைத் தமக்குத் துணையாக வைத்து வளர்த்தன. புத்த மதமும் சமண சமயமும் சார்வாகர்களின் சமயமும் அரசு மதங்களாக இருந்தன. இப்படி ஆயுதம் மூலமும் அறிவுமூலமும் போட்டிகளில் ஈடுபட்டிருந்த காலகட்டத்தில் சிறிய அரசு ஒன்றின் தலைநகராக இருந்தது தான் சுருங்கை. தத்துவவாதிகள் துப்பறிபவர்களாகவும் மடங் களின் தலைவர்களாகவும் சிலவேளை சேனைகளின் தலைவர் களாகவும் இருந்தனர்.

இவற்றில் சில அரசுகளையும் தர்மங்களையும் அவர்கள் ஆதரித்த தத்துவ தர்க்கங்களையும் இன்று யாரும் நினைவில் வைக்காதபடி அவை அழிந்துவிட்டன. ஆனால் பௌத்த, சமய, சார்வாக தர்மங்களுக்குள் இப்போதும் பெரிய போட்டி காணப் பட்டது. இப்படிச் சுருங்கையின் ஆட்சி பல்வேறு படையெடுப்பு களுக்கும் தத்துவ விவாதங்களுக்கும் ஆளாகிக்கொண்டிருந்தது. ராஜனை ஒருமுறை தூண் மறைவிலே வைத்து நூறு ஈட்டி களையும் நூறு கேடயங்களையும் தாங்கிய வீரர்கள் காத்துக் கொண்டிருந்ததும் அதன்பின் சார்வாகர்களும் வைதீகர்களும் அரசனுக்குத் தத்துவத்துணை தேட நூல்களும் பட்டயங்களும் எழுதியதும் பிரபலமாய் அந்தக் காலத்தில் அரசவைக் கவிஞர் களால் பரப்பப்பட்டன. அந்த அரச சபைப் பாடல்களை ஆயிரம் பக்கம் கொண்ட நூலொன்றில் வரிசையாக வைத்து எழுதப் பட்ட காலத்தை அவர்களின் வரலாற்றில் 'நூல் தோன்றிய காலம்' என்று மகிழ்ச்சியுடன் குறிப்பிட்டனர். அதில் ஒரு பாடலின் பொருள் இதோ:

'வரிசையில் நிற்க வைத்திருந்தவர்களைக் கவனமாக

முன்னழைத்துப் போங்கள். ஏனெனில் சூரியனின் ஒளி முன்னே போகிறது. வரிசைகள் தவறியவர்களின் தலைகள் இரத்த வெள்ளத்தில் கிடத்தப்படுவதாக'

இருவரும் சற்றுநேரம் அமைதியாகப் போனபோது என்ன நினைத்தாரோ, தேவமித்திரரே பேச்சைத் தொடங்கினார்.

'என்ன பலமான யோசனை, என் கேள்விக்குக்கூட பதில் சொல்லாமல்.'

அப்போது உடலை அஷ்டகோணமாக வளைத்து வினயத்துடன் மன்னிப்பு கேட்கும் தோரணை காட்டியபடி,

'நீங்கள்தான் சொல்ல வேண்டும், சுருங்கையின் சரித்திரத்தை' என்றார் அரையநாதர்.

'சரி, போகப்போக அதைத்தானே அறிய என்னோடு பயணம் செய்ய வந்துள்ளீர்கள்' என்றார் தேவமித்திரர். மீண்டும் ஒரு முறை கேட்போமே என்று அரையநாதர் இப்படிக் கேட்டார்.

'சரி, தேவமித்திரரே, அந்த *வட்டவடிவப் படிகள்* என்ற நூல்?'

'அந்த நூல் பற்றிய இரகசியம் யுனசேனனையும் அவருடைய ஆத்மாவையும் புரிந்துகொள்ளும் அன்றுதான் வெளிப்படும்' தேவமித்திரர் ஆயாசமாகப் பதிலிறுத்தது போல் தெரிந்தது.

சற்று நேரத்தில் இருவரும் தங்கியிருந்த மாளிகை வந்தது. இது வரவேற்பு மாளிகையிலிருந்து எவ்வளவு தூரம் இருக்கும் என்று கணிக்க விரும்பிய அரையநாதருக்கு ஏனோ அது சாத்தியப் படவிலலை. ஆனால் வரவேற்பு மாளிகையிலிருந்து தங்கும் மாளிகைக்கு வரும் பாதை பெரிய வாசலிலிருந்து வரவேற்பு மாளிகைக்கு வரும் பாதை போல் இரகசியப் பாதையல்ல என்பது அவரது மனதில் ஏனோ தோன்றி மறைந்தது. இருள் எங்கும் பரவ, இருவரும் தூங்கச் சென்றனர். மாளிகை, மக்கள் குடியிருப்பு களுக்கோ, வேறு அதிகாரிகளின் மாளிகைக்கோ அருகில் இருக்காததால், இருள் ஏற ஏற அந்தப் பெரிய மாளிகையின் சூழல் பயம் தரும் வகையில் மாறிக்கொண்டிருந்தது.

மறுநாள் காலையில் எழுந்ததும் அரையநாதர் தேவ மித்திரருக்குக் கொடுக்கப்பட்ட அறைக்கு நடந்தார்.

அங்குத் தேவமித்திரர் இருக்கவில்லை. அவருடைய அறையில்

ஓலைக்கட்டுகளும் பழுப்புத் தாள்களும் நிறைந்திருந்தன. ஆனால் தேவமித்திரர் மட்டும் இல்லை. எங்கே போனார் என்று புரிய வில்லை. முந்தின நாள் சரியாகச் சுற்றிப் பார்க்காததால், மாளிகை யையும் சுற்றிப் பார்த்தது போலாகும் என்று எண்ணி அரையநாதர் நடக்க ஆரம்பித்தார். இருவருக்கும் தனித்தனி அறைகள் கொடுக்கப் பட்ட முதல் மாடியில் பெரிய அறை ஒன்று இருப்பதை அரைய நாதர் இப்போது கவனித்தார். தத்துவவாதிகளும் இயற்கை பற்றி ஆராயும் ஞானிகளும் சந்தித்துத் தர்க்கத்தின் மூலம் உண்மைகள் அறியும் பெரிய அறை அது. அந்த அறையின் முன் வாசலை யொட்டி ஒன்றையொன்று பார்க்கும் விதமாக இரு சிறிய அறைகள் இருந்தன. அதில் வலதுபக்கத்து அறை தேவ மித்திரருக்கு ஒதுக்கப்பட்டிருந்தது. அந்த அறையின் உள்பக்கம் வாசல் விசாலமான பெரிய அறையினுள் சென்றது. எதிரிலிருந்த சிறிய அறையில் விசித்திரமான அமைப்புடைய நீர்க்குடம் ஒன்று மட்டும் காணப்பட்டது. நடுவிலுள்ள பெரிய விவாத அறையைப் பார்த்தால் அதன் ஓரங்களில் ஆதிவாசி ஓவியங்கள் வரிசை வரிசையாகத் தீட்டப்பட்டிருந்தன. அந்த ஓவியங்களை மேலோட்ட மாகப் பார்ப்பவர்களுக்கு ஒரு விநோதத்தன்மை மாத்திரம் கண்ணில் படும். ஆனால் ஆழமாகக் கவனிப்பவர்கள் எதிரெதி ரான கட்டங்கள் ஒருவித ஒழுங்கைக் காட்டும் விதமாக கோட்டோவியங்களையும் வளைகோட்டுச் சக்கரங்களையும் கொண்டிருந்ததைக் கண்டுபிடிக்க முடியும்.

அந்த அறையிலிருந்த இரும்புக் கம்பிகள் பொருத்தப்பட்ட ஏணி அடுத்த மேல்தளத்திற்குச் சென்றது. அந்த மேல்தள அமைப்பு மிகுந்த குழப்பம் கொண்டதாக இருந்தது. ஓர் அறைக்குள் ஒருவர் சென்றால் அவர் இன்னோரறைக்குள் புக வற்புறுத்தப்படுவது போல் அறைகள் ஒன்றுக்குள் ஒன்றாகச் செருகப்பட்டிருந்தன. அடுத்த அறை மூன்றாவது நான்காவது அறைகளுக்கும் அவரைச் செலுத்தும் மர்மசக்தியைக்கொண்டு இருந்தது. இப்படி முன்கூட்டி எந்த அறைக்குள் செல்ல வேண்டும் என்று தீர்மானிக்க முடியாதபடி வேண்டுமென்றே அமைக்கப் பட்ட அறைகள். இப்படி எல்லா அறைகளையும் பார்க்க ஒருவர் நினைத்தால், அவர் முதல் அறைக்கோ, முன்பு போன அதே அறைக்கோ மீண்டும் மீண்டும் வரும் சாத்தியப்பாடும் உண்டு.

சாகச மனோபாவம் கொண்டு இங்குப் போன சிலரைச் சாவுச் சுழற்சிக்குள் அழுத்தி வெளியில் வரமுடியாத மனோ நிலைக்கு ஆளாக்கியதுண்டு. அரையநாதர் இம்மாதிரி ஓர் உணர்வு ஏற்பட்டவுடன் உடனே திரும்பி கீழே இறங்கினார்.

அங்கு ஓர் அமைதி. கலவரத்துடன் காணப்பட்டார் தேவ மித்திரர். 'இரவு தூங்கவில்லையா?' என்றார் அரையநாதர்.

'தெரியுமா உங்களுக்குச் செய்தி?'

'என்ன?'

'யுனசேனனைக் கொலை செய்துவிட்டார்கள்.'

'யார்? ஏன்?' என்றார் அரையநாதர் அதிர்ச்சியடைந்தவராக. இருவர் முகமும் இருளடைந்தன.

'தெரியவில்லை' என்று கூறி வெகுநேரம் அங்கு மிங்கும் நடந்தார் தேவமித்திரர். அரையநாதர் அதிர்ச்சியிலிருந்து விடுபட முடியாமல் அப்படியே நின்றார்.

குறிப்பு 2

சி. பெரியநாயகம்பிள்ளை பற்றிய அபூர்வமான செய்திகளில் ஒன்று இவர் பதிப்பித்த 'பைத்தியக்கார சுவாமியும் பரம நேசனின் கீர்த்தியும்' பற்றியது. இதுவரை வந்துள்ள இந்த நூலின் (இது 320 பக்கங்கள் கொண்டது) இரண்டரை பக்க அளவுள்ள முன்னுரை எந்தக் காரணத்தாலும் மறக்கப்படாமல், எல்லாப் பதிப்புகளிலும் தொடர்ந்து அச்சிடப்பட்டுள்ளது—இந்த நூலின் சிறப்பு என்னவென்றால் நீங்கள் படித்துவரும் இந்த நாவலைப் போலவே சி. பெரியநாயகம்பிள்ளையின் இந்த நீண்ட தலைப்பைக் கொண்ட நூலும் ஒரு மர்ம நாவல். அந்த நாவலில் பைத்தியம் போல் சேட்டை புரியும் நிபுணன் ஒருவன் சென்னைப் பட்டணத்தில் நடந்த ஒரு நாடக நடிகனின் கொலையைக் கண்டுபிடிக்கிறான். எப்படியென்றால், நாடக நடிகனைப் போல் வாழ்ந்தும் அவனது நண்பர்களுடன் பழகியும். இவ்வளவு செய்தியும் நிச்சயம் இந்த—நீங்கள் பக்கம் பக்கமாகப் படிக்கும்—நாவலை எழுதிய ஆசிரியன்

சி. பெரியநாயகம்பிள்ளை என்று அறுதியிட்டு மெய்ப்பித்து விடாது என்பது வேறு செய்தி.

சீனப்பீங்கான் ஜாடிகள் 15, 16ஆம் நூற்றாண்டு களில் இங்கிலாந்து ஜெர்மனி ஆகிய நாடுகளில் அதிகமாய்ப் பரவின. 19ஆம் நூற்றாண்டில் இங்கிலாந்தில் வாழ்ந்த ஜூலியன் வென்சனுக்கு இந்தச் சீன ஜாடிகளில் ஈடுபாடிருந்ததா என்று பார்த்தால் நாவலை ஜூலியன் எழுதினானா, இல்லையா என்று கூறலாம்.

ஏனெனில் சீனப்பீங்கான் ஜாடிகள் பற்றிய பிரஸ்தாபம் தமிழ் மர்ம நாவல்கள் எதிலும் வரவில்லை. இன்னொரு செய்தியும் கவனிக்கத்தக்கதாக உள்ளது. அதாவது புராதன வஸ்துகளைத் தொகுப்பதில் ஜூலியனுக்கு உள்ள பற்றுதான் ஒரு பழைய நகரம் பற்றிய ஒரு நாவலை இவன் எழுதத் தூண்டியதா என்ற கேள்வி.

பூவாராகவன் பற்றிய எந்தத் தகவலும் கோலப்பப்பிள்ளை பற்றித் தெரிந்துகொள்வதோடு தொடர்புடையது.

ஆனால் கோலப்பப் பிள்ளை இன்றில்லை பூவாராகவனைப் போலவே. ஆனால் கோலப்பப்பிள்ளை பூவாராகவனைப் பற்றித் தப்பும் தவறுமாக ஒரு நூல் எழுதியிருப்பதாய் தேசிக விநாயகம்பிள்ளை ஒரு தடவைக் கூறிய செய்தி தேசிக விநாயகம்பிள்ளை பற்றிய வாழ்க்கை வரலாறுகள் பலவற்றில் சேர்க்கப்பட்டுள்ளது.

தேசிகவிநாயகம்பிள்ளை யார் என்று கேட்பவர்களுக்கு நாகர்கோவிலில் பிறந்து பள்ளிக்கூட ஆசிரியராய் வாழ்ந்து மறைந்தாலும் 1950களில் சற்று பிரபலஸ்தராய் இருந்த தடயங்கள் உள்ளன என்று சொல்வதற்கு மேல் ஏதும் கூறுவதற்கில்லை. பூவாராகவன் பற்றிய இரண்டு பிறந்த தேதிகள் இரண்டு இடங்களில் (ப. 3, 21) கோலப்பன் கொடுத்திருப்பது பார்த்துத் தான் தேசிகவிநாயகம்பிள்ளை இப்படி ஒரு கருத்துக் கொண்டிருந்தாரா என்றும் தெரியவில்லை.

ஆனால் பூவாராகவனுக்கு மூன்று பெண்டாட்டிகள் என்பதைப் பொறுத்த வரையில் கோலப்பன் நூல் முழுவதும் தவறின்றி 'மூன்று மனைவிகள்' என்றே எழுதிச் செல்கிறார்.

5

தேவமித்திரருக்கும் அரையநாதருக்கும் அமைச்சர் ஆளனுப்பி யிருந்தார். முதலில் சந்தித்த அந்த வரவேற்பு மாளிகையில் சந்திக்க இருவரும் உடனே ஆயத்தமானார்கள். அங்கு அவர்கள் சென்ற போது யாரும் இல்லை. இருவரும் குதிரைகளைக் கட்டிவிட்டு மாளிகைக்குள் வந்தனர். இப்போது அந்த மாளிகை யின் வனப்பு பிரமிப்பூட்டுவதாக இருந்ததை இருவரும் கண்டனர்.

முதல்நாள் அந்த மாளிகையின் அழகு அவர்கள் கண்களில் படவில்லை. சுவரோரரங்களில் ஓவியங்கள் தீட்டப்பட்டிருந்தன. அழகுள்ள பெரிய பாறைகள் கூரையாக ஒருவித வனப்புடன் காணப்பட்டன. சிறுசிறு துண்டுகளாக உடைத்து அவ்வளவு அழகுடனும் மழை வருகையில் நீர் ஓடுவதற்குரிய லாவகத் துடனும் அந்தக் கூரை அமைந்திருந்தது. குதிரையைக் கட்டி விட்டு வரும்போது இடுப்பில் சிவப்பு வார்கட்டிய ஒரு சேவகன் நின்று அவ்வூர்ப் பாணியில் இவர்களுக்கு வந்தனம் சொன்னான். பின் ஒரு தட்டில் வெண்ணெயும் தேனும் இரண்டுவித உலர்ந்த பழங்களும் சில கோதுமைப் பண்டங்களும் அவர்களுக்குக் கொண்டு வந்து கொடுத்தான். 'அமைச்சர் உங்களைச் சந்திக்க வந்து கொண்டிருக்கிறார்' என்றான்.

அரையநாதர் சற்றுச் சாப்பாட்டுப் பிரியராக இருந்ததாலும் இரண்டு மூன்று நாட்களாகச் சரியாகச் சாப்பிட முடியாததாலும் தட்டில் இருந்தவற்றை உடனடியாகக் காலி செய்தார். சுருங்கைக்கு வந்ததிலிருந்து சாப்பிடும்போது ஏதாவது பேசிக்கொண்டிருப்பார். தான் சென்ற ஊர்களின் புதிய புதிய உணவு வகைகள், மிருகங்கள், செய்திகள், மடாலயங்கள், வாள் வகைகள், புல்லாங்குழல்கள், குத்தீட்டிகள் என்று எதுபற்றியும் பேசுவார். ஒருமுறை மேகத்திற் கிடையில் தென்பட்ட ஒரு பெரிய வட்டவடிவமான தகதகக்கும் பொருளைக் கண்டதைக் கூறித் தேவமித்திரரை வியப்பில் ஆழ்த்தினார். ஏனெனில் தேவமித்திரரின் வானவியல் ஆராய்ச்சி அத்தகைய விநோதப் பொருள்கள் இருக்கக்கூடிய சாத்தியப் பாட்டை ஏற்றுக்கொண்டாலும் இதுவரை கண்டதில்லை. இன்று சூழ்நிலை அப்படியில்லை. எனவே அமைதியாகச் சாப்பிட்டுக்

கொண்டிருந்தார் அரைய நாதர். அவரது நாடகீயமும் முட்டாள் தனமும் கலந்த அங்க சேஷ்டைகள்கூட மட்டுப்பட்டிருந்தன.

அப்போது அமைச்சர் வந்தார். முன்பு பார்த்திருந்தது போல் இல்லாமல் சற்று ஆடம்பரமாக ஆடை அணிந்திருந்தார். காரணம் அமைச்சர் என்ற பொறுப்பில் இருந்து காரியங்களைச் செய்ய வேண்டிய நிலையில் அவர் இருந்ததால் அப்படி அணிந் திருக்கலாம்.

இருவரும் அவரை வரவேற்றார்கள்.

'இன்று உங்களிடம் நான் வருவதற்கும் நேற்று வந்ததற்கும் எவ்வளவு வேறுபாடு! இதுதான் புரியாத பிரபஞ்சத்தின் இரகசியமோ என்னவோ தெரியவில்லை' என்று கூறித் தலைதாழ்த்தினார் அமைச்சர். தேவமித்திரரும் அரையநாதரும் அவரைப் பார்த்தபடி அமைதியாக இருந்தார்கள்.

அமைச்சர் சொன்னார்.

'மனம் கெட்டுவிட்டால் அதன்பின் அந்தத் தேசத்தில் பாம்புகள் புற்றுக்களிலிருந்து புறப்படும்; வெட்டுக்கிளிகள் பயிர்களை அழிக்கும்; புதைக்கப்பட்டவர்களின் ஆவிகள் ஊரில் உலாவரும் என்றெல்லாம் பெரியவர்கள் கூறியிருக்கிறார்கள்.'

'யுனசேனனின் மரணம் ஈடுசெய்ய முடியாதது.'

அமைச்சரின் முகத்தைக் கூர்ந்து பார்த்தபடி தேவமித்திரர் கூறினார்.

அடுத்ததாக அமைச்சர் பேசினார்:

'இந்த மரணத்தைப் பற்றி பலவித கருத்துகள் இருந்தாலும் யுனசேனனைக் கடைசியாகப் பார்த்தவர்கள் நீங்கள் இருவர்தான்.'

அரையநாதர் அந்தக் கூற்றின் தாத்பரியத்தைக் கவனிக்க முயன்றுகொண்டிருக்கும்போதே தேவ மித்திரர் குறுக்கிட்டார்.

'அதனால்...'

அமைச்சர் தொடர்ந்தார்.

'அதனால்... இந்தக் கொலையைப் பற்றிய உங்கள் கருத்து முக்கியமில்லையா?'

தேவமித்திரர் பதிலளித்தார்.

'அமைச்சர் என்ற முறையில் நீங்கள் இதனை என்னிடம்

கேட்பது முக்கியம்தான். ஆனால் யுனசேனன், *என்னைக் கொல்ல முயல்கிறார்கள்* என்று எங்கள் இருவரிடமும் கூறியதை உங்கள் முன் கூற எங்களை நீங்கள் அனுமதிக்க வேண்டும். மேலும் சூரிய கோயிலுக்குக் கீழே உடல் சேதமின்றிக் கிடந்ததாகத் தகவல் வந்துள்ளது. கொலை செய்தவர் இந்த ஊரை நன்கு அறிந்தவர்— இந்த ஊரில் இருப்பவர் என்றுதான் இதற்கு அர்த்தம்.'

தேவமித்திரர் வார்த்தைகளை அளந்து பயன்படுத்தினார். அரையநாதருக்கு அந்தக் கலை கைவராதது என்பது அவரிடம் ஓரிருமுறை பேசுபவர்களுக்குக்கூட தெரியும்.

சற்று யோசனை புரிந்தவர் போல் காணப்பட்ட அமைச்சர் கேட்டார்.

'தேவமித்திரரே, உங்களுக்கு ஆச்சரியம் ஏற்படாது நான் சொல்வதைக் கேட்டு. எங்கள் ராஜா இந்தக் கொலையை நம்மூரில் இருக்கும் புகழ்பெற்ற தேவ மித்திரர்தான் கண்டுபிடிக்க வேண்டும் என்கிறார்.'

தேவமித்திரர் உடனே பதில் சொல்லவில்லை. சற்று நேரம் யோசனை செய்பவராகத் தென்பட்டார்.

'நான் வந்த நோக்கம் ஒன்று; இங்கு வந்ததும் எனக்குப் புதிய கடமையா? யுனசேனன் போன்ற ஒரு பெரிய அறிவாளி பற்றிய கொலையாக இருப்பதால், இதனைக் கண்டுபிடிக்க மகிழ்ச்சியோடு ஒப்புக்கொள்கிறேன்' என்றார். அவரது ஆரம்பத் தயக்கம் வெளிப் படையாகத் தெரியும்படி இருந்தது.

'நீங்கள் மனித மனங்களின் போக்கு பற்றி அதி விசாலமாகவும் ஆழமாகவும் கற்ற தத்துவ ஞானி யாகையாலும் யுனசேனன் என்ற எங்கள் தேசத்தின் பெருமையின் சின்னமாக இருந்த சரித்திரக்காரரின் மீது பக்திகொண்டவராக இருப்பதாலும் இந்த வேண்டு கோளை ஏற்பீர்கள் என்று நம்பி இங்கு வந்தேன்.'

அமைச்சரின் இந்தக் கூற்று அரையநாதருக்கு எப்படித் தோன்று கிறதோ என்று யாரும் அச்சப்படத் தேவையில்லை. ஏனெனில் அவர் தேவமித்திரர் இடும் கட்டளைகளை நிறைவேற்ற ஒப்பி வந்தவர். எனவே அவர் தேவமித்திரர் எத்தகைய முடிவு எடுத்தாலும் மகிழ்பவராகத் தென்பட்டார்.

சற்று வருத்தத்துடன் தேவமித்திரர் இப்போது பேசினார்.

ஜி. கே. எழுதிய மர்ம நாவல் ❋ 57

'யுனசேனனின் சரித்திரக் குறிப்புகளின் மூலம் என் சஞ்சலங் களையும் இரவும் பகலும் என்னை அச்சுறுத்தும் மரண பயத்தையும் தீர்ப்பார் என்று மார்க்கம் தேடி அவரிடம் வந்தேன் நான். காலையில் மரணச் செய்தி வந்தவுடனேயே நானாக இந்தக் கொலையின் காரணத்தை யோசிக்க ஆரம்பித்தேன். இப்போது நீங்களே வந்து கொலையைக் கண்டுபிடிக்கக் கூறுகிறீர்கள்.'

அமைச்சரின் முகத்திலும் திருப்தி தென்பட்டது.

அரையநாதர் இப்போது தன் கருத்தைத் தெரிவித்தார். பார்வையின் மூலம் தான் பேசலாமா என்று தேவமித்திரரிடம் கேட்டு, பார்வையின் மூலமே பேசலாம் என்ற பதிலைப் பெற்றுத் தான் பேசினார்.

'நாம் யுனசேனனைப் பார்க்க வந்திருக்கும் நேரத்தில் அவர் கொலை செய்ப்பட்டிருக்கிறார். மிகச் சிறந்த தத்துவவாதி என்று பெயர் பெற்றுள்ள தேவமித்திரர் இப்போது முடியாதென்று சொல்வது தவறாகும்...'

தொடர்ந்தார் தேவமித்திரர்.

'யுனசேனன் ஒரு விசித்திரமான வரலாற்று நிபுணர். அவரது உடம்பு எந்தக் காயமும் இல்லாமல் கிடந்தது. அந்த உடம்பு கிடந்த இடம் அவருடைய வீடு அல்ல. அங்கிருந்து சுமார் இரண்டு கல் தொலைவில் இருக்கும் சூரியக் கோயில். யுன சேனனுக்கு அவர் கொலை செய்யப்படலாம் என்ற பயம் இருந்திருக்கிறது.'

ஒவ்வொரு வாக்கியமாக நிதானமாக தேவமித்திரர் கூறிய போது அமைச்சர் ஏதும் பேசாமல் தேவமித்திரர் முகத்தையே பார்த்துக் கொண்டிருந்தார்.

மீண்டும் தேவமித்திரரே சொன்னார்.

'கொலையில் முக்கியமான சிலர் சம்பந்தப்பட்டிருக்கின்றனர்.'

அமைச்சர் இடைமறித்துப் பேசினார்.

'அது எப்படித் தெரியும் உங்களுக்கு?'

'ஒரு யூகம்தான்.'

சற்று நேரம் வரவேற்பு மாளிகையில் சுகமான காற்றுவீச, அமைதியாக மூவரும் அமர்ந்திருந்தனர். யாரும் எதுவும்

பேசாததால் அரையநாதர் எழுந்து நின்றார் அமர்ந்து சலிப்பு ஏற்பட்டவர் போல். ஆலோசனை புரிந்தபடி அமைச்சர் அந்த வட்டவடிவமான அறையில் நீளவாக்கில் நடந்தவண்ணம் அவருடன் சேர்ந்து இப்போது நடக்க ஆரம்பித்திருக்கும் இருவரில் தேவமித்திரரைப் பார்த்துக் கேட்டார்.

'தேவமித்திரர் அவர்களே, இந்த அறை எண்பதடி இருக்குமா?' என்று தொடங்கி 'இந்த அறை எவ்வளவு நீளம்? எண்பதடி தானா?' என்று கேட்டார்.

'இந்த அறை எழுபத்திரண்டு அடி நீளம்தான்.'

தேவமித்திரர் வாயிலிருந்து வந்த வாசகத்தை அரைய நாதரும் அமைச்சரும் கேட்டுத் திடுக்கிட்டுப் பார்த்தார்கள். தேவமித்திரர் சாதாரணமாகச் சிரித்துவிட்டுக் கூறினார்.

'ஏன் இருவரும் திடுக்கிட்டுவிட்டீர்கள்? என் கால் பாதங் களின் நீளம் எவ்வளவு என்று எனக்கு மிகச் சரியாகத் தெரியும். அதன் உதவியால் நடப்பது போல நடந்தே எவ்வளவு அடி என்று கண்டுபிடிக்க என்னால் முடியும்.'

'தேவமித்திரரே! எப்போதும் என்னுடன்தானே இருக்கிறீர்கள். இந்த நீண்ட அறையை நீங்கள் பாதங்களால் அளந்ததை நான்கூட காணவில்லையே!' அரையநாதர் முன்வந்து தனது சந்தேகத்தைக் கேட்டார்.

'ஆமா அரையநாதரே, உங்கள் கவனிப்பு சரிதான். எப்போதும் நான் இந்த அறையை முழுவதும் கடந்துவிடவில்லை. ஆனால் பாதிதூரம் வந்துள்ளேன். பாதி தூரம் எவ்வளவு என்று நடந்து அளந்துவிட்டால், முழு தூரம் எவ்வளவு என்று எளிதாகச் சொல்ல முடியும் அல்லவா?'

இப்போது அமைச்சரின் முகத்தில் ஒளிரேகை படர்ந்தது. 'மன்னிக்க வேண்டும் தேவமித்திரரே! இப்போது உங்களைச் சரியாக யார் என்று கண்டு பிடித்துவிட்டேன். உங்களைப் பற்றி வேறுநாடுகளில் ஏன் பெருமையாகப் பேசுகிறார்கள் என்று இப்போது நானே நேரில் அறிந்துவிட்டேன். சிறிய சிறிய காரியங்கள் மூலம் நாம் எதிர்பார்க்காத காரியங்களைச் சாதிக்க முடியும் என்று காட்டிவிட்டீர்கள்' என்றார்.

பின்பு அரையநாதர் தன் ஆச்சரியத்தையும் தேவமித்திரர்

எவ்வளவு பெரிய தத்துவவாதி, அறிவாளி என்பதையும் அமைச்சர் இருப்பதையும் பொருட்படுத்தாது உடலை அஷ்டகோணத்தில் வளைத்து விளக்கி ஆனந்தப்பட்டார்.

அமைச்சர் இருவரின் பேச்சின் இடையே புகுந்து கூறினார்.

'சரி தேவமித்திரரே! நாம் அமர்ந்திருக்கும் அறை யைப் பற்றிக் கூற வந்தது வேறு எதற்கும் அல்ல, அதனைப் பற்றிக் கூற வந்தபோது குறுக்கிட்டுவிட்டீர்கள். நான் சொல்ல வந்ததும் யுனசேனன் மரணத்தோடு இணைந்த ஒரு விஷயம்தான். இந்த எழுபத்திரண்டு அடி நீளமும் எழுபத்திரண்டு அடி அகலமும் கொண்ட அறையில் எங்கள் நாட்டுப் பெருமையின் சின்னமாக விளங்கிய சரித்திரக்காரரைக் கொன்றவர்களைக் கண்டுபிடிக்கும் உலகின் தலைசிறந்த துப்பறிவாளருடன் இப்போது நான் பேசிக் கொண்டிருக்கிறேன் என்ற நம்பிக்கையுடன் இங்கிருந்து புறப் படுகிறேன்' என்று தன் பேச்சை முடித்தார்.

அரையநாதர், இந்த அமைச்சர் யுனசேனன் சாவு பற்றிப் பேசவந்த நேரத்தில் ஏன் அறையின் நீளம் பற்றிப் பேசுகிறார் என்று ஆச்சர்யம் அடைந்ததற்கு இப்போது பதில் கிடைத்தது.

அரையநாதர் ஏதோ பேச வருகிறார் என்று நினைத்துத் தேவ மித்திரர், 'அரைய நாதரே, ஏதேனும் சொல்கிறீர்களா?' என்றார்.

'இல்லை' என்றார் அரையநாதர்.

அமைச்சர் பின்னர் இன்னொரு செய்தியையும் கூற ஆசைப் பட்டார்.

'தேவமித்திரரே! இந்தக் கொலையைக் கண்டு பிடிக்க நீங்கள் இந்த ஊரின் எல்லா விஷயங்களையும் தெரிந்திருக்க வேண்டும் என்பதற்காகக் கூறுகிறேன்' என்றதும் தேவமித்திரர்,

'தவறாய் எடுக்க மாட்டேன். சொல்லுங்கள்' என்றார். அமைச்சர் தொடர்ந்தார்.

'இங்கு நடந்துவரும் யோகப் பரிசுச் சீட்டுப் பற்றித் தான் சொல்கிறேன். யோகப் பரிசு மக்களை மிகவும் மாற்றியிருக்கிறது. பரிசுச்சீட்டு இந்த நகரில் உள்ள எல்லோரின் பண்பாட்டையும் மாற்றிவிட்டது...' என்று தேவமித்திரரின் முகத்தைப் பார்க்க, அவர் மேற்கொண்டு பேசுங்கள் என்று கூறுவது போல் தலையை ஆட்டி, முகபாவனை காட்டியதால் அமைச்சர் தொடர்ந்தார்.

‘இந்த மக்கள் மிகவும் அறியாமை கொண்டவர்கள். இதோ பரிசு வரப்போகிறது, அதோ பரிசு வரப்போகிறது என்று நம்பிக் கொண்டு பரிசுச் சீட்டுக்காகவே வாழ்கிறார்கள். வாழ்வுக்காகப் பரிசுச்சீட்டு என்பது மாறி, பரிசுச்சீட்டுக்காக வாழ்வது என்ற தலைகீழ்ப் பண்பாடு இங்கு வந்துவிட்டது. காலையில் விரைவில் எழுவதும் பல்துலக்குவதும் மலம் கழிப்பதும் குளிப்பதும் வேலைக்குப் போவதும் மாலையில் வீடு திரும்புவதும் உணவு உண்டு உறங்குவதும் எல்லாம் பரிசுச்சீட்டுக்கு என்றாகிவிட்டிருக் கிறது. ஆனால் இப்போது பரிசுச்சீட்டைத் திடீரென்று நிறுத்தி விட்டால் போதும், இந்த நகரத்தை அப்படியே அழித்துவிடலாம். இந்தப் பரிசுச்சீட்டு மிகவும் பலமான ஒரு வாழ்க்கை உந்துசக்தி என்ற எண்ணம் கொண்டவர் யுனசேனன் என்பதை மறக்காதீர்கள். உங்கள் துப்பறியும் வேலையில் இந்தப் பரிசுச்சீட்டுப் பற்றிய விஷயம் வந்து உதவலாம். அதற்காகச் சொன்னேன். மற்றபடி வைதீக தர்மத்தைப் பின்பற்றும் எனக்குப் பரிசுச்சீட்டு என்னவோ ஒத்துக்கொள்ளமுடியாத விஷயம்தான். ஆமா, உங்கள் புதிய புரட்சி புத்தமதம் இந்த விஷயத்தில் எத்தகைய போதனைகளைச் சாதாரண மக்களுக்குக் கொடுக்கிறதோ தெரியவில்லை எனக்கு.’

தேவமித்திரர் அவருடைய சமய சித்தாந்தத்தைப் பற்றிப் பேச வாய்ப்புக் கிடைத்தால், அவ்வாய்ப்பைத் தவற விடுவதில்லை. ஆனால் இப்போது தருணம் சரியல்ல என்பதாலோ என்னவோ தனது கொள்கை பற்றிப் பேசாமல் இப்படிச் சொன்னார்.

‘அமைச்சரே, நாம் மதச் சர்ச்சை செய்யும் தருணம் இது அல்ல. எனவே எனக்கு இந்தச் சர்ச்சையை உங்களுடன் இன்னொரு தருணத்தில் தொடரக் கண்டிப்பாகத் தாங்கள் வாய்ப்புத் தர வேண்டும்’ என்று கூறி, அமைச்சர் முகத்தைப் பார்க்க, அமைச்சர் அப்போதைய துக்ககரமான சூழ்நிலையை மறந்து சிரித்தார். உடனே தொடர்ந்தார் தேவமித்திரர்.

‘நீங்கள் வைதீக தர்மம் பற்றிக் குறிப்பிட்டதால், ஒரேயொரு சந்தேகம் பற்றி மட்டும் கேட்க அனுமதியுங்கள். நீங்கள் ஒரு வைதீக சமயத்தவர். அப்படியென்றால், இந்த நாடு வைதீக நெறியைப் பின்பற்றும் நாடா?’

‘இல்லை.’

‘அப்படியென்றால்?’

'இந்தச் சுருங்கை எல்லா மதத்தையும் ஏற்கிற ஊர்' என்றார் அமைச்சர். தேவமித்திரர் அந்தப் பதிலுக்குத் தன் கருத்து என்ன என்பதை முகத்தில் காட்டாமல் ஏதும் தெரியாத தொனியில், 'நடுவில் பேசி வந்ததை மறந்துவிட்டீர்களே!' என்று கூறி நினைவூட்டியவுடன் அமைச்சர் முதலில் கூறிக்கொண்டு வந்த பரிசுச்சீட்டு விஷயத்திற்கு வந்தார்.

'இந்தப் பரிசுச்சீட்டு மூலம் மக்கள் தெய்வ நம்பிக்கையை இழந்து, வஸ்துக்களை வணங்கும் கெட்ட மார்க்கங்களை நாட வழி வகுக்கும் என்பது ராஜாவின் எண்ணம்.'

இப்போது வரவேற்பு மாளிகையில் படிகளைக் கடந்து புல்வெளியில் மூன்று பேரும் நடந்து கொண்டிருந்தார்கள். பின்பு அமைச்சர் அங்குமிங்கும் பார்த்துவிட்டு மெதுவாகப் பேசலானார்.

'ராஜனின் கனவில்...'

சட்டென்று அமைச்சர் நிறுத்தினார்.

'கனவில்...?'

அமைச்சர் பேசவந்ததையே தொடரவைக்கத் தேவமித்திரர் தூண்டிக் கேட்டார்.

'ராஜனின் கனவில் அடுத்து நடக்கும் கொலைக்கான ஆருடம் தெரிகிறது...'

'அப்படியானால் யுனசேனன் கொலை பற்றி ராஜனுக்கு முன்பே தெரிந்திருந்ததா?' ஆர்வத்தோடு கேட்டார் தேவமித்திரர்.

'இல்லை. ஆனால் ராஜனின் கனவைக் கேட்டால், அடுத்த கொலைக்கான உறுதியான அடையாளம் உள்ளது.'

மூவரும் புல்வெளியின் நடுவில் தென்பட்ட நீரூற்றுக்கு வந்து சேர்ந்தனர். நீரூற்றின் நடுவில் பீங்கானால் செய்யப்பட்ட உருவம் ஒன்று நின்றிருந்தது. அது அழகிய குழந்தையின் உருவம். ஒரு சிற்பியால் குழந்தையின் வழிந்து ஓடும் இளமைப் பூரிப்பும் குமிழ்ச் சிரிப்பும் அழகாக வடிக்கப்பட்டிருந்தது. குழந்தையின் கண்களில் தெய்வீக ஒளி நிறைந்திருந்தது. குழந்தைக்கு இரு சிறகுகள் இருந்தன. எந்த நேரமும் அது எழுந்து பறக்கலாம் என்று எதிர்பார்க்கும் விதமான அமைப்பு.

'இது ராஜன் வணங்கும் சூரியக் குழந்தை' என்றார் அமைச்சர்.

அரையநாதரும் பேச்சில் புகுந்தார்.

'இது கிரேக்கச் சாயலுள்ள குழந்தை; கிரேக்கச் சிற்பி செய்தது.'

'இல்லை; கிரேக்கச் சாயலில் எங்கள் நாட்டுச் சிற்பிகள் செய்தது. இந்தச் சிற்பத்தைச் செய்ய வைத்துள்ள ராஜனின் கலையார்வமும் நாட்டின் செல்வ வளமும் உங்களுக்குப் புரிகிறதா? ஆனால் யோகப் பரிசுச் சீட்டுகளின் வெறி மக்களிடமிருந்து மறையா விட்டால் இத்தகையச் சிற்பங்கள் எல்லாம் உடைத்தெறியப்படும் நாள் வெகுதூரத்தில் இல்லை.'

இப்படிச் சொன்னபோது அமைச்சர் உண்மையிலேயே வெகு வருத்தத்துடன் கூறியது புரிந்தது.

தேவமித்திரர் கொலைச் சம்பவத்தைப் பற்றியே நினைத்துக் கொண்டு வருகிறார் என்பதை அவரது சுருக்கம் விழுந்த ஆழமான நெற்றி காட்டியது. அமைச்சர் நீரின் முன் தன்னை மறந்த நிலையில் நின்றார். நீரில் கால்களைக் கழுவிக்கொண்டார். செத்துப் போன மனிதனைப் பற்றிய ஞாபகத்தை மறக்க முனைகிறார் என்று பட்டது.

இப்படி அமைச்சர் கொலைச் சம்பவத்திலிருந்து தன் மனதைத் தூரப்படுத்த முயன்றபடி நின்றபோது தேவமித்திரர் கொலைச் சம்பவத்தையே நினைத்தவராக இருந்தார்.

அமைச்சரைப் பார்த்து அவர் கேட்ட கேள்வி இதையே விளக்கியது.

'அமைச்சரே, கொலை செய்யப்பட்ட இடத்தை நீங்கள் காட்ட முடியுமா?'

அமைச்சரின் முகம் மாறியது. சற்று யோசித்தார். பின்னர் பேசினார்.

'எனக்கு ஆட்சேபணை இல்லை. அது எங்கள் ராஜனின் சூரியக் கோயில். கிரந்தக் கோயிலுக்கு எதிர்ப் புறம் போனால் நாம் சூரியக் கோயிலை அடையலாம்.'

அப்போது பின்பக்கம் ஏதோ சப்தம் கேட்க, மூவரும் திரும்பிப் பார்த்தார்கள். பரட்டைத் தலையுடனும் பரந்த புருவங்களுடனும் சிறிய உருண்டைக்கண் பார்வையுடனும் செம்முகக்குரங்கு போல மிகச் சிறிய கூரிய மூக்குள்ள உயரம் குறைந்த மனிதன் ஒருவன்

நின்றுகொண்டிருந்தான். குனிந்த தலையுடன் அவர் களை அவன் பார்த்தான்.

அமைச்சர் அவனை அழைத்தார்.

அவன் அருகில் வந்தான். அமைச்சர் அவனைப் பார்த்துச் சொன்னார்.

'இவன் எங்கள் தலைநகரின் சிற்பிகளில் ஒருவன். அண்மைக் காலங்களில் சிற்பிகள் கூட சிற்பத் தொழிலை விட்டுவிட்டு யோகச் சீட்டுகள் வாங்குவதற்குப் போய்க்கொண்டிருக்கிறார்கள். எங்கள் தலைநகரின் சிற்பிகளுக்கு ராஜமரியாதை கொடுப்பதால் ராஜனின் கோட்டைக்குள் எப்போதும் சிற்பிகள் வரலாம்; போகலாம்.'

'அய்க்கது நாங்கள்கூட கெட்டுபோய்க்கொண்டிருக்கிறோம்...' என்று கூறுவதற்குள் அந்தக் குள்ள உருவத்தின் கண்களில் தண்ணீர் தென்பட்டது. அவன் பேசிய மொழி அந்தப் பகுதியைச் சேர்ந்த மொழியின் எல்லைப் பிரதேச திரிபு வடிவமாகவும் கொஞ்சம் சம்ஸ்கிருத சொற்கலவையாகவும் இருந்தது.

பின் சிற்பி அந்த இடத்திலிருந்து மறைந்தான். உடல் கிடந்த இடத்தைப் பார்ப்பதற்குப் புறப்படும் போது அந்தப் புத்தி பேதலித்த சிற்பி தோன்றியதால், அவர்கள் பயணம் சற்றுத் தாமதமானது எனலாம்.

அதன்பின் அமைச்சர் அவர்களைப் புல்வெளிக்கு அப்பாலுள்ள ஒரு பாறைக் குகைக்குள் அழைத்தார். குகைக்குள்ளிருந்த அந்தப் பாதையைக் கண்டு அரையநாதர் ஆச்சரியப்பட்டார். அங்கும் கீழே இறங்கும் படிகளில் சிற்பிகள் தங்கள் கற்பனைக்குத் தக, புராணக் கதைகளையும், செடிகளையும் வானத்து நட்சத்திரத் தையும், சந்திர சூரியனையும் அலங்காரமாகப் பொறித்து இருந்தார்கள். மூவரும் ஒன்றன்பின் ஒன்றாக பார்த்துக்கொண்டு நடக்கும் மனநிலையில் செல்லவில்லை என்றாலும் கண்ணில் பட்ட அந்தச் சிற்பங்களையும் ஓவியங்களையும் மனதில் பதித்த படியே நடந்தனர். குகைக்குள் இருள் பரவியது. அப்போது சூரியப் பெண் வடிவப் பறவை எழுந்து பறந்தது. பரவிய இருள் அவர் களின் ஆன்ம லயத்தின் நாத அலைகள் என்று பறைசாற்றுவது போல் இருந்தது. அப்படியே அவர்கள் மூவரும் உணர்ந்தனர்.

ராட்சதப் பறவைகள் பற்களை மனிதத்தாடை அசைவுகளுடன் அசைத்தன. அவற்றின் கண்கள் பெரிய நெருப்புக்கோள வடிவ மாய்த் தெரிந்தன. கால்களிலிருந்து உருவி வெளியேறிய நகங்கள் பகைவர்களைக் கிழித்து அவர் களின் உயிர் எங்கு ஓடிவிட்டது, அதையும் பிடிக்கிறேன் என்று வேகம் காட்டிக்கொண்டிருந்தன. பறவைகளின் கால்களிலும் அவற்றின் மார்பிலிருந்து வெளியில் தெறித்திருந்த இதய முக்கோணத்திலும் இலைகள் தளிர்விட்டன. முளைத்திருந்த வள்ளிகள் பற்றிப் படர்ந்து கிடந்தன. சிறு சிறு பறவைகள் கற்களுக்கிடையிலிருந்து பறந்தன. மிருகங்களும் தாவர இனங்களும் பறவைகளின் அசைவுகளில் வெளிப் பட்டு மாயலோகமாய்க் காட்சி தந்தன. ஆங்காங்கு எரியவிடப்பட்டிருந்த நீலச்சுவாலை கொண்ட தீப்பந்தங்கள் எலும்பும் நீல நரம்புகளும் சுற்றி முறுக்கேறிய பறவைகளின் கால்களின் சாசுவதமான குரூரத்தை மிகைப்படுத்திக் காட்டின. இராட்சசக் குரலில் ஒரு குரூரப் பாடல் வெளியாவதைப் போல கல்லின் வெறுமைகள் ஒன்றுகூடி ஒலியலைகளாய்ப் புறப்பட்டன. வெறும் சித்திரங்களா அவை, அல்லது இன்னொரு உண்மை உலகமா என்று எழும் மனப் பிரமைகள் உடலை நடுங்க வைத்தன. குகை ஓரத்திற்கு வந்தபோது இந்த மனப்பிரமை நீங்கியது. குகையிலிருந்து வெளியே வந்ததும் இருபாதைகளாய் வந்தவழி பிளவு கொண்டது. இடதுபுறப் பாதை ஒரு செம்மஞ்சள்நிறக் கட்டடத்திற்குப் போனது. அதனைச் சுட்டிக் காட்டி அமைச்சர், ‘கிரந்தக் கோயில்’ என்றார்.

அந்தப் பாதையில் செல்லாமல் வலதுபுறம் திரும்பி நடக்க அமைச்சர் கூற, மூவரும் வலது புறம் போகும் பாதையில் சென்றனர். நடந்து அப்பாதையின் இறுதிக்கு வந்தால் அங்கு ஒரு கட்டடம் காணப்பட்டது. அக்கட்டடம்தான் ‘சூரியக் கோயில்.’ அக்கட்டடத்துள் நுழைந்ததும் திடீரென்று ஒரு கனவுலகில் மூவரும் சஞ்சரித்தார்களோ என்று இருந்தன அவர்கள் பார்வை களும் உடல் அசைவும். ஆனால் அதிகம் பாதிக்கப்பட்டவர் அரையநாதர் என்று தெரிந்தது அவர் பார்வையிலிருந்து. முற்றிலும் ஒரு சக்திக்கு ஆட்பட்டவர் போல் மாறிவிட்டார். தலை சுற்றியது அவருக்கு; உடல் ஓர் ஊடுருவும் கண்ணாடி போல் மாறியதாக உணர்ந்தார். ஒருவித இசை அவருடைய கால்களையும்

உடல் கனத்தையும் கரைத்துவிட்டது போலிருந்தது. காற்று அவரது ரோமத்துளைகள் வழி வீசியது.

காணப்பட்ட எல்லா ஒற்றையடிப் பாதைகளும் சூரியக் கோயிலில் வந்து முடிந்தன. மனிதர்கள் எல்லாக் காலத்திலிருந்தும் அக்கட்டடத்தின் நடுவட்டத்திலுள்ள நடுக்கோயிலின் திரு விழாக்களுக்கு வந்தனர். நடுக்கோயிலில் ஓர் ஆந்தையின் தலையுடனும் காட்டுமிருகத்தின் உடலுடனும் தாமரைப் பூ இருக்கையில் அமர்ந்திருந்த உருவத்தை ஆன்மாக்கள் தரிசித்த வண்ணம் இருந்தன.

அரையநாதரின் கண்களைப் பார்த்துத் தேவமித்திரர் தோளில் தட்டினார். அப்போதுதான் அவருடைய கனவு நிலை ஓரளவு நீங்கியது. தன் பையிலிருந்து ஒரு மூலிகையை எடுத்துத் தந்தார். அதனை அரையநாதர் முகர்ந்ததும் உணர்வு வந்தது. மதி மயங்கிய நிலையில் மனதில் தோன்றிய உணர்வுகளை வியர்த்திருந்த முகத்தைத் துடைத்து மாற்றியது போல் மாற்றினார்.

அமைச்சர் திடுக்கிட்டு, 'என்ன ஆகிவிட்டது' என்று பதற்ற மடைந்தார்.

'ஒன்றுமில்லை, நண்பர் அதிக தூரம் குதிரைச் சவாரி செய்து வந்தவர். அதனால் ஏற்பட்ட சோர்வு' என்று தேவமித்திரர் சொன்னார்.

அரையநாதருக்கு ஒன்றும் புரியவில்லை. கண்களை ஆந்தை போல் வைத்து அடைத்து அடைத்து மூடினார். குழந்தைகள் அந்த இடத்தில் இருந்திருந்தால் அவர் செயலைப் பார்த்து ஒரு வேளை நன்கு சிரித்திருப்பார்கள்.

அதன்பின் தேவமித்திரர் சூரியக் கோயிலின் கட்டட அமைப்பை ஆராய ஆரம்பித்தார். கட்டட பாணியில் பெரிய நகாசு வேலை களோ, அலங்காரங்களோ காணப்படவில்லை. அதற்குப் பதிலாக மேல்புறச் சுவர்களிலும் நான்கு பக்கங்களும் காணப்பட்ட நீள் சதுரச் சுவர்களிலும் காட்டு மூலிகைச்செடியின் ஓவியங்களும் வானத்தில் பாயும் குதிரைவீரர்களும் பொருத்தமில்லாதபடி தீட்டப்பட்ட அரச வெண் கொற்றக் குடைகளும் நிறைந்திருந்தன. ஆதிவாசி ஓவியங்கள் போல் ஓவிய அமைப்புக் காணப்பட்டது. ஓவியத்தில் பரிமாணம் பொருத்தமில்லாததாய்க் காணப்பட்டது.

அங்கு அறையின் நடுவே ஒரு வட்ட வடிவக் கோயில் இருந்தது. ஓவிய வண்ணங்கள் பெரும்பாலும் செம்மஞ்சள், கரும்பச்சை, கருஞ் சிவப்பு என அமைக்கப்பட்டிருந்தன. பறக்கும் பெண் தெய்வங்கள், பாம்புகள், இடையிடையே பற்றிச் சுழன்று பூக்களுடன் வளரும் கொடிகள், அதன் இடையில் ஒளிந்து நின்று புணரும் மாந்தர் போன்ற வண்ணச் செடித் தைல ஓவியங்கள் மிகவும் அழகாகக் காணப்பட்டன. 'கட்டடக்கலையைக் கணிதவியலாளர், வரைபடக் கலைஞர் போன்றோரின் கலை என்று கூறினால் ஓவியத்தை மனதின் இழைகளை வருடும் உணர்ச்சிக் கலை என்று கூறுவார்கள்' என்று தேவமித்திரர் கூறியதும் பிற இருவரும் திரும்பிப் பார்த்தார்கள்.

நடுக்கோயிலின் சிலையானது, வட்டமான இரும்பாலான கம்பிகளால் அடைக்கப்பட்டு அதன் நடுவில் வைக்கப்பட்டிருந்தது. ஏதோ பாதுகாப்புப் பிரச்சினை இருக்கும் போலிருந்தது அதனை வைத்திருந்த முறை.

தேவமித்திரரும் அரையநாதரும் இருந்த இடத்திலிருந்து சற்றுத் தூரத்தில் சென்று கட்டடத்தை ஒரு முறை சுற்றிப்பார்த்து வந்தார் அமைச்சர்.

அரையநாதர் தன் உடல் நலம் பற்றித் தேவமித்திரரிடம் பேசினார். 'நான் சரியாகத்தான் இருந்தேன். என்ன ஆகிவிட்டது எனக்கு?' தேவமித்திரர் அமைச்சர் இருந்த பகுதியைப் பார்த்து விட்டு 'இப்போது பேச வேண்டாம்' என்றார் இரகசியமாக.

இவர்கள் இருவரும் பேசியதைக் கவனிக்காது அமைச்சர் வேறு ஏதோ விஷயத்தில் கவனமாக இருந்தது போல் பட்டது.

பின்பு இவர்கள் இருவரும் இருந்த இடத்தைத் திரும்பிப் பார்த்தார். சற்று நேரம் கழித்து மீண்டும் ஒருமுறை திரும்பிப் பார்த்தார். தலையை அசைத்து அவர்கள் இருவரையும் அழைத்தார். எதையோ தயங்கித் தயங்கி யோசிக்கிறார் என்பது தெரிந்தது. தேவமித்திரர் அரையநாதரைப் பார்த்தார். அவர்கள் இருவரும் மெல்ல அடிவைத்து அமைச்சர் இருந்த இடத்திற்குச் சென்றார்கள்.

சூரியக் கோயிலின் கட்டடக்கலை நேர்க்கோட்டு அமைப்புகளும் வளைகோட்டு அமைப்புகளும் கொண்டது. வளைக்கோட்டு அமைப்புகள் நடுக் கோயிலில் பயன்படுத்தப்பட்டிருந்தன. நடுக்

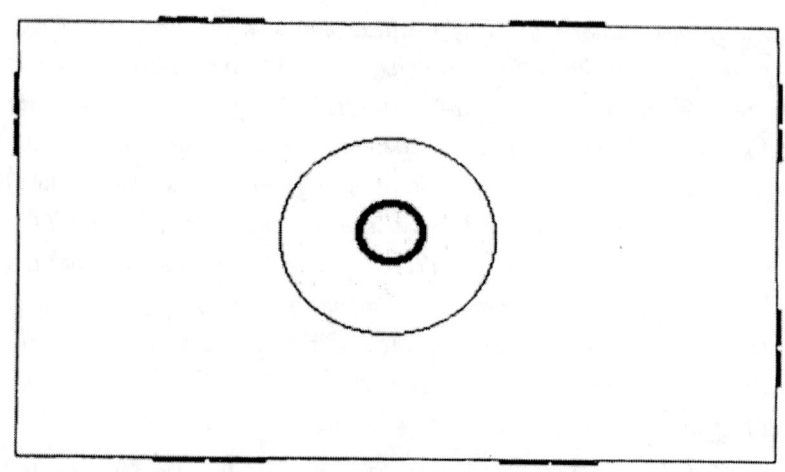

கோயிலைச் சுற்றியிருந்த நீள்சதுரக் கட்டடத்தில் நடுவில் ஒரு வட்டக் கோயில். நீள்சதுரத்தின் நீளப் பகுதி வடக்குப் பகுதியிலும் தெற்கிலும் அமைய கிழக்கும் மேற்கும் குறுகிய சுவர்கள். நீள்சதுர வடிவக் கட்டடத்தில் ஒவ்வொரு திசைக்கும் கதவுகள் உள்ள இரு வாசல்கள் அருகருகே இருந்தன. இந்த மக்களுக்கும் ஏழு என்ற எண்ணிற்கும் ஏதோ தொடர்பு இருக்கிறது. ஏழு என்ற எண் மந்திர ஆற்றலுள்ள எண் என்கிற எண்ணம் அந்தப் பகுதி மக்களிடம் காணப்பட்டதால்தான் அந்தக் கட்டடம் ஏழு வாசல்களுடன் கட்டப்பட்டிருக்கலாம்.

இருவரையும் அமைச்சர் ஏதும் பேசாமல் கட்டடத்தின் வெளிப் பகுதிக்கு அழைத்துச் சென்றார். அங்குக் கிழக்குப் பகுதி நோக்கி மூவரும் நடந்தனர். அப்போது தான் எவ்வளவு பெரிய மலைமீது அந்தக் கட்டடம் கட்டப்பட்டிருந்தது என்பது புரிந்தது. இப்படிக் கட்டடம் கட்டப்பட்டிருக்கும் முறை வடக்கு அல்லது மேற்கு திசையிலிருந்து பார்ப்பவர்களுக்குக் கண்ணில் படாதவாறு இருப்பதன் காரணம் அப்பகுதியில் கட்டடம் நிலத்திற்குள் இருந்தது. தெற்குப் பகுதி வாசல் வழிதான் கட்டடத்தின் உள்ளே நுழைய முடியும். முதன் முதலில் அந்தக் கோயிலில் நுழைபவர்கள் அந்தக் கோயில் பாறைமீது கட்டப்பட்டிருக்கிறது என்பதை கவனிக்க முடியாது. ஒருமுறை கோயிலைத் தாண்டி மறுபக்கம் போனால்தான் அது தெரியும்.

இப்போது கிழக்கில் சுட்டிக்காட்டி அமைச்சர் சொன்னார்.

'அதோ தெரிகிறதே, சிவப்பு மஞ்சள் கலந்த பாறைப் பிளவு, அங்குதான் உடல் கிடந்தது' இப்படிக் கூறி, சற்றுக் கலவரமான குரலில் அரையநாதரை மட்டும் ஒரு பக்கம் வரும்படி அழைத்து,

'நீங்கள் எனக்கு ஓர் உதவி செய்ய வேண்டும். தேவமித்திரர் யுனசேனனின் மரணம் பற்றி அதிகம் என்னிடம் கேட்காதவாறு பார்த்துக்கொள்ள வேண்டும். அந்த உடலைப் பார்த்ததும் ஏற்பட்ட பயங்கர உணர்வு மீண்டும் எனக்கு ஏற்படக்கூடாது. வேறு விஷயங் களைப் பேசுவதில் தப்பேதும் இல்லை. தேவமித்திரரால் எங்கள் ராஜாவுக்கு உதவமுடியும் என்ற முழுமையான நம்பிக்கை எனக்கு இருப்பதால்தான் உங்களை நான் இங்கே அழைத்து வந்தேன். மற்றபடி ராஜாவின் தனிப் பூஜைக்கு உரிய இந்த இடத்தில் அந்நியர்கள் வரக்கூடாது. மேலும் சரித்திரக்காரர் மரணம் என்பது இந்தத் தேசத்தை நிறுவிய வம்சத்தின் அழிவிற் கான அடையாளம் என்பது பலர் நம்பிக்கை' என்றார்.

அரையநாதர் அமைச்சரைப் பார்த்தார். அவர் பயங்கர உபாதையில் இருப்பதாகப்பட்டது. அமைச்சர் நேரடியாகத் தேவமித்திரரிடம் பேசவில்லை. அமைச்சர் அரையநாதரிடம் என்ன பேசினார் என்பதை அறியாத தேவமித்திரரிடம் அமைச்சர் போய்ச் சேர்ந்ததும் இப்படிக் கேட்டார் தேவமித்திரர்.

'உடலுக்கு ஏதும் சேதம் ஏற்படவில்லை என்பதை முன்பே கேள்விப்பட்டேன். எங்கே புதைத்திருக்கிறீர்கள்?'

அதற்குப் பதிலாய் அரையநாதர் ஏதோ பேச முயன்றார். அமைச்சர் கோபம் கொள்வார் என்று பட்டது. ஆனால் அமைச்சர் தன்னைக் கட்டுப்படுத்திக் கொண்டு,

'உடல் சிதறவில்லை. அது ஆச்சரியம், தேவமித்திரரே' என்றார்.

தேவமித்திரரின் அடுத்த கேள்வியைக் கேட்டு அரையநாதர் ஆறுதல் அடைந்தார்.

'ராஜனின் கனவு பற்றிக் கூறமுடியுமா?'

தேவமித்திரர் எப்போதும் அந்தக் கொலையைப் பற்றியும் அதற்கான காரணங்கள் பற்றியும் யோசித்துக்கொண்டிருக்கிறார் என்று அந்தக் கேள்வி புலப்படுத்தியது.

'நீங்கள் கனவு சாஸ்திரம் படித்திருப்பீர்கள். சொல்கிறேன், புரியும் உங்களுக்கு' என்றார் அமைச்சர்.

'கனவு?' என்று இழுத்தார் தேவமித்திரர். அது அவர் அந்தச் சாஸ்திரத்தைப் படித்திருக்கிறாரா, இல்லையா என்பதை உறுதியாகப் பிறர் அறிய முடியாத தோரணையுடன் கூடிய பதிலாக இருந்தது.

பேச்சு, கொலையிலிருந்து கனவு பற்றி மாறியதற் காக அரையநாதர் மகிழ்ந்தார். அமைச்சர் தன்னிடம் சொன்னது போல் கொலை பற்றித் தேவமித்திரர் பேசாதவாறு செய்வது எப்படி என யோசித்தார்.

'ஒரு வராகம் ஒற்றைக் கொம்புடன் விரட்ட ராஜன் ஆளற்ற சாலையில் அம்மணக் கோலத்தில் ஓடுகிறான்' என்றார் அமைச்சர்.

அந்தக் கனவுச் சித்திரம் அக்கோயிலின் சுவர் சித்திரம் போல் விசித்திரமாய்த் தென்பட்டது. அதன் விநோதம் மூவரையும் சற்று நேரம் அமைதி கொள்ளும்படி செய்தது.

அரையநாதர் அந்த இடத்திலிருந்து எழுந்து தனியாய் புறப்பட்டுக் கட்டடத்தை இப்போது பார்வையிட்டார். இது ஏற்கனவே தேவமித்திரரால் கூறப்பட்டிருந்த நடைமுறை. வடக்குப் பகுதியும் மேற்கும் கிழக்கும் எவ்வளவு பள்ளமான பகுதிகள் என்று சுற்றிப்பார்த்து அறிந்து குறிப்புகள் எடுத்தார். அரையநாதர் நின்ற இடத்திற்கு வேறு திசையில் தேவமித்திரர் நின்றிருந்தார்.

அந்நேரம் அமைச்சர் வந்தார். மூவரும் மீண்டும் ஓரிடத்தில் சேர்ந்தனர். அந்தி மங்க ஆரம்பித்தது. அவ்வளவு நேரம் கழிந் திருந்ததை மூவரும் ஆச்சரியத்துடன் அறிந்துகொண்டனர். அமைச்சர் ஆழமான உணர்வுகளுக்கு ஆட்பட்டவராய்ச் சொன்னார்.

'இந்தச் சூரியக் கோயில்தான் சுருங்கையின் மர்மங் களுக்கு எல்லாம் மையம். இதற்கு மேல் என்னிடம் எதையும் கேட்காதீர்கள். என் மனம் பலமற்றது. கெட்ட சம்பவங்களை என் மனம் தாங்காது. போதும் போதும்.'

இப்போது மூவரும் சேர்ந்து முதலில் கோயிலுக்குள் வரப் பயன்படுத்திய தென்பகுதி வாசலை நோக்கி நடக்கத் தொடங் கினார்கள். அங்கிருந்து வரவேற்பு மாளிகைக்கு வந்தனர். வரும்போது எந்த மாயச் சம்பவமும் ஏற்படவில்லை என்பதால் அரையநாதரும் தேவமித்திரரும் நிம்மதியுடன் காணப்பட்டனர்.

வழிநெடுக இப்போது அடிமைகள் விளக்கேற்றியபடி காணப் பட்டனர். மக்கள்கூட யாரும் எதுவும் பேசாமல் நடந்து கொண்டு இருப்பதைப் பார்த்துக் கொலை எவ்வளவு பெரிய சம்பவமாய் அந்த நகரத்தவருக்குப் பட்டிருக்க வேண்டும் என்று யாரும் யூகிக்கலாம்.

வரவேற்பு மாளிகை வந்ததும் மூவரும் குதிரைகளை நிறுத்தினார்கள். பகலில் சூரியக் கோயில் தவிர பிற பகுதிகளை எப்போதும் வந்து பார்க்கலாம் என்று அமைச்சர் கூறி, ஒரு முத்திரை பொறித்த தங்கவில்லையைத் தேவமித்திரருக்கும் அரைய நாதருக்கும் கொடுத்தார். அது அந்த இருவருக்கும் கொடுக்கப்பட்ட அனுமதி முத்திரை. தங்க வில்லையைக் காட்டினால் தலைநகரின் பிற பகுதிகளில் வசிக்கும் மேலதிகாரி களைச் சந்திக்கவோ, தங்கள் ஐயங்களைத் தீர்த்துக் கொள்ளவோ வாய்ப்புண்டு என்று கூறி அமைச்சர் தேவமித்திரரின் வெற்றிக்காக வாழ்த்தி விடைபெற்றுச் சென்றார். அதற்கிடையில் சேவகர் களை அழைத்து இருவருக்கும் செய்ய வேண்டிய எல்லா ஏற்பாடுகளையும் கவனிக்க ஏவினார்.

மெல்லப் பரவிய இருளில் அமைச்சர் சற்று நின்று, பின்பு புறப்பட்டதை அரையநாதர் தன் கோமாளித்தனமான தோற்றத்தால் மறைக்கப்பட்டிருந்த கூர்மையான பார்வை மூலம் கண்டார்.

6

தேவமித்திரருக்கும் அரையநாதருக்கும் ஒதுக்கப்பட்ட மாளிகைக்கு ஒரு சிறப்பு உண்டென்று சேவகர்கள் கூறினார்கள். வரவேற்பு மாளிகையிலிருந்து சூரியக் கோயிலுக்கு எவ்வளவு தூரமோ அதே அளவு தூரம்தான் இப்போது அவர்கள் தங்கியிருக்கும் மாளிகைக்கும்.

அப்படிச் சேவகர்கள் மாளிகையின் விவரம் கூறியதும் தேவமித்திரரின் நெற்றி சுருங்கியது. இதில் ஏதோ ஒரு மர்மம் இருக்க வேண்டுமென்று உடனே அரையநாதரும் நினைத்தார். அதனைப் பற்றிப் பிறகு தேவமித்திரருடன் விவாதித்துத் தெரிந்து கொள்ள விரும்பினார்.

மறுநாள் காலையில் எழுந்து குளித்துவிட்டு அரையநாதர்

வந்தபோது தேவமித்திரர் ஏற்கனவே எழுந்து குளித்துவிட்டு ஏடுகளின் ஆராய்ச்சியில் ஈடுபட்டிருந்ததைப் பார்த்து அவரிடம் வந்தார். இப்போது நிமிடத்திற்கு நிமிடம் அவர் மனதில் தேவமித்திரரின் மீதான மதிப்பு கூடிக்கொண்டே போனது. தேவமித்திரர் உடலில் இப்போது மேலாடை ஏதும் அணிய வில்லை. கனத்த உறுதிவாய்ந்த தோற்றம்.

அரையநாதரைப் பார்த்ததும் அருகில் அழைத்தார். அரைய நாதர் அருகில் சென்று அமர்ந்தார். நேற்று சூரியக் கோயிலில் ஏற்பட்ட அனுபவத்தைக் கேட்க நினைத்தார் அரையநாதர். என்றாலும் தேவமித்திரர் ஏதோ காரியத்தில் தீவிரமாக ஈடு பட்டிருப்பதால் பொறுத்திருக்க நினைத்தார்.

தேவமித்திரரே ஆரம்பித்தார்.

'உடம்பு எப்படி?'

தேவமித்திரரே அது பற்றிப் பேச விரும்புகிறார் என்பது மகிழ்ச்சியளித்தது அரையநாதருக்கு. உடனே தைரியமாகக் கேட்டார்.

'தேவமித்திரரே! ஏன் அப்படி மயக்கம் வந்தது எனக்கு அங்கு?'

'இரண்டு காரணங்கள் இருக்க வேண்டும் அரையநாதரே! ஒன்று, உம்மிடமோ என்னிடமோ தக்க மருத்துவ அறிவு இருக்கிறதா என்று பிராமணன் சோதித்துப் பார்த்திருப்பான். அல்லது அங்குக் காணப்பட்ட விசித்திர ஓவியங்கள் அப்படி ஒரு மயக்க உணர்வை உங்களுக்கு ஏற்படுத்தியிருக்க வேண்டும்.'

'ஓவியங்கள் மயக்கம் தர முடியுமா?'

'கலைகள் பலவற்றிற்கும் அந்தச் சக்தி உண்டு என்று பல தேச சிந்தனையாளர்களும் கூறியுள்ளார்கள்.'

'அப்படியென்றால் முதலாவதுதான் சரி.'

'எப்படிச் சொல்கிறீர்கள்?'

'என் மயக்கத்தைப் பார்த்து அமைச்சர் திடுக்கிட்டார். நீங்கள் கவனித்தீர்களோ இல்லையோ நான் கவனித்தேன்.'

'அமைச்சர் வேண்டுமென்றே அப்படித் திடுக்கிட்டது போல் ஏன் காட்டியிருக்கக்கூடாது?' இப்படிக் கேட்டுவிட்டுத் தேவமித்திரர் மெல்லச் சிரித்தார். அவரது உறுதியான வெண்ணிற

பல்வரிசை உறுதியான உடலுக்குப் பொருத்தமாகக் காணப் பட்டது. அரையநாதரின் பதிலிலுள்ள அசட்டுத்தனத்தைச் சுட்டிக் காட்டியது போலிருந்து அந்தப் பல்வரிசையின் தோற்றம்.

'அப்படியும் இருக்கலாம்' என்று கூறிய போது, அரைய நாதரின் கட்டுப்பாட்டிலிருந்து விடுபட்டு அவ்வப்போது தாமாக இயங்கும் அவருடைய அவயவயங்களில் பலவற்றைப் போல அவருடைய கண்கள் இப்போது இயங்கின. கண் இமைகள் மூட மறந்துவிட்டது போல் மழுக் மழுக்கென்று அவ்வப்போது அடித்தபடி இருந்தன.

தேவமித்திரரும் இப்போது கோமாளித்தனம் செய்யும் உணர்வில் இருந்ததால் எழுந்து சென்று அக்கண்களை மூடினார்.

அரையநாதர் இப்போது 'நன்றி' என்றார். அதன்பின் கண்கள் சரியாக இயங்கின.

இந்தத் தமாஷுக்கிடையில் இருவரின் உரையாடல் தொடர்ந்தது.

'ஒவ்வொரு சொல்லின் மூலமும் ஒவ்வோரசைவின் மூலமும் எப்படி நான் உங்கள் செயலுக்கு உதவ வேண்டுமென்று எனக்குச் சொல்லித் தந்துகொண்டே இருக்கிறீர்கள், தேவமித்திரரே! உங்களை என்றும் மறக்கமாட்டேன்' என்றார் அரையநாதர்.

அந்தப் புகழ் மொழியைப் பொருட்படுத்தவில்லை தேவ மித்திரர். மௌனமாக இருந்தார். அரையநாதரே மீண்டும் தொடர்ந்தார்.

'அந்தக் கிரந்தக் கோயில்...'

'அந்தக் கோயில் பல நாடுகளிலும் புகழ்பெற்றதாயிற்றே. அதைப் பார்க்காமல் நான் இருக்க முடியுமா? நம் முதல் நோக்கம் உலக இரகசியங்களை அறிவதென்பதையும், அதற்காகவே உங்களை நான் என் துணைவனாக வரவழைத்தேன் என்பதையும் நீங்கள் மறக்கக்கூடாது. துப்பறியும் வேலை இன்று வரும், நாளை போகும். வாழ்வு பற்றிய என் அக்கறையே என்னை இயக்குகிறது.'

அடுத்ததாக, அரையநாதர் கொஞ்சமும் எதிர்பார்க்காத அந்தக் கேள்வியைக் கேட்டார், தேவமித்திரர்.

'அரையநாதரே, அந்தச் சரித்திரக்காரரின் உடல் எந்தச் சேதமும் இல்லாமல் கிடந்ததிலிருந்து அது கொலையா, தற்கொலையா, அல்லது விபத்தா, எது என்று நினைக்கிறீர்?'

அரையநாதரின் கோமாளித்தனத்திற்கு நடுவில் தேவையான போது சிரத்தையுடன் யோசிக்கும் அவர் பண்பை ஏற்கனவே அறிந்துகொண்ட தேவமித்திரருக்கு அரையநாதர் இப்படிப் பதிலிறுத்தார்.

'அது விபத்தாக இருந்தால் உடல் சுக்குநூறாக சிதைந்து போயிருக்கும். அது தற்கொலையாகவும் இருக்க முடியாது.'

'எப்படிச் சொல்கிறீர்?'

'நீங்கள்தான் தற்கொலை இல்லை என்று அமைச்சரிடம் உறுதியாகக் கூறிவிட்டீர்களே.'

'அப்படி ஓர் எண்ணம் எனக்கு வந்தால் அதுதான் முடிந்த முடிவா?'

'சரி, தற்கொலை என்றால் ஏன் அவ்வளவு பள்ள மான பகுதியில் போய் அவர் தற்கொலை செய்ய வேண்டும்?'

'ஏன் செய்யக் கூடாது?'

'அங்குச் செல்ல வழியே இல்லையே.'

'அதை எப்படிச் சொல்கிறீர்கள், அரையநாதரே? நீங்கள் மேலிருந்துதானே பார்த்தீர்கள். கட்டடக்கலைக்கும் இரகசிய வழிகளுக்கும் உள்ள தொடர்பு நாம் அறிய முடியாத ஆழம் கொண்டது. அனுபவ அறிவோ, படிப்பு அறிவோ இல்லாமல் யூகம்தானே செய்கிறீர்கள்?'

'ஆம்.'

'அப்படியென்றால் அது நல்ல முடிவல்ல. நம் கற்பனைகளுக்கு உண்மை காணும் வல்லமை சில வேளை கிடையாது. யார் ஒருவர் தீவிரத் தேடலும், சிரமமும், அறிவில் எப்போதும் தீட்சண்யமும் காட்டுகிறாரோ அவரே உண்மைகளைக் கண்டு பிடிக்க முடியும். உண்மை ஓடுகிற முயலைப் போன்றது. அவ்வப்போதுதான் அதன் கால் அடையாளம் தெரியும். பாறையில் முயல் ஓடினால் எல்லாச் சுவடும் தெரியாது.'

புத்த பகவான் சொன்னார்:

'ரதம் பந்தம் வ தாரயே
தமஹம் ஸாரதிம் ப்ரூமி...'

என்ன பொருள் தெரியுமா? 'ஓடிக்கொண்டிருக்கும் ரதத்தை

நிறுத்துகிறவனுடைய பெயர் சாரதி; மனதில் ஏறும் கோபத்தைத் தடுப்பவனே நிஜமான சாரதி' அதுபோல் நான் ஒன்று கூறுகிறேன். கேளுங்கள். 'உண்மையை அதன் சுய வடிவத்தில் காண அஞ்சாதவனே துப்பறிபவன்.'

தேவமித்திரர் சம்ஸ்கிருத ஸ்லோகம் சொல்லி அரைய நாதரைக் கண்டிக்கிறாரா அறிவுறுத்துகிறாரா என்று அறிய முடியாமல் அரைய நாதர் குழம்பியது தெரிந்தது. பின்பு அரைய நாதர் சொன்னார்.

'அப்படியென்றால் இரகசிய வழிகள் அந்த கட்டடத்தில் உண்டு என்கிறீர்களா? அப்படியிருந்தாலும் நாம் அங்குப் போக முடியாதே. சூரியக் கோயிலைப் போய்ப் பார்க்கத் தனி அனுமதி வாங்க வேண்டுமே.'

தேவமித்திரர் ஏறெடுத்துப் பார்த்தார்.

'நேற்று நாம் வந்த பாதையில் என்ன பார்த்தீர்கள், அரைய நாதரே?'

'பாம்புகள் ஊர்ந்து சென்ற அடையாளம்.'

'சரி, அப்போது என்ன சொன்னீர்கள், நினைவு இருக்கிறதா? அங்கே என்ன திரும்பிப் பார்க்கிறீர்கள்?'

முகத்தைத் திருப்பித் தேவமித்திரரைப் பார்த்துக் கூறினார் அரையநாதர்.

'இங்குப் பாம்புகள் அதிகம் உண்டு; நாம் கவனமாகப் பயணம் செய்ய வேண்டும் என்று சொன்னேன்.'

'ஆனால் பாம்புகளை நீங்கள் காணவில்லை.'

'நாம் காணவில்லை—நீங்களும் ஏதோ சப்தம் வருவதைக் கவனிக்கிறீர்களா?'

'ஆம். என்ன சப்தம்? சரி, பேசிய விஷயத்தை விடக் கூடாது. ஆக, நாம் காணாவிட்டாலும் பாம்புகள் உள்ளதை அறிந்து கொண்டீர்கள் அல்லவா?'

'சரி சரி, நீங்கள் சொல்ல வருவது புரிந்துவிட்டது. கண்ணால் காணாமல் அறிவால் காணும் விஷயங்களும் உண்டு. நன்றி தேவமித்திரரே. நாம் சூரியக் கோயிலை நேரில் போய்ப் பார்க்காவிட்டாலும் நம் அறிவால் காணலாம் என்கிறீர்கள்—சரி,

அந்தப் பக்கமிருந்து என்ன சப்தம் கேட்கிறது?'

கேட்கும் சப்தத்தைப் பொருட்படுத்தாமல் தொடர்ந்து பேச அரையநாதர் ஆசைப்பட்டார்.

'தேவமித்திரரே, 'வட்டவடிவப் படிகள்' என்பதற்கும் யுனசேனனிடம் விளக்கம் கேட்காமல் விட்டுவிட்டீர்கள். நீங்கள் இனி இறந்துபோன யுனசேனனைக் கேட்க முடியாது.'

'வட்டவடிவப் படிகளுக்கும் யுனசேனன் எழுதிய வரலாற்றுக்கும் தொடர்புண்டு. எப்படியென்று கேட்பீர்கள். ஒரு யூகம்தான்.'

'யூகம் செய்து நூல் பெயரைக் கண்டுபிடிக்க முடியுமா?'

'முடியும்'

'அப்படியென்றால்...?'

'நூலின் பெயர் சரியாய்த் தெரிவதுவரை இதுதான் நூலின் பெயர்.'

'அதாவது?'

'இடுகுறியாகப் பெயர்கள் கொடுப்பது துப்பறியும் கலையில் ஒருமுறை. *செந்தில் குற்றம் செய்தான்* என்றால் அவனை *ஆண்டி குற்றம் செய்தான்* என்று யூகிக்கும் முறை - அந்தச் சப்தம் நின்று விட்டது.'

'இன்னொரு சந்தேகம் தேவமித்திரரே' என்று சப்தம் முதலில் வந்த திசையில் இப்போது சப்தம் வராமலிருப்பதை அறிந்தபடி கேட்டார்.

தேவமித்திரர் சிரித்தார். அவர் என்ன நினைத்தாலும் பரவா யில்லை என்பதுபோல் கேட்டார் அரையநாதர்.

'ராஜன் எப்படி இனி நடக்கப் போகும் கொலைகளைக் காணமுடியும் அவனே கொலைகளைச் செய்யாவிட்டால்...?'

'நாம் எச்சரிக்கையாக இருந்து விரைவில் குற்றவாளிகளைக் கண்டுபிடித்துவிட வேண்டும். இல்லையென்றால் அடுத்த கொலைகூட நடக்கலாம் என்று அறிவுறுத்த விரும்புகிறவராக இருக்கலாம்—பாருங்கள், இப்போதும் சப்தம் கேட்கிறது.'

இந்தப் பதிலைக் கேட்டு ஏனோ தொடர்ந்து அரையநாதர் கேள்விகளைத் தொடுக்கவில்லை.

அப்போது மீண்டும் சப்தம் கேட்க, இருவரும் சப்தம் வந்த

திசையில் திரும்பிப் பார்த்தனர்.

பார்த்த அரையநாதரின் கண்கள் அப்படியே நிலைகுத்தி நின்றன.

அவர்கள் இருந்த பகுதிக்கு சற்றுத் தூரத்தில் இலைகள் அடர்ந்த மரத்தின் பின்புறம் ஒருவர் ஒளிந்து நிற்பது இப்போது யாருக்கும் தெரியும் விதமாக இருந்தது. அந்த மனிதன் இலைகளுக் கிடையில் ஒளிந்து நின்று பார்த்தான். அரையநாதர் தன் உள்ளாடையில் எப்போதும் வைத்திருக்கும் உடைவாளை நோக்கிக் கைகளை நகர்த்தினார். இப்போது தேவமித்திரரும் மறைந் திருக்கும் மனிதனைக் கண்டார். அந்த மனிதன் அப்போது வெளிப் பட்டான். அவனைப் பார்த்ததும் இருவர் கண்களும் அகல விரிந்தன. அது வேறு யாருமல்ல, அமைச்சருடன் இவர்களைப் பார்த்துப் பேசிய அதே சிவந்த முகமும் கூரிய மூக்கும் குள்ள உருவமும் பரட்டைத் தலையும் கொண்ட புத்தி பேதலித்த சிற்பிதான்.

அவனைத் தேவமித்திரர் அழைத்தார். மிரள மிரள விழித்தபடி, ஆனால் குதூகலத்தோடு மாளிகைக்கு ஓடிவந்து நின்றபடி சுவரில் நகர்ந்து நகர்ந்து வேறு யாரும் இருக்கிறார்களா எனப் பார்த்து விட்டு வந்தான்.

'எதற்காக ஒளிந்து நிற்கிறாய்?' என்று தன் சைகையால் கேட்டார் தேவமித்திரர். அப்போது அந்தச் சிற்பி அவனுடைய கலப்பு மொழி மூலம் இருவரிடமும் உரையாடினான்.

'உங்களுக்கு ராஜசிற்பியைப் பார்க்க வேண்டுமா? என் குருநாதர் அவர்தான். சுருங்கையைப் படைத்தவர். என்னுடன் வந்தால் காட்டுகிறேன். அவர் எல்லா இரகசியங்களும் அறிந்தவர்' என்றான் அந்தப் பரட்டைத் தலை சிற்பி. 'யுனசேனன் மரணமும்?' என்று கேட்டுவிட எத்தனித்த அரையநாதர் தன்னைத் தடுத்துக் கொண்டார்.

பின்பு இருவரும் அவன் சொன்ன விஷயத்தில் ஆர்வம் காட்டினார்கள். எனவே ராஜசிற்பியைப் பார்க்க இருவரும் புறப்பட்டார்கள். பரட்டைத்தலை சிற்பி இவர்களைக் குதிரையில் வரச் சொல்லிவிட்டு அவன் காடுகளுக்குள் புகுந்து மறைந்தான். அவனுக்கு இந்தப் பகுதி நன்கு பரிச்சயமானதாக இருக்க

வேண்டும். இருவரும் தனித்தனிக் குதிரைகளில் புறப்பட்டார்கள். குதிரைகள் ஓடும் விதத்திலிருந்து அவை நன்கு பராமரிக்கப் பட்டிருந்தது தெரிந்தது. குதிரையைப் பற்றித் தெரிந்தவர்கள் அதில் ஏறிய அடுத்த நிமிடம் குதிரையின் இதய அறைக்குள் புதிய இரத்தம் பாய்ந்துள்ளதா, இல்லையா என்பதைக் கூறி விடுவார்கள். இவர்கள் இருவரும் பயன்படுத்திய குதிரைக்கு நல்ல உணவு கொடுக்கப்பட்டு வருவது அவை சென்ற செருக்கிலிருந்து விளங்கியது. தேவமித்திரரும் அரையநாதரும் செலுத்திய குதிரைகள் இவர்களின் கால் பட்டவுடன் ஆற்றலுடன் துள்ளிக் குதித்துப் பாய்வதற்குத் தயாராகும் உயர்ந்த வகை உணவுக்குப் பழக்கப்பட்ட குதிரைகள். அரையநாதர் என்ன இருந்தாலும் ஒரு போர்வீரர். அவர் குதிரையில் ஏறியவுடன் சாகசங்கள் செய்ய ஆசைப்படுபவர். அவர் இரத்தம் அப்படி. ஆனால் தேவமித்திரர் அப்படி அல்ல. தத்துவத்திற்கும் சிந்தனைக்கும் பழக்கப்பட்டவர், பக்குவம் கொண்டவர். அவருடன் செல்லும்போது அரைய நாதர்கூட தனது சாகச உணர்வை அடக்கிக்கொண்டார். எனவே குதிரைகள் நிதானமாகச் சென்றன.

குதிரையில் இருவரும் ராஜசிற்பியைப் பார்க்கப் புறப்பட்டுச் சென்றபோது குதிரையில் அமர்ந்து பேசியபடியே சென்றார்கள்.

'மொத்தத்தில் அந்த அமைச்சர் பற்றிய உங்கள் கருத்து என்ன, அரையநாதரே?'

அரையநாதர் இவ்வாறு பதிலளித்தார்.

'நான் என்ன சொல்வது? ஆனால் அந்த அமைச்சரிடம் ஏதோ மர்மங்கள் இருக்கத்தான் செய்கின்றன. அவரது பேச்சும் கை கால் அசைவும் எனக்குச் சந்தேகத்தைத் தான் தருகின்றன.'

'நீங்கள் சொல்வதுபோல் ஒருவருடைய முகபாவமும் கை கால் அசைவுகளும் கண் அசைவும் வாய் இதழ்களும் உணர்வுகளும் பல உண்மைகளைக் காட்டலாம். பேசும்போது ஒருவர் கால் விரலை எப்படி வைத்திருக்கிறார், தலையை எந்தத் திசையில் சரிக்கிறார், அமரும் போது வலது தொடைமீது முழு பாரமும் போடுகிறாரா என்பன போன்ற விஷயங்களை நாம் உன்னிப்பாகக் கவனிக்க வேண்டும். துப்பறியும் கலையைப் பிராகிருத மொழியில் எழுதியுள்ள பில்ஹணன் என்பவன் கூறுபவை இவைதான். ஆனால் அமைச்சர் நம்மை அழைத்து இந்தக்

கொலையைக் கண்டுபிடிக்கச் சொல்கிறார். இதில் ஒரு விஷயம் நெருடுகிறது. அப்படி அமைச்சர் ஈடுபட்டிருந்தால்...?'

தேவமித்திரர் இழுத்தபடி பேசியபோது அவரின் ஆலோசனை முறையை அரையநாதர் புரிந்துகொண்டார்.

'ஈடுபட்டிருந்தால் உலகின் மிகச் சிறந்த துப்பறியும் நிபுணரை இந்த துப்பறியும் வேலைக்கு அழைப்பாரா என்று சந்தேகப் படுகிறீர்கள். அப்படித்தானே தேவமித்திரரே?' அரையநாதர் கேள்விக்கு 'ஆம்' என்று பதில் சொன்னார் தேவமித்திரர், புன்முறுவலுடன்.

பின்பு ஆழ்ந்த சிந்தனையுடன் சவாரி செய்தார். அரையநாதரும் ஏதும் பேசாமல் அவருடன் சென்றார். ஆனால் அரையநாதரால் தொடர்ந்து அமைதியாகச் செல்ல முடியவில்லை. சில சந்தேகங் களைக் கேட்க முடிவு செய்தார்.

'யுனசேனனை நேற்று நாம் பார்த்துவிட்டு வந்தபோது இரவு ஆகிவிட்டிருந்தது. அப்படியென்றால் அவரைக் கொன்றவர்கள்..' எனத் தொடரும்முன் தேவமித்திரர் வெகுவாக வெகுண்டு கத்தினார்.

'உங்களுக்கு எத்தனை முறை சொல்வது? யுனசேனன் தற்கொலை செய்துகொண்டிருக்கலாம் என்ற சாத்தியப்பாட்டைக் கூட நாம் மறக்கக் கூடாதென்று. நல்ல துப்பறிவாளர் ஏதாவது ஒருபக்கம் மட்டும் சாயவே கூடாது...'

அரையநாதர் மிரண்டு பார்த்தாலும் தன் உணர்வு களைக் கட்டுப்பாட்டிலேயே வைத்திருந்தார். அதைக் கண்ட தேவமித்திரர் ஒரு கணநேரத்தில் தன் கோபத்தைக் கட்டுப்படுத்திக்கொண்டு சாந்தமாகப் பேசினார்.

'நீங்கள் சொல்வது போல் இரவுதான் கொலை நடந்திருக்க வேண்டும்—கொலை என்றால். அதுபோல் தற்கொலை என்றாலும் இரவுதான் நடந்திருக்க வேண்டும்.'

சற்றுச் சலிப்பு ஏற்பட்டாலும் அரையநாதரும் தொடர்ந்து விவாதித்தார்.

'தேவமித்திரரே, தற்கொலையாக இருந்தால், அதற்கொரு காரணம் வேண்டும். ஆழமான காரணம். அப்படி ஒரு காரணம் இருந்தால்தான் ஒரு தேசத்தை உருவாக்கச் சரித்திரம் எழுதும் ஒருவர் தன்னையே அழிக்க முனைவார்...'

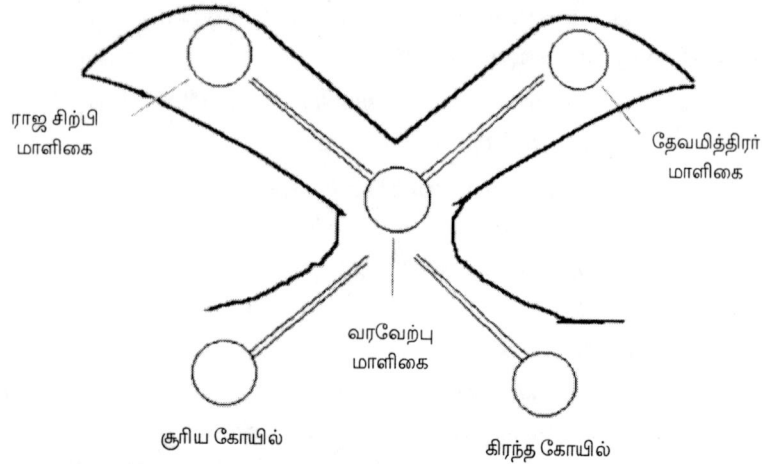

அரையநாதர் தன் பேச்சை முடிக்கும்முன் தேவமித்திரர் குதிரையின் வேகத்தைக் குறைத்து அரையநாதரை நேராக முகத்தில் குறிவைத்துப் பார்த்தார். பிறகு இதழ்க் கடையில் அவருக்குப் புன்முறுவல் தோன்றியதைக் குதிரையில் சென்ற படியே மறுபக்கம் பார்த்து அதனை மறைத்துவிட்டுச் சொன்னார்.

'அரையநாதரே, உங்கள் சிந்தனைமுறை சரிதான். உங்களை என் துணைவனாக துப்பறியும் வேலையிலும் நான் சேர்த்துக் கொண்டிருப்பது தற்செயலான காரியமல்ல.'

அரையநாதரும் இப்போது 'பக்பக்' என்று சிரித்தார். கண்கள் விஷமம் புரிய ஆரம்பித்துவிட்டன.

இருவரும் சென்ற பாதை வலதுபக்கமாகத் திரும்பிய போது அங்கு ஏற்கனவே வந்து நின்றுகொண்டிருந்த அழுக்கு ஆடை அணிந்த சிற்பி கையசைத்தான். இருவரும் அவன் இவ்வளவு விரைவில் வந்துவிட்டானா என ஆச்சரியடைந்தனர்.

அரையநாதரின் கண்களில் விஷமம் மறைந்திருந்தது.

சிற்பியின் அருகில் இருவரின் குதிரைகளும் வந்ததும் அவன் அவர்களை ராஜசிற்பியின் மாளிகைக்கு அழைத்துச் சென்றான்.

ராஜசிற்பியின் மாளிகை இருவரும் தங்கும் மாளிகைக்கு எதிரில் நான்கு காதம் தூரத்தில் இருந்தது. இப்போது சுருங்கையின் முக்கியமான கட்டடங்களின் அமைப்பிலுள்ள அடிப்படையான சில போக்குகளைச் சுட்டலாம். வரவேற்பு மாளிகைக்கு

வலதுபுறம் தேவமித்திரர் தங்கும் மாளிகையும் கிரந்தக் கோயிலும் இருந்தன. இடது புறம் ராஜசிற்பி மாளிகையும் சூரியக் கோயிலும் இருந்தன. தேவமித்திரரின் மாளிகையும் ராஜசிற்பி மாளிகையும் முறையே சூரியக் கோயிலுக்கும் கிரந்தக் கோயிலுக்கும் இணையாக அமைந்திருந்தன. நடுவில் வரவேற்பு மாளிகை. வரவேற்பு மாளிகை ஒரு தலை போலவும், அத்தலை கொண்ட பறவையின் இடமும் வலமும் இரண்டு மாளிகைகளும் வால்பகுதிகளில் இரண்டு கோயில்களும் அமைந்த இரு சிறகுகள் போன்ற அமைப்புடன் 'பறவை முறை' என்ற கட்டட அமைப்பு முறையில் இந்த ஐந்து கட்டடங்களும் அமைந்திருந்தன. இந்தக் கட்டடக் கலை அமைப்பு ஒரு மர்மத்தைக் கொண்டிருப்பதை முதன் முறையாக இந்த ஐந்து கட்டடங்களுக்கும் வரும் யாரும் அறிய முடியாது.

அருகில் ராஜசிற்பியின் மாளிகையைப் பார்த்துத் தேவ மித்திரரும் அரையநாதரும் கால்நடையாக அழைத்து வந்த குதிரை களை நிறுத்தினர்.

இந்த ராஜசிற்பியின் பெயர் துபல். இது ஒரு கிரேக்கப் பெயர். சிற்பியும் ஒரு கிரேக்கர். இவரது பெயர் பல கிரேக்க சாஸ்திரங் களில் பேசப்பட்டுள்ளது. கிரேக்க சிற்பக்கலை கீழைத் தேசங் களுக்குப் பரவிய போது இவர், கீழைத் தேச ராஜாக்களால் பொன் மற்றும் பட்டு ஆசைக்காக அழைத்து வரப்பட்ட சிற்பி. கடைசி காலத்தில் சுருங்கையை ஆளும் ராஜாவின் அரவ ணைப்பில் வாழ்ந்துகொண்டிருந்தார். மிகவும் வயதாகி விட்டது. இமயத்திற்குக் கீழ் இந்து மகா சமுத்திரம் வரை பல பகுதிகளிலும் இவருடைய சிற்பங்கள் உள்ளன. இவர் செய்த சிற்பங்கள் இல்லாத இடங்களில் இவருடைய சீடர்கள் செய்த சிற்பங்கள் இருக்கும். விந்திய மலையின் தெற்குப் பக்கம் சிற்பம் ஒரு முக்கிய கலையாகப் பரவும் முன்பே இவருடைய புகழ் பரவியது. கல்லில் தன் கலையை உருவாக்குவது இவருடைய சிறப்பு. எனினும் மரத்தில் செதுக்கவும் கீழைத்தேயங்களில் பயணம் செய்கையில் கற்றுக்கொண்டார். பிற்காலத்தில் உலோகம் கூட இவருடைய வடிவமைப்புக்கு உள்ளானது. இத்தகையச் சிற்பிகள் மூவகையினர். சிலர் அரசரின் மாளிகைகளை அமைத்தனர். வேறுசிலர் நகர அமைப்பில் ஈடுபட்டவர்களாகவும், மூன்றாவது குழுவினர் கோயில் சார்ந்த கட்டடக்கலை நிபுணர்களாவும்

விளங்கினார்கள். ராஜசிற்பி அரசரின் மாளிகைகளை வடி வமைப்பதில் மிகவும் புகழ்பெற்று விளங்கினார்.

அருகில் இப்போது வந்து சிற்பியின் மாளிகையைப் பார்த்த போது முற்றிலும் வேறுமுறையில் காட்சி தந்தது மாளிகை.

மாளிகை முன்னால் இரு கொம்புகளுள்ள ஒரு பறவை தன் நகங்களுக்கிடையில் சூரியதேவனின் வார்த்தைகளை, வேலைப் பாடுள்ள துணி ஒன்றில் எழுதிப் பிடித்திருந்தது. அந்தத் துணி யாழை மீட்டும் ஓர் ஆந்தையின் உடலில் சுற்றப்பட்டிருந்தது. ஒரு தவளை கேடயத்தால் வயலிலிருந்த சேற்றுநீரைக் கிளறிக் கொண்டிருந்தது. பக்கத்தில் முன்கால்களை உயர்த்தி நட்சத்திரங் களைப் பார்த்த வண்ணம் கோவேறு கழுதை பாடிக்கொண்டிருந்தது. நதிகள் கீழே இருந்து மேலே இருக்கும் கடல்நோக்கிப் பாய்ந்துகொண்டிருந்தன. ஒரு செவிடன் வழிகாட்ட குருடன் ராஜ பாதையில் யாசகத்துக்காக இரவு பகலாய் நடந்தான். நாய்கள் சந்திரனை நோக்கிப் பறந்தன. காடுகளில் தீ பற்றியது.

சுவரில் இந்தச் சித்திரத் தொடர் இலைகள், மரப்பட்டைகள், பூக்கள் ஆகியவற்றின் சாறாலாகிய இயற்கை வண்ணங்களால் தீட்டப்பட்டிருந்தன. அப்படித் தீட்டியது இன்னும் ஒரு மர்மமான பயங்கரத்தையும் மீள முடியாத இடத்திற்கு வந்துவிட்டோம் என்ற உணர்வையும் கொடுத்தது. இருவரும் ராஜ சிற்பியின் மாளிகையில் ஓவியங்களைப் பார்த்தபடி நின்றபோது அந்தப் பரட்டைத் தலை சிற்பி கைகளைப் பிசைவதும் இவர்களைப் பார்ப்பதும் அவலட்சண முகபாவம் காட்டுவதுமாக நின்றான்.

அப்போது மாளிகையின் உள்ளிருந்து மிகுந்த அகங்காரத் துடன் மிருகக்குரலில் சில சப்தப் பிசுறுகள் வந்து விழுந்தன. ‘வந்திருக்கும் அந்நியர்கள் யார் என்று முதலில் கேள்’ என்ற பொருள் அதில் தொனித்தது. அது கிரேக்க மொழியாக இருக்கலாம் என்று யூகிப்பது எளிது. உள்ளே இருந்துவந்த குரலின் ஆற்றல் யாரையும் நிலைகுத்திட வைக்கும்.

தேவமித்திரர் உள்ளே இருந்து வந்த குரலுக்குரிய வரைப் புரிந்துகொண்டார். அவர் என்ன கூறுகிறார் என்பதையும் புரிந்து கொண்டு அழைத்து வந்த சிற்பியிடம் ‘வந்திருப்பது அந்நியர் களல்ல; விருந்தினர்கள் என்று சொல்’ என்றார் தேவமித்திரர்.

உடனே சிற்பி உள்ளே ஓடிப்போனதைப் பார்த்தனர் இருவரும். சற்று நேரத்தில் வெண்மை நிற ரோமத்தால் உடலைச் செய்த ஒரு மனிதர் போல் காணப்பட்ட ராஜசிற்பி துபல், வெளியே கைத்தாங்கலாக அழைத்து வரப்பட்டார். இவ்வளவு கம்பீரமாக மந்திரம் உச்சரிப்பது போல் கேள்வி கேட்ட குரல் இவ்வளவு வயதான ஒருவரிடத்திலிருந்து வந்ததா என்று இருவரும் ஆச்சரிய மடைந்தனர்.

'இங்கு வந்திருப்பது புகழ்பெற்ற தேவமித்திரரா? வாருங்கள்...' என்று கூறியபடி கிழவர் தள்ளாடித் தள்ளாடி வந்து தேவமித்திரரின் கைகளைப் பற்றினார். தேவமித்திரர் குனிந்து வணக்கம் செலுத்தினார் முதியவருக்கு.

பின்னர் முதியவரான துபல் அரையநாதரை அணைத்து அன்பைக் காட்டினார். அவருடைய கை கரகரப்பாக இருந்தது. ஆனால் இவ்வளவு சூடான கைகளைப் பார்த்ததில்லை என்றிருந்தது அரையநாதர் முகபாவம்.

முதிய சிற்பி தன் இருக்கையில் போய் அமர்ந்துவிட்டு இருவரையும் இருக்கையில் அமருமாறு பணித்தார்.

அப்போது தேவமித்திரர் நேரடியாக இப்படிக் கேட்டார்.

'தங்களுக்கு அடியவனை எப்படித் தெரியும்?'

'ஐயய்யோ, என்ன கேள்வி கேட்டீர்கள்? என்ன கேள்வி கேட்டீர்கள், தேவமித்திரரே! சூரியன் வருவதைக் கோழி கூவித் தெரிவிக்கும்! ஆனால் சூரியனுக்குக் கோழி இருப்பது தெரியாது. அதுபோல் மகதநாட்டின் புத்த விகாரையில் தாங்கள் தலைமைப் பிக்குவாக இருந்த ஆதி நாட்களை எண்ணிப் பாருங்கள். அங்குப் புத்தரின் இருபது அடி சிலையை ஊரின் நடுவில் வடித்த சிற்பியான துபல்தான் நான். எல்லாம் சரியாக இருக்கிறது. கண் பார்வைதான் போய்விட்டது...'

கண்பார்வை போய்விட்டது என்பதைக் கேட்டவுடன் 'ஓ... துபல்' என்று ஓடிச்சென்று கட்டிக்கொண்டார் தேவமித்திரர். சுருங்கிச் சிறுசிறு மடிப்புகளாகத் தோல் தொங்கிய துபலின் கண்களுக் குள்ளிருந்து அருவி போல் கண்ணீர் வடிந்து கொண்டிருந்தது.

'நீங்கள்தானா அந்தத் துபல்? உங்கள் பெயர் என் காதுகளை எட்டிய போதே எங்கோ ஓரிடத்தில் ஓர் உள்ளுணர்வு மூலம்

என் புலன்களில் மகிழ்ச்சி ஏற்பட்டதன் காரணம் இப்போது நன்றாகப் புரிகிறது. ஆனால் என் உணர்வு மகிழ்ந்தாலும் என் அறிவு உங்கள் பெயரைச் சரியாகப் புரிந்துகொள்ளவில்லை. எவ்வளவு துர்பாக்கியசாலி நான். தாங்கள் என்னை நினைவு வைத்திருந்தது எவ்வளவு பாக்கியசாலி நான் என்பதையே காட்டுகிறது. தாங்கள் ராஜ மகாராஜர்களையெல்லாம் விட மிகப் பெரிய சிற்பி அல்லவா?'

இப்படிப் பரவசத்துடன் பேசினார் தேவமித்திரர்.

'உங்களை என் மாளிகையில் பார்த்ததால் எவ்வளவு மகிழ்ச்சி அடைகிறேன் தெரியுமா? தேவமித்திர மகா பிட்சுவே! தங்களை யாரென்று தெரியாமல் நான் அயலானைப் போல் விசாரித்த வார்த்தைகளுக்கு என்னை மன்னித்தருள வேண்டும்...' என்று கூறி முதியவர் தலைகவிழ்ந்தார்.

அப்போது தேவமித்திரர், 'துபல் அவர்களே! ஒரு திருத்தம். நான் மகா பிட்சுவல்ல. இப்போது புத்தமதத்திலிருந்து வெளியேறி விட்ட பௌத்தன்' என்று கூறி முடிக்கும்முன் அரையநாதர் இடையில் புகுந்து பேசினார்.

'தங்களின் கம்பீரமான குரலின் மூலம் தாங்கள் யார், தங்களின் மதிப்பு என்ன என்பதைப் பற்றி அறியும் வாய்ப்பு எங்களுக்குக் கிட்டியது. அதனால் தாங்கள் அப்படிப் பேசியதற்கு வருத்தப் படவே மாட்டோம்.'

முதியவர் மிகவும் மகிழ்ந்து இருக்கையிலிருந்து கைகளை நீட்டி அரையநாதர் முதுகைத் தட்டிக் கொடுத்தார். அப்படித் தட்டியபடியே, 'தாங்கள் போர்களில் ஈடுபட்டுள்ளீர்கள் அல்லவா?' என்றார்.

அரையநாதரின் வியப்புக்கு அளவில்லை. உடலைத் தொட்ட வுடன் ஒருவன் போர்வீரன் என்பதை இந்தத் தள்ளாத வயதிலும் கூறும் இந்த அதி நுட்பமான புலன்கள்கொண்ட மனிதரின் பண்புகளை உடனே அரையநாதர் அறிந்தார்.

பின்பு துபல், தான் சுருங்கைக்கு வந்த கதையை ஆதியோடு அந்தமாக விளக்கினார்.

'தேவமித்திர மகா பிட்சுவே! நீங்கள் இப்போது புத்த பிக்குவோ இல்லையோ, நான் பிக்கு என்று அழைப்பேன். மன்னித்துக்

கொள்ளுங்கள்' என்று கூறிச் சிரித்துவிட்டுத் தொடர்ந்தார்.

'தங்களுக்கு இந்தப் பிரபஞ்சத்தின் தொடர்ச்சி தெரியாததல்ல. விதி என்னும் நதியின் பிரவாகம் பற்றி நீங்கள் ஏற்கனவே உங்கள் தர்க்கத்தின் மூலம் கண்டவர். அப்படி முடிவுகளைக் கண்டு நடைமுறையில் கடைப்பிடித்தும் வருபவர். உங்களுக்கு நான் ஏதும் சொல்வதற்கில்லை. மலையடிவாரத்தில் நிற்கும் மரங்களில் வாழும் பறவைகள் காலை நேரங்களில் எப்படித்தானாகப் பறக்கின்றனவோ, அதுபோல் என் கதையை மனந்திறந்து நான் சொல்வதற்கு இது ஒரு வாய்ப்பு எனக் கருதி சொல்கிறேன், கேளுங்கள்.'

அப்படி அவர் பேசும்போது, ஓர் ஓரத்தில் அமர்ந்திருந்தான் அந்த அழுக்காடைச் சிற்பி.

'மகத நாட்டில் புத்த பிக்குகள் தங்களுக்குள் ஏற்பட்ட பிரிவினை மனோநிலைகளில் சிக்கிய பிறகு அவர்கள் மீது உங்கள் புத்த தேவனின் அருட்பார்வை குறையலாயிற்று. அவர்களுக்குள் சாதிகள் உண்டாயின. புதிய புதிய கிளைகளும் பிரிவுகளும் உண்டாயின. புத்தமதத்தின் கிளைகள் எத்தனை என்று கூறமுடியாதபடி பல்கியது.'

இப்படிச் சொல்லிவிட்டுத் தேவமித்திரரைப் பார்த்து மெல்லிய குரலில், 'உங்களுக்கு இது தெரியாததல்ல, என்றாலும் மன்னித்து நான் சொல்வதைக் கேட்க வேண்டும்' என்று தொடர்ந்தார்.

'நான் அப்போது மகதநாட்டின் பேர்பெற்ற யவன சிற்பி. அந்தக் காலத்தில்தான் என் விதி என் தேவதைகளால் பரிகசிக்கப் பட்டது. என்னை நெருப்பில் வீசப்பட்ட பஞ்சு போலவும், பாறையில் இடப்பட்ட புழு போலவும், ஆடையின்றித் தெருவில் ஓடிய வறியவனைப் போலவும் விதி என்னும் தேவதை வாட்டியது.'

துபல் தனது மனதில் பிரவாகமிட்ட துயரத்தை மறைக்க முயன்றது அவரது குரல் மாற்றத்தினால் வெளிப்பட்டது.

'என்னையும்தான் குறை சொல்ல வேண்டும். என்னதான் பெரிய சிற்பி என்றாலும் என் அகம்பாவம் என்னை என் அழிவுக்குக் கொண்டுவந்தது என்றுகூட கூறலாம். மகதநாட்டில் இளவரசனுக்கும் எனக்கும் விரோத உணர்வு ஏற்பட்டது. அது தங்கள் தர்மத்தைப் பரிபாலனம் செய்ய புத்தவிகாரைகள்

ராஜர்களை அண்டி அவர்களின் அடிமைகளான காலம். ராஜர்களும் தங்கள் மதிப்பையும் கௌரவத்தையும் கூட்டிக்கொள்ள புத்த பிக்குகளுக்கு ஆதரவு அளிக்க ஆரம்பித்தனர். அப்போதுதான் இன்னொரு யவனன் அங்குப் புகுந்தான். அவன் எண் கணிதமும் ஜியோமிதியும் கற்ற விற்பன்னன். அவன் அரசனை அணுகி அரசனின் நன்மதிப்பைப் பெற்றான். எண்கணிதம் மூலமும் சூரிய சுழற்சியின் அடிப்படையிலும் நாட்களைக் கணித்து மகதப் பேரரசின் சிந்தனையையே மாற்றியவன் அவன். அவனுடன் எனக்குத் தகராறு. அவனது ஜியோமிதி வரைபடங்களின்படி கட்டட அமைப்புகளை உருவாக்கக் கட்டளைகளைப் பிறப்பித்தான். என் குணம் வெளிப்பட்டது. அந்த யவனனின் கணக்குத் தப்பு என்று நிரூபித்து அவனது அறிவை மட்டம் தட்ட எண்ணினேன். அவனிடம் வரைபடம் போடச் சொல்லிக் கட்டப்பட்ட கட்டடத்தில் கால்களை நிறுவி சிற்பவேலைகள் செய்தேன். அவன் வரைபடத்தின்படி கட்டிய அந்தப் பெரிய விவாத மண்டபத்தில் ராஜன் தெய்வப் பிரதிஷ்டைக்கு வந்த சந்தர்ப்பத்தில் கட்டடம் தரைமட்டமானது. அதில் ஐம்பது புத்த பிக்குகளும் ராஜனின் சேனாதிபதியும் இறந்தார்கள். ராஜன் என் கட்டை விரலை வெட்டக் கட்டளையிட்டான்.'

'இதோ...' என்று கட்டைவிரல்கள் வெட்டப்பட்ட இரு கைகளையும் காட்டினார்.

'அங்கிருந்து தப்பி இங்கு வந்தேன். அதன்பின் என் ஆலோசனைகள் மட்டும் இந்த நாட்டின் கட்டடக்கலையை வளர்த்தன. என் கைகள் பயனற்றுப் போயின. நான் என் கிரேக்க 'சியஸ்' தெய்வத்தின் தலையைச் செய்து உடைத்துவிட்டுப் புதிய தெய்வத்தின் அடிமை யாகிப் போனேன். இங்கே பார்த்தீர்களே, ஓவியங்கள், வக்கிரமும் கரடுமுரடும் அழகின்மையும் கொண்ட சித்திரங்கள் இதுதான் என்னுடைய இன்றைய மார்க்கம். இந்தத் தேசத்தின் மார்க்கம். இவை தெய்வ சக்தியின் ஆதிகால ஒளியைக் கொண்ட சித்திரங்கள். அழகின்மையின்வழி அழகு வருகிறது. காட்டைக் கொடூரமாய் அழிக்கும்போது நாடாகிறது. காலையின் சௌந்தர்யம் அழியும்போது ஒருநாள் தொடங்குகிறது. தெய்வ ஒளியை வழிபடுகிறவன் நான். சூரிய வழிபாட்டிலிருந்து உயிர்கள் வாழ்கின்றன.' நீண்ட பெருமூச்சுடன் நிறுத்தினார் துபல்.

அவர் பேசும்போது ஒரு தீர்க்கதரிசி மலைமீது நின்று பேசுவது போன்ற தொனி அவரது குரலிலிருந்து வெளிப்படுவதைக் கேட்பவர்கள் பிரமிப்பு அடைவார்கள்.

'தேவமித்திரரே, எனக்குக் கீழை தேசத் தத்துவத்திலும் ஞானத்திலும் இப்போது நிறைய பயிற்சி உண்டு. என் கைகள் படைக்க முடியாதவையாய் எப்போதிலிருந்து மாறினவோ, அன்றே என் அறிவு படைக்க ஆரம்பித்துவிட்டது. இங்குள்ள கிரந்தக் கோயிலுக்குப் பல நாடுகளின் இரகசியங்களை நூல் வடிவத்தில் கொண்டு வந்துள்ளதில் எனக்கும் பங்குண்டு. இந்தச் சுருங்கையை உலக சிந்தனையாளர்களின் வாயில் உச்சரிக்க வைத்துவிட்டேன். என் கைவிரல்களை வெட்டினாலும் என் மனத்தின் விரல்களை வெட்ட முடியாது. அதற்கான அத்தாட்சி—அதோ, உச்சியில் தெரிகிறதே—அந்தக் 'கிரந்தக் கோயில்.' ஆனால் சமீப நாட்களில் கிரந்தக் கோயிலிலும் மாயச் சம்பவங்கள் நடக்கத் தொடங்கிவிட்டன. என் வயசான காலத்தின் பலவீனம் இந்த மாயச் சம்பவங்களை அடக்கி ஆளக்கூடிய வல்லமையைத் தரவில்லை. எனவே பல தவறுகள் தோன்றிவிட்டன...'

கிரந்தக் கோயிலைத் தேவமித்திரரும் அரையநாதரும் இன்னும் தரிசிக்காததாலும் அதனைப் பற்றி அறியும் ஆசை கொண்டவர்கள்; ஆதலாலும் இருவரும் சிற்பி மூலம் அதனை அறிய ஆசைப் பட்டார்கள். துபலின் பேச்சு கிரந்தக் கோயில் பற்றியதிலிருந்து மாறாமல் இருக்க வேண்டும் என்பதற்காகத் தேவமித்திரர் இப்படிக் கேட்டார்.

'நண்பரே, கிரந்தக் கோயில் பற்றியும் அதில் பிரபஞ்ச இரகசியங்கள் அடங்கிய மூலநூல் உள்ளது பற்றியும் நானும் நிறையக் கேள்விப்பட்டுள்ளேன். என்னோடு வந்துள்ள இந்த நண்பரும் கேள்விப்பட்டுள்ளார்' என்று அரையநாதரைக் காட்டினார். உடனே அரைய நாதரின் மனதின் நாடகீயமான குதூகலம் விழித்துக்கொண்டது. குழந்தைகளுக்கு விளையாட்டுக் காட்டுவது போல், முகமசையாமல் கண்கள் மட்டும் மூக்கு நோக்கிக் குவிந்தன. பின்னர் உடனே மீண்டும் இயல்பாகி விட்டன. அப்படி இயல்பாக மாறுவதற்குத் தேவமித்திரர் முகத்தில் திடீரெனத் தெரிந்த கடுமையான தோற்றமும் ஒரு காரணமாக இருக்கலாம்.

மீண்டும், தான் பேசியதைத் தொடர்ந்தார் தேவமித்திரர்.

'கடந்த காலத்தின் உண்மைகளும் அதுபோல் எதிர்காலத்தின் உண்மையும்கூட அந்தப் புத்தகம் கூறுகிறதென்று பல நாடுகளில் பேசுகிறார்கள். ஒரு புராண மிருகத்தின் பெயரைக்கொண்டவன் —அந்த மிருகம் பாதி பாம்பாகவும் பாதி சிங்கமாகவும் இருப்பது —இந்த நாடு முழுவதும் ஒரு போரை நிகழ்த்துவான் என்றும், தாமரைப் பூவின் பெயரைக்கொண்ட ஓர் இளைஞன் பூமிக்கு வந்து எரிந்து சாவான் என்றும் பிற்காலத்தில் நடக்கப் போகிற காரியங்களை அந்த நூல் கொண்டிருக்கிறது. இந்தப் புகழ்பெற்ற கிரந்தக் கோயில் பற்றிய உங்கள் கருத்து மிகவும் சுவை நிறைந்ததாக இருக்கும் என்று நாங்கள் இருவரும் கருதுகிறோம். இன்னொரு முக்கிய விஷயம் பற்றியும் கூறிவிடுகிறேன். உங்கள் பேச்சின் இறுதியில் மர்மங்கள் பற்றிக் கூறினீர்களே, உலகின் மர்மங்கள் பற்றிக் கூறும் நூலில் அதன் ஒரு பகுதியாக சுருங்கை யின் சமீபத்திய மர்மங்கள் பற்றியும் கூறப்பட்டிருக்கும். அதனால் சமீபத்தில் சுருங்கையை நடுங்க வைத்துள்ள யுனசேனன் மரணம் பற்றி ஏதாவது உண்டா? அவர் எழுதிய புத்தகம் பற்றி ஏதாவது உண்டா? உலகின் மர்மம் எழுத்தின் மர்மத்துக்குள் அடங்காமலா போய்விடும்?'

கொலை பற்றிய பேச்சைத் தேவமித்திரர் எடுத்த போது திடீரென ராஜசிற்பியின் முகத்தைத் தேவமித்திரர் கூர்ந்து கவனித்தார். அரையநாதரும் ஓரடி முன்னெடுத்து வைத்து ராஜசிற்பி பேசப் போவதைக் கேட்பதுபோல் அபிநயம் காட்டி முகத்தைக் கவனித்தார். இப்படி இயல்பாகச் செய்ய வேண்டிய காரியங் களைத் தேவமித்திரர் கொடுத்த முந்திய நாள் பயிற்சி மூலம் அரைய நாதர் அறிந்து வைத்திருந்தார். கோமாளித்தனமான உடல் உணர்வுகளும் இயல்பும் அவரிடம் பிறவிக் குணமாகையால் இக்காரியங்களைச் சிறப்பாக அவர் செய்தார். ஆனால் இருவரின் முயற்சிகளும் பலனற்றுப் போய்விட்டன. ஏனென்றால் அந்த நேரம் பார்த்து சிற்பி தன் முகத்தில் வெளிப்படும் உணர்வுகள் இருவருக்கும் தெரியாதபடி பின்பக்கம் திரும்பி, குறட்டை விட்டுத் தூங்கிக்கொண்டிருந்த பரட்டைத் தலை சிற்பியைப் பார்த்து, 'இருவருக்கும் சிற்றுண்டிக்கு ஏற்பாடு செய்' என்று சொன்னார். உண்மையிலேயே சிற்றுண்டிக்கு ஏற்பாடு செய்யச்

சொல்லத்தான் அப்படித் திரும்பினாரா, வந்தவர்கள் தனது முகத்தில் வெளிப்படும் உணர்வைப் புரிந்துகொள்ளக்கூடாது என்பதற்காக அப்படிச் செய்தாரா என்பதை இருவரும் கண்டு பிடிக்க முடியாதவாறு துபலின் செய்கை அமைந்தது.

மீண்டும் வயதான முகத்தில் புன்னகை தவழ அவர் களைப் பார்த்தார் ராஜசிற்பி. அவருடைய சிறிய ஒளிமிக்க கண்களும் சிறிய உதடுகளும் அவர் கிரேக்க இனத்தின் கலப்படமற்ற பிறப்பு என்பதை உணர்த்தின. அந்தப் புன்னகை அவருடைய பார்வை பழுதானது என்பதைக்கூட யாரும் நம்பமாட்டார்கள் என்று கூறியது போல் இருந்தது.

மிகவும் இயல்பாகவும் அதே நேரத்தில் திறமை மிளிரும் படியாகவும் தேவமித்திரர் கேட்ட கேள்விகளுக்குப் பதில் சொல்லச் சித்தமானார் அவர். அப்போது முரட்டுத்தனம் மிளிரும்படி மூலையில் இருந்து தூங்கிய சிற்பி சோம்பல் முறித்தபடி எழுந்து போனதை ராஜசிற்பி அவனது கால் சப்தம் மூலம் உணர்ந்து பிறகு தேவமித்திரரைப் பார்த்துச் சிரித்தார்.

'அவன் இருக்கவேண்டாம் என்று விரும்புகிறீர்கள் போலுள்ளது.'

தேவமித்திரர் கூறியதைக் கேட்ட அரையநாதருக்குத் தூக்கி வாரிப் போட்டிருக்க வேண்டும். காரணம் சிற்பி, அவனை அனுப்பியதற்குத் தேவமித்திரர் கற்பித்த அர்த்தத்திற்கும் அரைய நாதர் கற்பித்த அர்த்தத்திற்கும் அவ்வளவு வேறுபாடு இருந்தது.

துபல் சிரித்துக் கொண்டே சொன்னார்.

'மீண்டும் மீண்டும் நான் தேவமித்திரரை உலகின் மிகச்சிறந்த ஞானவான் என்று கூறவேண்டுமா அரையநாதரே?' பிறகு குறும்பாக அரையநாதர் இருந்த திசையை நோக்கி முகத்தைத் திருப்பினார்.

இவ்விருவரின் மனநுட்பத்தின் முன், சோம்பேறி மூளை கொண்ட நான் எம்மாத்திரம் என்பதுபோல் அலங்க மலங்க விழித்தபடி சப்பென அமர்ந்திருந்தார் அரையநாதர். அரையநாதருக்கு ஈடுபாடில்லாத இன்னொரு விஷயம் அவர்கள் இருவரும் பேசும் மொழி ஆராய்ச்சி சாஸ்திரம்.

'மொழிகளில் சில முன்பக்கம் வளரும்; சில பின்பக்கம் வளரும். முன்பக்கமும் பின்பக்கமும் வந்து வார்த்தைகள்

ஒட்டிக்கொண்டவுடன் சிலவேளை மூலவார்த்தை முன்பிருந்த வடிவத்தை மாற்றவும் செய்யும். சில மொழிகளில் மனித மாம்சகுணம் கலந்திருக்கும். எபிரெய மொழியில் இதற்கு நிறைய எடுத்துக் காட்டுகள் உண்டு. மனிதப் பிறப்பும் இறப்பும் ஒருவன் வார்த்தைகளைத் தேர்ந்தெடுப்பதன் மூலம்கூட நடக்கும். அத்தகையத் தேர்வின்படி ஒருவர்மீது கவிதை பாடி அவரைக் கொல்லும் பழக்கம் பல காட்டுமிராண்டி களிடம் இன்றும் உள்ளது. கவிதை பாடிக் கொன்றவர்களைத் தின்பது அந்தக் காட்டுமிராண்டிகளுக்கு ரொம்ப பிடிக்குமாம். இப்படி வார்த்தை களால் மனிதர்களைக் கொல்லமுடியும், வாளால் கொல்வது போல். பாம்பு, தேள், பொறாமை, விஷப்பூச்சி, காட்டுமிருகம், யுத்தம் போன்றவற்றைப் போல வார்த்தையால் கூட ஒருவனைக் கொல்லலாம்.'

சிற்பியின் தீர்க்கதரிசனக் குரல் அவர் பேசுகையில் தொனிக்க ஆரம்பித்துவிட்டால் போதும், அவர் முகம் வித்தியாசமாகி விடுகின்றது. கண்கள் ஜொலிக்க ஆரம்பித்துவிடுகின்றன.

'சொல் மட்டுமல்ல, சில இடங்கள்கூட மரணத்தோடு தொடர்பு கொண்டிருக்கும். இடத்தைப் பழைய வழக்குப்படி மலை என்றும், கடற்கரை என்றும், வயல்கரை என்றும், காடு என்றும், மருபூமி என்றும் பிரிவுகள் செய்கிறார்கள். மனித ஜனனம் மலையில் ஏற்படுகிறது; அதுபோல் மனிதப் பூண்டு அழிவது மருபூமியில் நடக்கிறது...'

கிரேக்க ஞானவான் ஒருவரின் பேச்சாகச் சிற்பி துபலின் பேச்சு மாறிக் கொண்டிருந்ததைக் கண்டு அரையநாதரின் பொறுமை அதன் எல்லையைக் கடந்து கொண்டிருந்தது.

துபல் மாளிகையின் உள்பக்கத்தில் அமர்ந்திருந்ததால், அவர் மீது நிழல் விழுந்திருந்தது. அந்த இரண்டாவது அறைக்குச் செல்லும் பகுதிக்கும் விசித்திரச் சித்திரங்கள் எழுதப்பட்ட முதல் அறைக்கும் நடுவில் கதவுகள் ஏதும் இருக்கவில்லை. இரண்டாவது அறையை யாராவது நோட்டம்விட்டால், மூன்றாவது அறை தெரியும். ஆனால் அதற்கு அப்பால் உள்ளது அறையா, இருண்ட பெரிய கட்டடமா என்று ஏதும் பார்க்க முடியாதபடி இருள் சூழ்ந்திருந்தது. மேலும் மாளிகை முழுவதும் வளர்க்கப்பட்ட மரங ்களும் வள்ளிகளுமாக அந்தப் பகுதியைச் சுற்றி வளைத்திருந்தன.

தேவமித்திரர் சிரத்தையாகச் சிற்பியின் தத்துவ சர்ச்சைக்கு ஈடுகொடுத்துக் கொண்டிருந்தாலும் கவனம் சுற்றிலும் நடக்கும் விஷயங்களில்தான் இருந்தது.

'மரணத்திற்கும் மருபூமிக்கும் தொடர்பு உண்டு என்றால் என்ன அர்த்தம் ?'

சிந்தனை வயப்பட்ட தேவமித்திரர் இப்படிக் கேட்ட வுடன் அரையநாதர் மனதில் சூரியக் கோயிலில் நடந்த கொலை ஞாபகத்திற்கு வந்திருக்க வேண்டும். இவருடைய கட்டுப்பாடற்ற உடல் உறுப்புகளில் ஒன்றாக வாய் இப்போது மாறியது. 'சூரியக் கோயில்' என்ற ஒலி வாயிலிருந்து தெறித்து விழுந்தது. நல்ல காலம் தேமித்திரருக்கு மட்டும் கேட்கும் விதமாக அச்சொல் வெளிப் பட்டது. மருபூமி என்றால் பாலைவனம்; பாறையில்லையே? யுனசேனன்கூட பாறை மீது அல்லவா இறந்து கிடந்தார். எப்படியோ யுனசேனனின் மரணத்திற்கும் 'மருபூமி சாவு' என்ற வாசகத்திற்கும் ஏதோ தொடர்பிருக்க வேண்டும் என்று ஓர் எண்ணம் அரையநாதர் மனதில் வந்துபோனது. தேவமித்திரரின் மனதிலும் இந்த எண்ணம் வந்திருக்க வேண்டுமென்று கருதி அரையநாதர் தேவமித்திரரின் முகத்தைத் திரும்பிப் பார்த்தார். ஆனால் அவர் மட்டும் திரும்பிப் பார்க்கவோ சைகை காட்டவோ இல்லை. இது ஓரளவு அரையநாதருக்கு ஏமாற்றத்தைத் தந்திருக்க வேண்டும். மீண்டும் அரையநாதரின் கவனம் உரையாடலுக்குத் திரும்பியது. தேவமித்திரரின் உரையாடல் வேறு விஷயத்திற்குத் திரும்பியதுதான் அதற்குக் காரணம்.

தத்துவமும் மொழியாராய்ச்சியும் ஆய்வும் தனக்குப் பிடிக்காது என்பதை முகத்தில் காட்டிய அரையநாதர் பேச்சு வேறு விஷயத்திற்குத் திரும்பியதைக் கண்டு மகிழ்ந்தார்.

'பிறப்பும் இறப்பும் சொல்லில் அடங்கியிருந்தால் சொற்களாலான புத்தகங்களில் அதைப் பற்றிய எல்லா இரகசியங்களும் அடங்கித் தான் தீர வேண்டும் இல்லையா, தேவமித்திரரே? சுருங்கையில் நடந்த கொலைகூட கிரந்தக் கோயிலின் புத்தகங்களுக்குள் தக்க விதமான அடையாள மொழிகளாலும் கணிதக் குறிப்புகளாலும் எழுதப்பட்டிருக்கும். ஆனால் அதனை அறிய வல்லவர்கள் இன்று யார் இருக்கிறார்கள்? காலத்தின் பிரவாகம் உயர்ந்த ஞானவான் களையும் அவர்களின் இரகசிய முறைகளையும் பறித்துவிட்டது

தேவமித்திரரே. அப்படிப் பழங்காலம் எடுத்துச் சென்ற ஞானத்தை யாராவது ஒருவரால் அடைய முடியுமென்றால் அப்படிப்பட்டவர் இன்று ஒருவர் மட்டுமே இருக்கிறார் அரையநாதரே' என்று அந்த வாசகத்தை முடிக்காமல் அரையநாதரரைப் பார்த்தார் சிற்பி துபல்.

அந்த மனிதர் யாராக இருக்கும் என்று அரைய நாதரால் யூகிக்க முடியவில்லை. அப்படிப்பட்டவர் யார் எனக் கூறப் போகிறாரோ என அரையநாதர் காத்திருந்தார். அவர் சுருங்கையில் உள்ளவரா அல்லது வெளிநாட்டவரா, ஆணா, பெண்ணா என்று அறிய ஆவலுடன் இருந்தபோது சிற்பி சொன்னார்.

'அவர் வேறு யாருமில்லை. என் முன் அமர்ந் திருப்பவர்தான்' என்று கூறியதும் அரையநாதர் ஓடிச் சென்று தேவமித்திரரைக் கட்டிக்கொண்டார்.

தேவமித்திரர் அப்போது இந்த உலகத்தில் இல்லாதவர் போல் தன்னை மறந்து வீற்றிருந்தார். அதனைக் கண்டு அரைய நாதர் சற்றுத் தடுமாறினார். தேவமித்திரரின் மனவோட்டத்தை அவரால் கணிக்க முடியவில்லை. ஒருவேளை துபலிடம் எதிர்பார்த்து வந்த விவரங்கள் கிடைக்கவில்லை என்ற ஏமாற்றத்தில் இருக்கிறாரோ என அரையநாதர் எண்ணுகையில் தேவமித்திரரின் தலை மேலே உயர, அவரது கண்கள் துபலை ஊடுருவிப் பார்த்தன.

'துபல்! உங்கள் மீது என் மதிப்பு இன்னும் அதிகமாக உயர்ந்துள்ளது. காரணம் தத்துவச் சர்ச்சையிலும் தர்ம சாஸ்திரங் களிலும் உங்களுக்கு இப்போது அதிகத் தேர்ச்சி ஏற்பட்டிருக்கிறது. முன்பு நாம் சந்தித்தபோது உங்கள் கைத்திறனைப் பார்த்து மெச்சினேன். இப்போது உங்கள் ஆழ்ந்த கல்வியறிவையும் கண்டு மகிழ்கிறேன்.'

தேவமித்திரர் ஏதோ ஒன்றைச் சொல்ல முகமன் மொழிகிறார் என்பதை உரையாடல் கலையை ஓரளவுக்கே அறிந்தவர்கூட அறியமுடியும்.

'அப்படியென்றால் நீங்கள் மகதநாட்டு ராஜனுக்குத் தான் நன்றி கூறவேண்டும்' என்று தன் கைவிரல்கள் வெட்டப்பட்ட சம்பவத் தையும் அதன் பிறகு தத்துவப் படிப்புக்குத் தன் நேரத்தை ஒதுக்கியதையும் தெரிவித்தார்.

பின் துபல் கலகலவென்று சிரித்தார். ஓரளவு அவரது முதுமை மறைந்து இளமை வெளிப்பட்டது. துபலும் தேவமித்திரர் ஏதோ ஒன்றைச் சொல்லப் போகிறார் என்பதை எதிர்பார்த்தது போல் பட்டது. அப்போது தேவமித்திரர் இப்படிச் சொன்னார்.

'துபல் அவர்களே, உங்கள் கூற்றில் பல பூடகமான குறிப்புகள் இருக்கின்றன. என் மொழியாராய்ச்சி அறிவிற்கும் உங்கள் மொழியாராய்ச்சி அறிவிற்கும் ஓரளவு வித்தியாசம்கூட இருக்கலாம். காரணம் நீங்கள் மேற்கத்திய மற்றும் பாணினியின் மொழி யாராய்ச்சியைக் கற்றுள்ளீர்கள். நான் தெற்கில் ஜைனர்கள் மூலம் பரவிய மொழியாராய்ச்சி மரபைக் கற்றவன். எனவே மருபூமிக்கும் சாவுக்குமுள்ள தொடர்பை எனக்கு நீங்கள் விளக்க வேண்டும்.'

அரையநாதரின் சந்தேகம் சரியாயிற்று. அரையநாதர் சரியாகப் புரிந்து கொள்ளவும் கவனத்தில் இருத்தவுமே மருபூமிக்கும் சாவுக்கும் உள்ள தொடர்பைப் பற்றிச் சொல்லியிருக்கிறார்.

அழுத்தி மீண்டும் மீண்டும் பேசுகிறார் தேவமித்திரர்.

அமைதியாக இருந்த துபல் சொன்னார்.

'என் மொழியாராய்ச்சி அறிவு சற்று வித்தியாச மானது என்பதைப் புரிந்து கொண்டுள்ளீர்கள். அது உண்மைதான். என் சிற்ப சாஸ்திர அறிவிலிருந்துதான் மொழிக்கும் சிற்பத்திற்குமுள்ள தொடர்பை அறியும் ஆர்வம் ஏற்பட்டது. அதுதான் என்னைப் பாணினியை அறியத் தூண்டியது. உதாரணத்துக்கு ஒன்றைச் சொல்கிறேன். சூரியக் கோயிலை எடுத்துக்கொள்ளுங்கள். இந்தக் கோயிலின் அமைப்புக்கும் மொழியின் அமைப்புக்கும் சில தொடர்புகள் இருக்கின்றன. கிரந்தக் கோயிலின் அமைப்புக்கும் மொழியின் வார்த்தை அமைப்புக்கும் தொடர்பு உண்டு. அதன் தொடர்பு எப்படிப்பட்டதென்று பார்க்க வேண்டும். இந்த நகரம் மிகச் சிறந்த நகர அமைப்பு முறையில் கட்டப்பட்டிருக்கிறது. இதன் அமைப்புகளுக்குள் நிறைய தலைமுறைகளின் ஞானம் உள்ளடங்கியுள்ளது. கீழைநாட்டு ஞானத்தைப் போல, மேற்கு தேசங்களின் ஞானமும்கூட என்னைப் போன்ற சிற்பிகள் மூலம் இங்கு வந்துள்ளது என்பதை நீங்கள் மறந்துவிடக் கூடாது.'

அரையநாதரின் மனதில் பதிந்தது ஒரேயொரு விஷயம் மட்டும்தான். சூரியக்கோயில் கட்டட அமைப்பில் சில

இரகசியங்கள் அடங்கியிருக்கின்றன. அதனை தாங்கள் இருவரும் கண்டுபிடிக்க வேண்டும் என்பதுதான்.

அப்போது இரு அடிமைகள் காலைச் சிற்றுண்டிக்கு வேண்டிய பொருள்களை எடுத்துக்கொண்டுவர, அவர்களை அழைத்து வந்தான் அழுக்குச் சட்டை சிற்பி. அவனுக்கும் ராஜ சிற்பிக்கும் எத்தகையத் தொடர்பு இருக்கும் என்று அறிவதால் ஏதும் பயன் இருக்குமா என்று அரையநாதரின் மத்தில் ஒரு கேள்வி எழுந்தது.

சிற்றுண்டியை இருவருக்கும் அத்துடன் துபலுக்கும் அடிமைகள் பரிமாறினார்கள். அடிமைகள் ஒருவிதக் கோணிப்பை ஆடையைப் பாதி உடம்பை மறைக்கும் படி அணிந்திருந்தார்கள். அங்குச் சிற்றுண்டி பரிமாற பீங்கான் பாத்திரங்கள் பயன்படுத்தப்பட்டன. அந்த மூடப்பட்ட பாத்திரங்களில் நாலாபுறமும் நடனமாடிய பெண்கள் தென்பட்டனர். அந்த அழகிய பெண்களின் மார்பகங் களில் கச்சுகள் கட்டப்பட்டிருந்தன. பெண்கள் செடிகொடிகளுடன் இணைத்துச் சித்திரிக்கப்பட்டு அவர்களின் பூ போன்ற மார்புகள் செடிகளில் பூக்களாய் மலர்ந்திருந்தன. அதன் பொருள் என்ன என்று அப்போது யாரும் அறிந்திருந்ததாய்க் கூற முடியாது.

சிற்றுண்டி அருந்தும்போது அடிமைகள் தூரத்தில் கைகட்டி நிற்க, அழுக்குச் சட்டை சிற்பி மட்டும் உள்ளே உலவிக் கொண்டிருந்தான்.

'துபல்! மொழியின் வாக்கியக் கட்டமைப்பில் சூரியக் கோயிலும் கிரந்தக் கோயிலும் கட்டப்பட்ட தாகக் கருதுகிறீர்களா? அல்லது மொழியின் வார்த்தை அமைப்பில் கட்டப்பட்டதாகக் கருதுகிறீர்களா?'

தேவமித்திரர் துபலை மேலும் பேசவைக்க முயல் கிறார் என்பதை இப்போது அரையநாதர் அறிந்தார். எனவே அவர் உஷாராக அமர்ந்தார், தன் கோமாளித்தனம் ஏதும் வெளிப் படாதபடி கட்டுப்பாட்டோடு.

நேராக பதில் வந்தது.

'இரண்டும் தேவமித்திரரே'

சுருக்கமான பதிலை அவர் வேண்டுமென்றேதான் சொன்னாரா என்று சந்தேகம் வரும்படி வந்தது பதில்.

நல்லகாலமாகத் துபல் தொடர்ந்து பேசினார்.

'பல்லைப் பார்' என்ற சொல்லில் பல்+ஐ+பார் என்று மூன்று அங்கங்கள் இருப்பதைப் பார்த்தீர்களா? அதுபோல் கட்டடக் கலையிலும் பல அங்கங்கள் இருக்கின்றன. அவற்றை எண்ணி வைத்துக்கொண்டு வரிசைப்படுத்தி அவற்றின் பெயரைப் புரிந்து கொண்டால் போதும். பிரபஞ்சத்தில் வேறு ஞானமே இல்லை. பல் என்பது ஒரு பெயர். உலகத்திலுள்ள அபௌதிகத் தத்துவங்களின் அடிப்படையே பெயரில்தான். பொருள்கள் பெயர்களாக நம் மன உலகில் நடமாடுகின்றன. எனவே பெயரன்றி வேறெதுவும் இல்லை. பிரபஞ்சம் பெயர்களாலானது என்பது அபௌதீகத்தின் அடிப்படைத் தர்க்கம்.'

என்னடா கொலையைப் பற்றி ஏதேனும் துப்பு கண்டுபிடிப்பார் தேவமித்திரர் என்று காத்திருந்தால், அவர்கள் இருவரும் பல்லுக்கும் பிரபஞ்சத்துக்கும் முடிச்சுப் போட்டுப் பேசிக் கொண்டிருக்கிறார்களே என்று எரிச்சலுற்றார் அரையநாதர். மேலும் அவர் எதிர்பார்த்தது போல் 'மருபூமி சாவு' என்ற வாசகத் திற்கான அர்த்தமும் இன்னும் துபல் மூலம் வெளிப்படவில்லை.

சிறிதுநேர இடைவெளிக்குப் பின்பு துபல் பேசினார்.

'வார்த்தையின் அங்கங்கள் சேர்ந்து சொல் உண்டாகிறது. உடலின் அங்கங்கள் சேர்ந்து மனிதன் உருவாகிறான். அடித்தளம், தூண்கள், கலசம் என்று கோயில் உருவாகிறது. ஆனால் ஓர் உண்மையை நீங்கள் மறக்கக்கூடாது. வார்த்தைகளின் அங்கங் களான பகுதி, விகுதி, சாரியை, சந்தி மட்டும் அர்த்தம் ஆகிவிடாது. ஒவ்வொன்றுக்கும் அது அதன் ஜீவனைத் தருவதற்குப் பிரபஞ்ச அறிவு ஒன்று இருக்கிறது.'

மீண்டும் வேதாளம் முருங்கை மரத்தில் ஏறிக்கொண்டது போல் துபல் மீண்டும் தத்துவ விசாரத்தில் ஆழ்ந்து போனார். அப்போது அரையநாதரின் முகத்தில் ஏற்பட்ட அருவருப்பைத் தேவமித்திரர் பார்த்து விஷயத்தைப் புரிந்துகொண்டார்.

தேவமித்திரர் ஏதோ ஒரு முடிவுக்கு வந்துவிட்டவராக அடுத்த கேள்வியைக் கேட்டார்.

'இதுவரை நாம் பேசாத இன்னொரு விஷயம் இருக்கிறது. அது யோகச் சீட்டுகள். சுருங்கையில் இப்போது யாரைக் கேட்டாலும் அது பற்றியே பேசுகிறார்கள். நீங்கள் மட்டும் பேசவில்லையே...!'

லேசான புன்னகையுடன் இதைத் தேவமித்திரர் சொன்னார். துபல் பலமாகச் சிரித்தார். அவர் முகத்தில் எந்த இரகசியமும் மறைக்கப்படும் அடையாளம் தோன்றாததை நன்கு காட்டிக் கொள்ளும் வகையில் சிரித்தார்.

'ஏன், கொலைக்கும் யோகச் சீட்டுகளுக்கும் தொடர்பு இருக்குமென்று கருதுகிறீர்களா?'

துபல் இப்படிக் கேட்பார் என்று எதிர்பார்க்காததால் தேவமித்திரர் மௌனமானார். துபலின் கூர்மையான—ஆனால் பார்வையற்ற கண்கள்—தேவமித்திரரின் முகத்தில் பதிந்தன.

சற்றுநேரம் அப்படியே தேவமித்திரரைப் பார்க்க துபல் திடீரென்று தன் பெருவிரலைச் சுட்டிச் சொன்னார்.

'தேவமித்திரரே, நீர் மிகவும் மாறியிருக்கிறீர். என் கண்பார்வை போய்விட்டது என்பதாலோ மிகப் பல ஆண்டுகள் ஆகிவிட்டது என்பதாலோ என்னவோ தெரியவில்லை. உமது உருவம் நிழலாய் மிகவும் மாறுபட்டதாகத் தெரிகிறது.'

இதனைக் கேட்டதும் தேவமித்திரர் முகம் ஒருவித மாக மாறியது. துபல் சற்று குறுகுறுப்புடன் தொடர்ந்து பேசினார்.

'கௌதம முனிவரின் மனைவிக்கு இந்திரன் புணர்ந்துவிட்டுப் போவது வரை தன்னுடன் இருப்பது கணவனா அல்லது வேறு ஆளா என்று தெரியவில்லை என்று உங்கள் நாட்டுப் புராணங்கள் சொல்கின்றன. அதுபோல என்னுடன் பேசுகிறவர் தேவமித்திரரா இல்லையா என்று எனக்குச் சந்தேகம் வரும் அளவு தேவ மித்திரரின் குரல் எல்லாம் மாறிவிட்டதே.'

கலகலவென்று முதியவர் சிரித்தார்.

அரையநாதர் தான் புகுந்து பேச வேண்டிய கட்டம் இது என்று நினைத்திருக்க வேண்டும்.

'ஒரு திருத்தம் துபல் அவர்களே. கௌதமனின் மனைவியை விட நீங்கள் புத்திசாலி.'

'எப்படி? எப்படி? அரையநாதர் என்கிற போர் வீரரே' என்று அரையநாதரின் கைகளைப் பிடித்தார் துபல்.

'உங்களுடன் பேசுவது தேவமித்திரரா என்று நாங்கள் பேசி முடித்துப் போகும் முன்பே உங்களுக்குச் சந்தேகம் வந்துவிட்டதே.'

அரையநாதர் பேச்சைக் கேட்டு எல்லோரும் சற்று நேரம் சிரித்தார்கள்.

தேவமித்திரரும் அந்தச் சிரிப்பில் கலந்துகொண்டார்.

கொஞ்ச நேரம் ஆனபின் மீண்டும் துபல், நடந்த கொலைக்கும் யோகச் சீட்டுக்கும் தொடர்பு இருக்குமா என்ற தன் சந்தேகத்தைக் கேட்க, அரையநாதர் உற்சாக மானார். அவரது பயம் எப்போதும், 'இவர்கள் தத்துவத்திற்கும் மொழியாராய்ச்சிக்கும் போய் விடுவார்களே' என்பதுதானே. தேவமித்திரரை முந்திக்கொண்டு அரையநாதரே துபலுக்குப் பதில் சொன்னார்.

'துப்பறிபவனின் ஒரே வேலை உண்மையைக் கண்டு பிடிப்பது தானே. அது இனி செய்யப்பட வேண்டிய ஒன்று.'

அரையநாதர் தேவமித்திரர் பாணியில் தத்துவ மொழியில் பேசியபோது துபல் அசிரத்தையாக, 'உண்மை... ஆம்... ஆம்... உண்மை' என்றார். பின்னர் தலையாட்டியபடி ஏதோ யோசித்தார்.

அப்போது அடிமைகள் வந்து எல்லோரும் உண்ட பாத்திரங் களை அப்புறப்படுத்தினார்கள். தட்டுக்கள் பச்சை, நீல நிறங்களில் பின்னிப் பிணைந்திருந்த ஓவிய வடிவங்களான திராட்சைச் செடிகளையும் அவற்றின் பழத்தைப் பறிக்கும் மெல்லிய இடை யுடைய பெண்களையும் அவர்களுக்கிடையில் உடல்வழி வளைந்து ஏறிக்கொண்டிருக்கும் புள்ளியுள்ள பாம்புகளையும் கொண்டிருந்தன.

துபல் சாப்பிடும் இடத்திலிருந்து எழுந்தார். தொடர்ந்து மற்றவர் களும் எழுந்தனர்.

'தேவமித்திரரே, எனக்காக ஓர் உதவியை நீங்கள் செய்ய வேண்டும். இதோ இருக்கிறானே பரட்டைத் தலை சிற்பி— அவன்தான் சராசின்—இவன் ஒரு காலத்தில் என் தலைசிறந்த மாணவன். ஓரளவு புத்தி பேதலித்த வனாகிவிட்டான். அதற்கான காரணத்தை இவனோடு போனால் இவன் காட்டுவான். இவனோடு நீங்கள் போக வேண்டும். உங்கள் வேலைகளை அது இன்னும் எளிமையாக்கும்...'

துபலின் பேச்சிலிருந்த வலியுறுத்தல் தொனியைத் தேவ மித்திரர் கவனித்தார். என்றாலும் அவர்தான் போவது எதற்கு என்பதை அறிந்துகொள்ள விரும்பினார். அவர் தயங்கியதைக் குரல் மூலம் தூரத்திலிருந்து புரிந்துகொண்ட துபல் சொன்னார்.

'நீங்கள் சுருங்கையைப் பற்றி அறிவுபெற இது நல்ல வழி. ஆனால் நீங்களும் அந்த ஆசைக்குப் பலியாகக் கூடாது.'

துபல் எங்கே போகச் சொல்கிறார் என்பது இரு வருக்கும் புரிந்துவிட்டதால், சிரித்துவிட்டு அழுக்குச் சட்டைச் சிற்பியுடன் புறப்பட்டனர். அவன் ஆடிப் பாடிக்கொண்டு சந்தோஷத்துடன் அழைத்துச் சென்றான்.

அழுக்குச் சட்டை சிற்பியின் பெயர் சராசின் என்பதை இப்போது இருவரும் தெரிந்திருந்தனர். சராசின் என்பது அசலான கலப்படமற்ற கிரேக்கப் பெயர். இவன் புத்தி பேதலித்துள்ளதைப் போல் தோற்றம் தந்தது உண்மைதான். என்றாலும் அவ்வளவு புத்தி பேதலித்தவனாய் இருப்பானென்று இவர்கள் இருவரும் நினைக்கவில்லை. இவன் உண்மையில் புத்திபேதலித்தவன் என்பதை ராஜசிற்பி துபல் கூறிய பிறகே இருவரும் அறிந்தார்கள் என்றுதான் கூற வேண்டும். துபலின் மாணவனாமே இவன்!

துபலின் மாளிகையிலிருந்த குதிரைகளைக் காக்கும் இரண்டு பணியாட்கள், இருவருக்கும் இவர்கள் வந்த அதே குதிரைகளைக் கொடுத்துவிட்டு, வேறு ஒரு குதிரையைச் சராசினுக்குக் கொடுத்தார்கள். அதனைக் கண்டு சராசின் கைகொட்டிச் சிரிக்க, அரையநாதரும் அவனைப் போல் கோணங்கித்தனம் செய்தார். பின்பு மிகுந்த லாவகத்துடன் சராசின் குதிரையில் ஏறியதை இருவரும் கவனத்துடன் பார்த்துத் தங்களுக்குள் பார்வையைப் பரிமாறிக் கொண்டனர். இவன் ஒரு காலத்தில் இந்த நகரில் மிகுந்த செல்வாக்கு படைத்தவனாய் வாழ்ந்திருக்க வேண்டும் என்று தேவமித்திரரும் அரையநாதரும் நிமிடத்தில் புரிந்துகொண்டனர்.

மூவரும் புறப்படும்போது தூண்களைப் பிடித்தபடி துபல் வெளியே வந்தார். வயது காரணமாகவும் பார்வை இல்லாததாலும் குனிந்து தரையில் எதையோ தேடியது போல் நடந்தார். அவருடைய நகங்கள் கூர்மையாகவும் நீளமாகவும் காணப் பட்டன. சராசினைப் பார்த்துக் கடுமையான குரலில் கூறினார்.

'சராசின் கேட்டுக்கொள். தேவமித்திரர் மிகப் பெரிய புத்திமான். அவரை யாரும் அடையாளம் காணாதவாறு அழைத்துச் செல். அதே நேரத்தில் அவருக்கு வேண்டிய உதவிகளை நீ செய்வாய் என்ற நம்பிக்கை எனக்குண்டு.'

சராசின் தூரத்தில் குதிரையருகில் நின்றபடியே துபலை வணங்கித் தலையாட்டிக் கொண்டு, 'சரி, அப்படியே செய்வேன்' என்று அவனது மொழியில் சொன்னான். சராசின் அனாயாசமாகக் குதிரையேறி யதைப் பார்த்துக் கொண்ட அரையநாதர் என்ற போர்வீரனுக்கு ஏதோ மர்மம் துலங்கியது போல் பட்டது.

மூவரும் குதிரைகளில் புறப்பட்டனர்.

குறிப்பு 3

இங்கு வாசகர்கள் இந்த மர்ம நாவல் எழுதப்பட்ட காலம் பற்றிக் கவனம் கொள்வது தேவை. பத்தொன்பதாம் நூற்றாண்டின் இறுதிப் பகுதியில் வாழ்ந்த சி. பெரியநாயகம் பிள்ளையோ, ஜுலியன் வென்சனோ, அல்லது பூவாராகவன் முதலியாரோ இந்த மர்ம நாவலை எழுதியிருக்கும் வாய்ப்புள்ளது. அது போலவே, இந்த நாவலின் காலம் கிபி முதலாம் நூற்றாண்டி லிருந்து இன்றுவரை அமையலாம் என்று தேவையற்ற ஒரு யூகம் செய்யப்படுகிறது.

அப்படிப்பட்ட தேவையற்ற யூகங்களில் ஒன்று கிமு முதல் நூற்றாண்டைச் சார்ந்த யாரோ இதனை எழுதியிருக்கலாம் என்பது. இந்த மாதிரி விவாதங்களில் உணர்ச்சி இருக்குமளவு தர்க்கம் இருப்பதில்லை என்பது சாமான்ய அறிவு. ஏனென்றால் மர்ம நாவல் என்ற வகையைத் தமிழுக்கு அறிமுகம் செய்தவர்கள் ஆங்கிலம் படித்த தமிழ் எழுத்தாளர்களே. ஆங்கிலம் வருவதற்கு முன்பு இந்த வகை எழுத்து தமிழில் இல்லை. எதையும் பழைய காலத்திலேயே நம்மிடம் இருந்ததுதான் என்று கூறும் சிலர் இதை ஒப்புக்கொள்ளவில்லை. அவர்கள் இந்த நாவலின் முதல் அத்தியாயத்தில் வரும் 'ஹாஸ்யம்' என்ற சொல் சம்ஸ் கிருதத்தில் 'ஹாஸ்ய்' என்று வருவதாகச் சொல்வது தவறு என்று கூறி 'ஆசிரியர்' என்ற தூய தமிழ்ச் சொல்லின் திரிபு இது. (ஆசி+ரி+ய+ர் = ஆசிய = ஹாசிய) என்கிறார்கள். இவர்கள் சிலவேளை இக்கட்டான சில கேள்விகளை எதிர்கொள்ளும் போது 'ஆ' என்ற ஒலியும் 'சி' மற்று 'ய' என்கிற ஒலியும் கிமு முதல் நூற்றாண்டில்தான் இருந்தது என்று கூறுகையில்

இவர்களை எதிர்த்துப் பேசுபவர்கள் வாயடைத்துப் போவார்கள். எனவே இந்த மர்ம நாவல் கிமு முதலாம் நூற்றாண்டைச் சார்ந்தது என்கிற வாதம் ஆசையால் சொல்லப்படுவதேயன்றி என்றைக்கும் நிரூபிக்க முடியாது.

இதுபோலவே நிரூபணம் செய்யப்படாத இன்னொரு யூகம், இந்த மர்ம நாவலை அர்ஜென்டினாவைச் சார்ந்த எழுத்தாளர் ஜார்ஜ் லூயிஸ் போர்ஹெஸ் எழுதி பிரசுரிக்கும் முன்பே கையெழுத்தில் படித்த ஒரு தமிழர் அதேபோல் எழுதி தமிழில் இறக்குமதி செய்தார் என்ற கருத்து. இது இங்குக் குறிப் பிடுவதற்குக்கூட அருகதையற்ற யூகம் என ஒதுக்கத்தக்கது என்றாலும் இந்தக் கட்சியினர் சொல்லும் வாதம் சுவையானது:

கநாசு ஐரோப்பாவில் பிரஞ்சு எழுத்தாளர் காமுவைச் சந்தித்த போது அவரோடு போர்ஹெஸைச் சந்தித்தார் என்ற செய்தியை இன்றுவரை யாருக்கும் சொல்லவில்லை என்று குற்றம் கூறும் இவர்கள் இந்த மர்ம நாவலை கநாசுவே எழுதி யிருக்கலாம் என்கிறார்கள். கநாசுவின் புத்தகங்களைச் சென்னையில் அவர் தங்கியிருந்தபோது வீட்டு வாடகை கொடுக்க பேப்பர் விலைக்கு அவர் விற்றபோது அவற்றை வாங்கிய பேப்பர் கடைக்காரன் ஒரே ஒரு பிரதியை ஒளித்துவைத்து அவனது ஆத்ம நண்பராகிய, அடிக்கடி வெற்றிலை போடும் ஓர் எழுத்தாளருக்குக் காட்டிய தகவல் தங்களிடம் உண்டு என இவர்கள் வாதிக்கிறார்கள். இவர்களின் கூற்று சுவையாக இருக்குமளவு ஆதாரமுடையதல்ல. இலக்கிய வரலாற்றுக்குப் பயன்படக்கூடியதும் அல்ல.

7

பாதையின் இருமருங்கும் அடர்த்தியான காடுகள் காணப்பட்டன. சில இடங்களில் இடிபாடுகள் தென்பட்டன; பாசிபடர்ந்த பழைய கோட்டைகளும் எழுந்துநின்றன. அந்தக் கோட்டைகளின் மேலே ஆயுதங்களை மறைக்கும் இடங்கள் துவாரங்களாகக் காட்சி தந்தன. கோட்டைச் சுவர்கள் ஆங்காங்கே இடிந்து காணப்பட

செடிகளும் முட்களும் வளர்ந்திருந்தன. முட்களுக்குள் பாம்புப் புற்றுகள். எதிர்வரும் பாதைகளுக்கெல்லாம் இடது புறமாக மட்டும் மீண்டும் மீண்டும் திரும்பினான் சராசின். இது தேவமித்திரருக்கும் அரையநாதருக்கும் சற்று விநோதத்தைத் தந்தாலும் ஏதும் பேசாமல் இருவரும் சராசினின் குதிரையைத் தொடர்ந்தார்கள். சராசின் இருவருக்கும் முன்னால் கூப்பிடு தூரத்தில் குதிரையின் மேல் அமர்ந்து குதிரைக்கேற்ப குதித்தபடி சென்றுகொண்டிருந்தான்.

பாதையில் சகதி நிறைந்திருந்தாலும் அந்தச் சகதி காய்ந்து கட்டியாகக் காணப்பட்டது. மரச் சக்கரங்களைக்கொண்ட வண்டிகள் எருதுகளாலும் கடாக்களாலும் இழுக்கப்பட்ட அடையாளம் தெரிந்தது. பாதையிலிருந்த மண்ணில் குதிரையின் கால்கள் படும்போது கட்டியாகிப் போன மண்ணுருண்டைகள் தூளாகப் பறந்தன.

திடீரென்று அடுத்த திருப்பத்தில் இடதுபுறமாக சராசின் திரும்பும்போது தேவமித்திரர் குதிரையைத் தட்டிவிட அந்தக் குதிரை சராசின் குதிரையை எட்டிப் பிடித்து அதற்கு இணையாக ஓட ஆரம்பித்தது.

இப்போது சராசின் குதிரையில் அமர்ந்தவாறே தெளிவில்லாத எல்லையோர மொழியில் பேசினான். ஏதேதோ பேசிவிட்டுச் சிற்பம் செய்வது பற்றிப் பேசினான்.

'மரத்திலும் நம்மைப் போல் ஆண் என்றும் பெண் என்றும் நபும்சகம் என்றும் மூன்று வகை உண்டு. உருவம் செய்யும்போது ஆண் மற்றும் பெண் பீடம் அமைத்தால் ராஜ்யம் அழிந்துவிடும். இந்தத் தலைநகரத்திற்கு அத்தகைய தோஷம் ஏற்பட்டது உங்களுக்குத் தெரியாதா என்று மிகச் சாதாரணமாகக் கேட்டான், இந்த அரைப் பைத்தியக்காரனின் தோற்றத்திலிருந்த சிற்பி சராசின்.

அந்தத் தலைநகரத்திற்கு என்ன சம்பவித்தது எனக் கேட்க ஆசைப்பட்ட அரையநாதர் எப்படியோ தன் பொறுமையற்ற மனதை இப்போது கட்டுப்படுத்திவிட்டார். ஆனால் தேவமித்திரரின் வாயிலிருந்து வந்த வாசகம் அரையநாதரை ஆச்சரியப்பட வைத்தது.

'என்ன தோஷம் ஏற்பட்டது, சராசின்?'

அவர் கேட்டது அவனுக்கு மகிழ்ச்சி தந்திருக்க வேண்டும்.

விரிவாகச் சொல்ல ஆரம்பித்தான். அப்படிச் சொல்லும் போது சிலவேளை அவன் எல்லையோர மொழிகளையும் சம்ஸ்கிருதத்தையும் அந்த ஊரின் மொழியையும் குழப்பினான்.

இருவரின் குதிரைகளையும் கடைக்கண்ணால் பார்த்தவாறு சராசின் சொன்னான்.

'அப்போது சூரியவம்சத்தின் கிரகங்களின் இடங்களில் விக்கினங்கள் நிறைந்திருந்தன. சந்திரவம்சம் ஆளும் ஸ்தானத்தில் இருந்தது. ஆகையால் சந்திர வம்சத்து ராஜனான சமலன் என்பவன் ஆண்டு வந்தான். ஆனால் சமலன் மீதும் அவன் எப்போதும் அணியும் கறுப்பு ஆடைமீதும் பொல்லாத கண்பட்டது. முயலும் கோட்டானும் கழுகும் பருந்தும் இடமிருந்து வலமாகப் பறந்து போயிற்று...'

அவன் சொல்வதைக் கேட்கும் ஆர்வத்தில் பாதையின் கரடு முரடான பள்ளங்களைக்கூட தேவமித்திரர் பொருட்படுத்தாது அவனது குரலைக் கேட்கும் தூரத்தில் எப்போதும் தன் குதிரை போகும்படி பார்த்துக்கொண்டார். அரையநாதர் அதற்கு வசதி செய்து கொடுப்பது போல் அகலமற்ற இடங்களில் தன் குதிரையைப் பின்னால் வருமாறு செலுத்தினார்.

'நல்ல காலங்களில் மந்திரவாதிகளுக்கு உட்பட்டுச் செயல் பட்டன இயற்கையின் இரகசிய சக்திகள். பின்பு கட்டுப்பாடுகள் அகன்றதும் அவை சுதந்திரமாக மனித ராசிகளைக் கெடுக்கவும் அவர்களின் பாதைகளிலிருந்து அவர்களை வழி மாற்றவும் செய்தன. குள்ளநரிகள் ஊளையிட்டன. வானத்தில் தேவையின்றிப் பகலில் வானவில் காணப்பட்டது...'

இப்படி அந்த எல்லையோர மொழியில் பேசிக் கொண்டே போனான். அவனுக்கு எளிமையாகக் கதை சொல்லத் தெரிய வில்லை போலிருக்கிறது என்று சலிப்படைந்தார் அரையநாதர். அதனால் அவர் தூரத்தில் மலைகளில் தெரியும் தூக்கணாங்குருவிக் கூடுகளையும் மலையோர மரங்களையும் எப்போதும் விழுந்து விடலாம் என்றிருக்கும் பெரும்பாறைகளையும் அசையும் வானமேகங்களையும் பார்த்துக்கொண்டே சென்றார். அது மதியம் தாண்டிய நேரம்.

இன்னொரு பாதை வந்து சந்திக்க, வழக்கமாய் செய்வது போல் மீண்டும் இடதுபுறப் பாதையில் அழைத்துச் சென்றான் சராசின்.

அவன் பாணியில் கவிதை போல் சொல்லிக்கொண்டே போனான். தனக்கு அதில் ஈடுபாடில்லை என்பது போல் அரையநாதர் தன் குதிரையை ஓரளவு நிதானப்படுத்தினார். அதன் பிறகு அவன் பேசிய விஷயங்கள் இப்படி அமைந்தன.

'அதுபோல் சாங்கியர்களும் நகரத்துக்குள் புகுந்து அவர்களோடு தர்க்கம் புரிகிறவர்களை எதிர்கொண்டு அழைத்தார்கள். சாங்கியர்கள் பல மந்திரவாதிகளையும் தந்திரத்தில் வல்லவர்களையும் வீழ்த்தினார்கள். ஒரு சாங்கியன் தன்னுடன் வந்து விவாதித்த சமலனின் சபையில் அமைச்சராக இருந்த மந்திர விற்பன்னனைத் தோற்கடித்ததை அப்போது எல்லோரும் பேசிக் கொண்டிருந்தார்கள். நெருப்பை வளர்த்துப் பலர் சுற்றியிருந்து பார்த்துக் கொண்டிருக்க, அமைச்சரைத் தலைகீழாகப் பிடித்து உறுப்பு உறுப்பாக நெருப்பால் சுட்டுக் கொன்றபின் 'புருஷன் என்பது எது?' 'பிரகிருதி என்பது எது?' என்ற தன் கேள்விகளைக் கேட்பதற்கு ஆள் இல்லை என்று அந்தச் சாங்கிய தர்க்கவாதி பெரிய ஆர்ப்பாட்டம் செய்தான். மறுநாள் சாங்கியவாதி சீடர்கள் புடைசூழ தன்னுடன் தர்க்கம் புரியவருவதைக் கண்டு என்னுடைய தாத்தா ஹேஸியஸ் புன்னகை புரிந்தார். என் தந்தைக்கு அப்போது சிறிய வயது. கிரேக்க நாட்டிலிருந்து புறப்பட்டு இங்கு வந்த புதிது. ஒரு காலத்தில் கப்பலில் வந்து இறங்கிய ஹேஸியஸின் புன்னகைக்கு என்ன அர்த்தம் என்பது மறுநாள் காலையில் சந்திரவம்சக் கோயிலின் பின்புறம் கிடந்த சாங்கிய வாதியின் உடலைப் பார்த்த போது எல்லோருக்கும் புரிந்தது.'

இதைக் கூறிய சராசின் சற்றுநேரம் அமைதியாகக் குதிரை ஓட்டிய போது தேவமித்திரர் அரையநாதரைக் கடைக்கண்ணால் பார்த்தார். இவனைப் போய், புத்தி பேதலித்தவன் என்று கூறி நம்மை ஏமாற்றப் பார்க்கிறார்கள் இல்லையா என்ற அர்த்தம் அந்தப் பார்வையில் இருந்தது. அரையநாதர் சராசின் முகத்தைப் பார்க்க ஏனோ அச்சப்பட்டார். தூரத்தில் பறவைகள் கூட்டமாகப் பறந்து சென்றன. மேகம் அற்ற நீல வானம்.

சராசின் ஏதோ ஒரு சக்திக்கு உட்பட்டவன் போல் சொன்ன விஷயம் இருவர் மனதையும் மிகவும் பாதித்திருக்க வேண்டும். அந்நேரம் சராசின் ஜலதோஷ உபாதைக்கு ஆட்பட்டிருந்ததால் தொடர்ந்து தும்மல் போட்டான். ஒன்று இரண்டு மூன்று என்று

நான்குமுறை தும்மினான். அவனது தும்மல் மழையிலிருந்து தன் முகத்தை மறைக்க அரையநாதர் மிகவும் பிந்தி தன் குதிரையைப் போக வைக்கும் உத்தியைக் கடைப்பிடிக்க வேண்டி யிருந்தது.

சற்று நேரத்தில் சராசின் சரியாகிவிட்டான். தேவமித்திரர் அவனிடம் கேட்ட விஷயத்தைப் பார்த்து அவரது மனம் எங்குச் சஞ்சரிக்கிறது என்று அறிந்தார் அரையநாதர். சந்திரக்கோயில் என்று சராசின் சொல்லியதில் ஏதோ இரகசியம் இருக்க வேண்டுமென்று அவர் கருதியது தெரிந்தது.

'சராசின், அந்தப் பிணம் கிடந்த கோயில் இப்போதைய சூரியக் கோயில்தானா?'

அவன் பதில் சொல்லும் முன் ஏதோ சந்தேகம் கேட்பது போல் அரையநாதர் தேவமித்திரரிடம் கேட்டார். 'நீங்கள் சாங்கிய வாதியின் பிணம் கிடந்த இடத்தைப் பற்றிக் கேட்கிறீர்களா?'

அவர் 'ஆம்' எனத் தலையாட்டிவிட்டு சராசினைப் பார்த்தார்.

'ஆம்'

தயங்கிப் பதில் தந்துவிட்டு உடனே அமைதியானான் சராசின். ஏன் உடனடி பதில் வரவில்லை? அன்று துபலின் தாத்தா செய்தது போல் இப்போது துபல்? இந்த நினைவு தேவமித்திரருக்கு ஏற்பட்டது. அரையநாதர் அர்த்த புஷ்டியுடன் தேவமித்திரரைப் பார்த்தார்.

சராசின் சந்தேகமாகத் தேவமித்திரரைப் பார்த்தான். அவன் புத்தி பேதலித்தவன் அல்ல என்பதை அது உறுதிப்படுத்தியது.

'ஆமாம். அதே கோயில்தான்.' தேவமித்திரரைப் பார்த்துச் சராசின் மீண்டும் சொன்னான். 'தேவமித்திரரே, ஆனால், அப்போதிருந்த கோயிலுக்கு இப்போதிருக்கும் வடிவம் இருக்க வில்லை. அப்போது அந்தத் தோற்றத்தில் அது சந்திரக் கோயில். இப்போ திருக்கும் இந்தத் தோற்றத்தில் இது சூரியக் கோயில். அன்றைக்கிருந்த சந்திரக் கோயிலுக்கு எட்டு வாசல்கள் இருந்தன. இன்றைக்கிருக்கும் சூரியக் கோயிலுக்கு ஒரு வாசல் குறைவு. ஏழு வாசல்கள்.'

'அப்படியானால் அந்தக் கோயில் எப்படி மாயமாக மறைந்தது?' இப்படிக் கேட்டவர் அரையநாதர்.

'மாயமாய் மறையவில்லை. அப்போதிருந்த கோயிலின் சில பகுதிகள் உடைக்கப்பட்டு இந்தக் கோயில் கட்டப்பட்டிருக்கிறது.'

இந்தப் பதிலைத் தந்துவிட்டு இனி இது பற்றி ஏதும் பேசாதீர்கள் என்பது போல் அமைதியாகப் போய்க்கொண்டிருந்தான் சராசின். ஆனால் இது நல்ல தருணம் என்பதை உணர்ந்து அவனைச் சும்மா விடமாட்டார் தேவமித்திரர், இந்த நகர் பற்றிய இரகசியங் களை எல்லாம் கறந்துவிடவேண்டும் என்பது போல் தொடர்வார் என்று எண்ணிய அரையநாதரின் நம்பிக்கை மட்டும் பொய்த்து விட்டது. அல்லது அதுபற்றி தேவமித்திரர் பேச விரும்ப வில்லையோ என்று நினைத்த அரையநாதர் என்ன ஆனாலும் பரவாயில்லை என்பதுபோல் கதை கேட்கும் ஆர்வத்தில் இப்படிக் கேட்டார்.

'சராசின், சமலனின் சபைக்கு வந்த சாங்கியவாதிக்கு என்ன நடந்தது என்ற உண்மையை உன் தந்தை உனக்குக் கூறியிருக்க வேண்டுமே!'

'ஹேஸியஸை எதிர்ப்பவர்களை ஹேஸியஸ் சும்மாவிட மாட்டார். எந்தக் கிரேக்கனும் அப்படித்தான்.'

அரையநாதரே தொடரட்டும் என்று தேவமித்திரர் நினைத்ததை அறிந்து அரையநாதர் இப்படிக் கேட்டார்.

'ஹேஸியஸ் அந்தச் சாங்கிய தர்க்கவாதியை எப்படிக் கொன்றார்?'

சராசின் துச்சமாக அரையநாதரைத் திரும்பிப் பார்த்தாலும் அவன் வாயிலிருந்து பதில் வந்ததால் அரையநாதர் முகத்தில் கோபம் தென்படவில்லை.

'சரித்திரக்காரர் எப்படிச் செத்தாரோ அப்படி.'

இப்போது இந்தத் தருணத்திற்குத்தான் காத்திருந்தது போல் முந்திக் கொண்டு கேட்டார் தேவமித்திரர்.

'எப்படிச் செத்தார்?'

'கட்டடக்கலை என்பது பரிபூரணக் கொள்கையின்படி இயற்கையை மறுபடைப்பு செய்யும் கலை. தெய்வமும், கலைஞனும் ஒன்றுதான். சரிதானா?' என்று தேவமித்திரரைக் கூர்ந்து பார்த்தான். தேவமித்திரர் பதில் சொல்ல வேண்டும் என்று எதிர்பார்த்தானோ என்பது போலிருந்தது அவன் கேட்ட முறை.

ஜி. கே. எழுதிய மர்ம நாவல் ❋ 105

இப்படிக் கேட்டபோது குதிரையைத் திடீரென்று நிறுத்தினான். மற்ற இரு குதிரைகளும் உடனே நின்றன. அவர்கள் குதிரை சவாரியில் நல்ல பயிற்சி பெற்றவர்கள்தானா என்று அவன் பரிசோதனை செய்து பார்ப்பது போலிருந்தது. இருவரும் தத்தமக்குள் புன்னகை புரிந்துகொண்டனர். இப்போது அவன் குரலில் அமானுஷ்யமும் அகங்காரமும் தொனித்தன. உதடுகள் துடித்தன. 'சரிதானா, சொல்!' என்று ஏகவசனத்தில் தேவமித்திரரைப் பார்த்துப் பேசினான். சப்தம் போட்டான். அவனை மீறிய ஒரு சக்திக்குக் கட்டுப்பட்டவன் போல் நடந்துகொண்டான்.

'சரிதான்.'

எரிச்சலோடு சொன்னார் தேவமித்திரர்.

'உம். சிற்பிதான் தெய்வம். உங்கள் விளையாட்டைச் சிற்பியிடம் வைத்துக் கொள்ள வேண்டாம். அந்தக் கோயிலில், இயற்கையில், மலையில், நதியில், கடலில், காட்டில் இருப்பது போல— இரகசியக் காற்றுச் சுழல்கிற மையங்கள் இருக்கின்றன. கொலைத் தண்டனை தரும் மூலைகளும் திசைகளும் இருக்கின்றன. சிற்பிக்கு மட்டும்தான் அவை தெரியும். சிற்பி ஹேஸியஸ் அப்படி ஒரு மூலையில் முந்தியநாள் சாங்கியவாதியைத் தனியாக அழைத்து நிறுத்தினார். உன் கேள்வியைக் கேள் என்றார். முதல் கேள்வியைக் கேட்டவுடன் சாங்கிய தர்க்கவாதி நாக்குக் குழறி, கண்கள் இருண்டு விழுந்து இறந்தான். கோயிலின் பின்பக்கம் பிணம் கயிறுகளால் கட்டி இறக்கப்பட்டது.'

இதைச் சொல்லி முடித்தபோது ஏதோ வெறி வந்தவன் போல் முகபாவம் கொண்டிருந்தான் சராசின். அதன்பிறகு அவன் ஏதும் பேசவில்லை; குதிரைகள் அமைதியாகச் சென்றுகொண்டிருந்த சப்தம் மட்டும் பாதையில் தொடர்ந்து கேட்டுக்கொண்டே யிருந்தது.

தேவமித்திரர் ஆழ்ந்து சிந்தித்தபடி போய்க்கொண்டிருந்தார். ஏதும் பேச அவர் விரும்பவில்லை. நிறைய நிறையக் கேள்விகள் அரையநாதர் மனதில் உதித்தன. துபலின் தாத்தா அந்தச் சாங்கிய வாதியைச் செய்தது போல, யாரோ சரித்திரக்காரரைக் கொன்று கட்டடத்தின் பின்பகுதியில் கட்டி இறக்கியிருக்கிறார்கள். எனவே உடலில் எந்தச் சேதமும் தெரியவில்லை. ஒருவேளை தாத்தா செய்தது போல் துபல்? ஆனால் சரித்திரக்காரருக்கும் துபலுக்கும்

போட்டி ஏதும் இருந்ததாய்த் தெரியவில்லை. துபலைச் சரித்திரக்காரர் அவமானப்படுத்தியதாகவும் தெரியவில்லை. யுனசேனனின் கொலையைக் கண்டுபிடிக்க எவ்வளவு தகவல்கள் வேண்டி யிருக்கின்றன? அத்தனை தகவல்களையும் பெறுவதற்குள் துபல்தான் சூரியக்கோயிலின் கொலை செய்யும் மூலைகளில் சரித்திரக்காரரைச் சிக்கவைத்தார் என்று எப்படி முடிவு கட்ட முடியும்? இதற்கிடையில் ஒரு முக்கியமான கேள்வி. இப்படிக் கொலை செய்யும் மூலைகள் கட்டடங்களுக்கு உண்டு என்று கட்டடக்கலை அறிந்த நிபுணர்கள் ஒத்துக்கொள்கிறார்களா? இப்படிப்பட்ட செய்தி இதுவரைக் கேள்விப்படாத ஒன்று. இத்தகைய மர்மம் இருக்க முடியாதென்றும் சொல்ல முடிய வில்லை. ஏனெனில் அரையநாதர் தனக்கே இப்படி ஓர் அனுபவம் ஏற்பட்டு அதனால்தான் மயக்கம் அடைந்ததை நினைத்தார். இதையும் தேவமித்திரருடன் சர்ச்சித்து உண்மை காணவேண்டும். அதுபோல் இன்னொரு விஷயமும் அவர் மனதில் தோன்றியது. அது 'மருபூமிசாவு' என்ற வாசகம் பற்றிய இரகசியம். அந்த வாசகத்திற்கான உண்மை அர்த்தத்தை எப்படி அறிந்து கொள்வது? இத்தகைய எண்ணங்களுடன் சென்ற அரையநாதரின் சிந்தனை யோட்டம் திடீரென்று அறுபட்டது. அதற்குக் காரணம் தூரத்தில் தென்பட்ட ஒரு பெரிய மைதானமும் ஒரு தோரண வாயிலுமோ அல்ல; அல்லது அந்தத் தோரண வாயிலில் கடுக்கன் போட்ட பல்லில்லா மிகப் பெரிய நகைச்சுவை முகங்கள் புராதன குணத்துடன் செதுக்கப்பட்டிருந்ததும் அல்ல. சராசின் திடீரென்று இருவரையும் பார்த்துச் சித்திரக்குள்ளன் பாணியில் சிரித்துக் கண் சிமிட்டியதுதான்.

இரு மரங்களின் மீது நிறுத்தப்பட்டிருந்தது தோரணவாயில். தோரணவாயில் வாய் பிளந்த ஒரு இராட்சச மீனின் வாய் போல காணப்பட்டது. அவற்றைத் தாங்கி நின்ற மரங்கள் சுமார் நான்கு மற்போர் வீரர்கள் சேர்ந்து பிடித்தாலும்கூட கட்டிப்பிடிக்க முடியாதபடி பெரியவை. அவ்விரு மரங்களையும் ஒரே பருமனுள்ள நீளவாக்கிலுள்ள ஒரு மரம் மேல் பகுதியில் இணைத்து மீன் வடிவத் தோரணவாயில் ஒன்றின் கம்பீரமான தோற்றத்தைத் தரும்படி செய்யப்பட்டிருந்தது. இரு பக்கங்களிலும் நிறுத்தப் பட்ட இருமரங்களிலும் நிறைய மனித முகங்களும் மிருக

முகங்களும் செடிகொடிகளும் பின்னிப் பிணைந்தபடி காணப்பட்டன. சில மனித முகங்களின் இரு பக்கமும் இரு மான் கொம்புகள் இருந்தன. காதிலிருந்து வளர்ந்து புறப்பட்ட பெரிய இலைகளும் காட்சி தந்தன. இவற்றிற்கிடையில் திசைக் காவல் தெய்வங்களின் விநோத முகமூடிகள் திசைக்கொன்றாய்ச் செதுக்கப்பட்டுப் பொருத்தப்பட்டிருந்தன. நேரம் மாலையாகி யிருந்தது.

சராசின் இருவரையும் பார்த்தான். அரையநாதர் சில நிமிடங்கள் அங்கு நின்று அந்தச் சிற்பத்தைப் பார்க்கும் ஆசையைத் தெரிவித்தார்.

சரி என்பதுபோல் முகபாவம் காட்டினார் தேவ மித்திரர். அப்போது சராசின் தூரத்தில் நடக்கும் மல்யுத்தத்தைச் சுட்டிக் காட்டினான். அங்கு நின்றவர்களில் ஒருவன் தேவமித்திரர் மற்றும் அரையநாதர் இருவரின் கவனத்தையும் கவர்ந்தான். அவன் ஓர் ஒற்றைக்காலன். சடை முடியும் திடீர் திடீர் எனச் சுழலும் காந்த சக்தியுள்ள கண்களும் கொண்டவன். இழந்த காலுக்குப் பதிலாகப் பலமுள்ள ஊன்றுகோலைப் பயன்படுத்தி லாவகமாக ஓடியாடிக் கொண்டிருந்தான். அவனைப் போல கைகால் இழந்த போர் வீரர்களைப் புதிய அரசுகள் ஆங்காங்கு ஸ்தாபிக்கப்பட்ட அக்கால கட்டங்களில் அரையநாதர் பல இடங்களிலும் சந்தித்திருக்கிறார். ஆனால் இவனிடம் அப்படிப்பட்டவர்களிடம் இல்லாத ஒரு மர்மத் தன்மை காணப்பட்டது. அவன் இன்னொருவனிடம் ஏதோ கூறி அனுப்பியது தெரிந்தது. அவனது ஒவ்வொரு செயலிலும் காணப்பட்ட மர்மத் தன்மைக்குக் காரணம் புரியவில்லை அரையநாதருக்கு. அது பற்றித் தேவமித்திரரிடம் சொல்லலாமா என்று எண்ணித் திரும்பிப்பார்த்த போது அவர், சராசினுக்குக் கொஞ்சம் வெள்ளிக்காசுகள் கொடுத்துக்கொண்டிருந்தார். சராசின் முகம் உடனே மலர்ந்தது. பரிசுச் சீட்டு வாங்கப் புறப்பட்டான்.

மல்யுத்தம் மும்முரமாக நடந்தது. அரையநாதர் அங்குச் சென்று அதில் ஈடுபாடு காட்டினாலும் ஒற்றைக் காலன் பற்றி அறிய முயன்றார்.

அப்போது அந்த திசையைப் பார்த்தபடி நின்ற ஓர் அடிமையை தேவமித்திரர் அழைத்தார். அவன் வந்தான். உடனே சில வெள்ளிக் காசுகளை விட்டெறிந்தார். அவன் எடுத்துக்கொண்டு மகிழ்ச்சி யுடன் ஓட ஆரம்பித்தான். ஒரு வாள் வந்து அவனைத் தடுத்தது.

அது அரையநாதரின் வாள். அவன் பயந்து அசைவற்று அப்படியே நின்றான். பிறகு எடுத்த காசைத் திரும்பக் கொடுக்க நீட்டினான்.

அரையநாதர் அதனை வாங்காமல் 'அந்த ஒற்றைக் காலன் பற்றி எல்லாத் தகவல்களையும் உண்மையாக நீ கூறாவிடில் உன் உயிர் உன்னுடையதல்ல' என்றார். அவன் அரையநாதரை வணங்கிப் பதில் சொன்னான். 'ஒரு காலத்தில் பெரிய யுத்தமல்லன் அவன். பெயர் கப்பில்லன். மல்யுத்தத்தில் கால் இழந்தவன். ஆனால் மிகுந்த பராக்கிரமசாலி. அடிமைகளின் தலைவன்.'

தேவமித்திரர் சராசினுக்குத் தெரியாமல் சென்று யோகச்சீட்டு பற்றிய பல செய்திகளைச் சேகரித்து வந்திருந்தார். மல்யுத்தமும் முடிந்தது.

பின்பு மூவரும் முன்பு கூறியுள்ள ஓர் இடத்தில் வந்து சந்தித்து குதிரைகளில் ஏறினார்கள். இப்போது சராசின் வேறு பாதையில் குதிரையைச் செலுத்த இருவரும் வேறுவழியின்றி அந்தப் பாதையிலேயே அவனைப் பின்தொடர்ந்தனர். அவன் வேண்டும் என்றே இப்படி வேறுபாதையில் செல்கிறானோ என்ற சந்தேகம் வந்தது. அந்த வழியை மீண்டும் கண்டுகொள்ளக்கூடாது என்று வேறுவழியில் அழைத்துச் செல்கிறானா என்ற சந்தேகம் தேவமித்திரருக்கு வரவில்லையோ என்று எண்ணி அரையநாதர் அவரைப் பார்த்தார். ஆனால் அவர் எந்தச் சந்தேகத்தையும் காட்டுபவராகத் தெரியவில்லை.

தேவமித்திரர் குதிரையில் சென்றபடியே சராசினைப் பார்த்துக் கேட்டார். 'இந்தச் சீட்டுகளை யார் விற்பனை செய்கிறார்கள்?'

சராசின் கூறத் தொடங்கினான். அது எல்லைப் பிரதேசத்தின் கதைப்பாடல் ஒன்றின் நடைபோல் காதில் கேட்டது.

'இந்த நகரத்தில் வெள்ளை நிறக் களிம்புகள் பூசியபடி தெருமுனைகளில் கிடக்கும் நோயாளிகளிடமும், குதிரைகளைப் பிடித்து அவற்றின் காலிலுள்ள லாடங்களைப் பழுதுபார்ப்பவர் களிடமும், கனவான்களைக் கண்டவுடன் கெஞ்சியபடி ஓடுகிறார்களே பைத்தியம் பிடித்த அடிமைகள் அவர்களிடமும் நீங்கள் இந்தச் சீட்டுக்களை வாங்க முடியும்.'

இப்படி நீட்டிக் கூறித் திடீரென்று நிறுத்திப் புன்முறுவல் பூத்துவிட்டுச் சொன்னான்.

'இவர்கள் எல்லோரிடமும் சீட்டு வாங்கியிருக்கிறேன். இவர்கள்தான் விற்பனை செய்கிறார்கள்.'

அரையநாதருக்கு வந்த கோபத்தை அடக்கிக்கொண்டார்.

அப்போது அவர்கள் சென்ற மணல் பாதை முடி வடைந்ததால் குதிரைகள் நிதானமாயின. சராசின் ஒரு பழைய கட்டடத்திற்குள் தன் குதிரையை ஓட்டினான். மற்ற இருவரும் அப்படியே செய்தனர். மாலைச் சூரியன் மறைய ஆரம்பித்ததால் அக்கட்டடம் இருட்டாக இருந்தது. சுவர்களில் காணப்பட்ட துவாரத்தின் வழி மாலைச் சூரிய ஒளியைத் தவிர வேறு ஒளி இல்லை. அங்குப் போகப் போகச் சிலந்தி வலைக் கூட்டம் அதிகமாகிக்கொண்டே போயிற்று. யாரும் போகாத பாதை என்பது தெளிவாயிற்று. சிலந்தி வலைகளுக் கிடையே கட்டடங்கள் இடிந்திருந்தன. இடிபாடுகளும் சிலந்தி வலைகளும் கொண்ட இந்தக் கட்டடத்தின் வழி இவன் இவர்களை எங்கே அழைத்துச் செல்கிறான் என்பது இருவருக்கும் தெளிவாகவில்லை. இருளில் ஓடிப் பழக்கப்படாத குதிரைகளுக்குப் போகும் பாதையின் கரடுமுரடான தன்மை எரிச்சலை உண்டு பண்ணி யிருக்க வேண்டும். அவற்றின் உடலில் அது வெளிப்பட்டது. இருவரும் அவனிடம் ஏதும் பேசாமல் சென்றது அந்த இடத்தின் மர்மத்தை இன்னும் கூட்டியது.

திடீரென்று சராசினின் குதிரை நின்றுவிட, மற்ற இருவர் குதிரைகளும்கூட நின்றன. இருளில் நின்று, 'இறங்குங்கள்' என்று அதிகாரம் கொண்ட தொனியில் கூறினான். அரையநாதரின் கைவாளில் சென்றது. பின்பு இருவரையும் இருளில் நடத்திச் சென்றான். அங்கு ஒரு வீட்டுப் படிக்கட்டு தென்பட்டது. அதனைச் சுட்டிய சராசின் சொன்னதைக் கேட்டு தேவமித்திரரும் அரையநாதரும் திடுக்கிட்டனர்.

'இதுதான் வட்டவடிவப் படிகள்'

'என்ன?'

வியப்புற்றுக் கேட்ட தேவமித்திரரைப் பார்த்து அழுத்தம் திருத்தமாகச் சொன்னான்.

'வட்ட-வடிவப்-படிகள்'

இருளில் ஒருவர் முகம் மற்றவருக்குத் தெரியாவிட்டாலும் அரையநாதரும் தேவமித்திரரும் மாறி மாறிப் பார்த்துக்

கொண்டனர். தேவமித்திரர் படிகளில் ஏறத் தொடங்கிய போதுதான் தெரிந்தது. அந்தப் படிகள் வட்டவடிவமாகச் சுழன்று சுழன்று மேலே சென்ற விஷயம்.

'ஏறி மேலே செல்லுங்கள்' என்றான் அதிகாரத் தொனியில். ஒரே இருட்டு. அரையநாதரின் கை வாளில் இருந்தாலும் அவரது மனதில் எங்கோ பதுங்கிக்கொண்டிருக்கும் பயம் வெளிப்படத் தான் செய்தது.

அரையநாதர் படிகளுக்கு அருகில் சென்று முதல்படி என்று கருதிய இடத்தில் கால் வைத்ததும் ஏதோ ஒரு மனிதவடிவம் அவரைக் கட்டிப் பிடித்துத் தள்ளிவிட்டது போல் உணர்ந்து வாயில் நாக்கு ஒட்டிக்கொள்ள தடாலென விழுந்து ஏதோ பிதற்றினார். பயத்தால் உடல் சில்லிட்டது. பின்னர் தன் உடலின் மீது கிடந்தது ஒரு மனித எலும்புக்கூடு என்பதைக் கண்டார். உடனே தூக்கி அதனைத் தூர எறிந்தார். கைகளிலிருந்து உருவித் தெறித்த வாளை எடுத்துக்கொண்டார். அப்போது அருகில் வந்த தேவமித்திரர், இருளில் நின்றபடியே அரையநாதரின் கையைப் பிடித்து மேலே எழுப்பினார். படிகள் இருந்த இடத்தில் சரியாகக் கால் வைக்காமல் அதன் அருகில் கால்வைத்ததை அறிந்து அரையநாதருக்கு நாணம் ஏற்பட்டது. தன் நகைச்சுவை தன்னை விட்டுப் போயிருந்ததை உணர்ந்ததும் சராசின் மீதிருந்த கோபம் கூடியது.

இப்போது மூவரும் படிகளின் நடுப்பகுதியில் சுழன்று சுழன்று ஏறிக்கொண்டிருந்தனர். படிகளை அரையநாதரின் கைகள் பலமாகப் பிடித்திருந்தன. மேலே சென்றதும் படிகள் மிக ஆழமான ஓரிடத்தையும் தரைப்பகுதியையும் இணைத்திருந்தன என்பது தெரிந்தது. அவ்வப்போது ஏற்பட்ட வியர்வையையும் தலைசுற்றலையும் தாண்டி அரையநாதர் மேலே ஏறிப்பார்த்ததும் சராசின் அங்கு முதலிலேயே ஏறிச் சிரித்துக்கொண்டு நின்றிருந்தான்.

'சராசின்' என்று உடனே அவனைப் பார்த்துப் புன்னகைத்த தேவமித்திரர் இன்னும் அதிகம் புதிரானவராக அரையநாதருக்குத் தென்பட்டார்.

அப்போது சராசின் 'அதோ உங்கள் மாளிகை' என்று சுட்டிக் காட்டினான். இவர்கள் இருவரும் திரும்பிப் பார்த்தால், அவர்கள்

தங்கியிருந்த மாளிகை மெல்ல இருட்ட ஆரம்பித்த இருளில் தெரிந்தது.

தேவமித்திரரும் அரையநாதரும் அந்த மாளிகையின் பின்புறம் இருந்த நிலத்தடிப் பாதைவழி சராசின் அழைத்து வந்திருப்பதை எண்ணிக் கொண்டனர்.

தேவமித்திரர் அரையநாதரைப் பார்த்த பார்வையிலிருந்து இந்த ஊரின் அமைப்பு நாம் புரிந்துகொள்ள முடியாத அளவு சிக்கலானது என்று கூறுவது போலிருந்தது. நீண்ட முன்பக்க வழியும் மிகக் குறுகிய இருண்ட நிலத்தடி பின்பக்க வழிகளும் ஒரே மாளிகைக்குள் இருந்ததைக் கவனித்தபோது மர்மங்களின் வரிசை நீண்டுகொண்டே போனது. அதுபோல் இந்த நகரின் மர்மங்களையும் புதிர்கொண்ட அமைப்பையும் நன்கு அறிந்தவன் இந்த சராசின் என்றும் விளங்கியது. பின்னர் மூவரும் நடந்து மாளிகைக்குச் சென்றனர். அப்போது அரையநாதரின் மனதை விட்டு நீங்காதவனாய் ஒருவன் உருவம் மட்டும் எஞ்சியது. அது ஒற்றைக்காலன் கப்பில்லன்.

மூவரும் பின்னர் வாசலை நோக்கி நடந்தனர். அங்கு அவர்களுக்கு எதிர்பார்க்காத ஒன்று காத்திருந்தது. அது வாசலில் காணப்பட்ட ஒரு சீட்டு. அதில் சில எண்கள் எழுதப்பட்டிருந்தன. பின்பக்கம் புரட்டிப் பார்த்த தேவமித்திரர் அதிர்ச்சியடைந்தார். அதிர்ச்சியுடன் அரையநாதரிடம் சீட்டைக் கொடுத்தார். அதில் இப்படி எழுதியிருந்தது.

‘மரு பூமி சாவு’

அரையநாதரின் வாய் அவரையறியாமல் இப்படிக் கூறியது. ‘படிகளின் பெயர் ‘வட்ட வடிவப் படிகள்’ இப்போது சீட்டில் ‘மரு பூமி சாவு.’

‘தேவமித்திரரே’ என்றார் அரையநாதர். ஆனால் அடுத்ததாகத் தேவமித்திரர் செய்த செயல் இன்னும் புதிராக இருந்தது. அவர் செய்த காரியத்தைப் பார்த்து அரையநாதருக்கு வாயடைத்துப் போயிற்று. மாளிகைக் காவலுக்கு நின்றிருந்த இரு சேவகர்களைக் கைதட்டி அழைத்தார். கண்கள் அசையாமல் குத்திட உறுதியான குரலில் அவர்களுக்குக் கட்டளையிட்டார்.

‘சராசினைக் கைது செய்து சிறையில் அடையுங்கள்.’

பின்பு தன் அறைக்குச் செல்ல மெதுவாக நடந்து அங்குப் பரவியிருந்த இருளில் மறைந்தார். சராசின் பேயறைந்தாற் போல் ஆனான். அவனைப் போலவே அரையநாதர் அடைந்த அதிர்ச்சிக்கும் அளவில்லை. தேவமித்திரருக்கு இங்குக் கொடுக்கப்பட்ட அதிகாரத்தை துஷ்பிரயோகம் செய்கிறாரோ என்று ஐயுற்றார் அரையநாதர். சற்று முன் நடுநிலை தவறாதவர் என்று கணித்த தேவமித்திரர் இதைச் செய்கிறார் என்று நம்ப முடியவில்லை.

8

அரையநாதர் விரைந்து நடந்து மெதுவாய் இருளில் சென்று கொண்டிருக்கும் தேவமித்திரரை அடைந்தார். தேவமித்திரர் பேசாமல் மாளிகைக்குச் செல்ல, அரைய நாதரும் ஏதும் பேசாமல் அவரைத் தொடர்ந்தார். அரையநாதர் மனதில் ஏதேதோ தோன்றின. என்றாலும் அவருக்குத் தேவமித்திரரிடம் பேசும் தைரியம் வர வில்லை. தேவமித்திரரும் மெதுவாக யோசித்தபடி சென்றார். அறைக்குச் சென்றதும் அவரது உடலின் மேல் சுற்றப்பட்டிருந்த காவி ஆடையை லாவகமாக எடுத்தார். தயங்கியபடியே நின்றிருந்த அரையநாதரிடம் அமரும்படி சைகை செய்தார். ஒரு மூலையில் பீங்கான் பாத்திரத்தில் வைத்திருந்த நீரை ஏதோ யோசித்தபடியே 'மடக்' என்று எடுத்துக் குடித்தார். அப்போது மிகச் சோர்வாகக் காணப்பட்டார் தேவமித்திரர்.

இந்தச் சுருங்கைக்கு இவர்கள் வந்து இப்போது பதினைந்து நாட்களாகிவிட்டன. அமாவாசையும் வந்துவிட்டது. என்றாலும் நடந்த கொலைக்குரிய தடயங்கள் ஏதும் சரியானபடி கிடைக்க வில்லை. இந்தச் சூழ்நிலையில் சராசினை எதற்காகக் கைது செய்யச் சொன்னார்? ஒருவேளை தேவமித்திரரை அவன் கேலி செய்ததும் எச்சரித்ததும் ஏக வசனத்தில் பேசியதும் காரணமாக இருக்குமோ? இருக்காது. தன்னைப் போலன்றி மிகவும் பக்குவமான மனநிலை கொண்ட தேவமித்திரர் அப்படிச் செய்ய மாட்டார் எனத் தனக்குள் சொல்லிக்கொண்டார் அரையநாதர். பிறகு ஏன் அவனைக் கைது செய்யச் சொன்னார்? இயல்பாகவே அவன்மீது வெறுப்புள்ள, தான்கூட அவனைக் கைது செய்யச்

சொல்லமாட்டேன். ஆனாலும் அவனைக் கைது செய்ததில் எங்கோ ஒரு மூலையில் தன் மனதில் சந்தோஷம் ஏற்பட்டதைத் தான் மறுக்க முடியாதென்றும் நினைத்துக்கொண்டார் அரைய நாதர்.

இருள் நன்கு ஏறியிருந்தது. காற்று வீசியதால் கைகளால் மூடி சுவாலைகள் அணையாதபடி விளக்குகளைச் சில அடிமைகள் ஏற்றிக் கொண்டிருந்தார்கள். மாளிகையிலுள்ள எல்லா விளக்குகளையும் ஏற்றிய பிறகும் ஆங்காங்குக் கட்டடத்தின் பகுதிகளில் வைக்கப்பட்டிருந்த விளக்குகளிலிருந்து வருகிற வெளிச்சம் படாமல் இருள் மண்டியிருந்தது. அது அங்கு மாளிகைக்கு ஒரு மாயத்தோற்றத்தைத் தந்தது. அத்துடன் மாளிகை யில் அழகுக்காகத் தொங்கவிடப்பட்டிருந்த காட்டுப் பசுவின் தலை, மான் தலைகள், கொம்புகள் போன்றவை ஏதோ செத்த விலங்குகள் மீண்டும் வந்து அந்த இருளில் நின்று அவர்களைப் பார்ப்பது போன்ற தோற்றத்தைத் தந்தன. பழம்பொருள்களின் வாசனை காற்று வீசும்போது கனவு போன்று எழுந்தது.

'நமக்கு நிறைய வேலை இருக்கிறது.'

தேவமித்திரர் திடீரென்று இவ்வாறு சொன்னதைக் கேட்டு நிமிர்ந்து பார்த்தார் அரையநாதர். தேவமித்திரர் ஒரு பலகை மீது ஏடுகளை வரிசையாகப் பார்த்துப் பார்த்து விரித்துவைத்தார். பின்பு ஒரு கைவிளக்கை அருகில் வைத்து 'கொடுங்கள் சீட்டை' எனக் கேட்டார்.

'எந்தச் சீட்டை?'

அரையநாதரின் முகத்தை உற்றுப் பார்த்த தேவமித்திரரைக் கண்டு உண்மையிலேயே பயந்த அரைய நாதருக்கு மூளை குழம்பியது. கோணங்கித்தனம் மூளைக்குள் ஏறிவிட்டது போல் கேட்டார்.

'சீட்டா? யோகச்சீட்டா?'

மீண்டும் ஒரு பார்வை. பார்வையின் தீட்சண்யம் அரைய நாதரைக் கலக்கியது. ஒரு நொடியில் அவருடைய புலன்கள் சரியாகிவிட்டன. ஒரு நிமிட நேரப் பேதலிப்பு என்று நினைத்த அரையநாதர் உடனடியாகத்தான் பத்திரப்படுத்தி வைத்திருந்த சீட்டை எடுத்துக் கொடுத்தார். அதில் எழுதியிருந்ததைப் புரட்டிப்

புரட்டிப் பார்த்தார்—'மருபூமி சாவு' அரையநாதரின் முகத்தைப் பார்த்துச் சொன்னார்.

'இன்னும் எந்த விதத் துப்பும் கிடைக்கவில்லை, யுனசேனன் மரணம் பற்றி. சராசின் நமக்குக் கிடைக்கும் துப்பையும்கூட குழப்புவதற்கான சக்தி படைத்தவன்...'

'அவன் வெளியில் இருந்தால் குற்றவாளி யாராக இருக்கும் என்று ஊகிக்கக்கூடவிடாமல் வேறு நபர்கள் மீது சந்தேகம் வரும்படி செய்துவிடுவான் என்று எண்ணிக் கைது செய்தீர்களா?'

அவனைக் கைது செய்தது குறித்து ஆர்வத்தோடு தேவமித்திரரிடம் அரையநாதர் கேட்டு அவர் பதிலுக்குக் காத்திருந்தார். அதன்பின் தேவமித்திரர் ஏடுகளைப் பார்த்துக்கொண்டிருந்தாரே யன்றி, அரையநாதரின் கேள்வியானது பதில் சொல்லக்கூடிய கேள்வி என்று நினைத்ததாகக்கூட காட்டிக்கொள்ளவில்லை. என்றாலும் அரையநாதர் புண்படக்கூடாதென்று நினைக்கும் நாகரிகமானவராகையால் லேசாகச் சிரிக்க மட்டும் செய்தார்.

இப்போது சராசினைப் பற்றி என்ன கேட்டாலும் பதில் வராதென்று அரையநாதர் அறிந்து அந்த விஷயத்தைத் தவிர்த்து இருவரும் வேறு விஷயங்கள் பற்றி உரையாடினார்கள். தேவமித்திரர் கையிலிருந்த சீட்டைச் சுட்டியபடி கேட்டார்.

'மருபூமி சாவு' என்று நம்மிடம் கூறியது துபல். இங்கும் அதே வாசகம் எப்படி வந்திருக்க முடியும்?'

'துபல் இங்கு வந்து வைத்திருக்கமாட்டார். இவ்வளவு தூரம் வர அவர் உடல்நிலை இடம் கொடுக்காது.'

'அவர் ஆட்கள் வந்து வைத்திருக்கலாமே.'

'நம்முடன் வந்த சராசின் இங்கு வந்து வைத்திருக்கிறான். சிற்றுண்டி கொண்டுவரப் புறப்படுவது போல் நடித்து நேராக நாம் தங்கிய மாளிகைக்கு வந்து இந்தச் சீட்டை வைத்துவிட்டு விரைவாக நம்மிடம் வந்திருக்கலாம்.'

'அப்படியானால் துபல், நாம் பேசும்போது அவன் அங்கு இருக்கக்கூடாதென்று அவனைச் சிற்றுண்டிக்கு அனுப்பியதாகக் கூறியது பொய்தானே?'

அரையநாதரின் கேள்வி நாகரிகமற்றதாய் வெளிப்பட்டது.

அமைதியாக இருங்கள் என்று கூறுவது போல் புன்முறுவல் செய்த தேவமித்திரர் தொடர்ந்து அரையநாதரின் கருத்தைக் கேட்பவர் போல் கண்களை உயர்த்திப் பார்த்துக் கேட்டார்.

'அதாவது...?'

'சராசின் வந்து வைத்திருக்கும் வாய்ப்பும் உண்டு. இங்கு நாம் மூவரும் இல்லாதபோது வேறு யாரோகூட வைத்திருக்கலாம்.'

'வைத்திருக்கலாம். துபலைத் தவிர இந்த வாசகத்தைத் தெரிந்தவர்கள் வேறு யாராவது இருக்கிறார்களா?'

இதைச் சொன்னபின் ஒரு சுவடியின் பக்கங்களை வேகம் வேகமாகப் புரட்டிக்கொண்டேயிருந்தார். மீண்டும் அவரே சற்று நேரத்தில் தொடர்ந்தார். குரலில் வருத்தம் தொனித்தது.

'எதுவும் புரிவதாக இல்லை. இந்த யோகச் சீட்டு மிகுந்த திறமையுடன் நடத்தப்படுகிறது. இந்த ஊருக்குள் இருக்கும் பலர் இங்கு நடக்கும் பரிசுச்சீட்டில் கலந்துகொள்பவர்கள். தோற்பதுவரை ஒரு மனிதன் சூதாட விரும்புவான் என்பது மனோதத்துவ விதி. யோகச் சீட்டு நித்திய காலமும் மனதைக் கவரக்கூடியது. எனவே அதற்கு அழிவே கிடையாதென்று நான் நினைக்கிறேன்.'

'அதுபோல் அந்த 'வட்ட வடிவப் படிகள்' என்ற வாசகத்திற்கும் அந்த நிலத்தடிப் பாதையிலுள்ள நிஜமான வட்டவடிவப் படிகளுக்கும் என்ன தொடர்பு?'

'ஆமாம்... ஆமாம்... நன்றி அரையநாதரே, ஞாபகப் படுத்தியதற்கு! அதற்குள் நான் அதை மறந்துபோனேன் பாருங்கள் —அந்த வாசகத்திற்கும் இந்த நகரத்திற்கும் என்ன தொடர்பு இருக்கிறது? யுனசேனன் எழுதிய நூலின் பெயர் வட்டவடிவப் படிகள் என்று ஒரு முடிவுக்கு நாம் வந்துள்ளோம், யூகமாக இருந்தாலும்கூட.'

இப்போது அரையநாதர் பேசினார்.

'இந்த ஊர் அமைப்புக்கும் சாலைகள் போகும் முறைக்கும் வார்த்தைக்கும் சிந்தனைகளுக்கும் கட்டட அமைப்புக்கும் மக்களின் நேரப் போக்கான மல்யுத்தத்திற்கும் அவர்களின் போதையான பரிசுச்சீட்டுக்கும்—இப்படி எல்லாவற்றிற்கும் ஒரு தொடர்பு இருக்கிறது...' என்று அவர் முடிக்கும் முன்,

'யுனசேனன் மரணத்துக்கும்!' என்று தேவமித்திரர் முடித்தார்.

தொடர்ந்து பேச நினைத்தவர் போல் அரையநாதர் கேட்டார்.

'தேவமித்திரரே, சராசின் சொன்ன விஷயங்களில் ஒன்று மிக முக்கியமானதென்று கருதுகிறேன். சமலன் ஆட்சிக் காலத்தில் வந்து துபலின் தாத்தாவான ஹேஸியஸின் தந்திரத்தால் மரண மடைந்த சாங்கியவாதி பற்றியும் சமலனின் சந்திரகுல ஆட்சி பற்றியும் அவன் சொன்னான்.'

இடையில் புகுந்தார் தேவமித்திரர்.

'சமலன் பற்றி நீங்கள் பேசியதும் ஞாபகம் வருகிறது. யுனசேனன் சொன்ன பாசானி பற்றி நாம் மறந்துவிட்டோம் பார்த்தீர்களா?'

'நான் மறக்கவில்லை. இதைக் கேளுங்கள்' என்றார் அரைய நாதர்.

'உம்' என்று தேவமித்திரர் கூற, அரையநாதர் தொடர்ந்தார்.

'அதாவது சாங்கியவாதி பற்றிய சம்பவம் ஒரு சரித்திர உண்மைதானே. மேலும் சந்திரக் கோயிலாக எட்டு வாசல்களுடன் இருந்த கோயில் இன்று சூரியக் கோயிலாக ஏழு வாசல்களுடன் மாறிய இரகசியம் மிகப் பெரிய சரித்திர உண்மை என்று நீங்கள் கருதவில்லையா?'

'அவை உண்மையான தகவல்கள்தான். பொய்கள் அல்ல. அதற்காகச் சராசினுக்கு நாம் நன்றி சொல்ல வேண்டும். ஆனால் ஒரு விஷயம். அத்தகவல்களை அவன் சொல்லாவிட்டாலும் கிரந்தக் கோயிலிலுள்ள ஏடுகள் மிக எளிதில் தந்துவிடும்.'

எந்த வித உணர்வும் தேவமித்திரர் முகத்தில் வெளி வராதவாறு பதில் வந்தது. சராசினைத் தூற்றும் நோக்கத்தோடு, ஏடுகள் தரும் செய்தியைத்தான் அவன் தந்தான் என்றும் வேறென்ன பெரிய தாகச் செய்துவிட்டான் என்றும் கூறிய தொனி தேவமித்திரரின் பதிலில் காணப்பட்டது கண்டு அரையநாதருக்குப் பரமதிருப்தி என்றே சொல்லலாம். ஆனால் தனக்கும் அந்த எண்ணம் உண்டு என்பதைத் தேவமித்திரர் அறியாதவாறு பேசியது தன் சாமர்த்தியம் என்று அரையநாதர் தன்னை மெச்சிக்கொண்டபோது அவருடைய உதடுகள் சற்றுக் கோணங்கித்தனம் செய்தன.

'இன்னொன்றும் கவனித்திருக்க வேண்டும் நீங்கள், கட்டடக்

கலை தெரிந்தவர்கள் அதில் கொலை செய்யும் மூலைகள் உண்டு என்று கூறுகிறார்களா என்பது. அதைப் பேசும்போது அவன் தெய்வம் ஏறிப் பேசுபவன் போல் தோற்றம் தந்தானே. அது ஏன்? அப்போது உங்களை ஏக வசனத்தில் பேசினான். சிற்பியிடம் விளையாடாதீர்கள் என்றும் சொன்னான். அப்படிச் சொன்னபோது அவன் முகத்தில் வியர்வை அரும்பியிருந்ததை மறக்கக் கூடாது. சிற்பியுடன் விளையாடாதீர்கள் என்றால் நாம் அவனுடன் விளையாடக்கூடாதென்றா, அவனது குருவான ராஜசிற்பியிடம் விளையாடாதீர்கள் என்றா, அல்லது பொதுவாகத்தான் அப்படிக் கூறினானா?'

தேவமித்திரர் ஏடுகளைப் புரட்டியவாறு புன்னகை உதிர்த்தார். புன்னகைக்கிடையிலும் நன்கு சவரம் செய்யப்பட்ட வாயுதடுகள் மேலும் இறுகிக்கொண்டன. பின்பு சற்று நேரம் கழித்து வாயுதடுகளைப் பிரித்துச் சிரித்தார். அவர் அப்படிச் சிரிப்பதன் மூலம் அரைய நாதரைச் சிலாகிக்கிறார் என்று பொருள்.

'இப்படியெல்லாம் கேள்விகள் உதிக்க சராசினும் நமக்கு உதவினான். அவனை நீங்கள்...?

'கைது செய்தது தவறு என்கிறீர்களா? அல்லது அவனைக் கைது செய்தது உங்களுக்குச் சந்தோஷத்தைக் கொடுத்துள்ளது என்பதை என்னிடம் மறைக்க முயல்வதை நான் அறிந்துகொண்டேனா இல்லையா எனச் சோதிக்கிறீர்களா?'

'தேவமித்திரரே, எப்படிப் பிறர் மனதை அறிந்துவிடுகிறீர்கள்?'

'உங்களுக்கு ஒரு பழமொழி தெரியுமா? 'எண்சாண் உடம்புக்கும் சிரசே பிரதானம்! அந்தச் சிரசுக்கு முகமே பிரதானம். அந்த முகத்தின் இலட்சணங்களைக் கற்பதுதான் துப்பறியும் வேலையில் இருப்பவனின் பால பாடம். அந்தப் பாலபாடத்தை நன்கு கற்றவன் நான்.'

'இப்படி எத்தனை சாஸ்திரங்களைக் கற்றால் ஒருவன் ஒரு சிறந்த துப்பறியும் நிபுணனாக முடியும் தேவமித்திரரே?'

'இன்னொரு முக்கிய சாஸ்திரமாக நான் மொழி ஆராய்ச்சியைக் கருதுகிறேன். தெற்கில் அதங்கோட்டு ஆசான் என்ற அகஸ்திய முனிவரின் சீடர் ஒருவர் வாழ்கிறார். அவர் சமீப காலங்களில் கூறிவரும் பல புரட்சிகர கருத்துகள்கூட கொலைக் குற்றத்தைக்

கண்டுபிடிப்பவர்களுக்கு நன்கு பயன்படும்.'

'எனக்கு மொழி ஆராய்ச்சி விருப்பமில்லாதது என்றாலும் அதில் உள்ள முக்கியமான ஒரு சிந்தனையை மட்டும் கூறினால் கேட்பேன்.'

'சொல்கிறேன், கேளுங்கள். அதங்கோட்டாசான் சொல்லுக்குப் பொருளாகிய அர்த்தம் என்றும் சொல்லுக்குச் சொல்லாகிய அர்த்தம் என்றும் இருவகை அர்த்தங்கள் உண்டு என்று சொல்கிறாராம். இரண்டாம் வகை அர்த்தம்—சொல்லர்த்தம் பற்றிய பரம இரகசியத்தைச் சித்தி மூலம் பெற்ற ஒருவர் பேசும்போது அவருடைய மனதைக் கண்ணாடி போல் பார்த்துவிட முடியுமாம்.'

'அப்படியானால் எப்படி சமலனிடமிருந்து ஆட்சி மாறியது? யுனசேனன் நூலின் உண்மையான பெயர் 'வட்டவடிவப் படிகள்' தானா? இறந்த சரித்திரக்காரரைக் கொன்றது யார்? கட்டடக்கலை, கொலை செய்யும் மூலைகள் உண்டென்று கூறுகிறதா? பாசானி யார்? சராசின் நம்மை மறைமுகமாகப் பயமுறுத்தினானா? ஓ... மறந்துவிட்டேனே! அரசர் அடுத்த கொலை நடக்கப் போவதாகக் கனவு வேறு கண்டிருக்கிறார். அது பற்றி என்ன முடிவெடுப்பது? இவற்றைப் பற்றிச் சொல்லாகிய அர்த்தம் அறிந்தவர்கள் என்ன சொல்வார்கள்?'

அரையநாதரின் கேள்விகளுக்கு மதிப்புக் கொடுத்து உடனேயே ஒரு பெரிய சர்ச்சையை ஆரம்பிப்பார் என்று எதிர்பார்த்த அவரைச் சிரிப்புடன் அழைத்துப் படிகளில் சேவகர்கள் கொண்டு வரும் உணவைச் சுட்டிக்காட்டிச் சொன்னார் தேவமித்திரர்.

'முதலில் சாப்பாடு... சாப்பாடுதான் பிரதானம் என்று பௌத்தர்களும் சார்வாகர்களும் கூறுகிறார்கள்.'

பௌத்தர்களுக்கும் அதுதான் முக்கியம் என்று புத்த தத்துவம் உடம்புக்குக் கொடுக்கும் முக்கியத்துவத்தையும் அந்த நேரத்தில் தனக்குச் சர்ச்சையல்ல, சாப்பாடே முக்கியம் என்பதையும் சிலேடையாக அவர் கூறியதை நினைத்து அரையநாதர் ரசித்தாலும் அவருடைய ஏமாற்றத்தையும் தெரியப்படுத்தத்தான் செய்தார்.

'நீங்கள் இப்போது புத்தத் துறவியா? அல்லது புரட்சிப் புத்தத் துறவியா?'

'நான் புத்த விகாரையை விட்டு வந்த பரதேசிப்புத்தன்' என்று

கூறிவிட்டுச் 'சாப்பிடுங்கள்' என்றார்.

'பிறகு?' என்றார் அரையநாதர். ஒருவேளை 'தொடர்ந்து பிறகு பேசுவோம்' என்பாரோ என்ற ஆசையில். அதற்குத் தேவமித்திரர் சொன்ன பதில் அரையநாதருக்கு ஏமாற்றம் தந்தது.

'பிறகு தூங்கப் போங்கள்.' அரையநாதருக்கு தேவமித்திரர் மீது கோபம் வந்தது. காட்டிக்கொள்ள முடியுமா? அமைதியாகச் சாப்பாடு வைத்துவிட்டுச் சேவகர்கள் போய்விட்டிருந்தனர். அந்தச் சாப்பாட்டுக்கு அருகில் சென்றார். அப்போது தேவமித்திரர் அழைத்தார்.

'இங்கே வாருங்கள் ஒரு செய்தி. நாளைக் காலையில் அமைச்சரோ, துபலின் ஆட்களோ வருவார்கள். வரவேற்கத் தயாராக இருங்கள்.'

'ஏன், சொல்லி அனுப்பினார்களா?'

'இல்லை.'

'பின் எப்படி...?'

'ஒரு யூகம். காலையில் என் யூகம் சரியா தவறா என்று தெரிந்துவிடும்.'

சராசினை எதற்காகக் கைது செய்தார் என்று குழப்ப மாகவே இருந்தது. அத்துடன் காலையில் அமைச்சரோ, துபலின் ஆட்களோ வருவார்கள் என்கிறார். காரணம் கேட்டால், இது என் யூகம் என்கிறார். மண்டையைப் போட்டுக் குழப்பாமல் அவர் சொல்வதுபோல் காலைவரை பொறுத்துப் பார்ப்பதே உத்தமம் என்று தன் அறைக்குப் போய்ப் படுத்தால் அரையநாருக்குத் தூக்கம் வரவில்லை.

அரையநாதர் மனதில் சில எண்ணங்கள் ஓடின. யுனசேனனின் கொலை பற்றிய தேவமித்திரரின் சிந்தனை புரிந்துகொள்ள முடியாததாக உள்ளது. 'மருபூமி சாவு' என்ற வாசகத்தை மாளிகையில் வைத்துவிட்டுச் சென்றவர் என்ன உத்தேசத்திற்காக அதை வைத்திருப்பார்? யுனசேனன் மரணம் பற்றிய சங்கேதமா அது? அல்லது வீணாகக் குழப்புவதற்காகவும் இருக்கலாம். அதுபோல் சாங்கியவாதியின் உடலைக் கயிற்றால் கட்டி, அங்குப் பாறைமீது வைக்கப்பட்டிருந்தது போல யுனசேனன் உடலும் அப்படி ஏன் வைக்கப்பட்டிருக்கக்கூடாது? எந்தப் பதிலையும்

கண்டுபிடிக்கும் எல்லைக்குத் தானோ தேவமித்திரரோ வந்து சேர்ந்துவிடவில்லை என்று நினைத்தார் அரையநாதர். அதிக சிரத்தையாக யோசிக்க வேண்டிய பிரச்சினைகள் பல தோன்றி விட்டதால், தன் நாவில் நகைச்சுவை தற்சமயம் வறண்டு விட்டதையும் உடலின் கோணங்கித்தனம் நீங்கிக்கொண்டிருப்பதையும் அவரே அறிந்துகொண்டார்.

9

மறுநாள் காலையிலேயே எழுந்து அரையநாதர் தன் கடமைகளை முடித்துக் கொண்டு தேவமித்திரர் இருந்த அறைக்குச் சென்றார். தேவமித்திரர் ஒரு மர்மமான ஓவியத்தைப் பார்த்துக்கொண்டிருந்ததைக் கண்டு அவருக்கு வியப்பு. அருகில் சென்று, 'என்ன விஷயம்?' என்று கேட்டார்.

கறுப்பும் மஞ்சளும் மற்றும் சிவப்பும் மஞ்சளும் ஆகிய தனிவர்ணங்களும் அவற்றின் கூட்டு வர்ணங்களும் கலந்து பயன்படுத்தப்பட்டிருந்த ஓவியம் அது. பார்த்தவுடன் ஒருவிதப் பேய் வழிபாட்டுக்காரர்கள் பயன்படுத்தும் ஓவியம் போன்று அது காட்சி தந்தது.

அரையநாதர் மேலும் அருகில் சென்று பார்த்தபோது தேவமித்திரர் திரும்பிப் பார்த்தார். அப்படிப் பார்த்ததிலிருந்து இவரைக் கவனிக்காத அளவு ஓவியத்தில் மூழ்கியிருந்திருக்கிறார் என்று பட்டது.

'இவ்வளவு விரைவில் வந்துவிட்டீர்களா?' என்று தேவமித்திரர் கூறியபோது அவர் நேற்றுக்கூட தூக்கமின்றி விழித்திருக்கிறார் என்று அரையநாதர் யூகித்தார். அவர் கண்களுக்கிடையில் கருமை படர்ந்திருந்தது. முகத்தின் தோல் உலர்ந்த இலைபோல் சுருக்கத்துடன் காணப்பட்டது.

'ஓவியமா, என்ன இது?'

அரையநாதர் ஓவியத்தைப் பார்த்துக் கேட்டதைக் கண்டு மீண்டும் திரும்பினார் தேவமித்திரர். 'இதைப் பார்த்தீர்களா?' என்று ஓவியத்தின் ஓரத்தைக் காட்டினார். ஏதோ புராதன எழுத்து

போல் இருந்தது.

'என்ன இது?' என்று ஒன்றும் புரியாமல் அந்த எழுத்தைத் தொட்டபடி அவரைப் பார்த்தார் அரையநாதர்.

அவர் சிரித்தார், சோம்பல் முறிப்பது போல. 'மர்மத்துக்கு மேல் மர்மம். நேற்று இரவு நடந்ததைக் கூறுகிறேன். சாவதானமாக உட்காருங்கள். நிலத்தடியில் ஒரு பெரிய உலகம் இருக்கிறது. அந்த உலகம் செத்துப்போனவர்களின் உலகம். அப்படிச் செத்துப்போனவர்களுக்கும் இப்போது வாழ்பவர்களுக்கும் தொடர்பிருக்கிறது. அந்தத் தொடர்பை ஒருவேளை இந்த மர்ம ஓவியம் காட்டலாம். இதில் புராதன எழுத்தில் எழுதியிருப்பது என்ன தெரியுமா?' என்று அரையநாதரை ஒருமுறை பார்த்துக் கண்களைக் கீழிறக்கினார்.

'புரியவில்லை' என்றார் அரையநாதர். பிறகு அவரே ஏதோ விளக்கங்கள் சொல்ல ஆரம்பித்தார்.

'துபல்தான் புராதன மந்திர தந்திரங்களுடன் தொடர்பு கொண்டிருப்பவர். வயதானாலும் ஏதோ குறும்புகள் செய்து கொண்டேதான் இருக்கிறார்.'

அமைதியாக இரு என்பது போல் தேவமித்திரர் கைகாட்டினார்.

இப்போது நான்கு பக்கமும் சுழன்று குழந்தைகளையும் பிறரையும் சிரிப்பலைக்குள் தள்ளும் குணம்கொண்ட அரைய நாதரின் கண்கள் அந்த ஓவியத்தை உற்றுப் பார்த்தன.

'பேய் வரைந்த படம். இதில் எழுதியிருப்பது பிசாசின் மொழி. அது தெரிந்தவர்கள் சரளமாக வாசித்துவிடுவார்கள்' என்றார் அரையநாதர்.

மீண்டும் ஓவியத்தை அருகில் இழுத்துவைத்துப் பார்த்தார் அரையநாதர். அதில் மலைகள், குகைகள், மனிதர்களின் தாடிகள், சிதைந்த கண்கள் பார்வைகள், வெறியுடன் எதையோ பற்றும் கழுகுக்கால்கள், குதிரையின் வயறு, உலர்ந்து சிதறிய பூவிதழ்கள், கயிற்றில் கட்டிய நான்கைந்து ஏடுகள் என்று மிகவும் குழம்பிய விதமான ஓர் ஓவியம் அது. இதில் ஆச்சரியம் என்னவென்றால் தூரத்தில் நின்று பார்த்தால், இந்தப் பொருள்கள் ஏதும் தெரியாது. அதற்குப் பதில் ஐந்து கோடுகள் நடுவில் சேர்வது போல் ஒரு வடிவம் தென்பட்டது.

'இந்த ஓவியம் கிடைத்த கதையைக் கேட்கவில்லையே நீங்கள். அது ஒரு பெரிய கதை. நேற்று இரவு நீங்கள் உறங்கப் போனபின் நடந்தது இதெல்லாம். இதெல்லாம் நடந்ததா என்று ஆச்சரியப்படுவீர்கள். கேளுங்கள், நான் வழக்கம் போல் சுவடிகளை எடுத்துப் புரட்டிக்கொண்டு இருந்தேன். அப்போது ஏதோ சில காலடிகள் கேட்டன. நீங்கள் தூங்கப் போய்விட்டதால் யார் அது என்று பார்க்கத் திரும்பினேன். யாரையும் காண முடிய வில்லை. என் அறைக்கும் உங்கள் அறைக்கும் உள்ள தூரத்தை எண்ணி இரவில் வந்து உங்களை நான் எழுப்பவில்லை.'

'தேவமித்திரரே, நான் உங்கள் பாதுகாவலன். என்னை ஏன் எழுப்பவில்லை? ஏதேனும் அசம்பா விதம் நடந்திருந்தால்... ஓ... ஒருவேளை நான் ஏதும் மயக்கம் போட்டுவிடுவேன் என்று நினைத்தீர்களோ என்னவோ?'

அரையநாதர் பேச்சிலிருந்த கரிசனையையும் சூரியக் கோயிலுக்குப் போகும்போது மயக்கம் போட்ட சம்பவத்தையும் இன்னும் மறக்கவில்லை அரையநாதர் என்பதையும் கவனிக்கத் தவற வில்லை தேவமித்திரர்.

'மீண்டும் அமர்ந்து சுவடிகளைப் புரட்டினேன். மீண்டும் காலடி சப்தம் கேட்டது. என் சாளரங்கள் வழி, தொங்கிய கீழ்த் திசை ஓவியங்களுடனுள்ள திரைச்சீலைகளை நீக்கிப் பார்த்தேன். பார்த்தால், அந்த அசோகமரத்தின் இலைகள் அசைந்து ஆடுகின்றன. அறைவாசலைத் திறந்தேன்.'

'ஏதேனும் பேய்கீய்...?'

'கேளுங்கள், நான் பார்த்த பேயை...' என்று தேவமித்திரர் முறைத்தவுடன் அமைதியானார் அரையநாதர்.

'பிறகு கதவைத் திறந்து வெளியே வந்தால் ஒரே இருட்டு. மரத்தின் கொம்புகள் மட்டும் ஆடுவது நிற்கவில்லை. மரத்தைக் கூர்மையாக உற்று நோக்கினேன். யாரும் எதுவும் தெரியவில்லை.'

கோணங்கி சேஷ்டையுடன் அரையநாதர் முகத்தில் பீதியுடன் 'எப்படித் தெரியும் பேய்...?' நீங்கள் ஒரு இரும்புத்துண்டை அல்லவா எடுத்திருக்க வேண்டும்?' என்றார்.

'அப்போது ஒரு உருவம் தூரத்தில் ஓடியது. நானும்விட வில்லை. துரத்திக்கொண்டு ஓடினேன். அந்த உருவம் நம்

மாளிகையில் பின்புறத்துக்கு ஒரே தாவலில் தாவிப் பாய்ந்தது. நாம் வந்த அந்த வட்டவடிவப் படிகளில் அடிக்கடி வந்து பழக்கப் பட்டது போல் விரைந்து இறங்கி மறைந்தேவிட்டது அந்த உருவம். நான் எவ்வளவு முயன்றும் மேடுபள்ளமாகவும் இருளாகவும் இருந்த அந்த நிலத்தடிப் பாதைகளில் ஓட முடிய வில்லை. கண்ணுக்குத் தெரியாத எதிலாவது மோதி தலையைத் தான் உடைக்க வேண்டிவரும் என்று எண்ணி அந்தப் பகுதி யிலிருந்து திரும்பி நடந்தேன். நாம் அன்று வந்தோமே அந்த வட்ட வடிவப் படிகள் இருந்ததே இருண்ட அறை அந்த அறைக்கு மீண்டும் வந்து அன்று பார்க்காத இன்னொரு பக்கத்தைப் பார்த்தால் என் கண்களை நம்ப முடியவில்லை. அங்குப் பெரிய ஒரு நிலப்பரப்பு. இருளிலும் நிலப்பரப்பு காணக்கூடியதாக இருந்தது. அதனால் அந்தப் பகுதிகளை நன்றாக ஆராய முடிந்தது. அங்கு ஒரு அலங்காரச் சுவர், பல தேவதைகளின் வடிவத்துடன் அமைந்தது, உடைந்து கிடந்தது. அந்தச் சுவரிலிருந்து எனக்கு என் கண்களை எடுக்க முடியாதபடி அழகான சுவர் அது. அந்தச் சுவரின் அருகில் இருந்ததுதான் இந்த ஓவியம்.'

'தேவமித்திரரே, வேறு என்னென்ன பொருள்கள் காணப் பட்டன, சொல்லுங்கள்?'

'தலை உடைந்த குதிரை உருவங்கள், கையில் பாத்திரம் வைத்திருக்கும் பிச்சைக்காரன் (இவனது தாடி மிகவும் நரைத் துள்ளது), மார்புகளை மட்டும் மறைத்தபடி நிற்கும் அம்மணமான கன்னிப் பெண்கள், தலையில் கிரீடம் சூட்டிய சந்திரகுல தேவதை, நாற்காலிகள் செய்யும் தச்சர்கள், தலைமயிர் சிரைத்த கறுப்புநிற புத்தபிக்குகள், அவர்களுக்குச் சற்றுத் தூரத்தில் அமர்ந்திருக்கும் பிக்குணிகள் என்று பல மண்சிலைகள் காணப் பட்டன. அவற்றில் பலவும் பராமரிக்கப்படாமல் உடைக்கப் பட்டிருந்தன. மேலும் ஒரு சிறிய நகரம் அழிக்கப்பட்ட தோற்றம் எனக்கு நன்றாகத் தெரிந்தது.'

'யாரோ ஓடியதாகச் சொன்னீர்களே, அப்படி ஓடிய உருவம் அமைச்சரைப் போல் இருந்ததா?' என்று கேட்டார் அரையநாதர், தேவமித்திரரை இடைமறித்து.

'இருட்டில் என்ன தெரியும்? ஒரு காலத்தில் அந்த நகரம் முக்கியமானதாகவும் நேர்த்தியாகவும் இருந்திருக்க வேண்டும்.

அந்த நகரத்துக்கு நடுநாயகமாக ஒரு கோயில் இருந்தது. அதனைச் சுற்றி ஐந்து சுவர்கள் ஐந்து திசைகளை நோக்கிக் கட்டப் பட்டிருந்தன. அந்தச் சுவர் சுமார் மூன்றடி அளவு மட்டுமே உயரம். ஆனால் துரதிருஷ்டம் என்னவென்றால் இந்த நகரம் பெரும் கோபத்துடன் உடைக்கப்பட்டிருந்தது.'

கடல் மடை திறந்தாற் போல் பேசினார், தேவ மித்திரர். 'அப்படியானால் ஒரு நகரம் அழிக்கப்பட்டு இன்று இந்த நகரம் கட்டப்பட்டிருக்கிறது. வந்த பேய் அந்த நகரத்தின் இடிபாடு களுக்கிடையில் தங்குகிற பேய் போல் இருக்கிறது' என்றார் அரையநாதர். அவருடைய விநோதமான மனநிலை நாடகத் தன்மை கொண்டு இதனைப் பேசுகிறதா, உண்மையில் நம்பியே பேசுகிறதா என்று உறுதியாகக் கூற முடியாதிருந்தது அவர் கேட்டமுறை.

தேவமித்திரர் சிரித்துவிட்டுக் கூறினார். 'பேய் இருக்கட்டும். இந்த ஓவியத்தில் ஏதோ ஒரு இரகசியம் மறைந்துள்ளது. இதைக் கண்டு பிடிப்பது நம் கடமை.'

'மருபூமி சாவு' என்ற வாசகத்தின் இரகசியத்தையோ, 'வட்ட வடிவப் படிகள்' என்ற வாசகத்தின் மர்மத் தையோ இன்னும் நாம் அறிந்துவிடவில்லை. இன்னும் ஒரு மர்மமா?' என்று ஓவியத்தின் அருகில் சென்று உற்றுப்பார்த்தபடி அமர்ந்தார் அரையநாதர்.

'இந்த ஓவியத்தின் கோடுகளும், மற்றும் தேவ மித்திரர் கண்ட ஐந்து சுவர்களும் ஒன்று மற்றதைக் குறிக்கும் குறியீடு. இந்த ஐந்து என்பது எனக்கு ஏதோ ஒரு ஐந்தைக் குறிக்கின்றது. இந்த ஓவியம் குறியீட்டு அர்த்தம் கொண்டது. ஐந்து தத்துவங்கள், ஐந்து அறங்கள், ஐந்து குற்றங்கள்...' என்று ஒவ்வொன்றாய்த் தன் மனதில் பட்டதையெல்லாம் சொன்னார் அரையநாதர்.

அப்போது துள்ளியபடி 'ஐந்து பாதைகள்' என்றார் மகிழ்ச்சி பொங்க தேவமித்திரர். 'ஆகா, என்ன அற்புதமான கண்டுபிடிப்பு!' என்று அரையநாதரைக் கட்டிப்பிடித்தார்.

'ஐந்து பாதை என்றால்...?' என்று யோசித்தபடி பார்த்தார் அரையநாதர்.

'ஐந்து பாதையுள்ள ஊர் என்பது பௌத்தர்களின் ஒரு இரகசியத்

தத்துவம். துன்ப நீக்கத்திற்கு ஐந்து சீலங்கள் வேண்டும் என்று கூறுகிறது பௌத்தம். அவை காமம், கொலை, கள், பொய், களவு ஆகிய ஐந்தையும் முற்றும் விட்டுவிடுவது ஆகும். இந்த ஐந்தும்தான் உலகை உய்விக்கும் ஐந்துபாதைத் தத்துவம். இந்த ஐந்து சுவர்களும்கூட அதைத்தான் கூறுகின்றன.'

அரையநாதருக்கு ஒரே மகிழ்ச்சி. குருடன் எறிந்து கொத்தில் விழுந்தது போல் ஏதோ உளற அதில் ஒரு தத்துவம் இருப்பதைக் கண்டுபிடித்துவிட்டாரே இந்தத் தேவமித்திரர் என்று நினைத்தார். அரையநாதரைத் தேவமித்திரர் முதுகில் தட்டினார்.

'இந்த ஐந்து சுவர்கள் ஐந்து சீலங்களைக் குறிப்பது போல் அப்படிப்பட்ட தத்துவத்தை மேற்கொண்ட ஒரு ஊர் அழிக்கப் பட்டுவிட்ட சரித்திரமும் வெளிப்படுகிறதல்லவா?' என அரைய நாதர் கூற, தேவமித்திரர் தலையாட்டிய விதம் அவர் அதனை ஏற்கனவே புரிந்துவிட்டார் என்பது போலிருந்தது. அப்போது அரைய நாதரின் கண்கள் தூரத்தில் வரும் உருவத்தைப் பார்த்து ஆச்சரியமுற்று அப்படியே நிலைகுத்தி நின்றன.

அங்குப் படியேறி வந்துகொண்டிருந்தார் அமைச்சர். அதே உயரமான தோற்றம். முகத்தில் வழக்கம் போல் குழி விழுந் திருந்தது. உடலில் மேலாடையைக் கழற்றிச் சுற்றியிருந்தார். ஆடை ஓரத்தில் அமைச்சருக்கான அலங்கார வேலைப்பாடுகள் காணப்பட்டன.

'என் யூகம் சரிதானே?'

'என்ன யூகம்?'

'அமைச்சரோ, துபலின் ஆட்களோ காலையில் வருவார்கள் என்றேனே!'

'ஓ, ஆம்' என்று அரையநாதர் கூறுவதற்கும் அமைச்சர் அருகில் வருவதற்கும் சரியாக இருந்தது. இருவரும் அறைக்கு வெளியில் வந்து அமைச்சரை வரவேற்றனர்.

அமைச்சர் சற்று சோர்வாகக் காணப்பட்டார். அவர் வந்ததும் வராததுமாக தேவமித்திரர் சொன்னார். 'ஏன் நீங்கள் இங்கு வர வேண்டும்? செய்தி அனுப்பினால் நாங்கள் அங்கு வந்திருப்போமே! தாங்கள் குதிரையிலா வந்தீர்கள்?'

அமைச்சர் அவசர அவசரமாக இருவரையும் அழைத்துக்

கொண்டு மாளிகையில் தேவமித்திரர் அறைக்கும் அரையநாதர் அறைக்கும் நடுவிலிருந்த பெரிய அறைக்குப் போனார். அந்த வரவேற்பறையின் முகட்டில் ஒரு பெரிய தாமரையின் அழகிய இதழ்கள் வட்டமாகச் செதுக்கப்பட்டு நடுவில் ஒரு சூரிய வடிவம் காணப்பட்டது. சூரியனின் இதழ்கள் தாமரையாக மாறி விட்டனவா, அல்லது தாமரையின் ஓரம் சூரியக்கதிர்களாக வந்துவிட்டனவா என்று பேதப் படுத்திப் பார்க்கமுடியாத வகையில் செய்யப்பட்ட மரச்சிற்பம் அது.

'நான் வந்திருப்பது பிறர் யாருக்கும் தெரிய வேண்டாம். இந்த வழியாக அலுவல் பொருட்டு வர நேர்ந்தது. தங்களையும் பார்த்துச் செல்லலாம் என்று உள்ளே வந்தேன். சேவகர்களுக்கு இங்கே நிற்க வேண்டாம் என்று ஆணை பிறப்பியுங்கள்' என்றார். மாளிகைச் சேவகர்கள் வரும் விருந்தினரின் ஆணையைத்தான் ஏற்க வேண்டும் என்பதால் அப்படிக் கூறினார்.

தேவமித்திரர் உடனே அரையநாதரைப் பார்க்க அவர் சென்று சேவகர்களைப் பார்த்து ஆணை பிறப்பித்துவிட்டு வர, அமைச்சரும் தேவமித்திரரும் பேசிக்கொண்டிருந்தனர்.

'சூரியவம்சத்தில் இரண்டு குழுக்கள் இருந்தனர். யோகன் என்பவன் தலைமையில் இருந்த சூரியவம்சத் தினர் உலகமும் வாழ்வும் நான்கு உண்மைகளாலானது என்றார்கள். இவர்களுக்குத் தண்ணீர்தான் முக்கியம். ஆனால் பரணன் என்பவன் தலைமையில் இருந்த சூரிய குலத்தவர்கள் நம் வாழ்வு ஐந்துவித சக்திகள் மூலம் உருவானது என்பதை நம்பினார்கள். இவ்விரு குழுக்களுக் கிடையில் அடிக்கடி சண்டைகளும் கொலைகளும் நடந்தன. அதன் விளைவுதான் அந்த ஊரின் அழிவு... அவர்களைப் பற்றிய சரித்திரம் நம் கிரந்த சாலையில் உள்ளது.'

அரையநாதருக்கு இப்போதுதான் இருவரும் எதைப் பற்றிப் பேசுகிறார்கள் என்பது புரிந்தது. தேவமித்திரர் அழிந்த ஊர் புத்தர்களது என்கிறார். அமைச்சர் சூரிய குலத்தின் பூர்வாசிரம ஊர் இது என்கிறார். அரைய நாதர் ஐந்து சுவர்களுக்குச் சரியான அர்த்தம் எது என்று மீண்டும் குழப்பமடைந்தார்.

பின்பு தேவமித்திரர் ஐந்து சுவர்கள் பற்றி அமைச்சரிடம் கேட்டார். அதற்கு அமைச்சர் சொன்ன விளக்கம் அரையநாதரைத் திகைக்க வைத்தது.

'ஆதிகுல சூரிய வம்சம் வைதீகக் கொள்கைகளை உள்வாங்கி யிருந்தது. அதனால்தான் என் போன்ற பிராமணனுக்குச் சூரியகுல அரசனுடன் எந்த முரண்பாடும் வருவதில்லை. அந்த வைதீகக் கொள்கைகளின் சிந்தனைப்படி ஐந்து சுவர்கள் என்பது பிரணவத்தின் ஐந்து சக்திகளைக் குறிக்கும். அவை சத்து, சித்து, சிருஷ்டி, ஸ்திதி மற்றும் லயம். இவைதான் உலகை ஆளும் மிகப் பெரிய சக்திகள். அதனால்தான் உலகம் நிலைத்திருக்கிறது.'

'அமைச்சரே, உங்கள் விளக்கம் கேட்டு எனக்குச் சந்தேகங்கள் போய்விட்டன. உங்கள் தத்துவப் பயிற்சி எனக்கு மகிழ்ச்சி தருகிறது. சரி, இன்னொரு சந்தேகம். தண்ணீர் இல்லாமல் செடிகொடிகள் இல்லை. மனிதர் களும் மிருகங்களும் இல்லை. ஊர்கின்ற பல்லியிலிருந்து பாம்பு முதலான ஜந்துகள் வாழ்வதும் கடினம். எனவே தண்ணீர்தான் முக்கியம். பிரபஞ்சம் தண்ணீரி லிருந்து பிறப்பெடுத்தது என்பது பற்றி என்ன நினைக்கிறீர்கள்?'

இது வெறும் தத்துவமில்லை. தேவமித்திரர் வேறெ தற்கோ வலைவிரிக்கிறார் என்று அரையநாதருக்குத் தெளிவாகத் தெரிந்தது. அமைச்சர் இந்த வலையில் சிக்குகிறாரா இல்லையா என்று சற்று நேரத்தில் தெரிந்துவிடும். ஆவலோடு அமைச்சர் என்ன சொல்லப் போகிறார் என்று கேட்கக் காத்திருந்தார் அரையநாதர்.

'தண்ணீர் முக்கியம்தான். ஆனால் அதுதான் முக்கியம் என்று கூறினால் ஆதியிலிருந்த தெய்வங் களின் சக்தி இல்லை என்றாகிவிடும். ஆதிதெய்வங்கள் தந்த அக்னியின்றி, மண் எங்கே? காற்று எங்கே? மரம் எங்கே? தண்ணீர் முக்கியம்தான் என்றாலும் தெய்வங்கள் தான் வணக்கத்துக்குரியவர்கள். சார்வாகர் களைப் பாருங்கள். இவர்கள் இந்தத் தெய்வங்களை நிராகரிக் கிறார்கள். உடலை மட்டும் அவர்கள் நம்புவதால், அதிக சுக போகத்தில், குறிப்பாகப் பெண் சுகத்தில் அதிகம் ஈடுபடு கிறார்கள். இப்படிப்பட்டவர்கள் மனதைக் கட்டுப்படுத்த முடியாது. மனதைக் கட்டுப்படுத்தாதவர்கள் நாகரிகங்களைத் தோற்றுவிக்க முடியுமா?' இப்படிப் பேசும்போது அமைச்சரின் முகம் சோர்விலும் அலுப்பிலும் சிக்கி உணர்ச்சியற்றதாகக் காணப்பட்டது. அதற்கான காரணம் இருக்க வேண்டும்.

'அப்படியென்றால் சார்வாகர்களுக்கும் வைதீகர்களுக்கும்

இருந்த பகைதான் அந்த நகர் அழிவதற்கான காரணம் என்ற முடிவுக்கு வரலாமா? நீங்கள் அப்படிக் கூறினீர்கள் என்றால் நான் வேறு விசாரணைகள் மேற்கொள்ளமாட்டேன்' என்றார் தேவ மித்திரர்.

தண்ணீர் என்ற சொல் மூலம் சார்வாகர்களுக்கும் வைதீகர் களுக்கும் உள்ள முரண்பாட்டைக் கண்டு பிடித்த தேவமித்திரரை மனதில் புகழ்ந்தார் அரைய நாதர். இப்போதுதான் கொலைகளைக் கண்டுபிடிக்கத் தத்துவ ஆராய்ச்சியின் தேவையை அவர் நன்குணர்ந்தார்.

'எனக்குத் தெரிந்த காரணத்தைச் சொன்னேன். நீங்கள் எவ்வளவு பரந்த விரிந்த ஞானம் கொண்டவர்கள். எனவே உண்மை வேறாக இருக்குமா என்று விசாரணை செய்வதில் எனக்கு ஆட்சேபணை இல்லை.'

அமைச்சரின் கண்கள் அந்த அறையை இப்போது நோட்டம் விட்டன. தொடர்ந்து சொன்னார்.

'இன்னொன்று, அரசரின் கனவு பற்றி முன்பு நாம் சந்தித்த போது—யுனசேனன் மரணம் நிகழ்ந்த சமயம் கூறினேனே.'

அமைச்சர் சொன்னதற்குத் தேவமித்திரர் இப்படிப் பதிலிறுத்தார்.

'யுனசேனன் மரணம் நடந்தது தொடர்பாய் நிறைய தகவல்கள் சேகரித்துவிட்டேன். என்றாலும் மர்மங்கள் கூடிக்கொண்டே போகின்றன. முதலில் யுனசேனன் என்ற சரித்திரக்காரரைக் கொன்றவர்கள் யார் என்பதைக் கண்டுபிடிக்க வேண்டும்.'

இப்போது அமைச்சர் பொறுமையின்றிக் கேட்டார். 'அதற்குள் இன்னொரு கொலை நடந்துவிட்டால்...?'

முன்கூட்டி ஏதாவது செய்து தடுக்கவேண்டும். அது உங்கள் பொறுப்பு. ஓர் அமைச்சர் என்ற முறையில் யார் யாருக்குப் பாதுகாப்புக் கொடுக்க வேண்டுமோ கொடுங்கள். நீங்கள்கூட இப்படிப் பாதுகாப்பில்லாமல் வந்துவிடலாமா?' அவர் மீது மிகுந்த அக்கறை கொண்டவர் போல இப்போது இருவரின் முன்பாக வந்து நின்று பேசினார் அரையநாதர். அமைச்சர் அவரை ஏறிட்டுப் பார்த்தார்.

தேவமித்திரர் யோசித்தவாறே சற்று இடைவெளிவிட்டு வினவினார்.

'அமைச்சரே, யுனசேனன் எழுதிய சரித்திரத்திற்கும் அவர் கொலைக்கும் ஏதாவது தொடர்பு இருக்க முடியுமா?'

அமைச்சர் முகத்தைப் பார்த்துத் தேவமித்திரர் கேட்டதும் அவர் முகத்தில் ஓடிய எண்ணம் அறிய முடியாதபடி குழம்பிய உணர்வை அமைச்சர் பிரதிபலித்தார். இப்போது அமைச்சர் பேசினார்.

'சரித்திரம் எழுதுகிறவர்கள் சாதாரண மனித ஆற்றலை மட்டுமின்றித் தெய்வங்களின் உதவியையும் பெற்றால்தான் சரியான சரித்திரம் எழுத முடியும்.'

அமைச்சர் நிறுத்தாமல் இந்த விஷயம் பற்றித் தொடர்ந்து பேசுவதற்காக அரையநாதர் ஒரு குறிப்பை முன்வைத்தார்.

'அமைச்சர் அவர்களே, தேவமித்திரர் கேட்டதன் உள் அர்த்தம், சரித்திர நூலை நாங்கள் பார்க்க முடியுமா என்பதுதான்.'

'சொல்கிறேன்' என்று கூறி, அரையநாதர் அவசரப்படுவதைச் சுட்டிச் சிரித்தார் அமைச்சர்.

'சுருங்கையில் உள்ள நாங்கள் யுனசேனனின் சரித்திரம் பற்றி—உண்மை சொல்வதானால்—கவனம் கொண்டிருக்கவில்லை. அது முக்கியமானது என்று வாயால் பேசினோமே தவிர அதற்குக் கொடுக்க வேண்டிய முக்கியத்துவத்தைக் கொடுக்கவில்லை. அதனால் அவர் என்ன எழுதுகிறார் என்பது யாருக்கும் தெரியாது. தேவமித்திரரே, நீங்கள் அதில் யுனசேனன் மரணம் பற்றிய விஷயங்கள் இருக்கும் என்று நம்புகிறீர்களா? உங்களுடன் வந்துள்ள இவர் பேசியதைப் பார்க்கையில் இருக்கும் போல் உள்ளதே! அப்படி ஏதேனும் இருந்தால், அந்தச் சரித்திரக் குறிப்புகள் பற்றியும் நீங்கள் துப்பறிந்து கண்டுபிடிக்க வேண்டியதுதான்.' அமைச்சர் பொய் சொல்லுகிறார் என்று இருவரும் நினைத்தனர் என்பது போல் அவர்களின் முகக் குறிப்புகள் இருந்தன. மேலும் யுனசேனன் சொன்ன செய்திகள் எந்த மதத்தையும் சாராமல் இருந்தன. இயற்கை சார்ந்தவை அவை. ஆனால் அமைச்சர் கூறும் சரித்திரமும் அவரின் சமய சிந்தனையும் வைதீகர்கள் இந்த ஊரின் சொந்தக்காரர்கள் என்பது போல் இருந்தன. இவ்வெண்ணமே அரையநாதர் மற்றும் தேவமித்திரர் மனதில் தோன்றியிருக்க வேண்டும். ஆனால் ஒன்று, அமைச்சர்

ஈடுபாடில்லாமல்தான் இதுபற்றிப் பேசுகிறார். எனவே வேறு காரியத்துக்கு வந்திருக்கிறார் என்பதை இருவரும் எளிதில் அறிந்தனர். அப்படி வந்திருந்தால், வெளிப்படையாய் அவர் அதைப் பேசினால்தான் அக்காரியம் நடைபெறும். போகிற போக்கில் மறைமுகமாய் அக்காரியத்தை முடித்துவிட்டுப் போகும்படி விடக்கூடாது. ஆகையால் அமைச்சர் இங்கிருந்து போகும்முன் அவர் மூலம் தெரிந்துகொள்ள வேண்டியவற்றைத் தெரிந்துகொண்டுவிட வேண்டும். உரையாடலும் ஒரு யுத்தகளம் தான். யார் வெற்றி பெறுகிறார்கள் என்பது முக்கியம். அதிலும் கொலைக்கான துப்பறியும் வேலையில் ஈடுபட்டிருப்பவர்களுக்கு அது இன்னும் முக்கியம். தேவமித்திரர் இப்படி நினைத்து அமைச்சர் வாயிலிருந்தே அவர் வந்த உத்தேசத்தை வெளிப் படுத்திவிட முயல ஆரம்பித்தார். அரையநாதரும் தேவமித்திரரின் உத்தேசத்தைப் புரிந்து புன்முறுவல் மூலம் ஆமோதித்தார்.

'இந்தக் காலை நேரத்தில் சேவகர்கள்கூட உடன் வராதபடி தாங்கள் இங்கு வருவதற்கு ஏதேனும் காரணம் இருக்கிறதா, அமைச்சரே?' என்று நேரடியாக விஷயத் திற்கு வந்தார். அமைச்சர் ஓரளவு தர்மசங்கடத்திற்கு ஆளானாரோ என்றிருந்தது அவருடைய முகபாவம். என்றாலும் சமாளித்தார். குரலை மென்மை யாக்கினார். அங்கும் இங்கும் பார்த்துச் சொன்னார்.

'உண்டு தேவமித்திரரே, நீங்கள் நேற்றுக் கைது செய்துள்ள சராசின்...' என்று இழுத்தார்.

ஆகா, அப்படி வெளிப்படையாக வந்த காரியத்தைச் சொல்லுங்கள் என்று மனதிற்குள் சொல்லிக்கொண்டார், எல்லா வற்றையும் உன்னிப்பாகக் கவனித்துக் கொண்டிருந்த அரையநாதர்.

பேசியதை அப்படியே நிறுத்திவிட்டுக் கைவிரல்களை அமுக்கிவிட்டு யோசித்துக் கொண்டிருந்தார் அமைச்சர். அப்போது அவரது கன்னத்திலிருந்த பள்ளம் மிகுதியாயிற்று. கண்களில் ஏதோ ஓர் உத்தேசத்தின் தீர்க்கம் தென்பட்டது.

'கைது செய்துள்ளது தவறு என்கிறீர்களா? அல்லது...' என்று தேவமித்திரர் பேசி முடிக்கும் முன்,

'இல்லை இல்லை...' என்று அவசரமாய்க் கூறி அமைச்சர் தொடர்ந்தார்.

'இந்த நகருக்கு ஏற்பட்டுள்ள அபாயத்தைக் கருதி உங்களை நானே அழைக்க அதிக சிரத்தை காட்டினேன். எனவே விரைவில் துப்பு துலக்குவதற்கு நாங்கள் உங்களுக்கு உதவ வேண்டும்...'

நாங்களே அழைத்தோம். எங்களுக்கே பாதகமாகப் பேசுகிறீர்களே என்று அமைச்சர் பேசுகிறாரோ என்று அரையநாதருக்குப் பட்டது, என்றாலும் அவர் ஏதும் பேசாமல் இருவரும் பேசுவதைக் கவனித்துக் கொண்டி ருந்தார். அமைச்சரே தொடர்ந்தார்.

'அதனால் சராசின் போன்ற ஒரு அரைப் பைத்தியத்தைக் கைது செய்து சிறையில் அடைப்பதும்...' என்று இழுத்தபோது தேவமித்திரர் இப்படிச் சொன்னார்.

'துப்பு கிடைக்க உதவாது என்கிறீர்கள்.'

'இல்லை, அவனை நீங்கள் குற்றவாளி என்று...!'

'இல்லை, அவன் குற்றவாளி என்பதற்காகக் கைது செய்ததாய் யார் சொன்னார்கள்?'

அமைச்சர் குழப்பமடைந்து தேவமித்திரரின் முகத்தைப் பார்த்தார்.

'குற்றவாளியைத்தான் கைது செய்ய வேண்டும்; மற்றவர் களைக் கைது செய்யக் கூடாது என்று துப்பறிய வருபவர்களிடம்...'

'இல்லை தேவமித்திரரே, தவறாகக் கருதாதீர்கள். நீங்கள் யாரையும் கைது செய்யலாம். அதற்குரிய அதிகாரத்தை உங்களுக்குக் கொடுத்துள்ளோம். நீங்கள் எவ்வளவு விரைவில் துப்பு துலக்குகிறீர்களோ, அந்த அளவு விரைவில் எங்கள் நகரில் இன்னொரு கொலை தடுக்கப்படும். இதெல்லாம் எங்களுக்குத் தெரியும். நாங்கள் கொஞ்சமும் சந்தேகப்படாத, தெருவில் அலையும் முக்கியமற்ற ஒருவனை—அதுவும் முக்கிய மற்ற ஒரு கிரேக்க குலச் சிற்பியைக் கைது செய்துள்ள தால் நகரிலுள்ள கிரேக்கர்களின் கோபம் நம்மீது திரும்பியுள்ளது. மேலும் இது துப்பு துலக்குவதைத் தடுக்குமோ என்ற ஐயத்துடனேயே நான் இங்கு வந்தேன்.'

சற்றுநேரம் மௌனமாக இருந்தது அந்த இடம். காலை நேரப் பறவைகள் ஒலி எழுப்பிப் பறந்த தொனி மட்டும் கேட்டுக் கொண்டேயிருந்தது. அவர்கள் மூவரும் இருந்த இடத்தில் காலைக் காற்று நன்றாக வீசியபடி இருந்தது.

இப்போது மிகுந்த யோசனையுடன் தேவமித்திரர் பேசினார்.

'இங்கு நடந்துள்ள கொலை பல மர்மங்களைக் கொண்டுள்ளது. ஒரு மர்மத்துக்கும் இன்னொரு மர்மத்துக்கும் தொடர்பு உள்ளது. ஒரு பெரிய தவறைக் கண்டுபிடிக்கச் சிறிய தவறைச் செய்வதை துப்பறியும் சாஸ்திரத்தைக் கற்ற யாரும் ஒப்புக்கொள்வார்கள். அப்படிச் செய்த சிறிய தவறுதான் சராசின் கைது. தெய்வத்தன்மை கொண்ட ராஜனையும் மர்மங்களையும் புரிந்துகொள்ள இது போன்ற தீமை தராத சிறு தவறுகளை நான் செய்ய நீங்களும் ராஜனும் அனுமதி தர வேண்டும்.'

இப்போது அமைச்சர் முகத்தில் திருப்தி ஏற்பட்டது. முகம் பிரகாசமாயிற்று. 'சராசினுக்குச் சிறையில் நல்ல வசதிகள் செய்துதரக் கூறியுள்ளேன். நீங்களும் அதைச் செய்யலாம். அவன் வருத்தம் அடைய எந்தக் காரணமும் இருக்கக்கூடாது' என்றார் தேவமித்திரர்.

புன்னகை புரிந்து அமைச்சர் வேறேதோ விஷயத் தைச் சொல்வதுபோல் இப்போது பேசினார்.

'உங்களுக்கு எல்லா வகையிலும் உதவி செய்வது எங்கள் கடமை என்பதால் இதைச் சொல்கிறேன் தேவமித்திரரே. அந்தக் கப்பில்லனைப் பற்றி நீங்கள் இதுவரை விசாரணை மேற்கொள்ள வில்லை என்று நினைக்கிறேன். ரிஷிகளையும் வேதத்தையும்கூட தூற்றிப் பேசுகிற சார்வாகச் சாதியைச் சார்ந்தவன் அந்தக் கப்பில்லன். கலவரம் செய்யக்கூடிய அவன் அடிமைகளைத் தன் கட்டுப்பாட்டில் வைத்திருக்கிறான். யோகச்சீட்டு மூலம் அடிமைகள் தண்டனை பெறுவதையும் கனதனவான்கள் அதிகம் செல்வம் சேர்ப்பதையும் எதிர்க்கிறான்.'

அமைச்சர் கூறியதைக் கேட்ட அரையநாதரின் மனம் புதுச் செய்திகளை ஒன்றன்பின் ஒன்றாய்க் கேட்டுத் திக்பிரமை கொண்டது. ஒற்றைக் காலனைப் பற்றி ஓரளவு தெளிவான சித்திரம் இங்குக் கிடைத்தது. அவன் சார்வாக சாதியைச் சார்ந்தவன் என்பது கூட தெரிந்தது. அந்த ஊர் சார்வாகர்களால் ஆளப்பட்டிருக்கலாம் என்ற செய்திகூட அமைச்சர் ஐந்து சுவர் பற்றிக் கூறியபோது யூகமாகப் புரிந்துகொள்ள முடிந்தது. கப்பில்லன் ஏழை அடிமைகளைச் சேர்த்து செல்வந்தர்களுக்கு எதிராகக் கலகம் விளைவித்துப் புரட்சிக்கு வித்திடுகிறான் என்பதும் புரிந்தது.

சராசினைக் கைது செய்ய தேவமித்திரர் சொன்ன காரணமும் விசித்திரமாகப்பட்டது அரையநாதருக்கு. ஆனாலும் அமைச்சரின் முன்பு எதுவும் பேசக்கூடாதென்று அமைதியாக இருந்தார். ஆனால் அவரது மனமும் உடலும் சும்மா இருக்கவில்லை. உடல் சேஷ்டை அவரது இயல்பு; அவருடைய சிந்தனைகள் அடுத்து வரும் நிகழ்வுகளைத் தொட்டுவிடும் சக்தி படைத்தவை. தனியாக ஏன் இந்த மாதிரி வரவேண்டும் என்பதற்கு அவர் கூறிய காரணங்கள் சரியாகப்படவில்லை. சராசின் இவருடைய கையாளாக இருக்க வேண்டும். சராசின் உள்ளே இருப்பதால் இவருக்கு எங்கள் இருவரைப் பற்றிய நடமாட்டத்தை அறியும் வாய்ப்பு இல்லை. அதனால் இங்கே வந்திருக்கலாம். இத்தகைய சந்தேகங்கள் அரையநாதருக்கு வந்ததேயன்றித் தேவமித்திரர் மனதிற்குள் ஓடும் எண்ணங்களை அவரால் அறிய முடிய வில்லை.

அப்போது தேவமித்திரர் அமைச்சரிடம் கப்பில்லனைப் பற்றிப் பேசிக் கொண்டிருந்தார்.

‘கப்பில்லனைப் பற்றிச் சொன்னீர்களே, அவன் யோகச்சீட்டின் இரகசியங்களை எந்த அளவு புரிந்துகொண்டவன்?’

‘கப்பில்லன் சார்வாகன். உடல் பலத்தில் நம்பிக்கை உள்ளவன். அவன் மல்யுத்த வீரனாய் இருந்தது எதிர் பார்க்கக் கூடியதுதான். பிரபஞ்ச மூலைகளில் ஒளிந் திருக்கும் இரகசியத் தெய்வங்களின் ஆணைகளின் மூலம் செயல்படும் யோகச் சீட்டு அந்தத் தத்துவத்திற்கு நேர்மாறானதாயிற்றே.’

தேவமித்திரரும் இப்போது பிரபஞ்சத்திலுள்ள எல்லாக் காரியங்களுக்கும் ஏதோ ஒரு மூலகாரணம் உண்டு என்ற தத்துவத்தை வழக்கத்திற்கு மாறாக ஏற்றுப் பேசியது அரைய நாதருக்குக் குழப்பத்தை விளைவித்தது, என்றாலும் ஏதோ ஒரு காரணத்தினால்தான் இப்படிப் பேசுகிறார் என்றறிந்த அரையநாதர் அமைதியாகவே இருந்தார்.

அமைச்சர், ‘யோகச்சீட்டின் இரகசியம் பிரபஞ்சத்தின் தோற்ற இரகசியத்துடன் சம்பந்தப்பட்டது’ என்று கூறி இருவரையும் பார்த்துவிட்டுத் தொடர்ந்தார்.

‘இந்தப் பிரபஞ்சம், ஒரு புள்ளியில் உருவானபோது மனித

மனம் உருவாயிற்று. எப்போது மனிதமனம் தோன்றிற்றோ அன்றைக்கு அந்த மனதின் அடுத்த கணம் பற்றிய ஆலோசனையும் தோன்றிற்று. அடுத்த கணத்திலும் நாம் தொடர்வோம் என்பது தான் நம்பிக்கைக்குக் காரணம். அந்த நம்பிக்கை தொடர்ந்து கனவாக, எதிர்கால நம்பிக்கையாகப் பரிணமித்தது. இந்த எதிர்காலம் பற்றிய எதிர்பார்ப்புத்தானே யோகச் சீட்டின் அடிப்படையும்! எனவே மனிதப் பிறப்பு இரகசியத்தோடு பின்னிப் பிணைந்ததுதான் யோகச்சீட்டு இரகசியமும். எனவே தான். 'ரிஷி மூலத்தையும் யோகச்சீட்டு மூலத்தையும் தேடக் கூடாது' என்ற ஒரு நம்பிக்கை இம்மக்களிடம் காணப்படுகிறது. இவ்வாறு தெய்வங்களின் தந்திரத்தால் மனித சரித்திரம் பின்னிய சிலந்திவலைதான் யோகச்சீட்டு. இந்த இரகசியம் ஒரு பெரிய உண்மை. ஆனாலும் யோகச்சீட்டை ஆதரிக்க வேண்டுமா என்றால் வேண்டாம் என்பதே என் கொள்கை' என்று தன் பேச்சை நிறுத்தினார். அவர் பேச்சில் சார்வாகர்கள் மீதான கோபம் வெளிப்படையாகத் தெரிந்தது.

'எப்போதிருந்து கப்பில்லன் யோகச்சீட்டுக்கு எதிர்ப்புத் தெரிவிக்கிறான்?' கேட்ட தேவமித்திரருக்குப் பதில் தந்தார் அமைச்சர்.

'அவன் யோகச்சீட்டில் மோசடி கலந்துள்ளது என மக்களைக் கலகம் செய்யத் தூண்டுகிறான். ஒரு போராட்டத்தை அவன் தூண்டியபோது அடிமைகள் அப்படியே பின்பற்றினார்கள். தங்கள் சீமாட்டிகளின் பல்லக்குகளை அவன் பேச்சைக் கேட்டு அடிமைகள் நடுக்காட்டில் வைத்துவிட்டுச் சென்றனர். காலில் முள் குத்தும் என்று கீழே இறங்காத சீமாட்டிகள் இரவுகளில் குரல் எழுப்பிய கோட்டான்களுக்குப் பயந்து மறுநாள் காலையில் பனியில் செத்துக் கிடந்தனர். ஏவல் வேலை செய்தவர்கள் வேலை செய்த வீடுகளை மறந்தனர். கழிவறைகளில் அழுக்குகள் சேர்ந்தன. அழுக்குகளில் புழுக்கள் பிறக்க அவை அவர்களின் கனவுகளிலும் தோன்றின. இதற்கெல்லாம் காரணம் கப்பில்லன்.'

மூச்சு விடாமல் ஓரளவு கவிதை நடையில் கப்பில்லன் எப்படி ஒரு போராட்டக்காரனாய் தூண்டிவிடுகிறான் என்று அமைச்சர் விளக்கினார். அந்த விளக்கத்தை மிகச் சிரத்தையுடன், தேர்ந்தெடுக்கப்பட்ட உதாரணங்கள் மூலமாகச் செய்தார். அமைச்சர்

கப்பில்லன் மீது துவேஷ உணர்வுடன் பேசுகிறார் என்பது தெரிந்தவுடன் அரையநாதருக்கு அத்தகைய பேச்சில் ஈடுபாடிருக்க வில்லை. எனவே பேச்சை மாற்ற ஒரு தந்திரம் செய்தார்.

'அமைச்சர் அவர்களே, யுனசேனனின் மரணத்தைப் பார்த்த திலிருந்து என்னிடம் ஒரு கேள்வி எழுகிறது, அவருடைய உடலைப் பரிசோதனை செய்த அம்சத்தை நாம் கவனத்தில் கொள்ளவில்லையோ என்று.'

'இல்லை. நிபுணர்கள் அது பற்றிக் கவனம் செலுத்தி இறுதி முடிவாகத் தற்கொலை அல்ல, கொலை என்று கூறியுள்ளார்கள்.'

'அப்படியானால் இரத்தத்திலும் விஷம் இல்லை!'

'இல்லை' என்றார் அமைச்சர்.

இப்போது அரையநாதர் மனதில் ஓர் எண்ணம் வந்தது. அமைச்சர் சொல்வதெல்லாம் ஏன் பொய்யாக இருக்க முடியாது? இப்படி எந்த அடையாளமும் இல்லாமல், எப்படி ஒருவர் கொலை செய்யப்பட முடியும்?

தன் மனதில் உணர்ந்ததை வெளிப்படுத்தினார் அரையநாதர். 'ஒன்று சம்பவிக்க வேண்டுமென்றால் அதற்கொரு காரணம் இருக்க வேண்டும் இல்லையா அமைச்சரே?'

அரையநாதரைக் கூர்ந்து பார்த்த அமைச்சர் சொன்னார்.

'நீங்கள் சொல்வது சரிதான்—அதாவது காரணம் கிடைக்காத தால்தான் இந்தச் சாவு மர்மமான சாவு என்கிறோம்... ஓ, ஒன்றை மறந்துவிட்டேனே...' என்று அடுத்தபடி அவர் கூறியதைக் கேட்டு அப்படியே பேயறைந்தது போலானார்கள் தேவமித்திரரும் அரையநாதரும்.

அமைச்சர் தேவமித்திரரிடம் இப்படிச் சொன்னார்.

'அன்று அரையநாதர் சூரியக் கோயிலில் மயக்க முற்றாரே! அது ஏன் தெரியுமா?—காரணமில்லாமல் ஒரு சம்பவம் நடக்காது என்று அரையநாதர் சொன்னவுடன் இது நினைவிற்கு வந்தது. அது, ஆட்கள் யாரும் அந்தப் பகுதிக்கு வரமாட்டார்கள் என்று தவறாக நினைத்து சராசின் உலர்த்தப் போட்டிருந்த சில மருந்து மூலிகைகளை அரையநாதர் தெரியாமல் முகர்ந்ததுதான் காரணமாம். அவை விஷச் செடிகளாம்.'

அந்தக் கூற்றைக் கேட்டு அரையநாதர் திக்பிரமை பிடித்து நின்றிருந்தார். தேவமித்திரர் தான் எந்த மனநிலையில் இருக்கிறார் என்பதைக் காட்டாதபடி பேசினார். 'அரையநாதரே, கட்டட மூலைகள் பலி கொள்ளுமா என்ற உங்கள் ஐயம் தீர்ந்திருக்குமே!'

அதனை லேசான நக்கல் தொனியில் கேட்டார் தேவமித்திரர்.

'அது எப்படி?' என்றார் அரையநாதர் ஏதும் புரியாதவராக. திடீரென்று அமைச்சர் மூலிகை பற்றிப் பேசித் திக்பிரமையடைய வைத்த நேரம் பார்த்து இப்படிப் பேசுகிறாரோ என ஐயப்பட்டார்.

'பலி கொள்ளும் கட்டட மூலைகள் மனிதர்களின் கைகள்தான். உங்களுக்கு மயக்கம் வர மூலிகைகள் காரணம் என்றால் கட்டடம் உயிரைப் பலி கொள்ளாது என்பது என் நம்பிக்கை' என்றார் தேவமித்திரர். அதிர்ச்சியிலிருந்து விடுபட அரையநாதருக்குக் கொஞ்ச நேரம் ஆனது.

சற்றுநேரம் பேசிவிட்டு அமைச்சர் அங்கிருந்து புறப்பட்டார்.

குறிப்பு 4

திருச்சி செயின்ட் ஜோசப் கல்லூரியில் ரெவரெண்ட் ஹாமில்டன் பாதிரி, தனது 'பயாலஜி' வகுப்பில் அமர்ந்து ரெய்னால்ட்ஸின் மர்ம நாவல் படித்த மாணவனான சி. பெரிய நாயகம்பிள்ளையை வெளியேற்றிய பிறகு மூன்றாம் நாள் திருச்சிராப்பள்ளி மாதாக் கோயில் முன்னிலையில் மாயமந்திரக் காட்சிகள் காட்டி வெள்ளைக்காரக் குழந்தைகளைக் கவர்ந்த இளைஞன் யாரென்று பார்த்தார். அந்த இளைஞன் சாட்சாத் பெரியநாயகம்பிள்ளையே. அன்றிலிருந்து ஹாமில்டனுக்கும் பெரியநாயகம் பிள்ளைக்கும் விநோதமான ஒரு நட்பு இருவருக்குமிருந்த எண்கணித நம்பிக்கையின் அடிப்படையில் உருவானதென்று செயின்ட் ஜோசப் கல்லூரியில் இருந்த தமிழ்ப் பண்டிதர் மூலம் வந்த செய்தி மறைமலையடிகளின் நாட் குறிப்பின் இப்போது கிடைக்காத பக்கங்களில் புதை யுண்டுள்ளது. பெரியநாயகம்பிள்ளை அப்படி என்னதான் மாயமந்திரம் புரிந்து வெள்ளைக்காரச் சிறுவர் சிறுமிகளைக்

கவர்ந்தார் என்று கேட்க ஆசையுள்ளவர்களுக்கு, வாய்நிறைய வெற்றிலையுடன் தன் தலைமுடியில் ஞாயிறு சர்ச்சுக்கு வந்த கும்பனி அதிகாரியின் பெரிய காரைக் கட்டியிழுத்த செயலைத் தான் கூறவேண்டும்.

இந்த நாவலை எழுதியிருக்கலாம் என்று கருதப்படும் ஜூலியன் வென்சன் பற்றிக் கூறும்போது அவனது பிராமண வெறுப்பு சிலரின் கவனத்துக்குள்ளாகியிருந்தது. 'நாவலில் பிராமண வெறுப்பு' என்ற விஷயம் பற்றிச் சிந்தித்த சிலர் இந்த வெள்ளைக்காரர் பற்றி மேலும் ஆராய்ச்சி செய்துள்ளார்களாம். அவை ஏதும் எனக்குக் கிடைக்கவில்லை. அவர்கள் ஒரு முக்கிய ஆவணமாக, இந்த வெள்ளைக்காரர் மரணமடைந்த அடுத்த ஆண்டு வெளியிடப்பட்டதும் லண்டனிலுள்ள அவருடைய குடும்ப நூலகத்தில் கிடைப்பதுமான நினைவுமலரில் அவருடைய மனைவியின் கட்டுரையைச் சுட்டுகிறார்கள்.

அந்தக் கட்டுரையில், பிராமணர்கள் பற்றி ஒரு பிரஞ்சுப் பயணி எழுதியுள்ள கருத்துகளைத் தன் கணவன் இந்தியா வுக்குப் பயணம் செய்யும் முன்பே படித்திருந்தார் என்ற செய்தி போகிற போக்கில் சொல்லப்படுகிறது. ஆனால் பலருக்குத் தெரியாத இன்னொரு விஷயம். ஜூலியன் வென்சன் தான் வேட்டையாடும்போது தவறுதலாய்ச் சுட்டுக் கொன்ற ஒரு மனிதனின் பிணத்தைப் பார்த்த நாளிலிருந்து சித்த சுவாதீன மற்றவராய் மாறி இங்கிலாந்துக்கு அழைத்துச் செல்லப்பட்டார் என்பது.

'அபௌதீகமும் பெண்களும்' என்ற பெயரில் பூவாராகவ முதலியாரின் மனைவிகளுக்குள் கடைசிப் பெண்மணி எழுதிய 20 பக்கங்கள் கொண்ட நூல் ஒன்றுள்ளது. அந்த நூலைப் 'புகழேந்திப் புலவர்' என்ற பெயரில் உண்மையில் எழுதியவர் பார்வத்தம்மாள் என்றழைக்கப்படும் பூவாராகவனின் மூன்றாம் மனைவி என்பது பரவலான கருத்து. பிரச்சினை என்னவென்றால் தூக்குப்போட்டுச் செத்த பூவாராகவ முதலியார் எழுதிய இந்த நூல் அவர் மனை வியினுடையதல்ல என்பது கோலப்பப் பிள்ளையின் கருத்து. வேறு ஆதாரங்களின் மூலம் இந்த விஷயம் மெய்ப்பிக்கப்படவில்லை.

10

அமைச்சர் புறப்பட்டுச் சென்றபின் தேவமித்திரரும் அரைய நாதரும் தங்கள் எண்ணங்களைப் பகிர்ந்துகொண்டனர். முக்கியமாக அரையநாதர் மூர்ச்சை அடைந்ததற்கு வேறு ஏதும் காரணங்கள் இருக்கவில்லை என்பதை அமைச்சர் தெரிவித்தது தேவமித்திரருக்கு மகிழ்ச்சியைத் தந்திருந்தது.

'இனி ஒரு நிமிடம்கூட சராசின் சிறையிலிருக்கத் தேவையில்லை.'

அரையநாதர் ஆச்சரியத்துடன் அவரை ஏறிட்டுப் பார்த்தார். 'ஏன் என்று கேட்கிறீர்களா, புரியவில்லையா, இப்போதும்?'

'புரியவில்லையே!'

'சராசின் யார் ஆணையின் மீது செயல்படுகிறான் என்று கண்டு பிடிக்கத்தான் அவனைக் கைது செய்தேன். அவன் அமைச்சரின் ஆணையினால் நம்மை வேவு பார்க்க அனுப்பப்பட்டவன்.'

இப்போது அரையநாதர் தன் மனதில் எழுந்த இன்னொரு சந்தேகத்திற்கு விடை கிடைத்ததைக் கண்டார். என்றாலும் தேவமித்திரரின் தைரியமும் உத்தியும் திறமையும் அவருக்கு வியப்பைத் தந்தன. ஒரு குற்றமும் செய்யாதவனைக் கைது செய்து தன் நோக்கத்தை நிறைவேற்றிக்கொண்டாரே என்று வியந்தார்.

'தேவமித்திரரே, நீங்கள் அமைச்சரைப் பற்றி என்ன நினைக் கிறீர்கள் என்று அவருக்குத் தெரியாதென்று நினைக்கிறீர்களா?'

அரையநாதரைப் பார்த்துப் புன்முறுவல் புரிந்தார் தேவமித்திரர்.

'நான் என்ன முட்டாளா, அவர் என்னைச் சந்தேகிக்கமாட்டார் என்று கூற?'

'அப்படியென்றால் அமைச்சரின் கோபம் தூண்டப் பட்டாலும் பரவாயில்லை.'

'ஆம். அதுதான் துப்பறிபவர்கள் வேலை. ஓர் அரசர் பகைவ னுக்கு மட்டும்தான் விரோதி. ஒரு போர் வீரனும் பகைவீரனுக்கு மட்டும்தான் விரோதி. ஆனால் ஓர் துப்பறிவாளன் எல்லோருக்கும் விரோதி என்றொரு ஸ்லோகம் பிராகிருதத்தில் உண்டு.

தேவமித்திரர் மனதில் ஓரளவு நெகிழ்ச்சி தோன்றாதா என்ற ஆசையால் தொடர்ந்து பேச விரும்பினார் அரையநாதர்.

'கப்பில்லனை நீங்கள் கைதுசெய்தால் உடனடியாக அமைச்சர் இன்னுமொரு முறை வருவார்.'

'ஏன்?'

'உங்களைப் பாராட்ட.'

தேவமித்திரர் அரையநாதரின் நகைச்சுவையைக் கண்டு சிரித்தார்.

இருவரின் உரையாடல் பின்னர் இவ்விதமாய் தொடர்ந்தது.

'தேவமித்திரரே, ஒரு கேள்விக்கு விடைகிடைத்தால், இன்னொரு கேள்வி புதிதாய் முளைக்கிறது. இன்னும் 'மருபூமி சாவு', 'வட்டவடிவப் படிகள்' என்ற வாசகங்களின் அர்த்தம் தெரியவில்லை. யூகமாய் வைத்த வட்டவடிவப் படிகள் என்பது இப்போது நூல் பெயராய் ஆகிவிட்டது. அதுபோல் சந்திரகுலம் சூரிய குலமான கதையும் நமக்குச் சரியாய்த் தெரியவில்லை. அத்துடன் புதிய ஒரு கேள்வியும் அல்லவா தோன்றியுள்ளது.'

'என்ன அது?'

'உங்களை மாளிகையில் வந்து கண்காணித்துவிட்டு ஓடிய ஆள் யாரென்றும் நாம் இன்னும் கண்டுபிடித்துவிடவில்லை.'

'ஆம்'

என்று அவ்விஷயத்தைத் தொடராமல் சற்றுநேரம் மௌனம் சாதித்தபின்பு தேவமித்திரர் தனக்குத்தானே சொல்வது போல் கூறினார்.

'இந்த அமைச்சருக்கு என்னைப் பற்றிச் சரியாய்த் தெரிந் திருக்கும் என்று நம்பினேன். அவர் கூறியவற்றை நம்பி நான் கப்பில்லனைக் கைது செய்வேன் என்று நம்பியிருக்கிறார். அப்படி நம்பியிருந்தால் அவர் என்னைப் பற்றி புரியாதவர்.'

தேவமித்திரரின் நேர்மை மீது அவருக்கு இருக்கும் அகங் காரமும் கர்வமும் நிறைய புத்த பிக்குகளிடம் உள்ளதுதான், என்றாலும் தேவமித்திரரைப் பாராட்டிக்கொண்டிருப்பதற்கு இது தருணமல்ல என நினைத்தார் அரையநாதர்.

'தேவமித்திரரே, கப்பில்லன் குற்றவாளி இல்லை என்பதற்கு

என்ன ஆதாரம்?'

'ஆதாரம் இல்லை. ஆனால் அமைச்சர் கப்பில்லனைப் பற்றிச் சொல்வதும் ஆதாரம் ஆகாதுதானே.'

அரையநாதர் அமைதியானார். தேவமித்திரரே தொடர்ந்தார்.

'கப்பில்லன் மிகவும் சுவாரஸ்யமானவன் போல் உள்ளது. அவனை விரைவில் நாம் சந்திக்க வேண்டும். மக்களைத் திரட்டி யோகச்சீட்டு மோசடிக்கு முடிவு கட்டத் துடிக்கிறான். அதைப் பார்த்தீர்களா?'

'ஆம். நீங்கள் புத்த விகாரையில் இருந்த நாட்களில் உங்கள் சிந்தனைத் துறை கலகங்கள் மூலம் இளம் பிக்குகளைத் தூண்டிய நாட்கள் நினைவுக்கு வரவில்லையா?'

சிரித்துவிட்டு அமைதியானார் தேவமித்திரர். அரையநாதர் அப்போது தொடர்ந்தார். 'நீங்கள் புத்தவிகாரையில் இருந்தது பற்றி ஏதும் கூறமாட்டேன் என்கிறீர்கள். ஆனால் ஒன்று, குவலயபுரம் புத்த விகாரை பழமைவாதிகளைக் கொண்டது. உங்களைப் போன்ற புரட்சிகரத் துறவிகளுக்கும் அங்கே நண்பர்கள் இருக் கிறார்களே. இல்லையென்றால் என்னை ஒரு கலகக்காரரிடம் அனுப்புவாரா அந்தக் குவலயபுரம் புத்த பிக்கு?'

இதற்கு ஏனோ பதில் சொல்லாமல் இந்தப் பேச்சைத் தொடராமல் செய்ய வேறு காரியங்களுக்குத் திரும்பினார் தேவமித்திரர். அவர்,

'இனி நாம் உரைகாரரைப் பார்க்க வேண்டும். குதிரைகளுக்கு ஏற்பாடு செய்யுங்கள்' என்றார். அரையநாதர் முந்தின நாளே சேவகர்களுக்குச் சொல்லியிருந்ததால் அவர்கள் எல்லாவற்றையும் தயார் செய்திருந்தனர்.

தேவமித்திரர் ஒரு சேவகனை அழைத்துச் சராசினின் விடுதலைக்கான சீட்டு ஒன்றை எழுதித் தன் முத்திரையைப் பதித்துக் கொடுத்தார். சேவகன் சிறைச்சாலை அதிகாரிகளைச் சந்திக்கப் புறப்பட்டான்.

தேவமித்திரரும் அரையநாதரும் தயாராக இருந்த இரு குதிரைகளில் ஏறிப்புறப்பட்டனர். முந்தினநாள் காலிலிருந்த லாடம் கழன்றதால் நொண்டிய குதிரை இன்று சரியாக ஓடியதைப் பார்த்து மகிழ்ந்தார் அரையநாதர். சேவகர்கள் இங்கு மிகவும்

நன்றாகத் தங்கள் எஜமானர்கள் இடும் கட்டளைகளை நிறைவேற்றுகிறார்கள் என்று கருதிக்கொண்டார். தேவமித்திரர், 'அந்த 'மருபூமி சாவு' என்ற சீட்டை எடுத்துக்கொண்டீர்களா?' என்று கேட்டார். பெரும்பாலும் பயணங்களுக்குச் செல்லும்போது எல்லாவற்றையும் எடுத்து வைத்துக்கொள்வது அரையநாதரின் பழக்க மாகையால் 'எந்தப் பிரச்சினையும் இல்லை' என்றார். வழக்கம்போல் இறுகியிருந்த தேவமித்திரரின் உதடுகளில் ஒரு புன்னகைக் கீற்று மின்னலாய்த் தோன்றி மறைந்தது. குதிரைகள் சீராக ஓடிக்கொண்டிருந்தன.

தூரத்தில் நிலத்திற்கடியில் இருண்ட பாதை ஒன்று எதிர்ப் பட்டதைக் கண்டு குதிரை தடுமாறியது. தேவமித்திரரைப் பார்த்தார் அரையநாதர். 'போ' என்பதற்கு அடையாளமாய் தேவமித்திரர் தலையை அசைக்க, இருவர் குதிரைகளும் அந்த இருண்ட பாதை வழியாக வெகுவேகமாய்ப் புறப்பட்டன. பூமியில் காணப்படும் பாதைகள் திடீர் திடீர் என்று நிலத்தடிப் பாதையாக மறைவதைக் கண்டு எரிச்சல் ஏற்பட்டாலும், அவற்றின் மர்மத் தன்மை ஒருவித சவால் குணத்தையும் அவர்களுக்கு ஏற்படுத்தியது. லேசான ஒளி இருள்பாதையின் சுவரில் இருந்த துவாரங்கள் வழி வந்தது. எனவே குதிரைகள் வெகு இயல்பாகச் சென்றன. சற்றுத் தூரத்தில் புராதனமான வாசல் ஒன்று தென்பட அதன் பின்புறம் மிகுந்த ஒளி வெள்ளம். அங்குப் புராதன தெய்வங்கள் நிறைய காணப்பட்டன. அந்த வாசலைத் தாண்டிய போது தெரிந்த கிரந்தக் கோயில் இருவரையும் வியப்புக் குள்ளாக்கியது. சரித்திரக்காரர் இறந்துகிடந்த சூரியக் கோயிலுக்குச் செல்லும் தரைப் பாதைக்கு அடியிலுள்ள நிலப்பாதை வழி வந்துள்ளதையும் அந்தக் கட்டடத்திற்கு நேர்ரெதிர் திசையில் கிரந்தக் கோயில் இருப்பதையும் அறிந்துகொண்டனர் இருவரும். கிரந்தக் கோயிலுக்கு வெளியில் நின்ற சேவகர்களிடம் குதிரைகளை ஒப்படைத்துவிட்டு கிரந்தக் கோயிலுக்குள் போக அடியெடுத்து வைக்கும்முன் தேவமித்திரர் அரையநாதரைத் தனியே அழைத்தார். பின் இரகசியமாகக் கூறினார்.

'உங்கள் கோணங்கித்தனம் உங்களுக்குத் தொல்லைகள் தராதபடி இங்குக் கவனமாக நீங்கள் நடந்துகொள்ள வேண்டும். இதுவரை சரியாக நடந்து கொண்டீர்கள் என்பதற்கு நான் நன்றி

கூறுகிறேன். நாம் சந்திக்கப் போகிறவர் மிகவும் முக்கியமான ஆள். ஒருவேளை யுனசேனனைக் கொன்றவராகக்கூட இருக்க முடியும்.'

'எப்படி?'

அரையநாதர் தனது பட்டாம்பூச்சி போன்ற இமைகளை யார் பார்த்தாலும் சிரிப்பு வரும்படி அடித்துக்கொண்டு கேட்டார். பின்பு அவரே தொடர்ந்தார்.

'இவர் நூல்களைப் பற்றி மட்டுமே தெரிந்த ஒரு உரைகாரர் மட்டும்தானே!'

'அங்குதான் தவறு செய்கிறீர்கள். நூல்களின் இரகசிய குகைகளுக்குள் மறைந்திருப்பதைக் கண்டுபிடிப்பவன்தான் உரைகாரன். நூற்றுக்கணக்கான மருத்துவ நூற்களுக்கு இன்னும் உரை தெரியாது. நம் முன்னோர்களின் அறிவு நமக்குப் பயன் படவில்லை. ஏனெனில் அவர்கள் நினைத்தது என்ன என்று நாம் வாசித்துப் புரிந்துகொள்ளவில்லை. உயிரை நீட்டிப்பதற்கும்—இதனை நூலாசிரியர்கள் 'தேவநிலை' அடைவது என்கின்றனர்—உயிரைப் பறிப்பதற்கும் இரகசிய வழிமுறைகளை அந்த நூலாசிரியர்கள் கூறியுள்ளனர் என்று நான் கேள்விப்பட்டிருக் கிறேன். அப்படிப்பட்ட இரகசிய நூல் ஒன்றின் உரையை அறிந்திருந்தால் இவரால் யுனசேனனை என்ன, நம் உயிரைக்கூட வெளி அடையாளமில்லாமல் பறித்துவிட முடியுமே.'

சொல்லி முடித்ததும், என்ன நினைக்கிறார் என்று அறியும் நோக்கத்தில் கேள்விக்குறியுடன் பார்த்தார் தேவமித்திரர்.

அவற்றைக் கேட்டு அரையநாதருக்கு ஆச்சரியமாகவும் அதிசயமாகவும் இருந்தது.

பின் இருவரும் கிரந்தக் கோயிலுக்குச் சென்றனர்.

11

கிரந்தக் கோயிலின் வலது புறத்தில் காணப்பட்ட 'மனித மரத்தைப்' பார்த்து அதன் விசித்திர அழகில் மயங்கி நின்றார் அரைய நாதர். அந்த மரமுகம் விசித்திரமான ரோமம் பிடுங்கப்பட்ட முகம்.

அங்கு வழக்கம் போல் விலங்குகளும் சூரிய சந்திரர்களின் பல்வித உருவங்களும் சித்திரிக்கப்படவில்லை. ஆனால் திறந்து கிடக்கும் நூல்கள் சித்திரிக்கப்பட்டிருந்தன. அருகில் சென்று மரத்தை இருவரும் பார்த்தனர்.

அப்போது மரமுகம் நிஜமுகமாக உரு மாறியதை முதலில் அரையநாதர் கண்டு, அவர் உடலெங்கும் நடுக்கம் பரவ அப்படியே நின்றார். ஏன் என்பது போல் தேவமித்திரர் அவரைப் பார்த்தார். ஏதோ சொல்ல முயன்றார். நா குழறியதே தவிர சொற்கள் வரவில்லை. தேவமித்திரர் புன்னகைத்தார். 'இப்படிப் பட்ட முகம் கொண்டவர்கள் நம் விந்திய மலைக்கு வடக்குப் பக்கம் வேறு மொழி பேசுகிறவர்களிடையே நிறையபேர் உண்டு' என்றார். 'ஓ, அது மனிதமுகமா?' என்று அரையநாதர் ஆச்சரிய மடைந்தபோது அந்த முகத்தைக்கொண்ட ஆள் இவர்களை நோக்கி வர ஆரம்பித்தார்.

தலைமுடி முழுவதும் நெருப்பால் பொசுக்கப்பட்டி ருந்தது. இமை ரோமங்களும் புருவங்களும் முழுவதும் பிடுங்கப் பட்டிருந்தன. காதருகில் குடுமிபோல் இருபக்கமும் தோற்றம் தந்தபடி கொஞ்சம் ரோமம் மட்டும் தெரிந்தது. மற்றபடி எங்கும் ரோமம் இல்லை. நகங்கள் நீளமாக வளர்க்கப்பட்டிருந்தன. அலங்காரமான ஓரங்கள் கொண்ட வர்ண ஆடை ஒன்று கழுத்தைச் சுற்றி விநோதமாகத் தொங்கியது. மிக அருகில் வந்த போது தேவமித்திரருக்குச் சுருங்கைப் பாணி வணக்கம் ஒன்றைத் தெரிவித்தது அந்த உருவம். பின்னர் இருவரையும் அழைத்துக் கொண்டு அது தன்னுடைய இடத்திற்குச் சென்றது. அந்த உருவம் வேறு யாருமல்ல, புவனநந்தி! அவர் இருந்த இடத்திற்குப் பின்புறம் பல்வித ஓலைகள், தாள்கள், பல்வித அட்டைக் கட்டுகள் என வரிசை வரிசையாக அடுக்கப்பட்டிருந்ததைக் கண்டார்கள் இருவரும்.

'புகழ்பெற்ற உரைகாரர் புவனநந்தி அவர்களே, உங்களைக் கண்டு அளவளாவ எங்களுக்குக் கிடைத்த வாய்ப்பு பொன்னானது' என்றார் தேவமித்திரர். அரையநாதரும் புவனநந்திக்குப் புன்னகை புரிய இருவருக்கும் இருக்கைகள் கொடுக்கப்பட்டன.

இவர் கொலைகாரராக இருக்கலாமோ என்ற ஐயம் பலப் பட்டது அரையநாதருக்கு.

இவருடைய பேச்சில் வடக்குப் பிரதேசச் சாயல் அதிகம் இருந்தது. என்றாலும் சராசின் பேசும்போது ஏற்பட்டது போல் அர்த்தம் புரியாமல் இல்லை. இருவரும் எளிதாய் புவனநந்தியின் மொழியைப் புரிந்து கொண்டனர். வார்த்தைகள் முடியும்போது அவை மூக்குவழி பேசுவது போல் ஒலித்தன. அதனைப் புரிந்து கொண்டால் இவரது மொழி கடினமானதொன்றுமில்லை. சுருங்கையில் எல்லோரும் பேசுவது போன்ற சாதாரண மொழிதான்.

அந்த மனிதர் சொன்னார்.

'தேவமித்திரரைக் கண்டு அளவளாவுவது அப்படி எளிய காரியமா?'

தேவமித்திரரின் பெருமை இந்த மனிதர் வரை எட்டியுள்ளதா என்று அரையநாதர் ஆச்சரியமடைந்தார். அவ்வளவு ரோமங் களையும் பிடுங்குமளவு வித்தியாச மான உலகில் வாழ்பவர்கள் கூட தேவமித்திரருக்கு மதிப்புக் கொடுப்பதை அறிந்தபோது அரையநாதரின் உடலில் புளகாங்கிதம் ஏற்பட்டது. யாரோ அவரைக் கிச்சுமுச்சு காட்டுவது போல் உணர்ந்தார். பின்னால் திரும்பிப் பார்த்தால் யாரும் இல்லை. மீண்டும் தேவ மித்திரரும் புவனநந்தியும் என்ன பேசுகிறார்கள் என்று கவனித்தபடி அமர்ந்தபோது கண்ணுக்குத் தெரியாத மனக்குறளி அரைய நாதரைக் 'கிச்சுமுச்சு' காட்டி அவஸ்தைக்கு உள்ளாக்கியது. பின்னால் உடலைத் திருகிக்கொண்டு பார்ப்பதும் யாரும் இல்லை என்று நேராக அமர்வதுமாக இருந்தார். நல்லகாலம் இவருடைய மனக்குறளிச் சேட்டைகளைப் புவனநந்தியோ தேவமித்திரரோ கவனத்தில் கொள்ளவில்லை.

இப்போது புவனநந்தி பேசியது தெளிவாகக் கேட்டது.

'தேவமித்திரரே, உலகின் முதல் தர குற்றவாளிகளைக்கூட கண்டுபிடிக்க வல்லவர் என்று புகழ்பெற்ற உங்களால் முடியாதது ஏதுமில்லை. யுனசேனன் கொலையைக் கண்டுபிடித்துவிட்டீர் களா?'

மீண்டும் புவனநந்தியே தொடர்ந்து பேசினார்.

'மர்மங்களை எங்கே கண்டுபிடிக்க முடியும்? சூரிய தேவனின் கதிர்கள் பகலில் எங்கெங்கோ நுழைகின்றன என்றாலும் கெட்டவர்களை அதனால் கண்டுபிடிக்க முடிவதில்லை.

சூரியதேவனின் சாம்ராஜ்யம் வரும்வரை சிக்கல் தீராது' என்று அந்தப் புராதன மனிதர் பேசி நிறுத்தினார்.

'சூரியதேவனின் சாம்ராஜ்யம் எது புவனநந்தி அவர்களே?'

எந்த யோசனையுமின்றி உடனேயே புவனநந்தி சொன்னார்.

'சூரியக் கோயில்தான் அது.'

தேவமித்திரரும் அவருடைய நண்பரும் பார்த்த சூரியக் கோயிலில் ஏழு வாசல்கள் உள்ளதையும் ஏற்கனவே அதைச் சென்று பார்த்துவிட்டதையும் நினைத்துக்கொண்டார் தேவமித்திரர்.

'எல்லாத் தர்க்கங்களும் அனுபவ அறிவுகளும் சாஸ்திரங்களும் இறுதியில் சூரியதேவனை வல்லமை படைத்தவன் என்று கூறினால்தான் ஒப்புக்கொள்வீர்களா, புவனநந்தி அவர்களே?'

தேவமித்திரர் நுட்பமான தத்துவத்தையும் நடப்பு விஷயங் களையும் இணைத்து விவாதத்தை எடுத்துச் செல்வதில் சமர்த்தர் என்பதை இப்போது வெளிப்படுத்தினார். அவர் அறிவும் தர்க்கமும் அரையநாதருக்கு ஆச்சரியத்தை ஏற்படுத்தின.

'சூரிய தேவனின் வல்லமையை யாரும் சந்தேகிக்க முடியாது. சூரியன் நெருப்பின் ராஜா. அக்னியில் எது விழுந்தாலும் சாம்பலாகும். அக்னி கொழுந்து விட்டெரிந்து மற்றதை அழிக்கும். அக்னி அழியாது. அக்னியே ஆகாசத்தையும் பூமியையும் உண்டுபண்ணிற்று. அக்னியிலிருந்து வெளிப்பட்ட காற்றே மனிதனுக்குப் பிராணனைக் கொடுத்தது. நான் இன்று கிரந்தங் களைக் காத்துக்கொண்டிருப்பதற்குக் காரணம் சூரியன். சூரியனின் கருணையில்லாவிட்டால், ஈரம் வந்து புழு தோன்றி எல்லா நூல்களும் அழிந்துவிடும். எனவே அனுபவத்துக்கும் அறிவுக்கும் தர்க்கத்துக்கும் அதுபோல் சாஸ்திரங்கள் எழுதப்பட்டிருக்கும் மொழிக்கும் தலைவனாக இருப்பது சூரிய தேவனே.'

உணர்ச்சி வசப்பட்டுச் சூரிய தேவனைப் புகழ்ந்த புவனநந்தி ஆதிமனிதனின் குரலில் பேசியதாகத் தெரிந்தது. ஆனால் யுனசேனனின் மரணத்தைக் கண்டு பிடிக்க உதவக்கூடிய எந்தச் செய்தியும் அவரது வாயிலிருந்து வராததால் ஓரளவு ஏமாற்றத்தை இருவரும் உணர்ந்தனர். ஓரிரு செய்திகளையாவது தேவமித்திரர் கறந்துவிடமாட்டாரா என்று எதிர்பார்த்த அரையநாதர் என்ன நடக்கிறது இங்கு என்று கவனித்துக் கொண்டிருக்க அவருடைய

மனக்குறளி தடையாக இருக்கவில்லை. 'சந்திரகுலத்திலிருந்து எப்படி சூரியகுலத்துக்கு ஆட்சி மாறியதென்று தேவமித்திரர் கேட்கமாட்டேன் என்கிறாரே!' என்று எரிச்சலுடன் அமர்ந்திருந்தார் அரையநாதர். ஆனால் தேவமித்திரரைப் பார்த்தபோது அவருக்கு எந்தவித ஏமாற்றமும் இல்லை என்பது போல முகபாவம் இருந்தது. இப்போது புவனநந்தியின் கண்கள் மணலில் அலை அடித்து உருவாக்கிய மடிப்புகள் போன்ற தோல் மடிப்புகளுக்கிடையில் மூடிக்கிடந்தன. அவருடைய விதி அவரைப் பழம் இரகசியங்களைக் காக்க மட்டுமே படைத்தது போல் காட்சி தந்தார். கைகளின் தோல் சுருங்கி பசுமாட்டின் தொண்டையில் தொங்கும் தோல்போல் தொங்கிக்கொண்டிருந்தது. அவை வெயிலில் கிடந்த வாழையிலை கறுத்துச் சுருங்கிக் காட்சி தருவதுபோல் சுருக்கம் கொண்டு காணப்பட்டன.

அப்போது மிகவும் சாதாரணமாக, 'மனித மனதைக் கண்டு பிடிக்க என்ன வழி?' என்ற கேள்வியைத் தேவமித்திரர் பராக்குப் பார்த்துக்கொண்டே கேட்டார்.

உடனே புவனநந்தி இருவரையும் அருகில் அழைத்துப் பழுப்பேறிய சீனத்தாள்களில் மங்கிய கருஞ்சிவப்புப் படங்களோடு காணப்பட்ட ஒரு புத்தகத்தைப் புரட்டினார். எண்ண முடியாத பக்கங்கள் என்பது போல் நூல் காட்சி தந்தது. நூலைக் காட்டிய படியே கூறலானார். 'இந்த நூல் மனதைக் கண்டுபிடிக்க முடியும் என விளக்குகிறது. பொய்யே உண்மை என்று நம்பியவர்கள் அல்லவா இப்போது பிரபலமாகிவிட்டார்கள்? இன்றுள்ளவர்கள் பொய்யை உண்மை என்று மக்களின் கைகளில் ஒப்படைக்கிறார்கள். அதனால்தான் 'எல்லா வரலாறுகளும் பொய்களின் வரலாறே' என்றொரு கருத்து தோன்றியுள்ளது. மனதை நாம் கண்டுபிடித்தால் பொய் தோன்றாது.'

ஆதிமனிதனின் உருவில் இருந்த மனிதர் நிறுத்தினார்.

தேவமித்திரரும் அரையநாதரும் திடீரென்று மின்னல் தாக்கியது போல் அதிர்ச்சியுற்று அமர்ந்தனர். இந்த மனிதர் யுனசேனன் கொலை பற்றித்தான் மறைமுகமாகப் பேசுகிறார் என்ற எண்ணம் தேவமித்திரருக்கு.

பின்பு சற்றுநேர உரையாடலுக்குப் பிறகு வேறு ஒரு சந்தர்ப்பத்தில் இப்படிப் பேசினார் உரைகாரர்.

'மொழியும் நூலும் உலகும் உரைகாரரும் வேறா?' மூல இரகசியங்கள் எப்போதும் தம்மை வெளிப்படுத்துவதை விரும்புவதில்லை...'

அரையநாதருக்கும் அமர்ந்திருக்க முடியவில்லை. அமைதி யின்றி இருந்தார். மனக்குறளி அவரைக் கிச்சு முச்சு காட்டியது. ஆனால் அந்தக் கிச்சுமுச்சு, சிந்தனை சார்ந்ததாக இப்போது வடிவம் மாறியிருந்தது. இப்படிக் கேட்டார் திடீரென்று புகுந்து,

'அப்படியென்றால் யுனசேனனைக் கொன்றது யார் என்ற இரகசியம்?'

தேவமித்திரர் முகத்தில் கடுமை ஏறியதைப் பார்த்த அரைய நாதர் அமைதியானார். ஏதோ ஒரு சிறுவன் தேவையற்று இடையே புகுந்து உளறுகிறான் என்பது போல், அந்தக் கேள்வியைக் கேட்காதவர் போல், உரைகாரர் தொடர்ந்து அவர் பேசிய பாணியைத் தொடர்ந்தார்.

'...எனவே அது நூல், மொழி, ஆசிரியன், உலகம், உரைகாரர் என்று வேறுபடுத்தும் மனப்பிராந்தியை எளிதில் தோற்று விக்கிறது. மாறுவேஷம் போட்டுப் பிறர் தன்னைக் கண்டு பிடிப்பதிலிருந்து தப்புகின்றது.'

இப்போது பேச்சு, புத்தகங்களின் பழமையிலிருந்து காலம் பற்றியதாகவும் சுருங்கையின் ராஜவம்ச சரித்திரத்திற்கும் காலக் கணிப்புக்குமுள்ள தொடர்பைச் சார்ந்ததாகவும் அமைந்தது.

'காலம் என்பது கண்ணற்றது. கிரேக்க ஞானிகளில் சிலர் அதற்குச் செவி இல்லை என்றுகூட கூறுகிறார்கள். உரைகாரரே, அப்படியிருக்க சமலன் என்ற சந்திரகுல ராஜன் ஆட்சி எப்படி சூரியகுல ஆட்சியாக இந்தச் சுருங்கையில் மாறிற்று? இந்த நூலில் அதற்கான சரித்திரம் இருக்கிறதா?'

இவ்வாறு ஏதோ ஒரு பேச்சிலிருந்து நேரடியாக நடப்புப் பிரச்சினைகளுக்குப் பேச்சைத் தேவமித்திரர் இழுத்துக்கொண்டு வந்து இப்படித் தொடர்ந்தார்.

'சமலன் ஆட்சியில் ஹேஸியஸ் சாங்கியவாதியைக் கொலை செய்த பிறகு சமலன் ஆட்சிக்கு என்ன ஆனது கூறுங்கள். உங்கள் கூற்றுதான் இன்றைய மனிதர்களுக்கான ஒரு சாட்சியம். புத்தகங்களில் இல்லாததுகூட உங்கள் நோக்கின் பலத்தால்

உண்மையாக முடியும் என்கிறார்கள்.'

ஏதோ கெட்ட ஞாபகங்கள் வந்து கொசுவின் வடிவத்தில் மொய்த்ததுபோல் கருதி அவற்றை விரட்ட உரைகாரர் எத்தனித்தார். உடலை வசதியற்ற கோணத்தில் வைத்துக் கொண்டு வளைத்தார். திடீர் திடீர் என்று மூச்சுவிட்டுக்கொண்டு பேசினார். அரைய நாதரின் உடல் சேஷ்டை புவனநந்திக்குத் தொற்றிக்கொண்டதோ என்றிருந்தது.

'தேவமித்திரரே, அந்தக் காளிங்கன் இருந்தானே, அவன்தான் எல்லாவற்றிற்கும் காரணம்.'

சற்று நிறுத்தினார் உரைகாரர். அப்போது அரையநாதர் இருமுறை தேவமித்திரரை மீண்டும் மீண்டும் பார்த்துக் கொண்டார். தொடர்ந்தார் உரைகாரர்.

'சந்திரகுலராஜன் சமலனுக்கு ஒரு தங்கை இருந்தாள். சமலனுடைய தங்கையை ராஜ்கொண்டா என்ற பகுதியை ஆண்ட ராஜன் திருமணம் புரிந்திருந்தான். அவள் காளிங்கனின் தூண்டு தலால் சமண தர்மத்தில் சேர்ந்தபோது தன் கணவனது தேசத் திலிருந்த பல சந்திரக் கோயில்களை உடைக்க ஆணையிட்டாள். சந்திரகுலத்தவர்கள் சமணமதத்தை அந்தக் காலத்தில் எதிர்த்துப் போராடியதால் இருவருக்கும் பெரும் பகை மூண்டது. காளிங்கன் இவ்வாறு சமலனின் தங்கையின் மனதை மாற்ற வசிய மருந்தைப் பயன்படுத்தியதாகச் சிலர் சமலனுக்குச் சொல்லி வைத்திருந்தனர். எனவே தனது சாதி தர்மங்களைத் தொலைத்ததற்கும் தங்கையின் மனதைக் கெடுத்ததற்கும் காளிங்கனுக்குத் தண்டனை கொடுக்க வேண்டுமென்று சமலன் யோசித்தான். அந்தத் தண்டனை விசித்திரமானதாக இருக்க வேண்டுமென்று கருதி நாட்டுக்கு வெளியில் இருந்த பெரிய ஒரு மலையைச் சுட்டிக்காட்டி, காளிங்கன் தான் ஒருவனாய் அதில் சுரங்கப் பாதை ஒன்று தோண்டும்படி கூறினான். தான் வந்து பார்க்கும்போது தோண்டி யிருக்காவிடில் அந்த இடத்திலேயே தலை வெட்டப்படும் என்றான். ஒரு வருடம் சென்று பார்க்கப் போனபோது தண்டனை கொடுக்க ஆட்களையும் கூட்டிச் சென்றான். பெரியமலையில் சுரங்கப்பாதை வெட்டுவது என்ன சாதாரண காரியமா? ஒரே ஒருவர் செய்யக்கூடியதா அது? அங்கு அரசன் நினைத்தது போல் சுரங்கப்பாதை வெட்டப்படவில்லை. அரசன் வந்தபோது

ஓரளவுகூட வேலை நடக்கவில்லை. ஆனால் காளிங்கன் வந்து, 'இன்னும் சில நாட்கள் தரவேண்டும். வெட்டி முடித்துவிடுவேன்' என்றான். காவலுக்கு ஆட்களை வைத்துவிட்டு, அரசனும் தண்டனை கொடுக்கச் சென்றவர்களும் திரும்பி வந்தனர். காளிங்கன் கூறியபடி மீண்டும் அவர்கள் சில நாட்கள் கழித்துச் சென்று பார்த்தால் சுரங்கப்பாதை வெட்டப்பட்டிருந்தது. காவலர்களை அழைத்துக் கேட்டால், 'நேற்றுவரை வெட்டப் பட்டிருக்கவில்லை' என்றனர். 'இன்று காலையில் எப்படி வெட்டப்பட்டதென்று தெரியவில்லை' என்றனர். சமலன் ஆச்சரியப்பட்டு காளிங்கனை அழைத்தான். காளிங்கன் சாதாரண மனிதன் அல்ல என்றறிந்து அரசன் அன்றே சமண மதத்தைச் சார்ந்தது மல்லாமல் காளிங்கனின் சீடனாகி சமண மதத் துறவியாகவும் மாறிவிட்டான். பின்பு சூரியகுலத்தைச் சார்ந்த அவனது மனைவி ஆட்சிக்கு வந்தாள்...'

'உரைகாரரே, நீங்கள் சமலனின் ஆட்சியின்போது இந்தக் கிரந்தக் கோயிலுக்கு வந்தீர்களா?'

அமைதியாக இருக்க முடியாத அரையநாதர் இப்படி ஒரு கேள்வியைக் கேட்டார்.

'நான் வந்ததா?' என்று கேட்டுவிட்டு, 'ஹா ஹா' என்று சிரித்தார், அந்த ரோமமற்ற முகம்கொண்ட மனிதர்.

அருகில் நின்ற அரையநாதரை அப்படியே கட்டிப் பிடித்துக் கொண்டு சிரித்தார். நீரில் கிடக்கும் நீர்யானை நம்மைக் கட்டிப்பிடித்தால் என்ன உணர்வு இருக்குமோ அது போன்று உணர்ந்தார் அரையநாதர். உடனேயே அவர் தன்னை விடுவித்துக் கொண்டார். அப்படி விடுவித்த பின்புகூட அவருடைய உடல் சூடு ஆறவில்லை. அவ்வளவு சூடு புவனநந்தியின் உடலில் இருந் திருக்கிறதென்று நினைத்தார் அரையநாதர். சற்று நேரம் கடல் ஒலி போல் அலை அலையாகச் சிரித்தார் புவனநந்தி. சிரித்து ஓயட்டும் என்று இருவரும் காத்திருந்தனர். அப்படி என்ன சிரிப்புக்குரிய விஷயத்தைக் கேட்டுவிட்டேன் என்று அரையநாதர் ஆச்சரியப்பட்டார். எதையும் பொருட்படுத்தாமல், புவன நந்தி பேசிக்கொண்டிருந்தார்.

'என் கதையையா கேட்டீர்கள்? நான் ஒரு படிக்காத மிருகம். என் படிப்பெல்லாம் இவ்வளவு நேரம் சொன்னேனே காளிங்கன்,

அவனுக்குச் சீடனாக அவனுடனேயே அலைந்ததுதான்...'

தேவமித்திரரும் அரையநாதரும் ஒரே நேரத்தில் கத்திவிட்டனர்.

'நீங்கள் காளிங்கனுக்குச் சீடனாக இருந்திருக்கிறீர்களா?'

'ஏன், என்னைப் போன்ற ஒரு காட்டு விலங்குக்குக் காளிங் கனின் சீடனாக இருக்கும் தகுதி எப்படி வந்தது என்றுதானே கேட்கிறீர்கள்?'

'அப்படியில்லை. ஆச்சரியமாக இருக்கிறதே என்று கேட்டோம்' எனத் தேவமித்திரர் கூறி முடிக்கும் முன் புவனநந்தி தொடர்ந்தார்.

'கேளுங்கள், என் கதையைச் சொல்கிறேன். நான் விந்திய மலைக்கு அப்பாலுள்ள ஒரு காட்டுப் பிரதேசத்தில் வாழ்ந்தவன். அப்போது எனக்கு இருபது வயது இருக்கலாம். எங்கள் ஊரில் பஞ்சம் வந்தது. எங்கள் சாதியைச் சார்ந்தவர்கள் மலைப் பிரதேசத்திற்கு வருகிறவர்களைக் கொள்ளையடித்து அவர்களைப் பிடித்துச் சாப்பிட்டு வாழ்ந்து வந்தோம். எங்கள் பெண்கள், பிள்ளைகள், சிறுவர்கள் எல்லோரும் இந்த மாதிரி கொள்ளை யடிப்பதிலும் மனிதமாமிசம் சாப்பிடுவதிலும் சாமர்த்தியம் படைத்தவர்கள். அப்படிக் கொள்ளையடிக்கும் போது பெண்கள் கிடைத்தால், அந்தப் பெண்களையும் நாங்கள் விடுவதில்லை. எங்கள் உடல் பசிக்கு அவர்களைப் பலியாக்கிவிட்டு அவர்களைக் கால்வேறு கைவேறாகப் பிய்த்துத் தின்னுவோம்' பேசியதைச் சற்று நிறுத்திவிட்டு அரையநாதரை நோக்கிக் கண்களில் ஒளி வீசக் கேட்டார் புவனநந்தி.

'நீங்கள் மனித மாமிசம் சாப்பிட்டிருக்கிறீர்களா?'

அரையநாதருக்குத் தூக்கி வாரிப்போட்டது.

பின்பு புவனநந்திதான் சொல்ல வந்ததைத் தொடர்ந்தார்.

'பயப்படாதீர்கள், நான் இன்னும் மனிதமாமிசம் சாப்பிடு கிறேனோ என்று. இப்போது சாப்பிடுவதில்லை. எனக்குப் பிடிக்காது. அந்தக் கதையைச் சொல்கிறேன், கேளுங்கள்' என்று கூறிச் சிரிப்பும் வேடிக்கையும் மறைய அந்தக் கதையைச் சொல்ல ஆரம்பித்தார்.

'ஒருநாள் வழக்கம்போல் காட்டுப் பிரதேசத்தில் அலைந்து கொண்டிருந்தேன், மனிதர்கள் யாராவது கிடைக்கமாட்டார்களா

என்று. அப்போது வந்துகொண்டிருக்கிறார் ஒரு மனிதர். ஒளிந்து ஒளிந்து நடக்க எங்கள் சாதியினர் வல்லவர்கள். மிக அருகில் இருந்தாலும் எங்களை யாரும் காணமுடியாது. ஒரு மலையின் சிறுபிளவு ஒன்றில் மறைந்து நின்று அந்த மனிதரின் முன்பு நெருப்பு வீசும் கண்களுடன் குதித்தேன். மாமிசத்தைக் கண்ட சிங்கம் போன்று அசைந்து அசைந்து மனிதன் மீது தாவிப் பற்களைப் பதிக்கப் போனேன். மிகத் தைரியமாக நின்ற அந்த மனிதர் என் மாமிச வெறிக்குப் பயப்படாமல், அசையாமல் நின்றார். பிறகு என்னைத் தீர்க்கமாக என் கண்கள் வழியே பார்த்தார். என் கண்களை அவர் கண்கள் சந்தித்ததுதான் எனக்குத் தெரியும். அந்தக் கண்களில் என்ன சக்தி இருந்ததோ தெரியாது. நான் அசையாதபடி அப்பார்வை என்னைக் கட்டியது. 'நீ யார்?' என்றார். எனக்கு ஒரே ஆச்சரியம். நரமாமிசம் தின்னும் என்னிடம் நிமிர்ந்து நின்று கேள்வி கேட்கிறாரே ஒரு மனிதன்!'

கதை கேட்கும் உற்சாகத்தில் அரையநாதர் இப்படிக் கேட்டார்.

'அவர் அவ்வளவு தைரியமாக நின்றாரா?'

'ஆம். வழக்கமாக எங்களிடம் மாட்டிக்கொள்பவர்கள் வியர்த்து விறுவிறுக்க ஓடுவார்கள். பயந்து மூத்திரமும் மலமும் கழிப்பார்கள். வாய் நடுநடுங்கி மிருகங்கள் போல் காணப் படுவார்கள். மூச்சு வேகம் வேகமாக இழுக்கும்; இரண்டு பக்கத்து விலாவிலும் இரைப்பு ஏற்படும்; கழுத்து ஏறி இறங்கும்; நெற்றி வியர்க்கும்; பற்கள் அடித்துக்கொள்ளும். இப்படி அவர்கள் மிருகம் போல் ஆகிவிடுவார்கள். எங்கள் மிருக வெறிக்கு இன்னொரு மிருகத்தைத் தின்பதில் கஷ்டமேதும் இருக்காது. நாகரிகமான மனிதர்கள் ஆட்டையோ, மாட்டையோ கொன்று தின்பது போன்றதுதான் அது. ஆனால் இந்த மனிதன் கேள்வி கேட்டவுடன் அவன் மிருகமல்ல; மனிதன் என்ற ஞாபகம் வந்துவிட நான் நடுங்க ஆரம்பித்துவிட்டேன். அப்படியொரு அனுபவம் அன்றுவரை எனக்கு ஏற்பட்டதில்லை. மனிதனை மனிதன் தின்ன முடியாது என்ற ஞாபகம் எனக்கு வந்துவிட்டது.'

'அதன்பிறகு?' அரையநாதர் தொடர்ந்து என்ன நடந்தது என்று அறிய ஆசைப்பட்டார்.

'பின்பு அந்த மனிதன் தன்னை ஒரு சமண சந்நியாசி என்றார். என் பசியைப் புரிந்து தன்னிடமிருந்த பழங்களையும் உணவையும்

எனக்குத் தந்தார். அதன்பின் எனக்கு அந்த மனிதரோடு இனியுள்ள முழு வாழ்க்கையையும் கழிக்க வேண்டும் என்ற ஆசை ஏற்பட்டது.

தேவமித்திரர் கேட்டார்.

'அந்த சந்நியாசி யார் என்று நீங்கள் சொல்லவில்லையே?'

'வேறுயார்? காளிங்கன்தான்' என்று புவனநந்தி கூற, அரைய நாதர் தன் ஆச்சரியத்தை வெளிப்படுத்தாமல் இருக்க முடியாததால் தன் குரங்கு சேஷ்டை செய்யும் உடம்பைத் தடுக்காமல், அதன் பாட்டுக்குவிட்டார். ஆனால் அரையநாதரின் சேஷ்டைகளை ஏனோ புவனநந்தி சட்டை செய்யாமல் தொடர்ந்து சொன்னார்.

'இதுதான் நான் காளிங்கனின் சீடனான கதை. பின்பு என்னென்னவோ விதமான வாழ்க்கைகளை எல்லாம் பார்த்து விட்டு இறுதியில் உரைகாரனாகி இன்று பலநூறு புத்தகங்களின் இரகசியங்களைக் காத்துக்கொண்டு விதியின் ஆணைப்படி வாழ்ந்துகொண்டிருக்கிறேன்.'

அப்போது உணர்ச்சிகளைக் கட்டுப்படுத்திக்கொண்டு அரைய நாதர் தனக்கு அந்தக் கதை மூலம் ஏற்பட்ட ஒரு சந்தேகத்தை முன்வைத்தார்.

'தாங்கள் பழைய புராதன சமயத்தைப் பின்பற்று பவர். சூரியனையும் இயற்கையையும் வணங்குபவர். காளிங்கன் ஒரு சமணத்துறவி...'

அரையநாதர் முடிக்கும் முன்பு புவனநந்தி சிரித்துக்கொண்டு தொடர்ந்தார்.

'போர் வீரரான என் இனிய நண்பரே! நான் சமணத் துறவியின் சீடனானாலும் நான் பிறந்த, காட்டு மக்களின் குணத்தையும் வழிபாட்டுக் குணத்தையும் ஓரளவுதான் மாற்ற முடியும். முழுவதாக மாற்றுவது என்னால் முடியாது. என் வசதிக்கேற்ப சமய நம்பிக்கையை வைத்துக்கொண்டேன். அது முழு சமணத் துறவியான காளிங்கனுக்குக் கவலை உண்டு பண்ணவில்லை.

'அப்படியென்றால் நீங்கள் பாதி சூரிய வழிபாட்டுக் காரர். பாதி சமண சமயத்தவாரா?'

'உங்களுக்கு இது புரியாது அரையநாதரே. சூரிய வழிபாடு எல்லா மதங்களின் மூல ஆராதனையாக அந்தக் காலத்தில்

இருந்தது. இன்னொன்றும் சொல்கிறேன். இந்தச் சுருங்கையில் சூரிய வழிபாட்டுக்காரர்களான நாங்கள் பல மதங்களிலும் இருப்போம். அமைச்சர் இருக்கிறாரே, அவர் சூரிய வழிபாட்டுக்கார வைதீக சமயத்தவர். நான் சூரிய வழிபாட்டுக்கார சமண சமயத்தவர்.'

அப்போது தேவமித்திரர் அடுத்த மண்மேடையிலிருந்த நூலைப் பற்றிக் கேட்க ஆரம்பித்ததும் பேச்சு வேறுதிசைக்கு மாறியது.

புத்தகங்களைப் பற்றிக்கூற ஆரம்பிக்கும்போது காட்டு மிராண்டியாக ஒரு காலத்தில் இருந்த அந்த மனிதனின் கண்கள் பிரகாசம் கொண்டுவிடுகின்றன. அவர் விரல்கள் எதையோ பலமாய்ப் பிடிக்க உயர்த்தப்படுவது போல உயர்வதைக் காண முடிகிறது.

அரையநாதரின் கவனம் புத்தகங்களில் செல்லவில்லை. அவரது கவனம் யுனசேனன் இறப்பு பற்றிய சம்பவங்களையே சுற்றிச் சுற்றி வந்தது. எனவே அதனோடு தொடர்பு கொண்டுள்ளதாக அவர் நினைக்கும் சுருங்கையின் ஆட்சி பற்றி அவர் நினைவு ஓடியது. சமலனுக்குப் பின்னர் ஆட்சிக்கு வந்த அவனது மனைவி சந்திரகுலத்தைச் சார்ந்தவளாகையால் ஆட்சியில் பிரச்சினைகள் தோன்றவில்லையா? மேலும் கணவன் சூரியகுலத்தையும் மனைவி சந்திரகுலத்தையும் சார்ந்தவர்களாய் இருப்பது சாத்தியமா? இதைப் பற்றிப் புவனநந்தியிடம் அரையநாதர் கேட்டார்.

'சுருங்கையை ஆளும் ராஜவம்சம் புற மணமுறை யைக் கடைப்பிடிக்கிறது. ராஜன் சூரிய குலமென்றால் ராணி சந்திர குலத்திலிருந்துதான் வரவேண்டும். அதுபோல் ராஜன் சந்திர குலம் என்றால் ராணி சூரிய குலத்திலிருந்துதான்... அதனால் போர்களும் தாயாதி கொலைகளும் மிகுதியாகக்கொண்டது. இந்தச் சுருங்கையின் ஆட்சிச் சரித்திரம் அப்படித்தானே?' அரையநாதர் புவனநந்தியிடம் கேட்க, புவனநந்தி பேசலானார். அப்போது புவனநந்தியின் கண்கள் அசையாமல் நின்றன.

'அரையநாதரே, நான் சொன்னால் தப்பாக எடுக்கமாட்டீர்கள் என்று நம்புகிறேன்' என்று கூறி நிறுத்தினார். இப்போது இவர் எதைக் கூற பீடிகை போடுகிறார் என்று அரையநாதர் கூர்ந்து கவனித்தார்.

'சந்திரகுலம் இருட்டின் குலம். சூரிய குலம் ஒளியின் குலம். அப்படியென்றால் சூரிய குலத்துக்குச் சந்திரகுலம் தாழ்ந்தது தானே...'

'அப்படியென்றால் சந்திரகுலத்து ராஜா எப்போது ஆட்சிக்கு வந்தாலும்...' என்று அரையாதர் முடிக்கும் முன்,

'எப்போது வந்தாலும் அவர்களின் ஆட்சிக் காலத்தில் மட்டும் சந்திர அடையாளங்கள் கௌரவிக்கப்படும். அவர்கள் ஆட்சி முடிந்தவுடன் அவை அழிக்கப்படும். ஆனால் சூரியகுல ஆட்சி நடந்தாலும் நடக்காவிட்டாலும், அதன் அடையாளங்கள் கௌரவிக்கப்பட வேண்டும் என்பது சுருங்கையில் பரம்பரை நம்பிக்கை.' இப்படிக் கூறிய புவனநந்தி அரையநாதரை நோக்கி, மாடுகளின் கண்கள் போன்ற தன் கண்களால் கண் சிமிட்டியதை அவர் வாழ்நாள் எல்லாம் இனி மறக்க முடியாதபடி இருந்தது.

அதுவரை அமைதியாக இருந்த தேவமித்திரர் பேச்சில் பங்குகொண்டார். அவர்முன் சூரியராஜனின் முகம் பொறிக்கப் பட்ட ஒரு புத்தகம் இருந்தது. அந்த முகத்தில் புரியாத சில எழுத்து களும் காணப்பட்டன.

'சந்திரக் கோயிலை இடித்து அதன் மீது சூரியக் கோயிலைக் கட்டியிருக்கிறார்கள். அப்படியென்றால் சந்திரகுலராஜன் சமலன் சந்நியாசியாகிப் போனபின் அவனது மனைவி ஆட்சிக்கு வந்தாள். அவள் சூரிய குலத்தைச் சார்ந்தவளாகையால் ஆட்சி சூரியகுல ஆட்சியாக அமைந்தது. அப்போது அவளது கணவன் அந்த நாட்டு வழக்கப்படி சமலனின் தம்பி அமலன்.'

'அவளுக்குச் சமலன் என ஒருவன் கணவனாக இருக் கிறானே...'

என்றார் அரையநாதர். அரையநாதர் இப்படிக் கேட்டாலும் தேவமித்திரர் பேசியபோது புவனநந்தி ஆச்சரியத்துடன் தேவமித்திரரின் கண்களை உற்றுப்பார்த்தார். தேவமித்திரர் தொடர்ந்தார்.

'சுருங்கையின் வழக்கப்படி ஒரு ராஜன் இறந்தாலோ, ஆட்சியை விட்டுவிட்டாலோ, அவனது தம்பி மூத்தவனின் மனைவியை மணம் செய்யவேண்டும். அதனால்தான் அமலன்

ராணியைத் திருமணம் செய்தான். இந்த மாதிரி அண்ணனின் மனைவியைத் திருமணம் செய்யும் வகைத் திருமணம் சாமான்யமாக நடக்காது. எப்போதோதான் நடக்கும். அதனால் இப்போது ஒரு பிரச்சினை தோன்றியது. அமலனின் அண்ணன் சமலன் சந்திரகுலத்தைச் சார்ந்தவன். ராணி சூரியகுலத்தைச் சார்ந்தவள். இப்போது இந்த ஆட்சியைக் கணவன் வழியில் சந்திரகுல ஆட்சி என்று கூறுவதா அல்லது மனைவி வழியில் சூரியகுல ஆட்சி என்று கூறுவதா? இந்தப் பிரச்சினையைத் தீர்க்க யுனசேனனால்கூட முடியவில்லை. கடைசியில் உரை காரரான நீங்கள் விளக்கம் தந்து ராணியின் சூரியகுல ஆட்சியைத் தான் எல்லோரும் ஏற்க வேண்டும் என்றீர்கள்..'

'இதெல்லாம் உங்களுக்கு...?' என்று கேட்கப் போன புவனநந்தி திடீரென்று கேட்கப் போனதை நிறுத்தி லேசாகப் புன்னகை செய்தார். புவனநந்தி எதிர்பார்க்காத பல தகவல்கள் தேவ மித்திரரிடம் இருந்ததைக் கண்டு பெருமைகொண்டார் அரையநாதர். ஆச்சரியம் பொங்க தேவமித்திரரைப் பார்த்தார். ஆனால் தேவமித்திரரின் முகத்தில் எந்தச் சலனமும் இருக்க வில்லை. தான் கேட்ட சுருங்கை சரித்திரமும் ஏற்கனவே தேவ மித்திரர் கூறியதுதான் என்பதை எண்ணினார் அரையாதர்.

அவர்கள் பார்த்துக்கொண்டிருந்த நூலைப் பற்றி உரைகாரர் விளக்கம் கூறி முடித்ததும் தேவமித்திரர் செய்த செயலைக் கண்டு புவனநந்தியைப் போலவே அரையநாதருக்கும் ஆச்சரியம் ஏற்பட்டது.

அப்போது நடந்தது இதுதான். தேவமித்திரர் நேரடி யாக விடுவிடு என்று எல்லோரும் நின்றிருந்த கிரந்த அறைக்கு இடதுபுறம் சென்ற சிறுபாதையில் சென்றார். அரையநாதரும் புவனநந்தியும் அவரோடு வேகமாக நடந்தனர். திடீரென்று ஒரே ஓட்டமாக ஓடி புவனநந்தி தேவமித்திரரைத் தடுத்தபடி நின்றார். பெரிய உடம்பு கொண்ட புவனநந்தி வழிமறித்தபடி நின்றால் யாரேனும் அவரைத் தாண்டிப் போகமுடியுமா? தேவமித்திரர் நின்றார்.

'வரைபட அறை இந்தச் சுருங்கையின் முக்கியமான யுத்த இரகசியங்கள் கொண்ட அறை. அதற்குத் தாங்கள் போக முடியாது. நான் இப்படி அநாகரிகமாக நடந்துகொள்வதற்குத் தாங்கள்

மன்னிக்க வேண்டும்.'

இரைத்தபடி பேசிய புவனநந்தியிடம் இப்போது அருவருப்புத் தோன்றுவதற்குப் பதில் பரிதாபம் தோன்றியது.

தேவமித்திரர் இப்படிக் கூறினார்.

'புவனநந்தி அவர்களே, உங்களுக்குத் தர்மசங்கடமான சூழ்நிலையைத் தந்ததற்காக நான்தான் மன்னிப்புக் கேட்க வேண்டும், நீங்களல்ல. ஆனால் நான் வரைபட அறையைப் பார்க்க நீங்கள் அனுமதிக்கத்தான் வேண்டும். இந்த நகரத்தின் ஒவ்வொரு பொருளுக்கும் பின்னர் மர்மங்களும் இரகசியங்களும் உள்ளன... நான் வரைபட அறைக்குச் செல்வதற்கு நீங்கள் வழிவிட வேண்டும்.'

எந்தவித உணர்ச்சியும் காட்டாமல் நின்றார் புவனநந்தி. அவர் அப்படி உறுதியாய் நின்றதிலிருந்து ஒன்று தெளிவானது. அவர் என்ன ஆனாலும் வரைபட அறைக்கு அனுமதிக்க மாட்டார். அப்போது தேவ மித்திரரும் அப்படியே நினைத்திருக்க வேண்டு மென்றிருந்தது அவருடைய பேச்சு.

'புவனநந்தி அவர்களே, சரித்திரக்காரரின் சாவைக் கண்டு பிடிக்க வேண்டும். அச்சாவு பற்றிய உண்மை வெளிப்பட வில்லையானால் உங்கள் ராஜனுக்கும் உங்கள் நகரத்துக்கும் துக்கமான செய்திகள் வருவதை யாரும் தடுக்கமுடியாது. தூமகேது என்ற நட்சத்திரம் தெற்குத்திசையில் விழுந்ததென்றால் உலகத்துக்குப் பெருங்கேடு வரும் என்று பொருள். அதைவிடப் பெருங்கேடு ஒன்று உண்டு. அதுதான் உங்கள் நகரத் துக்குச் சம்பவிக்கப் போகும் கேடு. ராஜனின் கனவுகூட அதைத்தான் காட்டுகிறது. இதெல்லாம் உங்களுக்குத் தெரியாதவை அல்ல. புத்தகங்களையும் அர்த்தங்களையும் காக்கும் பொருட்டு அறிவாளியான தங்களுக்கு இதை நான் சொல்லத் தேவையில்லை.'

தேவமித்திரர் நிறுத்தினார். மிகுந்த நிதானத்துடனும் உறுதி யுடனும் இதைச் சொன்னார்.

இந்தப் பேச்சினால் புவனநந்தியிடம் எந்த மாற்றமும் ஏற்படவில்லை. அவரது முகத்தின் கடுமை இன்னும் கூடியதே தவிர குறையவில்லை. புவனநந்தி ஏதாவது விளக்கம் தருவார் என்ற எதிர்பார்ப்பும் பொய்யாயிற்று. புவனநந்தி கால்களை

நிலத்தில் இன்னும் உறுதியாகப் பதித்து இரு கைகளையும் உயர்த்தித் தடுத்து நின்றிருந்த தோற்றம் எந்தத் தாக்குதலுக்கும் அவர் தயாராக நின்றிருப்பதாகக் காட்டியது.

தேவமித்திரர் முன்னால் ஓர் அடி எடுத்து வைத்துச் சொன்னார்.

'இதோ பாருங்கள் உரைகாரரே, இந்த வரைபட அறையை நான் பார்க்காவிட்டால் இங்கிருந்து போக மாட்டேன். இந்த அறையை நான் பார்க்க நீங்கள் அனுமதிக்கத்தான் போகிறீர்கள்.'

திடீரென்று சூழ்நிலை மோசமாகிவிட்டதை உணர்ந்த அரைய நாதரின் நிலைமை தர்மசங்கடமாயிற்று. என்ன இருந்தாலும் அவர் தேவமித்திரரைக் காவல் காக்க வந்திருப்பவர். தேவ மித்திரரை வாளால் காக்க வேண்டும். புவனநந்தியிடம் எப்படிப் பட்ட வாள் சண்டைபோட வேண்டிவரும் என்று யோசிக்க ஆரம்பித்தார் அரையநாதர்.

'புவனநந்தி அவர்களே, நமக்குள் இப்படி ஒரு சூழ்நிலை உருவாகியிருப்பது துர்பாக்கியமானது.'

அரையநாதர் கூற்றைக் கேட்ட புவனநந்தியின் கண்களில் லேசான அசைவு அப்போதுதான் தோன்றியது.

'நீங்கள் வரைபட அறைக்குப் போகும் எண்ணத்தை மட்டுமல்ல; முன்நோக்கி ஒரு அடியெடுத்து வைக்கும் எண்ணத்தையும்கூட இனி நிறைவேற்ற முடியாது. அத்தகையக் கடுமையான உத்தரவு எனக்கு இடப்பட்டிருக்கின்றது. மேலும் பின்னால் பாருங்கள்' என்று கூறி வந்துகொண்டிருக்கும் வாள்வீரர்களைக் காட்டினார்.

'எங்களுக்கு எங்குச் செல்லவும் ஆணை உள்ளது' என்றார் அரையநாதர்.

புவனநந்தியின் முகத்தில் பயங்கர கோபம்.

'வரைபட அறைக்குச் செல்ல ஆணை இல்லை. எனக்கு அது தெரியும். உங்கள் இலச்சினையைக் காட்டுங்கள் பார்க்கலாம்' என்றார். இப்போது வாள்வீரர்கள் வந்து இருவரையும் சூழ்ந்து நின்றனர். புவனநந்தியின் உத்தரவுக்கு அடிபணிந்து கிரந்தக் கோயிலைக் காக்கும் வாள்வீரர்கள்.

அரையநாதர் தன் கையிலுள்ள இலச்சினையைக் கொடுத்தார்.

‘பார்த்தீர்களா? இது சந்திர இலச்சினை. வட்ட வடிவமும் அதற்குள் கறுப்புமுயலின் அடையாளமும். இங்கு வரைபட அறையில் நுழைய சூரிய அடையாளமுள்ள வெள்ளி லோகம் கொண்டு வரவேண்டும். நீங்கள் என்னை ஏமாற்றப் பார்க்கிறீர்கள்.’

புவனநந்தி உரக்கக் கத்தினார். அரையநாதர் குழம்பிப் போய் வாளில் தன் கரங்களை வைத்தபடி நின்றார். சுற்றி நின்ற வாள்வீரர்களின் வாள் பயிற்சி எத்தகைய தாக இருக்கும் என்று யூகம் செய்து கொண்டார்.

அப்போதுதான் அந்த நம்பமுடியாத காரியத்தைத் தேவமித்திரர் செய்தார். பைக்குள் வலதுகையை நுழைத்து எடுத்தார். இப்போது புவனநந்தி முன் நீட்டப்பட்ட தேவமித்திரரின் கையில் வெள்ளி லோகத்தில் சூரிய அடையாளம் கொண்ட இலச்சினை இருந்தது.

உரைகாரர் மிரண்டார். உயர்த்தி வைத்திருந்த கைகள் கீழே போயின. வாள்வீரர்களை அங்கிருந்து போய்விடும்படி கை காட்டினார். கால்களில் உறுதி தளர்ந்தது. ஓர் ஓரமாக ஒதுங்கி வழிவிட்டுத் தலைகுனிந்தார்.

பின்பு தன்னுடைய செயலுக்கு நாணுவதாகக் கூறினார். அத்துடன், முதலிலேயே தேவமித்திரர் அந்த இலச்சினையைக் காட்டி யிருக்கலாமே என்றார்.

வரைபட அறைக்கு வேகமாக நடந்த தேவமித்திரரின் காதுகளில் அந்தக் குரல் விழுந்ததோ, இல்லையோ, ஆனால் தேவமித்திரருடன் வந்த அரைய நாதரை அர்த்த புஷ்டியோடு பார்த்தார் தேவமித்திரர். பிறகு கண்களைச் சிமிட்டினார். அரைய நாதர் ஒன்றும் புரியாமல் விழித்தார். வெள்ளி இலச்சினையைத் தேவமித்திரர் எப்படிப் பெற்றார் என்பது அவருக்குப் புதிராக இருந்தது. என்றாலும் உரைகாரருடன் மோதல் ஏற்படவில்லை என்பதில் திருப்தியுடன் இருந்தார் அரையநாதர்.

அப்போது தேவமித்திரர் சென்று ஒரு வரைபடத்தின் முன்பு நின்றார்.

அது ஒரு உலக வரைபடம். உலகத்தின் பலப்பல தேசங்களில் நடந்த யுத்தங்களும் அதுபோல் புத்த, சாங்கிய, சமண மடாலயங் களும் அதில் குறிக்கப்பட்டிருந்தன. யுத்தங்கள் நடந்த இடங்களில் அங்கு வெற்றி பெற்ற ராஜாக்களின் தலைகள் கிரீடங்கள்

இல்லாமல் வரையப்பட்டிருந்தன. சில இடங்களில் மர்மமான அடையாளங்கள் காணப்பட்டன. தேள்கள், தராசுகள், பாம்புகள், இருதலைக் குழந்தைகள், ஆமைகள், பறக்கும் பொக்கைவாய்க் கிழவிகள் போன்ற சித்திரங்கள் அந்த மர்ம அடையாளங்களாகப் பயன்படுத்தப்பட்டன. சிலந்தி வலைபோல் படம் முழுவதும் மேலிருந்து கீழாக வளைகோடுகள் இழுக்கப்பட்டிருந்தன. நடுநாயகமாக ஒரு சேவலின் படம். அப்போது சேவல் பைசாசங்களின் ஏவலைச் செய்யும் ஜீவன் என்பது அரையநாதரின் ஞாபகத்தில் தோன்றியது.

ஏதாவது தேவமித்திரரிடம் பேசலாமே என்று கருதி, ‘உங்கள் சூரிய அடையாளம் உள்ள வெள்ளி இலச்சினையை முதலிலேயே காட்டியிருந்தால் அந்தக் காட்டுமிராண்டி மனிதரிடம் தகராறு இல்லாமல் நடந்துகொண்டிருக்கலாமே’ என்று அரையநாதர் கூறினார்.

எதுவும் பேசாமல் வாருங்கள் என்பதுபோல் வாய்மீது அமர்த்தி கைவைத்துக் காட்டிக்கொண்டு இன்னொரு வரைபடத்தின் அருகில் வந்தார் தேவமித்திரர். அப்போது அவருடைய கண்கள் அவர்கள் நின்ற சதுர அறையின் வடக்கு மூலையில் மிக விரைவாகச் சென்று திரும்பின. அப்படி ஏதேனும் சந்தேகமான இடங்களைத் தேவமித்திரர் பார்த்தால் உடனே அரையநாதரும் அந்த இடத்தைப் பார்த்துப் பிறருக்குச் சந்தேகத்தை ஏற்படுத்தக் கூடாது என்று ஏற்கனவே பேசியிருந்ததால் உடனே அந்தத் திசையைத் திரும்பிப் பார்க்கவில்லை அரையநாதர்.

ஆனால் தேவமித்திரரின் கண்களில் தோன்றிய வித்தியாச பாவம் அரையநாதரிடம் ஓர் எச்சரிக்கை உணர்வை ஏற்படுத்தத் தவறவில்லை. மேலும் வரைபட அறை சுருங்கையின் முக்கியமான இரகசிய இடங்களில் ஒன்றாகக் கருதப்படுகிறதென்பதையும் அரையநாதர் புரிந்துகொண்டதால், தேவமித்திரருக்கு எல்லா உதவியும் செய்ய சித்தமாக அங்கு நின்றார். தனது கால்களை எந்த எதிர்பாராத் தாக்குதலுக்கும் தயாராக வைத்தபடி நின்றார். ஏதோ ஒன்று சம்பவிக்கப் போகிறது என்ற எண்ணமே அவரை அப்படி உஷார் நிலையில் நிற்க வைத்திருந்தது. ஆனால் தேவமித்திரரோ மிகவும் நிதானமாக அடுத்த வரைபடத்தின் அருகே சென்று அதைப் பார்த்தபடி நின்றார். உஷாராக அவருடன் கண்களைச்

சுற்றிலும் சுழற்றிவிட்டு நகர்ந்த அரையநாதரும் அந்த வரை படத்தைப் பார்க்கவே செய்தார்.

அது சற்று விநோதமான வரைபடம். தேசத்திற்குப் பதில் அதிலிருந்தது ஒரு சிங்கம். அந்தச் சிங்கத்தைச் சுற்றி நீர் இருந்தது. சிங்கத்தின் கண்களில் நான்கு தூண்கள் உள்ள பிரமிடு வகை அடையாளம் காணப்பட்டது. சுருங்கையில் கிரேக்கர்கள் இருப்பது தெரியும். எகிப்தியர்கள் இருப்பது தெரியாதே என்று யோசித்தார் அரையநாதர். அல்லது பிரமிடு போன்ற தோற்றம் வேறுவகைக் குறியீடா என்றும் அவரது மனம் கேள்வி களை அடுக்கத் தவறவில்லை. தேவமித்திரர் அந்தச் சிங்கப் படத்தின் முக்கிய அடையாளங்களையும் குறியீடுகளையும் ஒரு தாளில் மிக வேகமாகக் குறித்துக்கொண்டதை அரையநாதர் கவனித்துக் கொண்டார். சிங்கத்தின் வாய்ப்பகுதியில் ஒரு நுழைவாயில் இருந்தது. அந்த நுழைவாயில் சுருங்கையின் நுழைவாயில் போல் காணப்பட்டது. அதனால் ஏதோ ஒரு மர்மம் அடங்கிய படம்தான் அது என்று சந்தேகமின்றிக் கூறலாம். தேவமித்திரர் நிலத் தடியிலிருந்து எடுத்து வந்ததாகக் கூறிய அந்த ஓவியத்தை இந்த வரைபடத்துடன் ஒப்பிட்ட போது ஏதும் விளங்கவில்லை. ஆனால் சிங்கத்தின் நான்கு கால்களின் நகங்களிலும் எட்டுக் கதவுகளின் சிறுசிறு படங்கள் வரையப்பட்டிருந்தது யாருக்கும் சந்தேகத்தைத் தரும். அதைக் கண்ட அரையநாதர் தேவமித்திரரையே நோக்கினார். யாரேனும் அந்த அறையில் ஒளிந்திருந்தாலும் கேட்காதபடி அரைய நாதர் மெதுவாகச் சொன்னார்.

'தேவமித்திரரே! எட்டு வாசல்கள்!'

தேவமித்திரர் முறைத்துக் கொண்டு தயார் நிலையில் இரு என்பது போல் சைகை காட்டினார். பின்பு, சிங்கத்தின் நடு வயிற்றில் முப்பத்திரண்டாகப் பிரிக்கப்பட்ட ஒரு முழுவட்டத் தையும் அதன் நடுவில் சூரிய வட்டத்தையும் காட்டினார் தேவமித்திரர் அரையநாதரிடம். அரையநாதர் ஏதும் புரிந்து கொண்ட குறிப்பைக் காட்டவில்லை. அப்போதுதான் அதிர்ச்சி தரத்தக்க அந்தக் காரியம் நடந்தது.

எதிர்பாராத விதமாக ஓர் உருவம் வடக்குப் பகுதியிலிருந்து வெளியேறி ஓடியது. முகம் முழுவதுமாய் உலோகத்திலான முகமூடி அணிந்திருந்தது அந்த உருவம்.

'விடாதே' என்று கூறி கணத்தில் தேவமித்திரரும் அரைய நாதரும் அந்த உருவத்தைப் பின்தொடர்ந்தனர். வரைபட அறையின் தெற்குப் பகுதியில் இருந்த வாசல்வழி அந்த உருவம் ஓட இருவரும் அந்த வழியில் விரட்டிக்கொண்டு ஓடினர். உடலில் ஒரு பெரிய ஆடையை மூடியிருந்தது ஓடிய உருவம். அரையநாதரின் இடுப்பிலிருந்த குத்துவாள் இப்போது கைக்கு மாறியது. தூரத்தில் கிடந்த பழுப்பு நிறப் பாறைக்கும் முள்ளுக்கும் மணலுக்கும் நடுவில் தென்பட்ட இடம்வழி சென்றது உருவம். பின்பு மேற்குப் பக்கம் நின்ற குதிரையில் வேகமாய் ஏறிய உருவத்தைத் தொடர முடியாது என்பதைக்கண்டு அரைய நாதர் லாவகமாய் ஒரு போர்வீரனின் சாமர்த்தியத்துடன் குத்துவாளை எடுத்து வீசினார். ஆனால் கணத்திற்குள் அந்த உருவம் மறைந்துவிட்டது. குத்துவாள் மரத்தில் மோதி மணலில் போய் விழுந்தது. அரையநாதர் முகத்தில் ஏமாற்றம்.

தேவமித்திரர் சிரித்தார்.

'ஏன் சிரிக்கிறீர்கள்?'

'நாம் மர்மத்தைக் கண்டு பிடிக்கும் இடத்திற்கு அருகில் வந்து விட்டோம் போலுள்ளது. எனவே யாரோ நம்மைப் பிறகு தொடர்கிறார்கள்.'

'யாராக இருக்கும், குள்ளமான உருவம்...?'

'சராசின் என்று சந்தேகப்படுகிறீர்களா?'

'ஆம்'

'அவன் அதற்குள் சிறையிலிருந்து வந்திருக்க முடியாது.'

'ஏன் முடியாது? அவன் அமைச்சரின் ஏவலாளன் அல்லவா? அதனால் உங்கள் விடுதலைச் சீட்டு போன அதே நேரத்தில் அவனை வெளியே கொண்டு வர அமைச்சர் உதவியிருப்பார்.'

அரையநாதர் கூற்றைக் கேட்டு யோசனையில் ஆழ்ந்தார் தேவமித்திரர். களேபரத்தைக் கேட்டு என்ன நடக்கிறது என்று அறிய வந்த புவனநந்தியும் பிரமித்து நின்றார். ஆனால் ஓடிய நபரைப் பற்றி ஏனோ அவர் ஏதும் பேசவில்லை. அவருக்கு யார் என்று தெரியுமா? அவர் பேசாமலிருந்தது தேவமித்திரருக்கும் அரையநாதருக்கும் சந்தேகத்தை ஏற்படுத்தியது.

'பார்த்தீர்களா? மர்ம ஓவியம் பார்க்கும் போது இப்படி ஒருவன்!

இரண்டாவது மர்ம ஆசாமி!'

'...ம்' என்று கூறினாரே அன்றி அரையநாதரிடம் வேறு ஏதும் பேசவில்லை தேவமித்திரர்.

குறிப்பு 5

அழிந்த ஊர்கள் சில தென் ஆப்பிரிக்காவிலும் தென் இந்தியா விலும் உள்ளன. இவை ஆராய்ச்சிகளில் தெளிவாகியுள்ள உண்மைகளானாலும் ஊரின் அழிவு பற்றிக் கவலைப்படுபவர்கள் பொதுவாக தேச விடுதலை, மொழி விடுதலை, பிரதேச விடுதலை முதலியன பற்றி ஈடுபாடு உடையவர்கள். எனவே சி. பெரிய நாயகம் பிள்ளையோ, ஜூலியன் வென்சனோ, பூவாராகவன் முதலியாரோ இத்தகைய விடுதலை இயக்கங்களில் ஈடுபாடு கொண்டவர்களா என்று சோதித்துப் பார்க்க அவசியம் உண்டு. மர்ம நாவல் எழுத எட்கார் ஆலன்போ என்ற ஆங்கில ஆசிரியர் பயன்படுவார் என்ற செய்தியை சி. பெரியநாயகம்பிள்ளை அறிந்த அளவு விடுதலை இயக்கங்களில் ஈடுபாடு கொண்டிருக்க வில்லை. சி. பெரியநாயகம்பிள்ளை கையில் ஒரு எட்கார் ஆலன்போவின் நூல் இருந்த பிரஸ்தாபம் 'பத்தொன்பதாம் நூற்றாண்டு முதல் இருபதாம் நூற்றாண்டின் நடுப்பகுதி முடிய தென்னிந்திய சாகித்திய சரித்திரம்' (இது டெல்லி சாகித்திய அக்காதமிக்காக கன்னடத்தில் எழுதப்பட்ட இரு வால்யூம்கள் உள்ள நூல்; இந்த நூல் ஆசிரியரால் கையெழுத்தில் பலருக்கு அனுப்பப்பட்டது) என்று நூலில் வருகிறது. கன்னட மொழியில் தமிழ் மர்ம நாவலாசிரியர் பற்றிய செய்தி எப்படி வந்ததென்று யாருக்கும் தெரியவில்லை. வி. வி. எஸ். ஐயர் (வவேசு ஐயர்) பெல்லாரி ஜெயிலில் இருந்தபோது கன்னடம் பேசும் அறை வாசிகளுக்கு இவ்விவரத்தைச் சொல்லித்தான் வெளியான தென்று பொதுவாக நம்பப்படும் இந்தச் செய்தி பற்றி யாருக்கும் அபிப்பிராயம் கூற முடியவில்லை.

ஜூலியன் வென்சன் தேச விடுதலையை விரும்பியிருப்பார் என்று நம்ப முடியாதபடி பல தகவல்கள் உண்டு. அதில் ஒன்று அவர் சென்னை துறைமுகத்திற்கு வந்ததும் எதிர்ப்பட்ட ஒரு

இந்தியரை வசைபாட பயன்படுத்திய இரண்டு வசைமாரிகள். 'யு கண்ட்ரி ப்ரூட்', 'யு ஸ்வேவ்...'

பூவாராகவன் முதலியாரின் முதல் மனைவி தனது முதல் மகனான நாராயணசாமியை (இவர் சென்னை கார்பரேஷன் உறுப்பினராக ஒருமுறை தேர்ந்தெடுக்கப்பட்டார்) பெற்ற போது இறந்தார். அப்பெண்மணியின் தந்தை ஒரு விஷயத்திற்காக குறிப்பிடப்படுகிறார். இவர் இந்தியாவின் முதல் சுதந்திரப் போர் தென்னிந்தியாவில் அதுவும் கடலூருக்கு அருகில் தான் ஆரம்பிக்கப்பட்டது என்று எழுதிய பொருத்தமில்லாத சில சம்பவங்களைக் குறிப்பிடும் ஒரு துண்டுப் பிரசுரத்தை பல வரலாற்றாசிரியர்களைப் போலவே நாமும் உதாசீனப்படுத்தி விட்டதால், பூவாராகவ முதலியாருக்கும் விடுதலை இயக்கங் களுக்கும் எந்தத் தொடர்பும் இருக்கவில்லை.

12

தேவமித்திரர் மற்றும் அரையநாதரின் குதிரைகள் வேகமாக வந்துகொண்டிருந்தன. இருவரும் கிரந்தக் கோயிலுக்குப் போன பாதையில் செல்லாது வேறு ஒரு புதுப்பாதை வழி தங்கியிருந்த மாளிகைக்குச் சென்றனர்.

அரையநாதர் தன் மனதை அடக்கிவைக்க முடியாமல் தேவமித்திரரைப் பார்த்துக் கேட்டார்.

'உங்கள் கையில் அந்தச் சூரிய அடையாளமிட்ட வெள்ளி இலச்சினை இருந்தாலும் எதற்காக அதைப் புவனநந்திக்குக் காட்டாமல் வேகமாக வரைபட அறைக்குச் சென்றீர்கள்?'

தேவமித்திரர் குதிரையில் இருந்து திரும்பி அரைய நாதரைப் பார்த்துப் பேசினார்.

'அந்த இலச்சினை எனக்கு ராஜனால் தனிப்பட்ட முறையில் கொடுக்கப்பட்டது. ராஜனை நான் சந்தித்தது வேறு யாருக்கும்—அமைச்சருக்குக்கூட தெரியாமல் வைக்கப்பட வேண்டும் என்பது உத்தரவு.'

அரையநாதர் முகத்தில் ஆச்சரியம் ஏற்பட்டது.

'நான் எப்போதும் உங்களுடனேயே இருக்கிறேன். அப்படி யிருக்க எப்படி ராஜனைத் தனியாய் நீங்கள் சந்தித்ததாய்ச் சொல்கிறீர்கள்? இன்னொரு முக்கிய விஷயமும் இருக்கிறது. அமைச்சருக்குத் தெரியாமல் ராஜன் உங்களைச் சந்திக்கிறார் என்றால் அமைச்சருக்கும் நடந்த கொலையில் தொடர்பு இருக்கலாம். எனவே அமைச்சர் சராசின் மூலம் நம்மை மறுவுளவு பார்ப்பதில் அர்த்தம் இருக்கிறது. அதே நேரத்தில் உங்களை அழைத்தது அமைச்சர் அல்ல ராஜா. அமைச்சர் ராஜனின் உத்தரவைத் தட்ட முடியாமல் உங்களை அழைத்திருக்கலாம். எல்லாம் ஓரளவு தெளிவாகிக் கொண்டு வருகின்றன அல்லவா தேவமித்திரரே?'

புன்முறுவல் பூத்த தேவமித்திரரின் குதிரைகள் வேகமாகச் சென்றதால் உடலில் காற்று அதிகம் வீசியது. அதனால் அவர் சொல்வது செவியில் விழாது என்று அரையநாதர் கால்களால் குதிரையைத் தொட்டு வேகத்தைக் கூட்டித் தேவமித்திரருக்கு இணையாகக் குதிரையை ஓடவைத்தார்.

'அன்று பூமிக்கடியில் அழிந்த பௌத்தர்களின் ஊர்ப் பற்றிக் கூறினேன் அல்லவா? நான் உங்களிடம் இதுவரை சொல்லாதது அன்று ராஜனை நான் சந்தித்தது...'

'நீங்கள் அங்குப் பார்த்தது பௌத்தர்களின் ஊரா? சார்வாகர் களின் ஊரா?'

'நாம் பார்த்த ஓவியத்தினை ஆதாரமாகக் கொள்வ தென்றால் ஐந்து சுவர்கள் பௌத்த தத்துவமான ஐந்து பாதைகளைக் கூறுகிறது. எனவே அது பௌத்தர்களின் ஊர்தான் இல்லையா?'

'இல்லையே! சூரிய வழிபாட்டுக்காரரான அமைச்சர் பின்பற்றும் வைதீகத் தத்துவமும் ஐந்து சிந்தனைகளைக் கூறுவதாய் அமைச்சர் கூறினாரே! அப்படியானால் நிலத்தடியில் அழிக்கப்பட்ட ஊர் சூரிய வழிபாட்டைச் செய்யும் வைதீகர்களின் ஊர்தானே!'

தேவமித்திரர் ஏதும் பதில் சொல்லவில்லை. அவர் நேராகக் குதிரையை ஓட்டிக்கொண்டு சென்றார். ஓரிடத்தில் மட்டும் அரையநாதரின் முகத்தைக் கூர்ந்துபார்த்தார். எதற்கு அப்படிச் செய்தார் என்பது அரையநாதருக்குப் புரியவில்லை. அரையநாதர்

பேச்சை மாற்றினார்.

'தாங்கள் மட்டும் ராஜனைச் சந்தித்ததால், எனக்கு ஏமாற்றம் இல்லை என்று சொல்லமாட்டேன்' என்று கோணங்கித்தனத்துடன் குழந்தை சிணுங்குவது போல் சிணுங்கியபடி அரையநாதர் கூற,

'எதிர்பார்த்தேன் இப்படிக் குற்றம் சாட்டுவீர்கள் என்று. ஆனால் ராஜனின் உத்தரவை நான் மீறக்கூடாது அல்லவா?'

'ஓ! ராஜனே நான் அறியக் கூடாது என்றாரா? அப்படியென்றால் இப்போது கூறிவிட்டீர்களே!'

'இப்போது நீங்கள் என்ன? நான் ராஜனைச் சந்தித்தது புவனநந்திக்கும்கூட தெரிந்துவிட்டதே. புவனநந்தி மூலம் அமைச்சருக்கும் சிற்பி துபலுக்கும்கூட செய்தி போய்விடலாம்'

'எப்படிப் புவனநந்திக்குத் தெரியும்?'

'பின் என்ன? அந்த வெள்ளி இலச்சினையைப் பார்த்தவுடன் புவனநந்தி முகத்தைக் கவனித்தீர்களா? ராஜனைச் சந்திக்காவிட்டால் என் கையில் அந்த இலச்சினை வராது என்பது அவருக்குத் தெரியும்.'

'அப்படியென்றால் நீங்கள் வெள்ளி இலச்சினையைக் காட்டி யிருக்கக்கூடாது. வரைபட அறையிலிருந்து வெளியேறி வந்திருக்கலாம்.'

'அங்கு ஒளிந்திருந்த உருவம் பற்றித் தெரிந்திருக்காவிட்டால், வரைபட அறையைப் பார்க்காமல்தான் திரும்பியிருப்பேன்.'

மிகச் சாதாரண குரலில் தேவமித்திரர் கூறினார்.

மிகுந்த பிரமிப்போடு அரையநாதர் தேவமித்திரரைப் பார்த்தார். எவ்வளவு நுட்பமான விஷயங்களை எல்லாம் கவனித்திருக்கிறார் தேவமித்திரர் என்று அறிந்தார். அவருடைய காதின் கேட்கும் திறனும் கண்ணின் பார்க்கும் திறனும் புத்தியின் கற்பனைத் திறனும் அபூர்வமானவை என்று நினைத்தார். ராஜனைச் சந்தித்தது பற்றித் தன்னிடம்கூட சொல்லவில்லையே என்ற கோபம்கூட அவர் மனதிலிருந்து இப்போது மறைந்துவிட்டது.

இருவரும் சற்றுநேரம் அமைதியாகப் பயண மானார்கள். குதிரை சென்ற பாதைகளில் நிறைய மக்கள் நடமாட்டம். இருவரின்

குதிரைகளைக் கண்டதும் அடிமைகள் வழியில் ஒதுங்கி நின்று தலைகுனிந்து மதிப்புக் கொடுத்தது தெரிந்தது.

குதிரைகள் மக்கள் நடமாட்டமில்லாத இடத்திற்கு வந்ததும் நாலாபுறமும் திரும்பிப் பார்த்துவிட்டு இருவரும் பேசுவதை யாரும் கேட்க முடியாது என்று தெரிந்ததும் தேவமித்திரர் சொன்னார்.

'புவனநந்தி பேசியதிலிருந்து உங்களுக்கு ஒன்றும் தோன்றவில்லையா?'

'நான் இதுபற்றி உங்களிடம் பேச வேண்டுமென்று நினைத்திருந்தேன். நீங்களே ஞாபகப்படுத்திவிட்டீர்கள். சமலன் ஆண்ட போது சந்திரகுல ஆட்சி இருந்திருக்கிறது. ஆனால் அவன் தம்பி அமலன் ஆளவந்தபோது அந்த ஆட்சி மாறி சூரியகுல ஆட்சி வந்துவிட்டது. சந்திரக் கோயில் உடைக்கப்பட்டு சூரியக் கோயிலாக அது கட்டப்பட்டுள்ளது.'

அரையநாதர் தன் கூற்றைக் கேட்டுத் தேவமித்திரர் மிகவும் மகிழ்வார் என்று எதிர்பார்த்தார்.

'நீங்கள் சொல்வது பாதி சரி...' என்றார் தேவமித்திரர்.

'எந்தப் பாதி?' அரையநாதரின் வார்த்தைகளில் எரிச்சலுணர்வு தொனித்தது. அவரது மூக்கு சேஷ்டை புரிந்தது. அடிக்கடி கை மூக்குக்குப் போனது.

'சந்திரகோயில் இடிக்கப்பட்டதும் சரி. அதன்மீது சூரியக் கோயில் கட்டப்பட்டதும் சரி. ஆனால்...' என்று அவரைப் பார்த்தார் தேவமித்திரர்.

குதிரைகள் புழுதியை எழுப்ப, அடிமைகளின் குழந்தைகள் அங்கு அழுக்காடைகளுடன் பரிதாபமாகப் போய்க்கொண்டு இருந்ததைக் கண்டனர்.

'ஆனால் என்ன?'

'ஆனால்... அந்தக் கட்டடம் எவ்வளவு பழமை கொண்டது தெரியுமா? அமலன் மொத்தம் இருபத் தேழு ஆண்டுகள்தான் ஆண்டிருக்கிறான். சூரியக் கோயில் கட்டப்பட்டு இருபத்தேழு ஆண்டுகள்தான் ஆகியிருக்கும் என்று கருதுகிறீர்களா?'

'இல்லை. கட்டடத்தைப் பார்த்தால், ஐந்நூறு ஆண்டுகளாவது ஆகியிருக்க வேண்டும்.'

'அப்படியென்றால் கோயிலின் கட்டட அமைப்பை நாம் நன்கு ஆயவேண்டியுள்ளது' என்றார் தேவமித்திரர்.

'ம்...' என்று புன்னகை புரிந்துவிட்டுக் காற்றில் தலையை நேராகத் திருப்பி எதையோ யோசித்தபடி போய்க்கொண்டிருந்தார் அரையநாதர். பிறகு சற்று நேரத்தில் கூறினார்.

'தேவமித்திரரே, ஏன் துபலும் அவருடைய ஆட்களும் அந்தக் கொலையைச் செய்திருக்கக்கூடாது?'

அவர் உரைகாரர் பற்றிய சந்தேகத்தைவிட்டுவிட்டாரா, ஒவ்வொருவராக ஆராய்கிறாரா என்று கூற முடியாதபடி இருந்தது அவர் கேள்வி.

இப்படிக் கேட்டுவிட்டுக் குதிரையை வேகமாகத் தட்டி விட்டார் அரையநாதர். சற்றுத் தூரம் சென்ற போது, பின்னாலிருந்து யாரோ அழைப்பது கேட்டுத் திரும்பிப்பார்த்தால் தேவமித்திரர் மிகவும் பின்னால் இருந்தார். அரையநாதர் தன் குதிரையைத் திருப்பிச் செலுத்த வேண்டியதாயிற்று. அருகில் சென்று விசாரித் தார். பாதையில் மணல் என்று ஓரமாய் ஓட்டியிருக்கிறார். பள்ளம் இருந்திருக்கிறது. குதிரை விழுந்துவிட்டது.

'உங்களுக்கு ஏதாவது காயம்...?' என்று அரையநாதர் கேட்க, தேவமித்திரர் 'இல்லை' என்றார். பிறகு அவருடைய ஆடை களிலிருந்த மணலைத் தட்டிவிட்டுக்கொண்டார். அரையநாதர் குதிரையின் கால்களை நன்கு பரிசோதித்தார். ஏதும் சேதம் ஏற்படவில்லை என்று அறிந்து இருவருக்கும் நிம்மதியாயிற்று. பயணம் தொடர்ந்தது.

தேவமித்திரர் தொடர்ந்தார்.

'நாம் மருபூமி சாவு, வட்டவடிவப் படிகள் பற்றி உரைகாரரிடம் தெரிந்துகொள்ள விரும்பினோம்.'

'ஆம். அதற்கு நீங்களே பொறுப்பு. அவரிடம் அதைக் கேட்கும் முன் ஏதேதோ பிரச்சினைகளில் மாட்டிக் கொண்டீர்களே!' என்று அரையநாதர் நகைச்சுவையாகப் பேசினார்.

பின்பு அவர் தேவமித்திரரிடம் கேட்டார்.

'அந்தச் சந்திரக் கோயில் சூரியக்கோயிலாக மாறியதற்கும் சரித்திரக்காரரின் கொலைக்கும் தொடர்பு இருக்கும் என்று நினைக்கிறீர்களா?'

'இப்போது ஏதும் சொல்லமுடியாது.'

இப்படித் தேவமித்திரர் கூறியபோது ஏதோ ஞாபகம் வந்தவராய் அரையநாதர், 'தாங்கள் அமலன் எப்படி ஆட்சிக்கு வந்தான் என்று கேட்டது அவர் எதிர்பார்க்காதது அல்லவா?'

அரையநாதரின் கேள்வியில் 'உங்களுக்கு அந்தச் செய்தி எப்படித் தெரியும்?' என்ற உபகேள்வி தொனியாக இருப்பதை உணர்ந்த தேவமித்திரர் பதில் சொன்னார்.

'அரசரைச் சந்தித்தபோது அவரது சரித்திரத்தை நேரடியாக நானே கேட்டேன். ஆனால் சமலன், அமலன், ராணி ஆகியோரின் சரித்திரத்தில் நிறைய மர்மங்கள் அடங்கியிருக்கின்றன. புவனநந்தி காளிங்கனைப் பற்றிச் சொன்னது முழுச்சரித்திரம் அல்ல; அல்லது அவருக்குத் தெரிந்த சரித்திரம் அது.'

'அப்படியென்றால் சமலன், அமலன், ராணி மற்றும் அவர்களின் முன்னோர்களின் முழுச்சரித்திரத்தையும் அதாவது ஐந்நூறு ஆண்டுகளின் சரித்திரத்தையும் அறிந்தால் சுமார் ஐந்நூறு ஆண்டுகளுக்கு முன்பு கட்டப்பட்ட சூரியக் கோயிலின் சரித்திரமும் தெரிந்துவிடுமல்லவா?'

அரையநாதர் கேள்விக்குத் 'தெரியலாம்' என்றார் தேவமித்திரர். அந்தச் சுருக்கமான பதிலிலிருந்து அரையநாதருக்கு ஏதும் யூகிக்க முடியாமலிருந்தது. தேவமித்திரர் மனதில் யுனசேனன் மரணத்திற்கும் இந்தச் சுருங்கையின் பழைய சரித்திரத்திற்கும் எந்தத் தொடர்பும் இல்லை என்று ஓர் எண்ணம் ஓடுகிறதோ என்னவோ என்று அரையநாதர் நினைத்தார்.

அவர்கள் இருவரும் தங்கியிருக்கும் மாளிகை தூரத்தில் தெரிந்தது. அங்கு இவர்கள் குதிரைகள் கட்டும் இடத்தில் வேறு இரண்டு குதிரைகள் கட்டப்பட்டிருந்தன.

அரையநாதர் தேவமித்திரரிடம் அதைச் சுட்டிப் பிரஸ்தாபித்தார்.

'பாருங்கள், இரண்டு குதிரைகள்.'

தேவமித்திரர் அப்போதுதான் பார்த்தார். அவர், 'யாருடையதாக இருக்கலாம்?' எனக் கேட்டார்.

'தெரியவில்லையே' எனக் கூறினாலும் அரையநாதர் அவருடைய யூகத்தைச் சொல்லாமல் இருக்கவில்லை.

'துபல் குதிரையில் வரமுடியாது. அமைச்சர் ஒரு வேளை வந்திருக்கலாம். ஆனால் அவர் நேற்றுத்தான் சந்தித்தார். எனவே அவரும் இல்லை. சராசின் நிச்சயம் வந்திருக்க முடியாது. சிறையிலிருந்து நம்மைத் தேடி வந்து ஒளிந்திருந்து தாக்க முயன்றவன் அல்லவா? நம் முகத்தில் எப்படி விழிப்பான்? எனவே இதுவரை நம்மைச் சந்திக்காத வேறு யாரோ வந்திருக்கிறார்கள்.'

அரையநாதரின் யூகத்தைக் கேட்டுச் சிரித்துவிட்டுச் சொன்னார் தேவமித்திரர்.

'நன்றாக யூகம் செய்யக் கற்றுக்கொண்டீர்கள். எல்லாச் சாத்தியக் கூறுகளையும் கூறிவிட்டீர்கள். இவை நீங்கள் சொல்லாமலே தெரியக்கூடிய விஷயங்கள்தான்.'

மாளிகை நெருங்கியதும் சேவகர்கள் வந்து குதிரை களைப் பிடித்துச் சென்றனர். தேவமித்திரரின் குதிரையைப் பிடித்துச் செல்ல வந்த பணியாளிடம் அந்தக் குதிரை பள்ளத்தில் விழுந்தது எனக் கூறி அதனை மருத்துவரிடம் சென்று பரிசோதிக்கக் கூறினார் தேவமித்திரர்.

இப்போது அரையநாதர் புகுந்து பணியாளிடம்,

'அக்குதிரையை நன்றாகப் பரிசோதனை செய்யச் சொல். ஏனென்றால் அக்குதிரை எங்களுக்கு மிகவும் பயன்படுகிறது. வருகிற நாள்களில் இன்னும் அதிகம் பயன்படப் போகிறது.'

அரையநாதரின் அந்தப் பேச்சு தேவமித்திரரிடமிருந்து அவருக்கு ஒரு வெகுண்ட பார்வையைப் பெற்றுக் கொடுத்தது.

'யாரிடம் என்ன பேசுவதென்று தெரியாதா?'

தேவமித்திரரின் கோபத்திற்குக் காரணம் தெரிந்தது. இப்படிக் கவனமின்றிப் பேசுவதும்கூட தன் மனக் குறளியின் வேலை என்பது அரையநாதரின் கணிப்பு. இவ்வகைப் பேச்சு தேவமித் திரருக்குச் சிலவேளை தொந்தரவுகளை உருவாக்கியுள்ளது. எனவே அரையநாதர் தேவமித்திரரிடம் மன்னிப்புக் கேட்டுக் கொண்டு அவர்கள் தங்கியிருந்த மாளிகையின் பெரிய அறைக்கு வந்தபோது அங்கு வீற்றிருந்த மனிதரைப் பார்த்து மிரண்டு போனார் அரையநாதர். மிகுந்த பக்குவமுள்ள தேவமித்திரரும் அந்த நபரைக் கண்டுத் தன் கண்களை நம்பவில்லை என்றே கூறலாம்.

அங்கு சராசின் அவர்களைப் பார்த்துப் புன்னகைத்தான்.

தலையைத் தாழ்த்தி வணக்கம் தெரிவித்து இருவரிடமும் விநயமாக நடந்துகொண்டான். பின்னர் தன்னை விடுதலை செய்யும்படி உத்தரவு அனுப்பியதற்கு நன்றி தெரிவிக்க வந்திருப்பதாகக் கூறினான். சராசினுடன் வந்திருந்த மங்கோலிய முகம் கொண்டவனும் நட்பு பாவனையில் புன்னகை புரிந்து வணங்கினான். அந்த மங்கோலிய முகத்தை உடையவன் ஜாலவித்தைக்காரன் போல் தலையைச் சுற்றி ஒரு துணியைக் கட்டியிருந்தான்; கழுத்து முதல் பாதம் வரை மறைக்கும் நீண்ட ஆடையை அணிந்திருந்தான்.

அரையநாதருக்கு சராசினைப் பார்த்ததும் பெரிய மனக்குழப்பம் ஏற்பட்டது. அப்படியென்றால், என் குத்துவாளுக்குத் தப்பி ஓடியவன் இவன் இல்லையா என்ற கேள்வி அவர் மனதில் எழுந்தது. இவன் இல்லை யென்றால் அது யார், எதற்காக கிரந்தக் கோயிலில் ஒளிந்திருந்தான், எதற்காக ஓடினான், அவன் யாருடைய ஆள் என்று பல சந்தேகங்கள் தோன்றின அவருக்கு.

சராசின் சொன்னான். 'இப்போதுதான் விடுதலை செய்தார்கள். தேவமித்திரரின் விடுதலைச் சீட்டு காலையிலேயே சிறை அதிகாரிக்குக் கிடைத்தாலும் சிறை அதிகாரிகள் லஞ்ச லாவண்யத்தில் மிதப்பவர்கள். ஆதலால் நான் லஞ்சம் கொடுக்காத கோபத்தில் இப்போதுதான் விடுதலை செய்தார்கள்.'

இவனது வார்த்தைகளை நம்புவதா, கூடாதா என்று எண்ணிக் கொண்டிருக்கும் போது தேவமித்திரர் தன் அறைக்குப் போய் ஆடைகளை மாற்றிக்கொண்டு வந்தார்.

பின்பு அவரும் அங்கு நடந்த பேச்சில் கலந்துகொண்டார். சராசின் இப்போது அவனுடன் வந்தவனை இருவருக்கும் அறிமுகம் செய்து வைத்தான். 'இவனைச் சிறைச்சாலையிலிருந்து நேரே போய் அழைத்து வரு கிறேன். இவன் உங்களுக்கு மிகவும் உதவுவான்' என்று கூறித் தன்னுடன் வந்தவனைப் பார்த்தான் சராசின்.

உடனே அந்த மங்கோலிய முகம் கொண்டவன் எழுந்தான். தன் பெயர் சீங்சோது என்றான். அவனுடைய தாய் மங்கோலியப் பெண். அவள் மூலம் ஜாலவித்தை கற்றதாய் கூறித் திடீரென அவனது விரலை ஒரு செடியைப் பிடுங்குவது போல் பிடுங்கித் தேவமித்திரருக்கு ஒரு துணியில் வைத்துக் கொடுத்தான். எல்லோரும் ஆச்சரியப்பட்டுச் சிரித்தபோது வாய்க்குள் இடது

கையை மெதுமெதுவாகக் கஷ்டப்பட்டுச் செலுத்தித் திடீரெனத் தனது குதம்வழி விரல்களை ஆட்டிக்காட்டினான்.

அதனைக் கண்டு வியந்துகொண்டிருந்த அவர்களுக்குச் சராசின், 'இவன் இன்றைக்கு இந்தப் பிரபஞ்சத்திலேயே மிகப் பெரிய மாயாஜாலக்காரன்' என்றான். பின் சராசின் தொடர்ந்து சொன்னான்.

'எனக்கெப்படி சீங்சோது பற்றி தெரியும் என்று கேட்பீர்கள் தேவமித்திரரே, கேளுங்கள். சீங்சோதுவுக்குத் தெரியாத யோகச் சீட்டு மர்மம் கிடையாது. பலர் சீங்சோதுவிடம் ஆலோசனை கேட்டு நல்ல எண்ணுள்ள சீட்டுக்களைப் பெற்றுப் பெரும் செல்வந்தர்களாகியுள்ளனர்.'

சராசின் பழிவாங்க ஏதோ நாடகம் ஆடுகிறானோ என்ற சந்தேகம் அரையநாதர் மனதில் தோன்றியது. தேவமித்திரர் எந்தச் சந்தேகமும் கொள்ளாதவர் போல் இருவரிடமும் இயல்பாகப் பேசிக்கொண்டிருந்தார்.

ஆனால் அவரது வலதுகை விரல் மட்டும் பக்கத்துத் தூணுக்கு அடியிலுள்ள பீடத்திலிருந்த மரத்தாலான சிங்கத்தின் வாயை மெதுவாகத் தடவிக் கொடுத்துக்கொண்டே இருந்தது.

பின்னர் சராசினே மாயாஜாலக்காரனை நோக்கிட, 'இது என்ன? எத்தனை எண்?' என ஒரு பூவைச் சுட்டிக் காட்டிக் கேட்டான்.

'இது பூ. இதன் எண் இரண்டு' என்றான். தேவமித்திரர் 'எப்படி?' என்றார். மாயாஜாலக்காரனும் சராசினும் மற்ற இருவர் கவனமும் தம் பக்கம் திரும்பியதைக் கண்டு உற்சாகம் அடைந்தனர். ஜன்னல் வழி பார்க்கையில் மாளிகையின் கீழ் குதிரைக்குக் காலில் எண்ணெய் தடவிக்கொண்டிருந்தனர். அதைப் பார்த்த சராசின், 'குதிரையின் காலில் புண்ணா?' என்று கேட்டான். தேவமித்திரர் கேட்டார். 'புண்' இது எத்தனை?' தயங்காமல் 'ஒன்றரை' என்றான் சீங்சோது. அரையநாதர் முகத்தில் வியப்பு. ஆனால் தேவமித்திரர் தொடர்ந்து இவ்விஷயத்தில் அக்கறை காட்டவில்லை. ஏதோ ஒன்றைப் புரிந்து கொண்டுவிட்டது போல் முகபாவம் இருந்தது. ஆனால் ஒரு 'பூ' இரண்டாகவும் 'புண்' ஒன்றரையாகவும் எப்படி இருக்க முடியும் என்ற கேள்வி அரையநாதர் முகத்தில் தென்பட்டது.

அப்போது ஒரு கேள்வியை முன்வைத்தார் அரையநாதர்.

'சரி. எண்கள் உலகிலுள்ள உண்மைகளைக் காட்ட முடியும் என்றாயே. எண்களால் எல்லாவற்றையும் காட்ட முடியுமா?'

'காட்ட முடியும்' என்று புன்முறுவலுடன் பொறுமை யாகச் சொன்னான் அவன்; பின்பு தொடர்ந்தான். 'மனிதர்களின் ஜீவனுக்கும் மரணத்துக்கும் இடையிலுள்ள எல்லாவற்றையும் எண்கள் கண்டுபிடித்துவிடுகின்றன... ஆனால் அந்த எண்கள் சமுத்திரத்தைப் போல. சமுத்திரத்தில் உயிரைப் பொருட் படுத்தாது மூழ்குகிறவனுக்கே முத்து கிடைக்கும்...'

பின்னர் தேவமித்திரர் கேட்ட கேள்வியைப் பார்த்து சராசின் அவரை ஏறிட்டு நோக்கியது போல் தெரிந்தது.

'அகப்பார்வையும் புறப்பார்வையும் கொண்ட சீங்சோது அவர்களே! சொல்லுங்கள், எண்களின் இரகசியம் மூலம் கொலைகளைக் கண்டுபிடிக்க முடியுமா?'

முதலில் சீங்சோது தேவமித்திரரின் இத்தகையக் கேள்வியை எதிர்பார்க்காதது தெரிந்தது.

ஆனால் சமாளித்துப் பதில் சொன்னான்.

'இது மிகச் சிலருக்கே தெரிந்த இரகசியம். உங்களுக்கு எண்களையும் கொலைகளையும் இணைத்துக் கேள்விக் கேட்கத் தோன்றியதென்றால் உங்கள் அறிவை மெச்சுகிறேன்.'

இப்படிப்பட்ட நேரடிக் கேள்வி தேவமித்திரரிடமிருந்து வந்ததால் அரையநாதர் அவரது மனோநிலையைப் புரிந்து கொண்டார். சில உண்மைகளையாவது இருவரையும் பயன்படுத்தி அறிந்துகொள்ள நினைக்கிறாரோ?

அப்போது தேவமித்திரர் எந்த உணர்ச்சியும் காட்டாமல் இருந்தார்.

'அப்படியென்றால் எண்களுக்கும் கொலை போன்ற சம்பவங் களுக்கும் உள்ள தொடர்பை எப்படிக் கண்டுபிடிப்பது?' என்றார் அரையநாதர்.

'பிறப்புக்கும் எண்ணுக்கும் தொடர்பு இருக்கிறதே. அதனால்தானே ஜோசியனிடம் போய் ஜாதகம் எழுதிக்கொள்கிறோம். ஜாதகம், சூரிய சந்திர மற்றும் கோள்களின் திசையை வைத்துத் தானே எழுதப்படுகிறது. திசைகள் எல்லாம் எண்கள்தானே.

அதுபோல் இறப்புகூட அந்த எண்களின் இசைவின்மையால் தானே ஏற்படுகின்றது.'

நடந்த சம்பவங்களுக்கும் இவன் சொல்வதற்கும் எந்தத் தொடர்பும் இருக்கிறதா? தேவமித்திரருக்கோ அரையநாதருக்கோ அதைக் கண்டுபிடிக்க முடியும் என்று தோன்றவில்லை. சீங்சோது உஷாராகிவிட்டான் என்று இவர்கள் இருவரும் புரிந்ததாலோ என்னவோ தொடர்ந்து அவனிடம் பேசவில்லை.

பின்னர் சராசினும் சீங்சோதுவும் அங்கிருந்து புறப்பட்டனர். அப்போது சீங்சோதுவை அழைத்தார் தேவமித்திரர்.

'அந்தப் பூவைக் கொடுங்கள்' என்றார்.

'எது?' என மிரண்டான் சீங்சோது.

'அனிச்சம் பூ' என்றார். அவனது சட்டைக்குள்ளிருந்து எடுத்துக்கொடுத்தான்.

'எனக்குப் பூக்களின் இரகசியம் தெரியும்.'

சீங்சோது மிகவும் கலவரம் அடைந்தான். தேவ மித்திரர் குரலைத் தாழ்த்திக் கேட்டார்.

'சீங்சோது போனமுறை உங்கள் மல்யுத்தத்தை நான் சரியாகப் பார்க்கவில்லை. அடுத்தமுறை நன்றாகப் பார்க்கிறேன். அழையுங்கள்.'

சீங்சோதுவுக்கு அப்படியே பேய் அறைந்தாற் போலாகி விட்டது. ஒன்றுக்கு மேல் ஒன்றாகத் தன்னைப்பற்றி அறிந்து வைத்திருக்கிறாரே என சீங்சோது புரிந்து ஆச்சரியமும் பயமும் அடைந்தான். என்றாலும் போலித்தனமாய் சிரித்துக்கொண்டு அங்கிருந்து புறப்பட்டான். குழப்பமுற்ற சராசினும் அவனுடன் சென்றான்.

அன்று மல்யுத்தம் புரிந்தவன் சீங்சோதுதான் என்பது தனக்கு நினைவில்லாத போது தேவமித்திரர் கண்டு கொண்டது பற்றி வியப்போடு அரையநாதர் அவரைப் பார்த்தார். அவர் தன் கையால் விளையாட்டாய் அரையநாதரைப் பிடித்துக்கொண்டு மாளிகையின் உள்ளே சென்றார். அன்று மல்யுத்தம் செய்தவன் அவன்தான் என்பதை சராசின் மறைத்தானா, அதனால் என்ன பயன் என்று சொல்லாமல்விட்டானா எனத் தீர்மானிக்க முடியவில்லை. உடனே திடீரென அவருடைய மனக்குறளி குதித்தாட

தேவமித்திரர் அவரை எட்டிப்பிடித்த போதும் நிற்காமல் திமிறி நாடக பாணியில் நடக்கலானார்.

13

'அமர்ந்து கொள்ளுங்கள்' என்று கூறிச் சிரித்தார் தேவமித்திரர். அவர் மனதிற்குள் உற்சாகமாக இருக்கிறாரென்றால் இந்த மாதிரி சிரிப்பார். மேலும் அரையநாதரின் நாடகப் பாணியில் அமைந்த நடையும் அந்தச் சிரிப்புக்குக் காரணம்.

'என் குத்துவாள் வீச்சுக்குத் தப்பியவன் சராசின் என்று நினைத்தேன், தேவமித்திரரே. ஆனால் அவன் இல்லை போலிருக் கிறதே!' நிமிடத்திற்குள் அரையநாதர் தன் விளையாட்டை விட்டுவிட்டு விஷயத்திற்கு வந்தார்.

'எந்த முடிவுக்கும் வரவேண்டாம் போர்வீரரே' பழைய உற்சாகத்தை அடைந்தார் தேவமித்திரர்.

'ஏன்?'

'ஏனென்றால் சிறை அதிகாரிகளைச் சந்தித்த பிறகு அல்லது அவர்கள் சராசினை எப்போது விடுதலை செய்தார்கள் என்று சொன்ன பிறகுதான் அவன் நம்மிடம் சொன்னது உண்மையா, பொய்யா, அவனுடன் வந்தவன் என்ன நோக்கத்தோடு வந்தான் என்பன போன்ற மர்மங்கள் தெளிவாகும்.'

அரையநாதர் தலையாட்டி ஆமோதித்தார்.

'நாம் ஏன் சிறையதிகாரிகள் என்ன சொல்கிறார்கள் என்று கேட்டு வரக்கூடாது?'

அரையநாதரின் ஆலோசனையை நிராகரித்தார் தேவமித்திரர்.

'உடனடியாக நாம் சிறை அதிகாரிகளைத் தொடர்புகொண்டால் சராசினையும் மற்போர் செய்யும் சீங்சோதுவையும் நம்மிடம் அனுப்பியவர்கள் உஷாராகிவிடுவார்கள்...'

'அதாவது அமைச்சர் உஷாராகிவிடுவார் என்கிறீர்கள்?'

சிரித்தார் தேவமித்திரர்.

அரையநாதர் தன் சந்தேகத்தை ஒவ்வொன்றாகக் கேட்க

முடிவுசெய்தார்.

'அந்தப் பூ...' என்று இழுத்தார்.

'அந்தப் பூவா? அது அனிச்ச மலர்; சாதாரணமாக அனிச்சமலர் நாம் முகர்ந்தவுடன் வாடிவிடும். இந்த அனிச்சமலர் இன்னொரு வகை. இது வாடாது. முகர்பவர்களை வாட வைக்கும்.'

'அதாவது?'

'விஷப்பூ; அதன் வாசனையை அறிந்தவர்களுக்கு அது எங்கிருந்தாலும் தெரிந்துவிடும். இன்னொரு விஷயத்தையும் தெரிந்துகொள்ளுங்கள் அரையநாதரே, சீங்சோதுதான் அன்று— நான் நிலத்தடியில் ஓவியத்தை எடுத்துவந்த அன்று, ஓடியது. இன்று போல் அன்றும் இவன் ஒற்றுப் பார்ப்பதற்காக வந்தவன்.'

'எப்படி?'

'இதே மலரின் வாசனை இரவில் ஓடியவனிடமிருந்தும் வீசியது. இவன் உடலசைவும் அன்று ஓடியவனின் உடலசைவும் ஒன்றுதான்.'

அரையநாதருக்கு ஒரே வியப்பாக இருந்தது.

'என்றாலும் நம்மை நூலகத்தில் உளவு பார்த்தவன் யார் என்பதை இன்னும் கண்டுபிடிக்க முடியவில்லையே நம்மால்...?'

'ம்...ம்...ம்...' என்று உறுமினார் தேவமித்திரர். பிறகு சற்று நேரம் சும்மா இருந்தார். அவ்வுறுமல் அதையும் கண்டுபிடித்தால் போயிற்று என்று கூறுவது போலிருந்தது.

பின்னர் தேவமித்திரர் அரையநாதரைப் பார்த்துச் சொன்னார்.

'இன்று இரவில் ஒரு பெரிய சாகசத்துக்கு உங்களைத் தயாராக்கிக் கொள்ளுங்கள்.'

தேவமித்திரர் சொன்னது புரியவில்லை. காரணம் சூரியன் இன்னும் சில மணி நேரத்தில் மறைந்துவிடும். மாலை ஆகி விட்டால், வழக்கமாக இருவரும் தங்கள் பணிகளை முடித்து விட்டுத் திரும்பும் நேரம் என்று அர்த்தம். அதன்பின் கொலை தொடர்பான விஷயங்களையோ அல்லது தத்துவம் தொடர்பான ஏடுகளையோ தேவமித்திரர் படிக்கவும் சிந்திக்கவும் அமர்வது வழக்கம். அரையநாதர், குதிரைகளைக் கவனிப்பதையோ, மறுநாள் பயணத்திற்குத் தேவமித்திரர் சொல்லும் தயாரிப்புக்

காரியங்களையோ செய்வது வாடிக்கை. ஆனால் இன்று இரவில் ஏதோ சாகசம் செய்ய வேண்டும் என்கிறாரே, இப்படி நினைத்த அரையநாதர் கேட்டார்.

'நீங்கள் சொல்வது புரியவில்லை.'

'இப்போது ஓய்வு எடுத்துக் கொள்ளுங்கள். இரவில் நமக்குக் கொஞ்சம் வேலை இருக்கும். போக முடியாததும் இரவில் போகக் கூடாததுமான இடத்துக்குப் போகப் போகிறோம். நடு இரவில் துப்பு துலக்க வேண்டிய ஆயத்தங்களைச் செய்யுங்கள். ஏதேனும் எதிர்ப்பு ஏற்பட்டால் அந்த எதிர்ப்புகளை ஆயுத ரீதியாகவும் அறிவு ரீதியாகவும் முறியடிக்க வேண்டிய தயார் நிலையில் நாம் இருக்க வேண்டும். அதற்கு வேண்டிய எல்லா வற்றையும் செய்துகொள்ளுங்கள்.'

இப்போது தேவமித்திரர் சொன்னது சரியாகவே அரைய நாதருக்குப் புரிந்தது; புரிந்தது மட்டுமல்ல, அவர் ஒரு முன்னாள் போர்வீரர். ஆகையால் உற்சாகமும் தோன்றிவிட்டது. இவரைப் போன்று பலகாலம் வாள் பிடித்துப் பழக்கப்பட்டவர்களுக்குப் புத்தகம், தத்துவம் என்று எத்தனை நாள்தான் அலையமுடியும்! வாள் சுழற்றும் வேலை? அதுவும் யாரும் செல்லக்கூடாத இடத்தில், இரவில்...? அரையநாதரின் உற்சாகத்திற்கு அளவே இல்லை.

'நடு இரவில் எழுப்புவேன். அதுவரை நன்கு தூங்க வேண்டும் நீங்கள். அதற்கு இந்தப் பூவை முகர்ந்துவிட்டுத் தூங்குங்கள்' என்று ஒரு கறுத்து உலர்ந்த பூவைக் கொடுத்தார் தேவமித்திரர். பூவை முகர்ந்து தூங்கப்போன அரையநாதருக்கு நன்றாகத் தூக்கம். அப்படியொரு தூக்கம் அவர் வாழ்நாளிலேயே தூங்கிய தில்லை என்று கூறும்படியான தூக்கம். நடு இரவில் தேவமித்திரர் வந்து எழுப்பினார்.

எழுப்பியபோது மிகவும் கலவரமாய்க் காணப்பட்டார் தேவமித்திரர். ஏனென்றால் ஒரு யோகச்சீட்டு அவருடைய மருந்து பெட்டியில் கிடந்தது. 'யார் யோகச் சீட்டுடன் அலைபவர்கள்?'

'வேறு யார்? சராசின்தான்.'

'பூட்டிய மருந்து பெட்டியில் எப்படி இந்த யோகச்சீட்டு போகமுடியும்?' கோபத்தில் காரணமின்றி அவர் கத்தியது

அரையநாதருக்கு எரிச்சலை மூட்டியது. அவரிடம் ஒரு மருந்து பெட்டி இருப்பது பற்றி அரையநாதருக்கும் இப்போதுதான் தெரியும். யார் யோகச்சீட்டைப் போட்டிருக்கிறார்கள் என்று அரைய நாதராலும் கண்டுபிடிக்க முடியவில்லை. ஆனால் நல்ல காலமாகச் சற்று நேரத்தில் சாந்தமாகிவிட்டார் தேவமித்திரர். எனவே அரையநாதர் தொடர்ந்து தேவ மித்திரரின் கடுகடுப்பான முகத்தை எதிர்கொள்ளும் தேவையிருக்கவில்லை.

பின்னர் தேவமித்திரரும் அரையநாதரும் அந்த அடர்ந்த இருளில் யாருக்கும் தெரியாமல் குதிரைகளில் புறப்பட்டனர். எதிரில் வருபவரது முகம் தெரியாத இருள்.

அரையநாதரின் குதிரையில் இருவரும் அணிய வேண்டிய கறுப்பு ஆடைகள், தலையையும் முகத்தையும் மறைக்கும் கவசங்கள், இரண்டு மூன்று வகைக் கத்திகள், இரண்டு குத்தீட்டிகள், ஒரு வாள், இரண்டு கேடயங்கள், தீப்பந்தம் கொளுத்த வேண்டிய எண்ணெய் முதலியன கட்டிவைக்கப்பட்டிருந்தன. தேவமித்திரர் விகாரையை விட்டுவிட்டு வந்துவிட்டவரென்றாலும் கொல்லாமை, புலால் உண்ணாமை, கள்ளுண்ணாமை போன்ற பவித்திரமான புத்தனின் கொள்கைகளிலிருந்து வழுவாத வாழ்க்கை வாழ்ந்து கொண்டிருக்கிறார். எனவே அவருக்குப் பாதுகாப்பாகத் தலை, முகக் கவசங்களும் கறுப்பு ஆடைகளும் பிறர் தாக்குவதிலிருந்து தப்பிக்க ஒரு கேடயமும் மட்டும் எடுத்துக்கொண்டார். பெரிய வாள் அவர் பிடிப்பதில்லை.

இதில் விசித்திரம் என்னவென்றால் இன்னும் எங்குச் செல்கிறார்கள் என்பது அரையநாதருக்குத் தெரியாது. புறப்படுகையில் எங்குப் போகிறோம் என்று கேட்பது நல்லதல்ல என்பதால் அரையநாதர் பேசாமல் தேவமித்திரருடன் சென்றார்.

ஆனால் குதிரைகள் கொஞ்சதூரம் சென்றதும் முதன்முதலில் இவர்கள் அந்த ஊரில் வந்தபோது பார்த்த வரவேற்பு மாளிகை வந்தது. அம்மாளிகை இப்போது இருளில் மூழ்கியிருந்தது. சில எண்ணெய் விளக்குகள் மட்டும் ஆங்காங்கு எரிந்தன. வேறு அந்தப் பிராந்தியம் முழுவதும் இருளாக இருந்தது. பக்கத்தில் வருகிறவர்களைக்கூட காணமுடியாத இருளாக இருந்தது. ஒன்றிரண்டு நட்சத்திரங்கள் காற்றில் கண் சிமிட்டின. பேய்கள் கறுப்புப் பற்களை இளித்து இளித்துக் காட்டுவது போல்

வீசிக்கொண்டிருந்த காற்றில் மரங்கள் அசைந்து ஆடின. குதிரையின் குளம்போசை கேட்காதவாறு தேவமித்திரர் புல் மிகுந்த பகுதிகளில் குதிரையை ஓட்ட அரையநாதரும் அப்படியே செய்தார். என்றாலும் தேவமித்திரரின் குதிரையின் காலிலிருந்து குளம்போசை நிற்காமல் கேட்டதால், அரையநாதர் அவரை நிறுத்தி, சுத்தியால் அவரது குதிரைக் குளம்பின் ஆணியை அடித்துச் சரி செய்தார். இப்போது ஓசை வருவது நின்றுவிட்டது. வரவேற்பு மாளிகையருகில் பாதை இரண்டாகப் பிரிய, வலது பக்கப் பாதை வழி இருவரும் குதிரைகளில் சென்றனர். இந்தப் பாதையில் சற்றுதூரம் போனால் சூரியக் கோயிலின் பின்புறம் உள்ள நிலத்தடிப் பாதை வழியாக இருவரும் தங்கிய மாளிகையை இணைக்கும் பாதை உள்ளதென்பது ஏற்கனவே தெரிந்திருந்தது அவர்களுக்கு. சற்று தூரத்தில் சூரியக்கோயில் வரவிருக்கும் சமயம், இருவரும் குதிரைகளிலிருந்து இறங்கி வளர்ந்த புல்புதரில் குதிரைகளை வெளியில் தெரியாமல் கட்டினார்கள். குதிரை மீதிருந்த பொதியை எடுத்து அதிலிருந்த கவசங்களை இருவரும் அணிந்து கறுப்பு ஆடைகளையும் தரித்தனர். இனி யாரும் தூரத்திலிருந்து ஒளிந்து நின்று பார்த்தாலும்கூட கண்டுகொள்ள முடியாது.

பின்பு மெதுவாக அடிமேல் அடி எடுத்துச் சூரியக் கோயிலை நோக்கி நடந்தனர். சூரியக் கோயிலின் மையவாசலுக்குச் செல்லும் பாதையில் செல்லாது கோயிலைச் சுற்றி ஆள்கள் மட்டுமே நடக்கக் கூடிய சிறுசிறு பாதைகள் இருந்தன, அவற்றில் வலது பக்கமாக மரங்களின் நிழல்களில் ஒளிந்து ஒளிந்து நடந்தனர். உடனடியாகத் தேவைப்படாத பல ஆயுதங்களையும் ஓரிடத்தில் ஒளித்து வைத்தனர். தேவமித்திரர் பார்ப்பதற்கு இப்போது ஒரு பெரிய வீரனைப் போல் தோற்றம் தந்தார். ஒரு காலத்தில் பரம்பரை புத்த பிக்குவாக இருந்தவர் இன்று பாதுகாப்புக்குக் குத்தீட்டி சுமந்து நடப்பதைப் பார்த்து அரையநாதர் சிரித்துக் கொண்டார்.

மரத்தின் நிழல் ஒன்றிலிருந்து விடுபட்டுச் சிறுபாறை ஒன்றில் மறைந்து அடுத்த அடி எடுத்து வைத்தபோது—அது என்ன சப்தம்?

அது ஒரு பாடல். பாட்டின் முழுவரிகளும் கேட்காவிட்டாலும் அர்த்தம் புரிந்தது.

'முதல் சங்கொலி கேட்கும் போது வானம் சிவந்து விடியும். கறுப்புப் பிராணிகள் கதறிக்கொண்டு கற்களுக்கிடையிலும் பிளவுக்கிடையிலும் பதுங்கும். அடிதேவி, சொல்லடி... இரண்டாம் சங்கொலி கேட்கும்போது வானமெங்கும் இரத்தம் பாயும். நெருப்பில் மேகம் எரிந்து சாம்பலாகும். சாம்பலில் எலியும் பல்லியும் குழந்தைகளும் விளையாடும். அடிதேவி...

மூன்றாம் சங்கொலி கேட்கும் போது... இது மருபூமியின் மரணகீதம்... அடி தேவி சொல்...'

இப்படி ஒரு பாடல்...

அந்தப் பாடலைப் பாடியவர் யார் என்பதைக் கண்டுபிடிக்க வேண்டும் என்று இவர்கள் விரும்பினர். ஆனால் பாடிய அந்த நபர் இவர்களைப் பார்க்காத முறையில் மறைந்து மறைந்து நிதானமாக நடந்தனர். பின்பு நிலத்தடியில் ஒரு வாசல் இருந்ததைக் கண்டு வியப்பு கொண்டு இருவரும் கதவைத் தள்ளினார்கள். எதிர்பார்த்ததற்கு மாறாகப் பெரிய சப்தத்துடன் கதவு திறக்க இருவரும் உள்ளே புகுந்து சுவர்களோடு அப்பிக்கொண்டு நின்றனர். கதவு சப்தம் கேட்டு யாராவது வரலாம் என்று அனுமானித்தனர். நல்ல காலம் யாரும் வரவில்லை. ஆனால் கேட்ட பாடல் அப்போது நின்றிருந்தது.

பின்னர் வாளைத் தயாராய் பிடித்தபடி அரையநாதர் தேவ மித்திரரின் முன்னே செல்ல, தேவமித்திரர் பின்தொடர்ந்தார். 'உஷார், படிகள்! மெதுவாக இறங்குங்கள்' என்று தேவமித்திரருக்குச் சொன்னார். சுமார் பத்துப்படிகள் இறங்கியபோது பத்தாவது படி தரையாக இருந்தது. பின்கைகளில் நெருப்புப் பந்தங்களைக் கொளுத்தினார்கள். முதலில் அங்கு யாராவது ஒளிந்திருக் கிறார்களா என்று பார்த்து உறுதி செய்து கொண்டனர்.

அங்கு வெளியில் தெரியும் சூரியக் கோயிலுக்குக் கீழ் அறைகள் கொண்ட ஒரு தளம் யாருக்கும் தெரியாமல் இருப்பது கண்டு வியப்புற்றார்கள் இருவரும். கீழ்த்தளத்துக் கட்டடத்தில் எட்டு வாசல்கள் இருந்தன. இப்படி வழக்கமாய் வருபவர்களுக்குத் தெரியாதபடி நிலத்திற்குக் கீழ் மூன்று மாடிகளுடன் காட்டுச் செடிகள் மறைக்கும் விதமாய் ஒரு மூன்று மாடிக் கட்டடம் கட்டப்பட்டிருந்தது. இப்போது இவர்கள் வந்தது போல் நிலத்தடிப் பாதை வழியாக வந்து, காட்டுவழி கடந்து நிலத்தடி வாசலைத்

திறந்து நுழைந்தால்தான் இந்த நிற்கிற தரைக்கும் கீழுள்ள தளம் தெரியும்.

அரையநாதரின் வழக்கமான பேய் பற்றிய நம்பிக்கை இங்கும் வந்தது.

'பேய் பாதுகாக்கும் இடமாக இது இருக்குமோ? பேய், பெண்போல் பாடும் என்பார்கள். அந்தப் பாட்டைக் கேட்டு யாராவது அருகில் வந்தவுடன் முதுகுப்புறத்தில் ஒரே அடி அடிக்குமாம்... அதன்பின் இரத்தம் கக்கிச் சாவார்களாம். மறுநாள் உடலைப் புரட்டிப் பார்த்தால் நெஞ்சில் ஐந்து விரல்கள் பதிந்து காணப்படுமாம். என சிறு வயதில் சொல்லியிருக்கிறார்கள்' என்றார் பயம் பீடித்த நிலையில் அரையநாதர். ஆனாலும் கையில் வாள் உறுதியாக இருந்தது. அவரது பிளவுண்ட மனம் எப்போதும் வீரத்தின் பக்கமே சாய்வதால் பயம் வீரர் ஒருவரின் கடமைக்கு நடுவில் வந்து குந்தகம் விளைவிக்காது.

அப்போது கிழக்குப் பக்கம் ஏதோ சப்தம் கேட்டது. அங்கு அரையநாதரும் தேவமித்திரரும் விரைந்தனர். இருவரும் எதிர் பார்க்காதபடி ஒரு கதவு அங்கே திறந்து கிடந்தது. திறந்து கிடந்த வாசல்வழி தூரத்தில் சமுத்திரக் கரையும் கலங்கரை விளக்கின் மெல்லிய ஒளிப் பிசிர்களும் தெரிந்தன. இங்குக் கிழக்குப் பக்கம் பாறைகளுக்குக் கீழே இறங்கக்கூடிய படிகள் எவையேனும் உண்டா எனப் பார்த்தனர் இருவரும்; தெரியவில்லை. ஆக, கட்டடத்தின் முன்புறம் சுருங்கையின் நிலப்பகுதிப் பாதையும் பின்புறம் பள்ளமான பாறைகளுமாக இருந்த கட்டடம் அது என்று இருவரும் கண்டனர்.

பின்னர் அரையநாதரைத் தனியாக விட்டுவிட்டு உள்ளே சென்றார் தேவமித்திரர்.

இந்தச் சூரியக்கோயில் பற்றிச் சராசின் அவர்களிடம் சொல்லி யிருந்தாலும் இந்தக் கீழ்த் தளம் பற்றிச் சொல்ல வில்லையே! இந்தக் கட்டடம் மர்மப் பாடல்களும் காலடிச் சப்தமும், சப்தமிடும் கதவுகளும் கொண்டிருப்பது இன்னும் பயங்கரத்தையும் வியப்பையும் தந்தது. எங்கே போனார் இந்தத் தேவமித்திரர் என்று நாலாபக்கமும் பார்த்தார் அரையநாதர். அவருடைய மனக்குறளி அவரைப் பயந்தாங்கொள்ளியாக்க முயன்றாலும் அவருடைய போர்வீரர் பண்பு மனக்குறளியை அடக்கி வெற்றிகொண்டது.

இனி எங்கே தேவமித்திரரைத் தேடவேண்டி வருமோ என்று எண்ணிக்கொண்டு அரையநாதர் நின்றபோது திறந்திருந்த கதவு வழியாக நல்ல காற்று உள்ளே வீச, தேவமித்திரரும் வந்தார்.

'யாரும் இருப்பதாகத் தெரியவில்லை. பாட்டுக் கேட்டதே. யாரோ உள்ளே ஒளிந்திருக்க வேண்டும் என்று தேடிப் பார்த்தேன்' என்றார். 'இந்த வாசல்கள் திறந்திருந்ததால், பாடிய நபர் வெளியேறியிருக்கலாம். சரி, அந்தப் பாடிய குரல் யார் குரல் போல் இருந்தது?'

அரையநாதர் பதில் ஏதும் கூறாவிட்டாலும் அந்தக் குரல் புவன நந்தியின் மிருகக் குரல் போல் கேட்டதைத் தேவமித்திரர் மறக்க முடியாது.

அப்போது தூரத்தில் ஏதோ ஒரு வஸ்து பாறைமீது தெரிய, மனித உருவம் என்ற நினைப்பில் இருவரும் அருகில் சென்றனர். மேலிருந்து வழியில்லாவிட்டாலும் குதித்துப் பாறையில் சென்று பார்த்தால்... அது... அது என்ன?'

இரத்தம் உறையும் காட்சி.

கண்கள் பிதுங்கி வெளியே தள்ளியிருந்தது. தலையில் ஏதோ ஒரு பகுதியிலிருந்து இரத்தம் பாய்ந்து கட்டியாக உறைந்து கறுத்திருந்தது. உதட்டில் ஈக்களும் எறும்பும். சரித்திரக்காரரின் உடல் கிடந்த அதே இடம். இப்போது இறந்துகிடந்தது சராசின்.

உடனே கொலைகாரன் எங்கேயாவது இங்கே ஒளிந்திருக் கலாம் என்று எல்லா இடங்களிலும் புகுந்து புகுந்து தீப்பந்தங் களுடன் இருவரும் தேடினார்கள். எங்கும் யாரையும் காண வில்லை. இருவரையும் தவிர எங்கும் இருள்.

தேவமித்திரர் அரையநாதரைப் பார்த்தார். பின்பு தலையைத் தொங்கப் போட்டார். ஏதோ யோசித்தார். பிணத்திற்கருகில் சென்று கையைப் பிடித்துப் பார்த்துவிட்டு அரையநாதர் நின்ற இடத்திற்கு வந்தார்.

அரையநாதர் தேவமித்திரரைக் கேட்டார்.

'இங்கு இது நடக்கும் என்று உங்களுக்குத் தெரியுமா? அப்படி யென்றால் நாம் முன்னேற்பாடாகயிருந்து, இந்தக் கொலையைத் தடுத்திருக்கலாம்!'

தேவமித்திரர் தலைகுனிந்து குற்றவுணர்வு குறுகுறுக்கச் சொன்னார்.

'இன்னும் ஒரு மரணம் ஏற்பட்டுவிட்டதே அரையநாதரே, இந்த மரணம் பற்றித் தெரிந்திருந்தால் தடுத்திருக்கலாம். யுனசேனன் மரணத்திற்குத் துப்புகள் கிடைக்கலாம் என்றுதான் உங்களிடம் கூட எங்குப் போகிறோம் எனக் கூறாமல் அழைத்து வந்தேன்.'

அவர் குரலில் வேதனை இருந்ததைப் போல் உறுதியும் இருக்கத் தான் செய்தது. இருவருடனும் நன்கு பழகிய ஒருவன் மரணமாகிக் கிடக்கிறானே என்ற வேதனை இருவர் முகங்களிலும் தெரிந்தது.

இருவரும் பிறகு எதுவும் பேசாமல் பந்தங்கள் பிடித்தபடி வந்த வழியில் திரும்பினார்கள். ஆயுதங்களை எடுத்து மீண்டும் மூட்டை கட்டிக் குதிரைகளில் வைத்துத் தங்கள் மாளிகைக்கு வரும்வரை யாரும் எதுவும் பேசவில்லை.

குறிப்பு 6

இந்த மர்ம நாவலை சி. பெரியநாயகம்பிள்ளை எழுதியிருக்க முடியுமா என்று அவரைப் பற்றிய அரை குறைத் தகவல்களைத் தேடி ஓட வேண்டியுள்ளது. அப்படிக் கிடைத்த பல தகவல்களை என் 'கோப்'பில் வைத்துள்ளேன். அதில் ஓரிரண்டு, என் கவனத்திற்கு வந்தன. இவருக்குக் குளிக்கும் பழக்கம் கிடையா தென்று சென்னையில் அக்கவுண்ட் ஜெனரலாக இருந்த ஒரு ஐயர் சொன்னார். ஐயரின் பூர்வீகம் தஞ்சாவூர் என்றும் வருடத் திற்கு ஒருமுறை தன் நிலங்களைப் பார்க்கப் போனாலும் ஒரு தேவர் இவரது நிலங்களை அபகரித்ததை மறக்கமுடியாமல் கூறிக்கொண்டிருந்தார். இவரைத் திருவனந்தபுரத்தில் அவருடைய இரண்டாவது மகள்வீட்டில் சந்தித்தேன். இன்னொரு தகவல்: இவர் யோசிக்கும் போது இரு கைகளைக் கூப்பி மூக்கில் உராய்த்தபடி இருப்பார் (என் கோப்பில் இது யார் கூறிய தகவல் என்று விவரம் இல்லை) சற்றுத் தயக்கத்துடன் சொல்லப்பட வேண்டிய இன்னொரு தகவல்.

இவர் பாலகர்களோடு உடலியல் உறவு கொள்பவர் என்பது (கோப்பில் இந்தச் செய்தி தெளிவாகத் தெரியும்படி அடித்து

இருந்தேன். இப்போது யோசிக்கும்போது ஏன் அடித் திருந்தேன் என ஞாபகம் இல்லை).

ஜூலியன் வென்சன் பற்றியும் இப்படிச் சில கிடைத்தன. அவர் நகம் வெட்டமாட்டார். கைகளால் கிழித்தெடுத்துக் கொண்டிருப்பார். நடக்கும்போது அவருடைய சப்பாத்து தரையில் உராய்ந்தபடியே நடப்பார். மீசை முடியை (நீண்ட முறுக்கிய மீசை) உதட்டுக்குள் இழுத்துக் கடித்துக் கொண்டு இருப்பவர். இடது கையால் எழுதுபவர்.

இந்தத் தகவல்களுக்கும் அவர் மர்ம நாவல் எழுதுவதற்கும் தொடர்பு இல்லை என்பதால் இவை எழுதப்பட்டிருந்த தாள்கள் கவனமின்றி என் மர அலமாரியில் செதில் அரித்த வேறு தாள்களுக்கிடையில் போடப்பட்டிருந்தன.

பூவாராகவன் முதலியார் பற்றி இந்த மாதிரி தகவல்கள் ஏதும் எவ்வளவுதான் தேடினாலும் எனக்குக் கிடைக்கவில்லை.

ஆனால், அவருடைய காதல் கடிதங்களை அவருடைய பேரன் ஒருவரிடமிருந்து கறந்துவிட்டேன்.

இவற்றைப் பெறுவதற்காகப் பல நாள்கள் அவர் வீட்டிற்கு (இவர் பெங்களூரில் மல்லே ஸ்வரத்தில் ஒரு பழைய பங்களாவில் வசித்துக்கொண்டிருந்தார். திருமணம் ஆகவில்லை. பாங்கில் கிளார்க் வேலை) நடந்தேன்.

இறுதியாக என் மனசாட்சிக்குப் புறம்பாக அவர் விரும்பிய விஸ்கிக் கடைக்கு அழைத்துக்கொண்டு போகவேண்டி இருந்தது.

அந்தக் கடிதங்கள் பெருவாரியும் அவருடைய மூன்றாம் மனைவிக்கு எழுதப்பட்டவை.

'கண்ணே' 'கண்ணே' என்றே எல்லாக் கடிதங்களும் அழைத்து எழுதப்பட்டிருந்தன.

மற்றபடி பக்கம் பக்கமாக அவர் செலவு செய்த கணக்கு விவரங்கள் நிறைந்திருந்தன.

கோலப்பனின் நூலில் இந்தத் தகவல் இல்லை என்றாலும் இந்தப் பேரனைக் கண்டுபிடிக்கக் கோலப்பன் நூல் பயன் படவில்லை என்று சொல்ல முடியாது.

14

மாளிகைக்கு வந்ததும் நிறைய குறிப்புகள் எழுதினார் தேவ மித்திரர். அங்குமிங்கும் நடந்தார். இந்தக் கொலை அவரை மிகவும் பாதித்திருக்கிறது என்று தெரிந்தது. கண்களைச் சுற்றிக் கறுப்பு வட்டம் தெரிந்தது. மனரீதியாக மிகுந்த சோர்வு அடைந்திருந்தார். இந்த துப்பறியும் வேலைகளை ஓர் ஊதியத்திற்கான வேலை யாகவோ, யாரோ கேட்டுக்கொண்டதிற்கிணங்க, தான் செய்யும் ஒரு கடமை யாகவோ மட்டும் தேவமித்திரர் நினைக்கவில்லை. இத்தகைய துப்பறியும் வேலைகளைப் பிரபஞ்சத் தோற்றத்தின் போது இயற்கையில் ஏற்பட்ட சில நெளிவுசுளிவுகளைச் சரி செய்யும் எளிய முயற்சிகளாகக் கருதிச் செய்கிறவர் இவர். எனவே இவருடைய உலகத்திற்குள் அவ்வப்போது ஏற்படும் சிக்கல்களை இத்தகைய மர்மங்களைக் கண்டுபிடிப்பதன் மூலம் தீர்க்கலாம் என்று நினைக்கிறார்.

'அரையநாதரே'

தேவமித்திரரை ஏறெடுத்துப் பார்த்தார் அரையநாதர்.

'நீங்கள் என்ன நினைக்கிறீர்கள்...?' என்று எதையோ கேட்க ஆரம்பித்தார். அரையநாதர் அவர் முகத்தையே பார்த்தார். விளக்கின் சுவாலைகள் குறைந்திருந்த இடத்தில் இருவரும் அமர்ந்திருந்ததால், அவருடைய கண்களின் ஜொலிப்பு மட்டும் தெரிந்தது. அவரது முகத்தின் முழு வடிவமும் தெரியவில்லை.

'அதாவது நம் யூகம் தப்பு போல் தெரிகிறது.'

'எந்த யூகம் தேவமித்திரரே?'

'சராசினை அனுப்பியவர் அமைச்சர் என்று நினைத்திருந்தேன். அமைச்சர் அல்ல என்று தெரிகிறது...' அருகில் அங்குமிங்கும் அவசரமாகப் பார்த்தார்.

'பின் யாராக இருக்கலாம்? இந்தக் கொலையை யார் செய்திருக்க வேண்டுமென்று நினைக்கிறீர்கள்?'

அவர் தன் தலையை இடது கையில் சாய்த்து வைத்தபடி அரையநாதரைப் பார்த்தார்.

'யாரோ அவனைக் கொன்றிருக்கிறார்கள். கொன்றவர் அவனை ஏவி நம்மை உளவுபார்க்கிற நபராக இருக்கலாம். இந்த நபருக்கும் சரித்திரக் காரரைக் கொன்ற நபருக்கும் என்ன தொடர்பு என்றும் விசாரிக்க வேண்டும்...'

மெதுவாக மிக நிதானமாகச் சொன்னார் தேவ மித்திரர். அமைச்சரின் ஆள் சராசின் என்ற எண்ணம் தவறு என்பது கேட்டு அரையநாதருக்குக் குழப்பமாக இருந்தது.

'அப்படியென்றால் அங்குக் கேட்ட பாடலைப் பாடிய அந்தக் குரல் புவனநந்தியின் குரல் அல்லவா?'

'அங்கு வந்தது புவனநந்தியல்ல. அந்தக் குரலும் புவன நந்தியின் குரலல்ல.'

'எப்படி அவ்வளவு திட்டவட்டமாகச் சொல்கிறீர்கள்?'

அரையநாதர் அவசரமாகக் கேட்டார். காரணம் புவனநந்தியின் மிருகத்தனமான அந்த உடலணைப்பின் மூலம் ஏதோ ஒரு வெறுப்பு அவருக்குள் உருவாயிருந்தது. எனவே புவனநந்தி இந்த மாதிரி கொடிய செயல் செய்பவராகவே அவருக்குத் தென்பட்டார்.

'புவனநந்தியின் குரலாக இருந்தால் நம்மை அடையாளம் கண்ட அவர்...'

தேவமித்திரர் முடிக்கும்முன் அரையநாதர் குறுக்கிட்டார்.

'அங்கு வந்திருந்த நபர் நம்மைப் பார்த்தார் என்று நினைக்கிறீர்களா?'

'ஆம். நாம் அந்தக் குரலைக் கேட்க வேண்டு மென்பதுதான் அந்த நபரின் குறிக்கோள். மிகவும் புத்தி சாலி யாரோதான் இந்தக் காரியங்களை நடத்துவது.'

'அந்தக் குரலை நாம் கேட்பதன் மூலம் அந்த நபரின் எத்தகைய எண்ணம் ஈடேற முடியும்?'

'பேயின் குரல்தான் அது என்ற எண்ணம் நம்மிடம் தோன்ற வேண்டும். அப்படி நம்மை நினைக்க வைப்பது தான் பாடிய நபரின் நோக்கமாக இருக்கமுடியும்.'

'உண்மையில் பேயே இத்தகையக் காரியங்களை ஏன் அந்த யாருமற்ற மாளிகையில் செய்யக்கூடாது? உங்களுக்குப்

பேயின் மீது நம்பிக்கை இல்லை என்றால் பேயே இல்லை என்று ஆகி விடுமா?'

படபடவென்று அரையநாதர் தன் எண்ணங்களைத் தேவ மித்திரரிடம் கொட்டினார்.

'நாம் பார்த்ததை உடனடியாக இங்குள்ள அரசின் அதிகாரி களுக்குத் தெரிவிக்க வேண்டாமா?'

ஏதும் பேசாமல் ஏடுகளைப் புரட்டுவதும் குறிப்புகள் எடுப்பது மாக இருந்த தேவமித்திரர் தலையை மட்டும் 'வேண்டாம்' என்பதுபோல் அசைத்தார். ஏதும் பேச வில்லை அவர். அரைய நாதருக்குப் பயம் தோன்றியது, அவரின் கோபத்துக்கு ஆளாகி விட்டோமோ என்று.

பின்பும் தேவமித்திரர் எதுவும் பேசவில்லை. சற்று நேரம் அப்படியே அமர்ந்தபின் எதையோ யோசித்த அவர், அரைய நாதரைக் கேட்டார்.

'கிரந்தக் கோயிலில் பார்த்த வரைபடத்தில் ஒரு சிங்கம் படுத்திருந்ததல்லவா?'

'ஆம்.' தேவமித்திரர் தன்னிடம் கோபமடைந்திருக்கவில்லை என்று அறிந்தார் அரையநாதர். அவருக்கு மகிழ்ச்சி ஏற்பட்டது.

'அந்தச் சிங்கத்தின் நான்கு கால்களில் என்னனென்ன தென் பட்டன? அவையென்ன அடையாளங்கள்? நினைவு வைத் திருக்கிறீர்களா?'

தனக்கு நன்கு நினைவிலிருக்கிற ஒரு விஷயத்தைக் கேட்கிறார் என்பதோடு அவரது நல்லெண்ணத்தைச் சம்பாதிக்கவும் நல்ல தருணமென்று மிகுந்த உற்சாகத்தோடு பதில் சொன்னார் அரையநாதர்.

'எட்டு வாசல்கள்.'

அதைக் கேட்ட தேவமித்திரர் முகத்தில் ஒரு தெளிவு ஏற்பட்டது.

'அந்தச் சூரியக் கோயிலின் கீழ்த் தளத்திலிருந்த கட்டடத்திற்கு இருளில் சென்றோமே, அதன் வாசல்களும் அறைகளும் எத்தனை?'

அரையநாதர் கதவுகளைக் கவனித்திருந்ததால், எட்டு என்று மனதில் எண்ணினார். தானும் கவனித்துள்ளேன் என்பதைக்

காட்டும் முகமாக அரையநாதர் பேசுவதற்கு இடம் கொடுக்காமல் தனக்குத்தானே பேசுவதுபோல் சொன்னார், தேவமித்திரர்.

'எட்டு வாசல்கள் இல்லையா?'

'அப்படியென்றால் வரைபடத்திலிருந்த சிங்கம், சூரியக் கோயிலைப் பற்றிய இரகசிய முறையிலான அடையாளம்... சரிதானா தேவமித்திரரே?'

'சரியாகச் சொல்கிறீர்கள்' என்று தலையாட்டினார் தேவ மித்திரர்.

அப்போது வெளியிலிருந்து காற்று பலமாக வீசியது. விளக்கு களிலிருந்த நெருப்புச் சுவாலை அணைவது போல் மங்கிவிட்டு மீண்டும் எரிந்தது.

அரையநாதர், 'தேவமித்திரரே' என்றார். பார்த்தார் தேவ மித்திரர். 'அந்தப் பாட்டின் கடைசி வரியைக் கேட்டீர்களா?'

'மருபூமியின் மரணகீதம்.'

'அந்த வாசகத்தை முதன்முதலில் நமக்குச் சொன்னவர் துபல். அடுத்து அந்த வாசகத்தை ஒரு சீட்டில் எழுதி நாம் தங்கும் மாளிகையில் வைத்திருந்தார்கள். இப்போது அந்த வாசகத்தைச் சூரியக் கோயிலின் இரண்டாம் தளத்தில் சராசினின் உடலை நாம் காண்பதற்கு முன்பு ஒரு பாட்டின் வடிவத்தில் கேட்டோம்...'

தனது ஞாபக சக்தியைத் தேவமித்திரருக்கு நிரூபிப்பது போல் ஒவ்வொன்றாக அடுக்கினார் அரையநாதர்.

'இந்த மர்மத்தைப் போன்ற இன்னொரு மர்மம் அந்தப் புரியாத ஐந்து கோடுகள் கொண்ட ஓவியம்' என்றார் தேவமித்திரர். அவர் கைகள் இருட்டில் ஓரத்தில் சாய்த்து வைத்திருந்த ஓவியத்தைச் சுட்டிக் காட்டின. அந்த ஓவியத்திற்கு இருவகை விளக்கங்கள் கொடுக்கப்பட்டன. அந்த இரண்டு விளக்கங்களும் முழு முற்றான விளக்கமில்லை என்பதை அவர் உணர்த்துவதைப் புரிந்தார் அரையநாதர்.

'சரி, இனி மனதைத் திடமாக வைத்துத் தூங்குங்கள்' என்று கூறிவிட்டு எழுந்தார் தேவமித்திரர். இரவில் சரியாக இன்று தூங்கமுடியாது என்பதைத் தேவ மித்திரரும் உணர்ந்திருக்கிறார்; அதனால்தான் இப்படிக் கூறுகிறார் என்று நினைத்தார் அரையநாதர். சராசினின் சவத்தை இவ்வளவு அருகில் பார்த்தபின் அமைதியான

தூக்கமா என்ற எண்ணம் வந்தது.

அரையநாதரின் யோசனையைப் புரிந்த தேவமித்திரர், 'அரைய நாதரே, சமணர்கள், ஒருவன் செய்கிற காரியத்திற்கு ஒரு காரணம் இருக்க வேண்டும் என்று சொல்வதை நம்பவில்லை. அப்போது பௌத்தர்கள் என்ன சொன்னார்கள் தெரியுமா? ஒரு செடியில் எத்தகைய நிறத்தில் பூ பூக்கப்போகிறது என்பதை விதை தீர்மானிக்கப் போகிறதென்று. இனி நீங்கள் போய் தூங்குங்கள்.'

தேவமித்திரர் லேசாக ஒளிபடர்ந்த இடம் வழியாக நடந்து தன் மேல்மாடி அறைக்குள் சென்று மறைவதுவரை பார்த்துக் கொண்டு நின்றார் அரையநாதர். மனதில் இருக்கும் கலவரத்தைக் களைந்துவிடு, தூக்கம் தானாக வரும் என்று காரணத்தின் மூலம் தான் காரியம் சம்பவிக்கிறது என்று சொல்லாமல் சொல்லி விட்டு, நடந்துபோன அவர் அறிவைக் கண்டு அரையநாதர் ஆச்சரியப் பட்டார். பின்னர் தானும் தூங்குவதற்குச் சென்றார் அரையநாதர்.

15

சராசினுடைய உடலை எரிக்கக் கொண்டுவந்தார்கள். இங்குக் கூடும் மக்களையும் அதிகாரிகளையும் கண்காணிப்பது அதிகத் தகவல்களைத் தரும் என்பதால் தேவமித்திரரும் அரையநாதரும் முன்கூட்டியே பேசித்தக்க முன்னேற்பாடுகளுடன் அங்கு வந்திருந்தார்கள்.

ஆள்களின் கூட்டம் அதிகம். இதிலிருந்து இறந்துபோன சராசின் ஒரு காலத்தில் மிகச் சிறந்த சிற்பிகளில் ஒருவனாக இருந்திருக்க வேண்டும் என யூகிக்க முடியும். மேலும் சரித்திரக் காரரின் சாவும் சராசினின் சாவும் ஒரு மர்மமான சூழ்நிலையில் நடந்துள்ளதால் மக்கள் இந்தச் சாவுகளில் ஒரு தனிப்பட்ட ஈடுபாட்டைக் காட்டினார்கள். பரந்த மணல்வெளியில் சராசினின் உடம்பு, தென்னிந்திய வழக்கத்தின்படியும் கிரேக்க வழக்கத்தின் படியும் கலந்து மரியாதை செலுத்தப்பட்டது.

மக்களின் அடையாளமற்ற இரைச்சல் மெதுவாக வடிவம் மாறி ஒழுங்குப்பட்டு ஒரு மந்திரம் போல் எழ ஆரம்பித்தது.

'ஒவ்வொரு பாதையிலும் அவனுக்காக ஏழு பேர் காத்து இருப்பார்கள். அந்த வாசல்களில் கெட்டவர்களுக்கு வாளால் தீர்ப்பு வழங்குவார்கள்...

அவனது பாதங்கள் நெருங்கும்போது எழும் ஒலியைக் கேட்டுக்கொண்டிருக்கும் காலை நேரங்களில் மக்கள் பரவசம் அடைவார்கள். பின்பு கிழக்கில் வாழ்த்தொலி எழும்...

மரத்தால் முகமூடி போட்ட கேடயம் பிடித்த வீரர்கள் தரையில் புலம்பி விழுந்தார்கள். புஷ்பங்கள் அவர்களின் பையிலிருந்து சிந்திச் சிதறின...

'அவனைத் தேடி வந்தவர்கள் ஒவ்வொரு நிலத்திலிருந்தும் புறப்பட்டுவந்தார்கள். வசந்த காலத்தில் மீண்டும் வருகையில் அவர்களின் கூடைகளில் கனிகள் நிறைந்திருந்தன.'

இப்படி எழுந்த வாழ்த்து திடீரென்று நின்றது. பிறகு மௌனம் கோலோச்சியது.

ஒரு கூனன் அரசாங்க ஆடை ஆபரணங்கள் அணிந்து துள்ளித் துள்ளி ஓடினான். அவனைத் தொடர்ந்து நிறைய அலிகள் ஆடிக் கொண்டு சென்றனர். பின்பு ஊமைகள் சைகை மூலம் அரசனை வாழ்த்தியபடி சென்றனர். சிறு அலங்காரப் பல்லக்கு பின்னால் வந்தது.

அதிலிருந்து ராஜா இறங்கினார். மிகவும் அதிக உடைகளுடன் சிறு உருவமாய் ராஜா தென்பட்டார். உணர்வற்ற சிறிய முகமும் கைவிரல்களும் மட்டும் வெளிப்பட ஒரு சிறு பொம்மைக்கு அலங்காரம் செய்யப்பட்டது போல் ராஜா தோன்றினார். மக்கள் கூட்டம் நிறைந்திருந்த மைதானத்தில் தூரத்தில் வானத்திற்கு அருகில் தென்பட்டார்.

அரையநாதர் தேவமித்திரரைப் பார்த்து, 'ராஜா' என்றார்.

லேசாகச் சிரித்தார் தேவமித்திரர். அப்போது பொம்மை ராஜாவுக்கு ஒரு பொம்மை ராணி என்பது போல் ராணி சிறியதாய் பொம்மை போல் இறக்கப்பட்டாள்.

தொடர்ந்து வேறு சில பல்லக்குகள் வந்திறங்கின. யார்யார் வந்திறங்கினார்கள் என்று கூறமுடியாதபடி கூட்டம். மீண்டும் கூட்டத்தைக் கவனித்தனர் தேவமித்திரரும் அரையநாதரும்.

தேவமித்திரர் நின்ற இடத்திலிருந்து நகர்ந்து வேறு இடத்திற்குப்

போக, அவருடைய துணைவரான அரைய நாதரும் அப்படியே செய்தார்.

அப்போது பழக்கப்பட்ட குரல் ஒன்றைக் கேட்டுத் தேவ மித்திரரும் அரையநாதரும் நின்றார்கள்.

துபல்!

அவரை மெதுவாக அழைத்து வந்தார்கள். அரையநாதர் துபலின் முக உணர்வுகளை ஆராய்ந்தார். அவருக்குப் பல்வித உதவிகள் செய்த முக்கியமான சீடன் சராசின், அதனால்தான் தனது இயலாமையைக்கூட பொருட்படுத்தாமல் வந்ததைக் கூறினார் துபல். தேவமித்திரர் அவருக்கு ஆறுதல் கூறினார்.

துபலின் வெள்ளை நிற மேனியில் சூரியக் கதிர்கள் விழ, அந்த உடம்பு மின்னி அங்கிருந்த மக்கள் கூட்டத்திலிருந்து வேறு பட்டவர் என்பதைக் காட்டியது.

துபல் சொன்னார்.

'தேவமித்திரரே, நீர்தான் இந்த நகரத்தை இனி காப்பாற்ற வேண்டும். என் தந்தையும் அவரது சீடர்களும் இந்த நகரத்தின் அழகைப் பார்த்து இதற்குப் பல குகைப் பாதைகள் ஏற்படுத்தக் காரணமாக இருந்தனர். அதுபோல் என்னால் முடிந்த தொண்டாக, இந்த நகரில் எங்குப் பார்த்தாலும் சிறப்ப அழகுடன் விளங்கும் கட்டடங்களையும் கோயில்களையும் செய்தேன். இன்று பாருங்கள். இந்த நகரத்தினர் யோகப் பரிசுக்குப் பலியாகிவிட்டார்கள். அழுக்குக்குப் பலியாகி எங்கும் பயத்துடன் அலைகிறார்கள். அழுக்கிலிருந்து அழகைப் பிரிக்க முடியாதவர்கள் ஆகிவிட்டனர். இதெல்லாம் போதாதென்று இப்போது நடக்கும் மர்மச் சாவுகள் இந்த நகரத்தை எங்குக் கொண்டுபோய்விடுமோ தெரியாது. இந்த நிலைமையில் நீர்தான் இந்த நகரத்தைக் காப்பாற்ற முடியும்.'

குரல் உடைந்திருந்தது. அன்று இருந்த கம்பீரம் இன்று இருக்கவில்லை. சராசினின் மரணம் இவரை மிகவும் பாதித்திருப்ப தாகத் தெரிந்தது. இவரைப் போய் சராசினுடைய மரணத்திற்குக் காரணமாக இருப்பாரோ என்று சிந்தித்த தனது மனதைக் கண்டித்தார் அரையநாதர். திரும்பிப் பார்த்தபோது புவனநந்தியும் அமைச்சரும் இவர்களை நோக்கி வருவது தெரிந்தது. அரைய நாதரின் மனக்குறளி ஓடி ஒளிந்துகொள்ளக் கூறியதால், ஒளிந்து

கொள்ளலாமா என்று யோசித்தார் அரையநாதர். அப்போது அவர்கள் இருவரும் அருகில் வந்துவிட வேறு வழியில்லாமல் அரையநாதர் அங்கேயே நின்றார். ஆனால் அவரது கண்கள் அங்கு நடமாடிய ஒவ்வொருவரையும் ஆழமாய்க் கவனிக்கத் தவற வில்லை.

'இரண்டாவது மரணமும் ஏற்பட்டுவிட்டது தேவமித்திரரே' என்று கூறிய அமைச்சர் அடுத்துக் கூறியதைக் கேட்டு இருவரும் அதிர்ச்சியடைந்தனர்.

'நேற்றிரவே நீங்கள் இருவரும் சராசினின் உடலைப் பார்த்தீர் களாம்!'

துபலின் முன்வைத்து அமைச்சர் அப்படிக் கூறியதால் இவர்களை வம்பில் மாட்டிவிடத் துணிந்து நின்றதாய்த் தெரிந்தது. அந்தக் கேள்விக்காகத்தான் ஒளிந்துகொள் என்றேன் என்றது அரையநாதரின் மனக்குறளி. அரைய நாதர் யாருக்கும் தெரியாமல் பல்லிளிக்க, அமைச்சருக்குப் பதில் சொல்லும் பொறுப்புத் தன்னைச் சார்ந்தது என்பது போல் நெஞ்சை நிமிர்த்தி முன்வந்தார் தேவமித்திரர். அப்போது இன்னொரு திசையிலிருந்து புவன நந்தியும் வந்து தேவமித்திரருக்கும் அரையநாதருக்கும் பரிச்சய பாவம் காட்டி அமைதியாக நின்றார். அனாயாசமாக அமைச்சரைப் பார்த்த தேவமித்திரர் கூறினார்.

'அமைச்சரே, நேற்றே நாங்கள் பார்த்தோமா இல்லையா என்பதல்ல இப்போது முக்கியம். சராசினுடைய உயிரை யாரும் காக்க முடியவில்லை என்பதுதான் முக்கியம்.'

இந்தப் பதிலைக் கேட்டு அரையநாதர் மெச்சிக்கொண்டார். தலைக்குநேர் வருகின்ற அடியைக் கவசம் அணிந்து தலையாலும் தடுக்கலாம்; கேடயம் கொண்டும் தடுக்கலாம்; பின்னால் நகர்ந்தும் அடிபடாமல் தப்பலாம். தேவமித்திரர் இப்போது மூன்றாவது வகையில் பதில் கொடுத்திருக்கிறார்..

'உங்களைக் குற்றம் சொல்லவில்லை. உங்கள் திறமையையும் குறைத்து மதிப்பிடவில்லை. அந்தக் கப்பில்லன் கூட்டத்தினர் இன்று மகிழ்ச்சி தெரிவித்துக்கொண்டிருக்கிறார்களாம். கேள்விப் பட்டீர்களா?' என்று அமைச்சர் கூற, அரையநாதர் இடையே புகுந்து சொன்னார்.

'கப்பில்லனைக் கைது செய்வது உங்களுக்குத் திருப்தியைத் தரலாமே தவிர, நடந்துகொண்டிருக்கிற எந்தச் சம்பவத்தையும் வேறு விதமாக மாற்றாது.'

அரையநாதரைச் சடாரென்று ஏறெடுத்துப் பார்த்தார் அமைச்சர். அப்பார்வையில் அவரது அதிருப்தி நன்கு வெளிப்பட்டது. அதேபோல் துபலும் புவனநந்தியும் அரையநாதரை அப்போது ஏறெடுத்துப் பார்த்தார்கள்.

பின்னர் அதிகமாய் அமைச்சர் பேசிக்கொண்டிருக்காமல் தனக்கிருக்கும் வேலைகளைச் சொல்லி அவர்களிடமிருந்து விடைபெற்றார். செல்லும்போது 'ராஜனின் கனவில் தெரிந்த கொலை இது என்று தோன்றவில்லை. எனவே அடுத்த கொலையை யாவது நடக்காதவாறு பார்த்து இந்த நகரைக் காப்பாற்ற வேண்டும். அப்படி மீறி நடந்துவிட்டதென்றால், மக்கள் கலகம் செய்ய ஆரம்பித்துவிடுவார்கள்' என்று கூறிவிட்டுப் புறப்பட்டார்.

துபலும் புவனநந்தியும் அவர்கள் வயது காரணமாக நிற்கக் கஷ்டப்பட்டனர். அவர்களை அமரவைத்துத் தேவமித்திரர் பேசலானார். அவரது பேச்சு, காரியத்தில் அவர் கண்ணாய் இருக்கிறார் என்பதைச் சுட்டியது.

'சரித்திரக்காரரின் எழுத்து இருந்தும் அதன் சரித்திரம் மனிதர் களுக்குத் தெரியாமலாகிவிட்டதே. அந்தச் சரித்திரம் சூரிய சந்திரர் களின் பாதையைப் பற்றியும் மனிதகுலத்தின் விதி பற்றியும் பல புதிய சித்தாந்தங்களைக்கொண்டிருப்பதாகக் கூறு கிறார்கள்.'

புவனநந்தி தேவமித்திரருக்குப் பதில் சொன்னார்.

'சரித்திரக்காரர்கள் எல்லோரும் புத்தகங்களுக்கும் ஏடுகளுக்கும் இருக்கும் சக்தியைத் தாண்டிப் போக முடியாது, தேவமித்திரரே.'

'எழுத்தின் பலவீனத்தை இப்போதாவது புவனநந்தி ஒத்துக் கொண்டது என்னை மகிழ்விக்கிறது.'

துபல் இப்படி ஓரளவு கேலி கலந்த அவருடைய பலவீனமான குரலில் சொன்னபோது சராசின் அந்தக் கூட்டத்தினருக்கு எப்படி ஒரு சம்பந்தப்படாத நபராக மாறிவிட்டானோ, அப்படியே இவர் களுக்கும் மாறிவிட்டான் என்பது தெரிந்தது.

அமைதியாக இருந்த அரையநாதர் இப்போது பேச்சில் கலந்து கொண்டார்.

'துபல் அவர்களே, உங்களுக்கும் உலகத்திலேயே தலை சிறந்த நூலகக் காப்பாளரும் உரைகாரருமான புவனநந்திக்கும் என்ன சித்தாந்த வேறுபாடு?'

இப்போது தேவமித்திரர் கவனிக்காதவர் போல பாவனை காட்டியபடி அமர்ந்து கவனித்ததைப் பார்த்த போது அரையநாதர் உற்சாகமடைந்தார். ஏதோ ஒரு முக்கிய கேள்வியைத்தான் கேட்டதற்காகத் திருப்தியுற்றார்.

துபல் ஏனோ மௌனமானார். அது தேவமித்திரர் எதிர் பார்ப்புக்கு மாறாக அமைந்ததால், அவர் உற்சாக மிழந்தது தெரிந்தது. புவனநந்தி சொன்னார்.

'அரையநாதரே, கேளுங்கள். அப்படி ஏதும் பெரிய வேறுபாடு என்று இல்லை. அவ்வப்போது சிறுசிறு விஷயங்களில் நானும் அவரும் உலக இயக்கத்தின் நோக்கத்தை மறுக்காத வகையில் வேறுபடுவோம். அதைத்தான் இப்போது கவனித்தீர்கள்.'

அவருடைய மிருக முகம் சற்று மென்மை கொண்டது.

இதைக் கூறிவிட்டுப் புவனநந்தி அங்கிருந்து புறப்பட்டார். அவரது பல்லக்குப் புறப்படும் போது, 'புத்தகங்களின் உலகில் தோன்றும் தெய்வங்களும் அவர்களின் தங்கநிற வாய்களிலிருந்து புறப்படும் வார்த்தைகளும் பயத்தையும் துக்கத்தையும் மாற்றி விடும் என்று கருதுகிறேன்' என்றார்.

அவர் போன பிறகு தேவமித்திரர் துபலை நோக்கிச் சற்று உரக்க இப்படிக் கேட்டார்.

'காளிங்கன் வந்திருக்காவிட்டால், அமலன் ஆட்சிக்கு வந்திருக்க மாட்டார். அமலன் ஆட்சிக்கு வந்திருக்காவிட்டால், இந்தக் கொலைகள் நடந்திருக்காது இல்லையா, ராஜ சிற்பி அவர்களே?'

இந்தக் கேள்வியின் உள்நோக்கத்தை எதிர்பார்க்காத துபல் பதில் சொல்லும்முன் ஓரளவு மிரண்டாரோ என்று பார்ப்பவர்கள் நினைக்கும்படியாக அமைந்திருந்தது துபலின் தோற்றம்.

துபல் சொன்னார்.

'காளிங்கன் வந்ததால் பல மாற்றங்கள் நடந்துவிட்டன. அவனால் இந்தக் காட்டுமிராண்டி புவன நந்தியே உரைகாரராகி விட்டாரே. ஆனால் எது உலகத்தில் நடந்தாலும் எங்கோ ஓரிடத்தில் அதற்கான தேவை இருந்திருக்கிறது என்று எண்ணுவது எனது

வழக்கம் தேவமித்திரரே...'

சிறு குழந்தைபோல் சிரித்து தலையை வயோதிகத்தால் பீடித்தவர்கள் உயர்த்திப் பார்ப்பது போல் வைத்து இரண்டு மூன்றுமுறை உயர்த்திப் பார்த்துக்கொண்டார் துபல். அவருடைய கடைவாய் வழிவந்த உமிழ்நீர் அவருடைய கட்டுப்பாட்டையும் மீறி அவர் பேசும்போது அவருடைய கைகளில் வழிந்தது. பெரு விரலற்ற இரு கைகளும் தொடர்ந்து நடுக்கத்தால் ஆடிக் கொண்டிருந்தன. அவருடைய வாயிலிருந்து கடல்மடை திறந்தது போல் சுருங்கையின் கதை யாரோ ஒரு கவி எழுதிய வடிவில் வெளிப்பட்டது. அது கவிதை வடிவிலிருந்ததால், அதன் பொருளை இப்படிக் கூறலாம்.

'அப்போது குதிரைக் கொட்டகையில் குதிரைகளைக் கழுவும் சண்டாளன் ஒருவனுக்கு ஒரு கறுத்தமலை போன்ற தோற்றம் கொண்ட போக்கிரியான மகன் இருந்தான். அவன் அறிவிப்பைக் கேட்டு ராஜனுடன் மல்யுத்தத்திற்கு வந்தான். சண்டாள மகனின் தந்தை அவனைத் தடுத்தான். ராஜனுடன் போட்டியிட்டால், நம் வம்சம் அழியும் என்று எச்சரித்தான். அப்படிப் பயப்பட்ட தந்தையைக் கையால் தூர வீசிவிட்டு அந்த மாமிச மலை போன்றவன் முன்வந்தான், நாசம் நடுபாதையில் வருகிறது நங்கையே!'

அடுத்த பத்தி இப்படி அமைந்திருந்தது.

'சேனராஜனின் தந்தை போஜராஜன் ஆ... என்று கொக்கரித்துக் கொண்டு அவனுடன் மல்யுத்தத்திற்குத் தயாரானான். போஜ ராஜனிடம் அவனுடைய அமைச்சர் வந்து, ஒரு சண்டாளனின் மகனிடம் போர் செய்வது அவமானம் என்று எவ்வளவோ சொல்லிப் பார்த்தான். போஜராஜன் கேட்கவில்லை. விதி என்று ஒன்று இருக்கையில் புத்தி எங்கே வரும் சொல், கொவ்வைச் செவ்வாய் கொண்ட கோலப் பெண்ணே?'

மூன்றாம் பத்தி இது:

'மல்யுத்தத்தில் அந்தச் சண்டாளன் மகன் ராஜனை அவமதித்தான். ராஜனை ஒருமுறை அல்ல, இருமுறை அல்ல, மூன்று முறை தோற்கடித்தான், அந்த மாம்சமலை. அதன் பிறகு நடந்தவைதானே சரித்திரமாயின, காதோலை அணிந்த கன்னிப் பெண்ணே! பின்பு அந்த மாம்சமலை ராஜனைப் பார்த்துச் சிரித்தான். ராஜன்

அவமானத்தால் குன்றிக் குறுகினான். அரண்மனைவரை மாம்சமலை விரட்ட அரசன் ஓடினான். அரண்மனைச் சேவகர்கள் மாம்சமலையைப் பிடித்துக் கட்ட வந்தனர். ராஜன் அவர்களைத் தடுத்து மாம்சமலையின் வீரத்தை மெச்சி அவனுக்குத் தன் மகளைத் திருமணம் செய்வித்தான், வித்தாரம் கொண்ட விநோதப் பெண்ணே.'

அடுத்த பத்தி இது.

'சில நாட்கள் கழிந்த போது கூர்ஜரத்தில் படை எடுத்துப் பகைவர்களைத் தாக்கி அழித்துக்கொண்டிருந்த போஜராஜனின் மகன் சேனராஜன் செய்தி கேட்டுக் கோபம் கொண்டு புறப்பட்டு வந்து, சண்டாளனின் மகனை இரவோடு இரவாகக் கொன்று புதைத்தான். அந்தச் சண்டாளன் மனைவியான ராஜகுமாரிக்குக் கருத்தரித்துப் பிறந்தவன் தான் சமலன், காதழகு கொண்ட கற்புப் பெண்ணே!'

இவ்வாறு பெண்ணை முன்வைத்துப் பாடும் உத்தியில் பாடப்பட்ட சில கவிதைப் பத்திகளை முன்வைத்தார் துபல். வாய்நீரைத் துப்பினார். பிறகு அவரே தொடர்ந்து பேசினார். இப்போது பாடல்கள் போல் இல்லாமல் சாதாரணமாகப் பேசினார் அவர்.

'சமலன் காளிங்கனோடு சமண மதத்துக்குப் போகாவிட்டால் சம்பவிக்க வேண்டியவைகள் சம்பவிக்காமல் போய்விடுமா?'

'ஒரு வேளை சமலன் ஆட்சிக்கு வந்திருக்காவிட்டால், சில நிகழ்ச்சிகள் மாறியிருக்கலாம் அல்லவா?'

தேவமித்திரர் ஏனோ துபலின் கருத்துகளை மறுக்க முயன்றது போல் கூறினார். ஆனால் அவரது உள்நோக்கம் வேறு என்பதை அவருடன் இவ்வளவு நாட்களாகச் சுற்றிக்கொண்டிருக்கும் அரையநாதர் அறிந்தார். தேவமித்திரர் சமலனைப் பற்றி அதிகம் செய்திகளைத் துபல் மூலம் கறந்துவிட முயன்றார்.

'இல்லை தேவமித்திரரே, விதிதான் நம்மை நிர்ணயிக்கிறது. ஒரு கட்டடத்திற்கு எவ்வளவு நியமங்களைப் பார்த்துக் கட்ட வேண்டியதிருக்கிறது? நியமங்களைப் பார்த்துக் கட்ட வேண்டிய வற்றை அப்படித்தான் கட்ட வேண்டும்.'

அந்நேரம் தூரத்தில் ராஜனின் பல்லக்குப் புறப்பட மக்கள்

மெதுமெதுவாகக் கலைந்தனர். துபல் தேவ மித்திரரோடு அளவளாவ ஆவலாக இருப்பதாகவும் அவரது மாளிகை வாசல்கள் இவர்கள் இருவருக்கும் எப்போதும் திறந்தேயிருக்கும் என்றும் கூறி அரைய நாதரை முதுகில் தட்டியவாறு புறப்பட்டார் துபல். அவரது பல்லக்குத் தூக்கிகள் விரைவாய் அவரை அழைத்துக் கூட்டத்தில் மறைந்தனர்.

தேவமித்திரர் தன் குதிரைக்கருகில் செல்ல அரையநாதரும் அவரது குதிரைக்கருகில் சென்றார். அப்போது சவ அடக்கத்திற்கு வந்த யாரும் அந்தப் பெரிய மைதானத்தில் இல்லாது மறைந் திருந்தனர். விடுதலை செய்யப்பட்ட சராசினைப் பற்றித் தெரிந்து கொள்ள விரும்பினார் தேவமித்திரர். எனவே இருவருடைய குதிரைகளும் சிறை அதிகாரியைக் காணச் சென்றன.

சிறை அதிகாரி, மதியத்திற்குப் பிறகுதான் சராசினைச் சிறை யிலிருந்து அனுப்ப அந்த ஊரின் விதிமுறைகள் இட மளிப்பதைச் சுட்டிக்காட்டி, அதனால் சராசினை மதியத்திற்குப் பிறகே சிறையிலிருந்து அனுப்பியதாகக் கூறினார்.

இப்போது அரையநாதர் தேவமித்திரரைப் பார்த்துச் சொன்னார்.

'சராசின் அல்ல அந்த மர்மமனிதன் என்பது தெளிவாகிவிட்டது. ஏனென்றால் சராசின் சிறையி லிருந்து வெளிவரும் முன்பே நாம் கிரந்தக் கோயிலிலிருந்து புறப்பட்டுவிட்டோம். அப்படியென்றால் அந்த மர்மமனிதன் யார்?'

தேவமித்திரர் அரையநாதருக்குப் பதில் ஏதும் கூற முடிய வில்லை. எனினும் விடாமல் 'தேவமித்திரரே, இது போகட்டும், அன்று நீங்கள் நிலத்தடியில் சென்று ஓர் ஓவியம் எடுத்துவந்தீர்களே, அங்கே உங்களை உளவு பார்த்த நபராவது யார் என்பது தெரியுமா?' எனக் கேட்டார் அரையநாதர்.

இப்போது அரையநாதரைப் பார்த்துத் தேவமித்திரர் முறைக்க, அரையநாதர் இனி மௌனமாக இருப்பதெனத் தீர்மானித்தார் எனத் தெரிந்தது. பின்னர் அரையநாதரும் அதிகம் எதுவும் பேசாமல் குதிரையில் புறப்பட்ட தேவமித்திரரைப் பின்தொடர்ந்து சென்றார்.

16

அப்போது காலை முழுதாய் விடிந்திருக்கவில்லை. பரபரப்பாகவும் அலங்கோலமான தோற்றத்துடனும் வந்த அரையநாதரைப் பார்த்ததும் அப்பொழுதுதான் தூக்கம் விழித்து எழுந்தமர்ந்த தேவமித்திரர் பதறிப்போனார்.

'என்ன ஆயிற்று உங்களுக்கு? ஏன் இப்படிக் காட்சி தருகிறீர்கள்?'

'ஓ! தேவமித்திரரே, நடந்தவற்றை எப்படிச் சொல்வேன்? முதலில் எனக்குக் குடிக்கக் கொஞ்சம் நீர் கொண்டுவரச் சொல்லுங்கள்' என்று கேட்டு ஓர் இருக்கையில் அமர்ந்து முந்திய இரவில் தனக்கு நடந்ததையெல்லாம் விவரிக்கலானார் அரையநாதர்.

'கேளுங்கள், நேற்று தூங்கப்போன பிறகு ஏனோ எனக்குத் தூக்கம் வரவில்லை. புரண்டு புரண்டு படுத்தேன். அப்படியும் தூக்கம் வரவில்லை. அப்போதுதான் அது நடந்தது' என்று நிறுத்தினார் அரையநாதர்.

'என்ன அது?' என்று நடந்ததை அறிந்துகொள்ள அவசரப் பட்டார் தேவமித்திரர்.

'பொறுங்கள், எப்படிச் சொல்லாமல் இருக்க முடியும்? எவ்வளவு ஆற்றல் படைத்த உங்களுடன் நான் இருக்கிறேன் என்பதைக்கூட பாராமல் இப்படிச் செய்துவிட்டார்களே நம் பகைவர்கள்.'

தேவமித்திரர் முகத்தில் கலவரம் தெளிவாகத் தென்பட்டது. ஆனாலும் அவசரம் காட்டாமல் அரையநாதரின் வாயிலிருந்தே வரட்டும் என்று காத்திருந்தார்.

'நான் ஒரு போர் வீரன் என்று அறிந்தும் இப்படிச் செய்து விட்டார்களே!' என்று கோபமும் அவமானமும் கொண்டிருந்தார் அரையநாதர். பின்பு நேராக நடந்ததை ஒரு கதைபோல் சொல்ல ஆரம்பித்தார்.

'தூக்கம் வராமல் புரண்டு புரண்டு படுத்தபோது, யாரோ மாளிகைக்குள் புகுந்தது போல் உணர்ந்தேன். மனப்பிரமையாக

இருக்கலாம் என்று கவிழ்ந்து கால்களை அகட்டிப் படுத்த போதுதான் யாரோ என்னைத் தூக்கியதாகத் தெரிந்தது. கண்களை விழிக்க எவ்வளவு பிரயத்தனப்பட்டாலும் முடியவில்லை. அவ்வளவு தான் தெரியும். அதன்பின் ஒரு புதிய இடத்தில், சகதியும் அழுக்கும் நீரும் நிறைந்த பகுதியில் படுத்திருந்தேன்.'

'ஏதாவது வாசனை வந்ததா?' என்று அவசரமாகக் கேட்டார் தேவமித்திரர்.

'ஆம். ஞாபகம் இப்போதுதான் வருகிறது. ஆமாம், மூலிகை வாசனை வந்தது, தேவமித்திரரே' என்ற அரையநாதரை மர்மமாகப் பார்த்துச் 'சொல்லுங்கள்' என்று தேவமித்திரர் கூற, அரையநாதர் தொடர்ந்தார்.

'அது ஒரு புதிய இடம். நான் கடத்திக் கொண்டுவரப் பட்டுள்ளேன் என்று உணர்ந்தேன். உடல் அசதியாக இருந்தது. கைகால் மூட்டுகளில் வலித்தது. எழுந்து நின்றேன். தரையோ வெறும் மணலும் கல்லும். ஆங்காங்குப் புல் வளர்ந்த நிலம் அது. கால்களிலும் ஆடையிலும் படிந்த சகதியைத் துடைத்தேன். ஒரே இருளாக இருந்ததால் கண்களைத் தடவித்தடவிப் பார்த்தேன். பின்பு இரண்டு மூன்று அடியெடுத்து வைத்தேன். அப்போதுதான் தலை ஏனோ விண்ணென்று வலித்ததை உணர்ந்தேன். நீங்கள் சொன்ன பிறகுதான் தெரிகிறது. அது என்னை மயங்கவைக்க மூலிகையைப் பயன்படுத்தியதன் விளைவு. கையை நீட்டிய படியே நடந்தேன். சுவர் ஒன்று தட்டுப்பட்டது. காதுகளை நன்றாகத் தீட்டிக் கேட்டேன். ஏதோ ஒரு பூச்சி மட்டும் ஒரே சீராகச் சப்தமெழுப்பியது. சுவரில் பாசி படர்ந்திருந்தது. சூரிய ஒளி புகமுடியாத ஓரிடத்துக்குக் கடத்திக்கொண்டு வந்திருக்கிறார்கள் என்று எண்ணினேன். தேவமித்திரரையும் என்னைப் போல் கடத்திக்கொண்டு போயிருப்பார்களே என்றும் நினைத்தபோது அவமானமாக இருந்தது. அது இரவு நேரம் என்று பட்டது. எப்படித் தப்புவது இந்தச் சகதியும் நீரும் நிறைந்த இருளிலிருந்து என்று எண்ணினேன். அது எந்த இடம், கிணறா, ஆழமான குழியா, பாதாளமா, எதுவென்று கண்டுபிடிக்க முடியவில்லை. என்னையும் அறியாமல் பதறிக்கொண்டு கால்போன திக்கில் சுவரைத் தப்பிக் கொண்டே நடந்தேன். அப்படி நடந்தபோது பாதை போன்ற ஓரிடத்தைக் காலால் உணர முடிந்தது. நீர் அதிகம் குளிர் இல்லாமல்

வெதுவெதுப்பாக இருந்தது. அது நிலத்தடி இருட்டுப் பாதை என்று அறிந்தேன். பாதை பள்ளத்திலிருந்து மேலே ஏறியது. இப்போது நிலத்தின் மீது வந்துவிட்டேன்.'

'அது எந்த இடம் அரையநாதரே?'

'தெரியவில்லை. நான் பார்த்துள்ள இடமல்ல. அங்கிருந்து பாதை போன திசையில் நடந்தேன். அப்போது தூரத்தில் இடிந்த பழங்காலக் கட்டடங்கள் தென்பட்டன. கட்டடங்களில் கதவுகள் உடைக்கப் பட்டு எரியூட்டப்பட்டுக் காணப்பட்டன. சுவர்மண் பல இடங்களில் இடிந்தும் மழையில் கரைந்தும் காணப்பட்டது. பல இடங்களில் முள்செடிகளும் உலர்ந்த முள்ளும் காணப் பட்டன. மனித எலும்பும் மிருக எலும்பும் இறுகிய சிவப்புத் தரையிலிருந்து துருத்திக்கொண்டு நின்றன. கல்வெட்டுகள் உடைக்கப்பட்டிருந்தன. அதில் எழுத்துகளும் ஓவியங்களும் காணப்பட்டன. அந்த உடைந்த கட்டடங்களைக் கடந்து பாதையில் மேலும் நடந்தால் ஓரிடத்தில் நிறைய உடைந்த சிலைகள் குவிக்கப்பட்டிருந்தன. அவற்றில் பல சிலைகள் அந்த ஊர் கவிஞர்களின் என்பது அவர்கள் கையில் ஏடும் எழுது கோலும் வைத்திருந்ததால் தெரிந்தது. இன்னொரு பக்கத்தில் அடுக்கப் பட்ட சிலைகளில் அரசர்கள், விதூஷகர்கள், நட்சத்திர அடை யாளங்கள், கடல்குதிரை வடிவங்கள், பெண்களின் தலைகள் முதலியன கிடந்தன...' என்று நிறுத்தினார்.

தேவமித்திரர் ஏதும் பேசவில்லை. அதிர்ச்சியடைந்து அமர்ந் திருந்தார். தொடர்ந்தார் அரையநாதர்.

'நீங்கள் அமைச்சருடன் விவாதித்தபோது அந்த ஊர் பௌத்தர் களின் ஊர் என விவாதித்தீர்களே, அது வைதீகர்கள் ஒரு காலத்தில் ஆட்சி செய்த ஊர் என்றார் அமைச்சர்... நினை விருக்கிறதா? அந்த ஊர்தான் அது என்று கண்டுகொண்டேன். பின்பு வட்டவடிவப் படிகளில் ஏறி மேலே நம் மாளிகைக்கு வந்தேன். நேராக உங்களிடம் வருகிறேன்...' என்று பேச்சை நிறுத்தினார்.

தேவமித்திரர் முகம் இறுகிப் போய்க் காணப்பட்டது. 'போய் ஓய்வெடுத்துக்கொள்ளுங்கள்' என்று மட்டும் கூறினார்.

ஓய்வெடுக்க அரையநாதர் புறப்பட்டார். காலை விடிந்து

கொண்டிருந்தது. பின்னர் நல்ல ஒரு தூக்கம் போட்டுவிட்டு எழுந்தார்.

தூங்கி எழுந்ததும் தெம்பு வந்தது. தேவமித்திரரைப் பார்க்கலாம் என்று வந்தால், அங்குத் தேவமித்திரரிடம் பேசிக்கொண்டிருந்த மனிதரைப் பார்த்து ஆச்சரியமடைந்தார் அரையநாதர்.

அது கப்பில்லன்.

அதே விதமான சடைமுடி. அழுக்காடை. முகத்தில் ஒரு கம்பீரம். பார்வையில் ஒரு மிடுக்கு.

அரையநாதரைப் பார்த்ததும் தேவமித்திரர் அவரைத் தன்னருகில் அழைத்தார். கப்பில்லனுக்கு அவரைத் தனது நண்பர் என்றும், ஒரு முன்னாள் போர்வீரர் என்றும் அறிமுகம் செய்துவைத்தார். அதன்பின் கப்பில்லனும் தேவமித்திரரும் பேசிக்கொண்டிருந்த விஷயத்தைத் தொடர்ந்தார்கள்.

'நாங்கள் சார்வாகர்களின் வழித்தோன்றல்கள். யோகச் சீட்டில் சமபங்கு கேட்டோம். சீர்திருத்தத்தின் பேரில் மோசடி நடக்க அனுமதிக்கக் கூடாதென்றோம். எங்கள் போராட்டம் யோகச் சீட்டை எதிர்த்தோ ஆதரித்தோ அல்ல, சிலர் மட்டும் ஏமாற்று வதற்கு அது ஒரு கருவியாகப் பயன்படக்கூடாது என்பதற்குத் தான் எங்கள் போராட்டம். ஆடைகளுக்காகவும் நீருக்காகவும் காலணிகளுக்காகவும், உணவுக்காகவும் அல்ல. அந்த அளவு கேவலமானவர்கள் அல்ல நாங்கள். மனிதகுல வரலாற்றைப் பாதுகாக்கப் போராடுபவர்கள். ஆதியிலிருந்த சமத்தன்மையை மீண்டும் ஏற்படுத்தப் போராடுகிறவர்கள். எதிலும் சமவாய்ப்பைக் கேட்கிறோம் நாங்கள். யோகச்சீட்டின் அடிப்படையில் சம உடைமை உண்டு. பணக்காரன், ஏழை என்று பார்க்காது யோகச் சீட்டு. எனவே யோகச் சீட்டைப் பயன்படுத்தி மனித வரலாற்றை மீண்டும் நல்லபாதையில் கொண்டுவர விரும்புகிறோம் நாங்கள்.'

இப்போது தேவமித்திரர் தலைகுனிந்து தன் கைவிரல்களின் உள்பாகத்தைப் பார்த்தபடி சொன்னார்.

'சம உடைமை பற்றிய நியாயத்தை யாரும் ஏற்கத்தானே வேண்டும்.'

'ஆம். ஆனால் நாங்கள் மக்களிடம் பேசும்போது அவர்களிடம், அவர்களின் பொறாமையை, தற்புகழ்ச்சியை ஊக்குவித்தே

பேசவேண்டும். அதுதான் முடியும். எனவே சம உடைமை வேண்டும் என்று பேசுவதைவிட, இந்த ராஜா வேண்டாம், அவனைத் தூர வீசுங்கள் என்று பேசினால் மக்கள் புரிந்துகொள்கிறார்கள். சம உடைமை போன்ற புதுவார்த்தைகள் புரியவில்லை என்கிறார்கள். எனவேதான் எங்கள் குலத் தலைவனான முதல் மல்யுத்தவீரன் பொறாமையும் அசூயையும் மனித உணர்வுகள் தான் என்றார். அதன் அர்த்தத்தைப் புரியாத இந்த நாட்டு அமைச்சர் எங்களின் மல்யுத்த வீரனை நையாண்டி செய்து பேசுகிறார். மனிதனின் கெட்ட குணங்களை ஆதரிப்பவன் எப்படி மார்க்கதரிசி ஆகமுடியும் என்று கேட்கிறார்.'

அமைச்சரும் கப்பில்லனும் இப்படிப் பகைகொண்டு இருக்கிறார்களே என்று நினைத்தார் அரையநாதர்.

தேவமித்திரர் கப்பில்லனை அன்பாகப் பார்த்துக் கேட்டார்.

'கப்பில்லன்! உங்கள் முதல் மல்யுத்த வீரனை அமைச்சர் எப்படி அவமதிக்கிறார் என்று விரிவாகச் சொல்ல முடியுமா?'

'எங்கள் முதல் மல்யுத்த வீரன் வெறும் மனிதன். தெய்வமல்ல. நம்மைப் போல் ஓர் ஆணுக்கும் பெண்ணுக்கும் பிறந்தவன், நம் எல்லோரையும் போல. நம்மைப் போல் வளர்ந்தவன். பெரியவனாகி மல்யுத்தம் செய்தவன். இறந்த பிறகு தெய்வமென்று அவனுக்குச் சிலை எடுக்கப்பட்டிருக்கிறது. சிலர் வணங்கவும் செய்கிறார்கள்.'

தொடர்ந்து பேசிய கப்பில்லனின் பேச்சில் அமைச்சர் மீது கோபம் வெளிப்படையாய்த் தெரிந்தது.

இறுதியாக முத்தாய்ப்பாகக் கூறினான் கப்பில்லன்.

'முதல் மல்யுத்த வீரன், மல்யுத்தம் செய்யும் எல்லோரின் தெய்வம். ஒருநாள் எங்கள் குலதெய்வம் அமைச்சரைப் பழி வாங்கத்தான் போகிறது.'

'எப்படிப் பழிவாங்கப் போகிறதென்று கூறுகிறாய்?' என்று கேட்டபடி இருவரின் உரையாடலில் பங்கெடுத்தார் அரையநாதர்.

அரையநாதரை ஏனோ வெறுப்போடு பார்த்தான் கப்பில்லன். பின்பு, முகத்தில் அந்த வெறுப்பு மறையாமலேயே, அரையநாதரைப் பார்க்காமல் பதில் சொன்னான்.

'எப்படியா? சராசினை எங்கள் தெய்வம் பழிவாங்கவில்லையா?'

இப்போது தேவமித்திரர் உஷாரானார்.

'சராசினைப் பழிவாங்க அவன் ஏதாவது கெட்ட காரியம் செய்திருக்க வேண்டும் அல்லவா?'

தேவமித்திரர் முகத்தைப் பார்த்து இந்தக் கேள்விக்குப் பதில் சொன்னான் கப்பில்லன்.

'அவன் எவ்வளவு தப்புகள் செய்திருக்கிறான் தெரியுமா?'

'என்ன தப்புகள் செய்துவிட்டான்? பார்க்க சாதுவாகத்தானே இருந்தான்?'

அதற்கு ஓர் எதிர்க் கேள்வியைக் கேட்டான் கப்பில்லன்.

'சாதுவானவனைக் கைது செய்து சிறையில் அடைப்பீர்களா?'

தேவமித்திரருக்கும் அரையநாதருக்கும் ஆச்சரிய மாக இருந்தது. கப்பில்லனின் நீண்ட மூக்குவழி ஒரு புன்னகை தோன்றி மறைந்ததோ என்றிருந்தது. அவனது முரட்டுத்தனமான முகத் தோலில் அப்பிரதேசத்திலுள்ள ஏதோ ஒரு பெரிய ஈ வந்து அமர்ந்தது. அந்த ஈ அமர்ந்த உணர்வுகூட இல்லாமல் பேசினான்.

'தேவமித்திரரே, எங்கள் சரித்திரத்தைக்கூட இந்த அமைச்சர் அழிக்கத் திட்டமிட்டார், தெரியுமா? அதனால்தான் யுனசேனன் சுருங்கையை ஆட்சி செய்தவர்களின் சரித்திரத்தை எழுதியபோது எங்கள் சரித்திரத்தையும் எழுதினார். ஆனால் சதிகார அமைச்சர் என்ன செய்தார் தெரியுமா? அந்தச் சரித்திரத்தின் ஓலைச் சுவடிகளை வாங்கி, கிரந்தக் கோயிலில் கண்டுபிடிக்க முடியாத ஓர் அறைக்குள் பூட்டி வைத்துவிட்டான். இப்படி யாராவது சரித்திரத்தை அழிப்பார்கள் என்று யுனசேனன் யூகித்ததால் வேறு சரித்திரத்தைச் சங்கேதங்கள், குறிகள், மர்ம எண்கள் மூலம் எழுத ஆரம்பித்தான்...'

தேவமித்திரர் மிகுந்த சிரத்தையுடன் கவனிப்பவர் போல் காட்டிக் கொள்ளாவிட்டாலும் சிரத்தையாகவே கப்பில்லன் சொன்னதைக் கேட்டார்.

'ம்... அதன்பின்பு...' என்று அவனைத் தூண்டினார், அதே பாசாங்குத் தனமான அசிரத்தையுடன்.

'அதன்பின்பு அவர் எழுதியதெல்லாம் பேய்களின் எழுத்தில் இருந்ததால் எங்களால் புரிந்துகொள்ள முடியவில்லை. புனசேது

என்ற ஒருவன் இருந்தான். அவன் அடிமை. ஆனால் அவன் தாயின் விலாவழியாகப் பிறந்தவன். அகன்ற நெற்றிகொண்டவன். யோகச் சீட்டு எண்களை ஒருவித மாயமான கணிதமுறை மூலம் கண்டுபிடிக்க முயன்றவன். மூன்றுமுறை கண்டுபிடித்தான். அப்படிப்பட்ட அதிஞானம் படைத்தவன் புனசேது. அவன் யுனசேனன் எழுதியதைப் படிக்க முயன்றான். மர்மமான மொழியின் எழுத்துகள் எப்படித் தலைகீழாக அடுக்கி எழுதப்பட்டிருக்கும் என்று சொன்னான். அது உண்மையான வாசிப்பு முறை என்பதால் அன்று இரவே அவனை இரவோடு இரவாக நிலத்தடிக் குகை ஒன்றில் கடத்திச் சென்று நாக்கை வெட்டிவிட்டு அனுப்பினார்கள். இனி படிப்பதை வெளியில் சொல்ல முடியாதபடி ஆனான்...'

கப்பில்லன் கூறியபோது தேவமித்திரரை உளவு பார்த்துவிட்டு நிலத்தடிப் பாதை வழி ஓடிய நபரைப் பற்றிச் சொல்லலாமா என்று யோசித்தார் அரையநாதர். என்றாலும் அமைதியானார். ஏனென்றால் தேவமித்திரருக்கு எது சொல்ல வேண்டும் எது சொல்ல வேண்டாம் என்று தெரியும். தேவமித்திரர் கேட்டார்.

'இந்த மாதிரி மர்ம எழுத்துகள், யுனசேனன் எழுதும் சரித்திரம் —(ஆமாம் ஞாபகம் வருகிறது, அந்த யுனசேனன் எழுதிய சரித்திரத்தின் பெயர் என்ன?) இவற்றைத் தெரிந்தால்தான் யுன சேனன் மரணம் பற்றித் தெரிந்துகொள்ள முடியுமா கப்பில்லன்?'

தேவமித்திரர் கேள்வியில் கொலை பற்றிய ஒரு யூகமும் பூடகமாக இருந்தது என்பதைக் கவனித்தார் அரையநாதர். தேவமித்திரர் கேள்விக்குப் பதிலிறுத்தான் கப்பில்லன்.

'யுனசேனனைக் கொல்லும் தேவை அவர்களுக்கு இருந்தது என்பது என் கணிப்பு. ஏனென்றால் அவர் எழுதிக்கொண்டிருந்த சரித்திரம் வெளிப்பட்டால், யோகச்சீட்டு மூலம் கோப முற்றிருக்கும் மக்கள் சும்மாவிடமாட்டார்கள் என்று அமைச்சரும் அவருடன் சேர்ந்து ஆள்பவர்களும் கருதியிருக்க வேண்டும். அதற்காக சராசினைப் பயன்படுத்தினார்கள். மிகவும் பயங்கரமான புத்திசாலியும் சுருங்கையில் பல கொலைகளைச் செய்தவனுமான சராசின், யுனசேனனைக் கொன்று அவருடைய உடலைச் சூரியக் கோயிலின் அடியில் வைத்தான். சார்வாகர்கள் பலவிதமான நிரூபணங்களைப் பற்றிக் கூறுகிறார்கள். நான் கூறும் விஷயம்— அதாவது சராசின் பல கொலைகளைச் செய்திருக்கிறான் என்பது

அதில் ஒருவகை நிரூபணமான 'ஆப்தவாக்கிய நிரூபணம்.'

அந்த ஆப்த வாக்கிய நிரூபணம் எப்படிப்பட்ட தென்று கேட்க அரையநாதருக்கு ஆசை தோன்றினாலும் தேவமித்திரர் மிக முக்கியமான விஷயங்களைப் பற்றிப் பேசிக்கொண்டிருந்ததால் கேட்கவில்லை. ஆனால் வேறு ஒரு விஷயம் தெளிவாக்கப்பட வேண்டும், அதைக் கேட்காமல் இருக்கக் கூடாதென்று நினைத்தார் அரையநாதர்.

'நீ சொல்வது எல்லாம் உண்மை என்று நாங்கள் எப்படி நம்புவது?'

அவன் இப்போது சற்று யோசித்தான்.

'சரி தேவமித்திரரே, நான் எப்படிப்பட்டவன் என்று அறிய ஒரு சிறு நிரூபணம். நீங்கள் கிரந்தக் கோயிலில் யாரைத் துரத்தினீர்கள் என்று சொல்லட்டுமா?'

தேவமித்திரரும் அரையநாதரும் ஒரே நேரத்தில் அதிர்ச்சி அடைந்தனர். இவனுக்கு இதெல்லாம் எப்படித் தெரியும் என்று கேட்பதுபோல் மாறிமாறிப் பார்த்தனர்.

'யார்?'

இருவரும் ஒரே நேரத்தில் கேட்டார்கள்.

'என் முதுகு அன்று நல்லகாலம் உங்களுடன் வந்த போர்வீரர் அரையநாதரால் தப்பியது' என்று கூறிச் சிரிப்போ சிரிப்பென்று சிரித்தான்.

'பொய்' என்றார்கள் இருவரும். ஒற்றைக்காலுடன் இருக்கும் அவன் காலை இருவரும் பார்த்தார்கள். 'ஓ, அதுவா உங்கள் சந்தேகம்?' என்று கூறி ஒரு போர்வையைப் போர்த்துக்கொண்டு ஊன்றுகோலை வைத்து இரு கால்களும் உள்ளவன் போல் ஓடிக் காண்பித்த போது இருவருக்கும் அவர்கள் கண்களை நம்பமுடிய வில்லை. முகம் வெளிற, எந்த உணர்வும் இல்லாமல் சற்றுநேரம் இருந்தனர்.

'இப்போதாவது ஓடியது நான்தான் என்பதை நம்புகிறீர்களா?'

'சரி, அன்று ஏன் எங்களை உளவு பார்த்தாய்?'

'உங்களை அல்ல; புவனநந்தியை. நாங்கள் வழக்கமாகக் கிரந்தக் கோயிலில் உளவு பார்ப்பது வழக்கம். அன்றைக்கு நாங்கள்

அவரை உளவு பார்த்த விஷயம்கூட அவருக்குத் தெரியும்.'

'ஓ அதனால்தான் அவர் அன்று ஏதும் பேசாமல் நின்றாரா?' என்று கேட்ட அரையநாதரை ஏறெடுத்துத் தேவமித்திரர் பார்த்தார்.

இருவருக்கும் அவன் கூறிய செய்தி தந்த ஆச்சரியத்திலிருந்து விடுபட சற்றுநேரம் பிடித்தது.

'யுனசேனன் எழுதிய சரித்திரத்தின் ஒரு பகுதியில் சார்வாகர் களுக்குச் சாதகமாகவும் சரித்திரம் எழுதினார் என்கிறாயே, ஆதாரம்?'

'ஆதாரம் இல்லை. நாங்கள் அவர் எழுதிய சரித்திரம் பற்றி அறிந்த வுடன் சராசின் அவரைக் கொன்றிருக்கலாம் என்பது எங்கள் யூகம்.'

'பல கொலைகளைச் சராசின் செய்துள்ளான் என்று கூறியது கூட யூகமா?' தேவமித்திரர் கேள்வியில் கேலி கலந்திருந்தது.

'மக்கள் பேசிக்கொண்டதுண்டு அப்படி அவனைப் பற்றி' என்றான் கப்பில்லன்.

பிறகு நிறைய நேரம் யோசித்துக்கொண்டிருந்தார் தேவமித்திரர். இவன் பேசியதில் எவ்வளவு பொய், எவ்வளவு யூகம் என்று பிரித்தறிய அவரது துப்பறியும் பார்க்கும் மனம் முயன்றுகொண்டிருந்தது. ஆனால் அரையநாதர், அமைச்சர் மீதான அவனுடைய கோபத் திற்கான காரணத்தை ஆழமாய் யோசித்துக்கொண்டிருந்தார்.

குறிப்பு 7

சி. பெரியநாயகம்பிள்ளை, ஜுலியன் வென்சன் மற்றும் கோலப்பிள்ளை நூலின் மூலம் (பெருவாரி) தெரியப்படும் பூவாராகவன் முதலியார் ஆகியோரைப் பற்றியதாய் இல்லாமலும் சில விஷயங்கள் இந்த மர்ம நாவல் பற்றிக் கூறப்பட வேண்டும்.

அவற்றில் ஒன்று, மர்ம நாவலில் வரும் ஒரு வாக்கியம். 'இரத்தம் பாய்ந்து கட்டியாக உறைந்து கறுத்திருந்தது' என்ற வாக்கியம் சராசினின் கொலையை விளக்குமிடத்தில் வருகிறது. இந்த வாக்கியம் தமிழில் எழுதப்பட்டுள்ள ஒரு கோடியே பத்தாயிரத்து இழுபத்தேழு மர்ம நாவல்களில் கால்பகுதி நாவல் களிலும் வரும் வாக்கியம். இது ஜிகேயால் திட்டமிட்டு எழுதப் பட்டதென்றும் இருபதாம் நூற்றாண்டின் தமிழ்மன

நிலையைச் சுட்டும் ஓர் அளவுகோல் இந்த வாக்கியம் என்றும் சில திறனாய்வுப் பார்வைகள் குறிப்பிடுகின்றன என்ற தகவல் நாவல் வாசகர்களுக்குப் பயன்படுமா என்பது போகப்போகத் தான் தெரியும், என்றாலும் குறிப்பிடாமல் போவது என் மனசாட்சிக்கு உகந்ததாகத் தெரியவில்லை.

இன்னொரு தகவல் பல் பற்றியது. இது மனிதனின் ஓர் உறுப்பு. பல், மனிதன் பிறக்கும்போதும் வயதாகி இறக்கும் போதும் பெரும்பாலும் இல்லாதது என்று கிரீக் அறிஞர் 'சாவதானெ' (இவர் காலம் கிமு 75) கருதுகிறார். பல்லில் பல வகைகள் உண்டு. யானையின் பல், கோரைப்பல், பால்பல் தெத்திப்பல், புலிப்பல் மருந்துக்குப் பயன்படும் ஒரு பொருள் என்பது தென்னிந்திய அந்த மணச் சித்தர்களின் கருத்து—இவர்கள் மலைமீது வாழ்பவர்கள், வாழ்க்கையை அனுபவிக்க வேண்டும் என்ற கருத்தை வலியுறுத்தினாலும் பெண்ணை வெறுத்தார்கள். சாவை வென்றுவிட ரசாயனங்களை ஆராய்ந்தார்கள். முரண் பாடாக உடலைத் தூஷித்தார்கள். இந்த மர்ம நாவலில் துபலும் அரையநாதரும் தேவமித்திரரும் ஓரிடத்தில் பல் பற்றிச் சிந்திக்கிறார்கள். அந்தச் சிந்தனை எல்லா பல் பற்றிய அர்த்தங் களையும் உட்கொண்ட தத்துத்தையும் வாழ்க்கையின் பிரபஞ்ச இரகசியங்களையும் தழுவியதாய் வருகிறது.

மூன்றாம் தகவல் நாவலின் இறுதிப் பகுதியில் வரும் ஆண் புத்தகம் பெண் புத்தகம் பற்றியது. இப்படிப் புத்தகத்தைப் பால் அடிப்படையில் பிரிக்கும் வழக்கம் சில மக்களிடையில் உண்டு. இந்தப் பிரிவினை மொழியில் நடப்பது. 'பூனை வந்தாள்' என்று சில மொழியினர் வடக்கே பேசுகிறார்கள். (தெற்கில் என்றும் சிலர் வாதம்) 'நாய் வந்தாள்' என்றும் சொல்வார்கள். ஆனால் 'எலி வந்தான்' என்றுதான் கூறவேண்டும். இந்த விசித்திரம் இன்னொரு மொழியில் இப்படி நடக்கிறது. அவன் வந்தது. அவள் வந்தது. அது வந்தது. ராஜா வந்தது. நாய் வந்தது... இப்படி இப்படியே. இப்போது ஏன் ஆண் புத்தகமும் பெண் புத்தகமும் இருக்கக் கூடாதென்று புரிந்திருப்பீர்கள். இந்த விளக்கத்தைக் கேட்டு அதி திறமையான அறிவு என வியப்பு அடைவீர்கள். ஆனால் விஷயம் சாதாரணமானது.

17

கப்பில்லன் போனபின்பு அரையநாதரை ஆதரவாகத் தேவமித்திரர் பார்த்தார். 'உங்களுக்கு ஏதும் ஆகவில்லையே' என்று ஆதூரத்துடன் முதுகில் தடவினார்.

'யார் அப்படி என்னை இரவோடு இரவாகத் தூக்கிச் சென்றது? யாருடைய ஆட்கள்?'

'அதுதான் தெரியவில்லை. சரி உங்கள் ஆடைகளைக் கொண்டு வாருங்கள்' என்று சொல்லி அவற்றை முகர்ந்தார்.

அப்படி முகர்ந்ததன் மூலம் என்ன கண்டுபிடித்தார் என்பது விளங்கவில்லை. ஆனால் தொடர்ந்து மூலிகைகள் பற்றியே பேசினார்.

'மூலிகைகள் இருக்கின்றனவே, அவை மிகுந்த சக்தி கொண்டவை. சில மூலிகைகள் கனவுகளைத் தரும்; சில மன சாந்தியைத் தரும்; வேறு சில மூலிகைகள் மனிதர் நடமாடாத காடுகளில் இருக்கின்றன. அவற்றால் மனிதர்களின் மனதை மாற்ற முடியும். யார் உங்களை விரும்ப வேண்டுமோ, அவர் ஒரு மூலிகை உண்டால் போதும். வேறு சில மூலிகைகள் நல்ல பார்வை தரும். இப்படி மனதையும் உடலையும் கட்டுப்படுத்தும் சக்தி வாய்ந்தவை மூலிகைகள். உங்களை ஒரு மூலிகையை முகரவைத்து மயங்கச் செய்து தூக்கிச் சென்றிருக்கிறார்கள். எனக்குத் தெரிந்த இரகசியங்கள் உங்களுக்குத் தெரியும். உங்களை மயங்க வைத்துக் கேட்டால், நம் இரகசியங்களை எல்லாம் கொட்டி விடுவீர்கள் என்று அப்படிச் செய்திருக்கிறார்கள்.'

'அப்படி இரகசியத்தை அடைவதுதான் அவர்கள் நோக்கம் என்றால் உங்களை அவர்கள் ஏன் கடத்தவில்லை?'

'என் மனம் பல பயிற்சிகளால் முதிர்ச்சியடைந்தது. மூலிகை வேலை செய்யாது என்று வந்தவர்கள் நினைத்திருக்கலாம். அல்லது...' என்று வாக்கியத்தை முடிக்காமல் நிறுத்தினார் தேவமித்திரர்.

'அல்லது?' என்று விரைந்தார் அரையநாதர்.

'அல்லது போர்ப் பயிற்சி பெற்ற உங்களையே கடத்தலாம்.

அந்தப் பயிற்சி இல்லாத நான் எம்மாத்திரம் என்று ஒரு செய்தியை எனக்கு உணர்த்தவும் முயன்றிருக்கலாம்.'

'எதற்கும் இனி நாம் கவனமாக இருக்க வேண்டும்' என்று தேவமித்திரர் கூறித் தனது ஓலைக் கட்டுகளைத் திறந்தார். ஒரு புத்தகத்தை எடுத்துப் பார்த்தபடி இருந்தார். இப்படிப்பட்ட ஆராய்ச்சியில் மூழ்கி ஒரு முக்கிய விஷயத்தை இவர் தவறவிட்டு விடக்கூடாதே என்று எண்ணிக் கப்பில்லனைப் பற்றிக் கூறினார் அரையநாதர்.

'தேவமித்திரரே, கப்பில்லன் சொன்னதை எல்லாம் நம்புகிறீர் களா? அப்படி நம்பினால் யுனசேனன் எழுதிய நூலில் சார்வாகர் களுக்குச் சார்பாக எழுதப் பட்டிருக்குமா?'

'அவன் நாம் நினைத்ததைவிட தைரியசாலி, திறமைசாலி' என்று ஏற்கனவே நினைத்து வைத்திருந்ததைக் கூறியதுபோல் கூறி மறுபடியும் யோசித்தார் தேவமித்திரர். பின்பு தொடர்ந்தார்.

'திறமைசாலி இல்லை என்றால் கிரந்தக் கோயிலில் உளவு பார்த்ததையும் அன்று நம்மால் அவன் விரட்டப்பட்டதையும் சொல்லியிருக்கவே மாட்டான். அதுபோல் யுனசேனன் எழுதிய நூலில் இந்த அமைச்சருக்கும் நாட்டை ஆள்பவர்களுக்கும் எதிரான விஷயம் இருந்தது என்கிறான். அது பொய். அப்படிச் சார்வாகர்களுக்குச் சார்பாய் எழுதியதைக் கிரந்தக் கோயிலில் அமைச்சர் ஒளித்து வைத்துவிட்டார் என்கிறான். அதற்கு ஆதாரம் எங்கே என்றால், இல்லை என்று அவனே கூறுகிறான். யுன சேனனைக் கொன்றவன் சராசின்தான் என்று கூறி மக்கள் அப்படிக் கூறு கிறார்கள் என்கிறான். இப்படிப்பட்டவனை நாம் நம்பவே முடியாது.'

இப்படி முத்தாய்ப்பு வைத்துப் பேசினார் தேவமித்திரர். அரையநாதரும் தலையாட்டினார். அப்படி அவர் தலையாட்டியது அவரும் தேவமித்திரரின் சிந்தனையை ஆதரிப்பவர் என்று நிரூபிப்பது போல் இருந்தது.

அப்போது தேவமித்திரருக்கு ஒரு பழைய ஞாபகம் வந்தது. முன்பு அவர் 'இரகசியம்' என்று குறிப்பெழுதி தனது அறைக்கு எதிரிலிருந்த அறையில் ஓர் அசைக்க முடியாத பெட்டிகொண்டு வரச் செய்து அதில் இதுவரை சேகரித்த வரைபடங்கள்,

குகைப்பாதை இரகசியங்கள் முதலியவற்றையெல்லாம் வைத்து மூடி, பூட்டுப் போட்டிருந்தார். இப்போது அதனை எடுத்துவரச் சென்றார். அதன் திறவுகோல் சுமார் முக்காலடி நீளம் கொண்டது. எப்போதும் அதனைத் தன்னுடன் வைத்திருந்தார் தேவமித்திரர்.

அறைக்குள் சென்றவர் வேகமாக அரக்கப் பரக்க ஓடிவந்தார். அரையநாதர், 'என்ன?' என்றார்.

'ஏதோ தொடர்ந்து மாயங்கள் நடக்கின்றன, அரையநாதரே. பெட்டியின் பூட்டுத் திறக்கப்பட்டுள்ளது. உள்ளே வரைபடங்கள் ஏதும் இல்லை.'

உடனே எழுந்து பரபரப்புடன் ஓடிச் சென்று பார்த்தார் அரைய நாதர். அவர் அடைந்த அதிர்ச்சிக்கு அளவில்லை. எந்தெந்தப் பொருள்கள் தொலைந்து போயுள்ளன என்பதற்காக அவர் அதிர்ச்சி அடையவில்லை. யாரோ இம்மாதிரிக் காரியங்களைத் தொடர்ந்து செய்கிறார்களே என்பதற்காக அதிர்ச்சி அடைந்தார். சற்று நேரம் அப்படியே நின்றார். தேவமித்திரர் முகத்தில் மிகுந்த கடுமை ஏறியது. இறுகிய அவரது உதடுகள் மேலும் இறுகின. அவரது மார்பு மேலும் கீழும் ஏறி இறங்கியது. கண்களின் பார்வை இன்னும் கூர்மை அடைந்தது. தோள்கள் உயர்ந்து தாழ்ந்தன.

'என்னைத் தூக்கிச் சென்றவர்கள்தான் இந்த வரைபடங் களையும் எடுத்துச் சென்றிருப்பார்கள்' என்றார் அரையநாதர்.

'...ம்...' என்று கூறி அரையநாதரைப் பார்த்த போதும் தேவமித்திரர் ஏதும் பேசவில்லை. அறைப் பூட்டு அப்படியே இருக்க உள்ளே இருந்த பெட்டியில் பூட்டியிருந்த பூட்டு மட்டும் திறந்தபடி கிடக்கிறது. அவ்விஷயத்தை அவரிடம் எடுத்துக் காட்டினார் அரையநாதர். அதற்கும் பதில் சொல்லவில்லை அவர். திடீரென்று 'வாருங்கள்' என்று தோளைத் தட்டிவிட்டு வேகமாக நடந்தார். அந்த அறைக்குள் சென்று, அறையில் அவர் வைத்த வேறு பொருள்களை மாற்றி வைத்து நன்கு சோதனை செய்து பார்த்தார். ஏதும் காணப்படவில்லை.

மூக்கில் விரலை வைத்துக்கொண்டு அப்படியே நின்றார்.

'எல்லாம் மாயமாகவும் மர்மமாகவும் இருக்கின்றன. ஒன்றும் புரியவில்லை' என்று தலையில் கைவைத்து அமர்ந்த தேவ மித்திரரைப் பார்க்க அரையநாதருக்கு வருத்தமாக இருந்தது.

கடத்திச் செல்லப்பட்டதிலிருந்து தனது புலன்களில்கூட மாற்றம் ஏற்பட்டிருந்ததைச் சொன்னார். சற்று நேரத்திற்கு முன்பு மர்மங் களையும் புத்தகங்களையும் எழுத்துகளையும் கட்டி ஆளும் ஞானவான் என்று நினைத்த தேவமித்திரர் அப்படி ஒடுங்கிப் போய் அமர்ந்ததைப் பார்த்து வருந்தினார். தன் மனதிலும் இத்தகைய மாற்றங்கள் எப்படி ஏற்பட்டன என்று யோசித்த போது திடீரென்று ஓர் எண்ணம் உதித்தது. அதனை வெளிப்படுத்தினார்.

'நம் எதிரிகள் நேரடியான யுத்தத்தைப் போலவே மனரீதியான யுத்தத்தையும் செய்கிறார்கள். சற்று நேரத்திற்குமுன் எப்படி உற்சாகமாகக் காணப்பட்டீர்கள். இவ்வளவு சோர்வு அடையக் கூடாது நீங்கள். இப்படிச் சோர்வு அடைய வைப்பதுதான் எதிரி களின் நோக்கம்...'

தேவமித்திரர் முகத்தில் ஓர் ஒளி தோன்றியது.

'ஆம், அரையநாதரே. நம் எதிரிகளும் நம்மைப் போல் எல்லாத் திறமைகளும் கொண்டவர்கள். நம்மை உண்மையைக் கண்டுபிடிக்கவிடக் கூடாது அல்லது உண்மை என்ற பெயரில் ஒரு பொய் கண்டுபிடிக்கப்பட வேண்டும் என்று எண்ணுகிறார்கள். மேலும் நீங்கள் மிகச் சரியாகக் கூறுவது போல் நம் உற்சாகத்தைக் குறைய வைப்பதுகூட நம் எதிரிகளின் நோக்கம்தான்.'

பேசியவர், அமர்ந்திருந்த இருக்கையிலிருந்து எழுந்தார். அந்த அறையிலிருந்து வெளியே வந்தார். அரையநாதர் அறையைக் கவனமாகப் பூட்டிவிட்டுக் கேட்டார்.

'வரைபடங்களின் பிரதிகள் கிரந்தக் கோயிலில் இருக்கு மல்லவா?'

இக்கேள்வி மூலம் அடுத்து என்ன செய்யலாம் என்று தேவமித்திரர் யோசிப்பார் என்று அரையநாதர் எதிர்பார்த்தார்.

தேவமித்திரர் தன் எண்ணத்தை வெளியிட்டார்.

'எதற்கும் கிரந்தக் கோயிலுக்குச் சென்று அந்த வரைபடங் களின் செய்திகளைக் குறித்துக்கொள்ள வேண்டும்.'

தேவமித்திரர் வரைபடங்களுக்கு எவ்வளவு முக்கியத்துவம் கொடுக்கிறார் என்று தெரிந்தது. அந்த வரைபடங்களை யாரோ எடுத்துச் சென்றுவிட்டதை ஒரு பெரிய துக்ககரமான நிகழ்வாக அவர் கருதுகிறார் என்பதை அரையநாதர் உணர்ந்தார். ஒருமுறை

போனால் போதும், கிரந்தக் கோயிலில் எல்லாப் படங்களும் கிடைக்குமே என்று யோசித்தார் அவர். அதுபோல் சூரியக்கோயிலுக்குப் போனால் அந்தக் கோயிலைப் பற்றிய எவ்விதக் குறிப்புத் தேவை என்றாலும் எடுத்துக்கொள்ளலாம். இவற்றுடன் தனக்குத் தெரியாத வேறு குறிப்புகளையும் தேவமித்திரர் வைத்திருந்தாரோ என்ற எண்ணமும் அரையநாதருக்கு வராமலில்லை.

பின்னர் இருவரும் கிளம்பினார்கள். இப்போ தெல்லாம் தேவமித்திரர் மிகவும் கவனமாக இருப்பதை அரையநாதர் கவனித்தார்.

குதிரை செல்லும்போது எங்காவது ஒலி கேட்டால் உன்னிப்பாகக் கவனிக்கிறார். எங்காவது பகைவர்கள் மறைந்து தாக்கலாம் என்று எதிர்பார்க்கிறார் என்பது போலமைகின்றன அவருடைய பார்வைகள்.

சற்று நேரத்தில் கிரந்தக் கோயிலுக்கு வந்து சேர்ந்தார்கள். தூரத்தில் நிழலில் குதிரைகளைக் கட்ட வேண்டிய இடத்தில் குதிரைகளைக் கட்டிவிட்டு உள்ளே போக எண்ணுகையில் ஒரு சப்தம் கேட்டது. அது ஒருவர் மந்திரம் ஓதியது போன்ற சப்தம்.

'காளிங்கன் ஒரு பாம்பு. அந்தப் பாம்பு சென்று சுருங்கை என்கிற சந்திரனையும் அவனது குலஸ்திரீகளையும் புகழ்பாடியது, தேவதையின் வடிவில்; பாம்பு, நல்ல சகுனங்களைத் தரும் பெரும் தூதன். பாம்பு, பின்பு ராஜகுமாரனான போது சுருங்கையில் பறக்கும் கடவுள்கள் பிறப்பெடுத்தார்கள்...'

'இது என்ன விநோத மயமான கதை...?'

அரையநாதரின் கேள்விக்குப் பதில் சொல்லாமல் தேவமித்திரர் உள்ளே சென்றார். அங்கு யாரையும் காணோம். வெறும் புத்தகங்கள். சில திறந்தபடி இருந்தன. யாரோ சற்று முன்பு புரட்டியிருக்கிறார்கள். அவர்கள் அங்கிருந்து அப்போதுதான் புறப்பட்டிருக்க வேண்டும். அப்படியென்றால், யாராக இருக்கும்? கிரந்தக் கோயிலை முழுவதும் தேடலாமா என்று தேவமித்திரரிடம் அரையநாதர் கேட்பதற்கும் புவனநந்தி வருவதற்கும் சரியாக இருந்தது.

தேவமித்திரரும் புவனநந்தியும் வணக்கங்களைப் பகிர்ந்தார்கள். புவனநந்தி தன் அறைக்கு இருவரையும் அழைத்துச் சென்றார்.

தேவமித்திரர் தன் சந்தேகத்தைக் கேட்டார்.

'யாரோ காளிங்கனின் கதையைச் சொல்லிக் கொண்டிருந்தார்களே?'

'ஓ! அதுவா? நான்தான் காளிங்கன் புராணம் வாசித்துக் கொண்டிருந்தேன்.'

'வேறு குரலில் கேட்டது' என்றார் அரையநாதர், ஆச்சரியத்துடன். புவனநந்தி பொய் சொல்கிறாரோ என்ற சந்தேகம் வந்தது.

'அதுவா? நான் ஒரு பழங்காலக் காட்டுமிராண்டி அல்லவா? அக்காலக் குரல்கள் பலதும் என்னிடம் ஒளிந்துக்கொண்டிருக்கும். வாசிக்கும்போது, அதுவும் இதுபோன்ற புராணங்களை வாசிக்கும் போது அந்தக் குரல்கள் என்னைப் படையெடுக்கும். உங்களைப் போல வேறு பலரும் யாரோ என்று நினைத்திருக் கிறார்கள்.' ஹஹ்ஹா என்று சிரித்தார். அப்படி அவர் சிரித்தபோது அவருடைய முகத்தோல் 'பொருபொரு' வென்று சுருங்கிச் சுருங்கி விரிந்தது பார்க்க பயம் தருவதாக இருந்தது.

பின்பு புவனநந்தியிடம் கூறிக்கொண்டு இருவரும் வரைபட அறைக்குச் சென்றார்கள். சென்று அவசர அவசரமாக அவர்களுக்கு வேண்டிய சுருங்கை வரைபடத்தைத் தேடினால் அதைக் காணோம். அதே இடத்தில் இன்னொரு வரைபடம் வைக்கப் பட்டிருந்தது. முழுவதும் தேடினாலும் அவர்கள் தேடிவந்த வரைபடத்தைக் காணோம்.

மீண்டும் இருவரும் புவனநந்தியின் அறைக்கு வந்தபோது அவர் ஓர் அநுபந்தத்தின் வார்த்தைகளைக் கைவிரல் பதித்துக் குனிந்து கவனமாகப் படித்துக் கொண்டிருந்தார்.

'சுருங்கை வரைபடம் ஒன்று, சிங்கத்தின் தோற்றத் துடன் இருக்குமே, அந்தப் படம் இல்லையே!' என்றார் தேவமித்திரர்.

'சுருங்கை பற்றிய பல படங்கள் இருந்தன. கோழிப்படம் ஒன்று சுருங்கையைப் பற்றியதுதான். தேள்படம் ஒன்றுகூட சுருங்கையைப் பற்றியதுதான். சிங்கப்படம் இருந்ததா...? எனக்கு நினை வில்லையே.'

புவனநந்தி வேண்டுமென்றே பொய் சொல்கிறார் என்று நினைத்த அரையநாதருக்கு அவர்மீது சந்தேகம் ஏற்பட்டது.

'நன்றாக ஞாபகம் இருக்கிறது எனக்கு. சிங்கப்படம் இருந்தது.'

தேவமித்திரர் வலியுறுத்திச் சொன்னபோது, புவனநந்தி சிரித்தார்.

'இல்லாத பொருள்கள் சில மனதின் மாயத்தால் இத்தகைய பிரமையை அளிப்பது உண்டு. உதாரணத்திற்குப் பாருங்கள். சற்று முன்பு எனக்கொரு பிரமை. காளிங்கன் புராணம் என்ற புத்தகம் என்முன் கிடக்கிறது. ஆனால் அந்தப் புத்தகம் ஒரு மனித உடல் என்றும் அதனை ஒரு மயக்கமான சூழலில் நான் உயிருடன் மேலே எழுப்பியதாகவும் என் நினைவு. எழுப்பி அந்த உடலின் தொடையைக் கடித்தவுடன் அந்த உடல் திடீரென்று திரும்பிப் பார்க்கிறது...'

'என்ன பயங்கரமான கற்பனை!' என்றார் அரையநாதர்.'

'கற்பனை அல்ல. சிலவேளை நம் மனம் நம்மோடு நடத்தும் விளையாட்டு இது.'

புவனநந்தியின் விளக்கம் திருப்தி தந்ததாகத் தெரியவில்லை தேவமித்திரருக்கும் அரையநாதருக்கும். புவனநந்தியைப் பார்த்து தேவமித்திரர் சொன்னார்.

'உங்களுக்குத் தெரியுமா? நேற்று இரவு இவரை யாரோ கடத்திக்கொண்டு போய்விட்டார்கள்.'

புவனநந்தி ஆச்சரியமாகப் பார்த்தார்.

'ஆச்சரியமாக இருக்கிறதே! சுருங்கையில் இதுவரையில்லாத காரியங்கள் நடக்க ஆரம்பித்துள்ளன.'

புவனநந்தியின் முகத்தில் தோன்றும் உணர்வுகளை ஆய்வு செய்ய விரும்பி இப்படிக் கேட்டாரோ என்று பட்டது அரைய நாதருக்கு.

'இவரை எதற்காக, புவனநந்தி அவர்களே, கடத்திச் செல்ல வேண்டும்?' யோசித்தார் புவனநந்தி. பின் அரையநாதரிடம்,

'உங்களைத் தூக்கிக்கொண்டு போனது யார்?' என்றார்.

'எனக்கென்ன தெரியும்? நான் விழித்தபோது ஓர் இருண்ட இடத்தில் இருந்தேன்...'

'அப்படியென்றால் ராட்சசக் கழுகுகள்தான் அவை. இந்தச் சுருங்கையில் சில ராட்சசக் கழுகுகள் உள்ளன. இதனால் ராஜாகூட தனிச் சேவகர்களை அரண்மனையிலும் ஆங்காங்குத் தெருச் சந்துகளிலும் நிற்க வைத்துள்ளார். நீங்கள் இனியாவது படுக்கப்

போகையில் சாளரங்களைத் திறந்துவைக்காதீர்கள். மேலும் கதவுகளைக்கூட தக்க முறையில் பூட்டவில்லை என்றால் ராட்சசக் கழுகுகள் வந்து திறந்துவிடுமாம்...'

புவனநந்தி உண்மையில் ராட்சசக் கழுகுகள் உள்ளன என்று நம்பி உபதேசம் கூறுபவர் போல் பேசினார். அரையநாதருக்குக் கூட சந்தேகம் வந்துவிட்டது. ஒருவேளை தன்னைத் தூக்கிக் கொண்டு போனது ராட்சசக் கழுகுகள்தானோ என்று சந்தேகித்தார். 'சரி, அப்படியானால் வரைபடத்தைத் திருடியது யார்?' என்ற கேள்வி அரையநாதர் மனதில் தோன்றியது. அப்போது தேவ மித்திரர் எதுவும் பேசாமல் இருப்பதை எண்ணினார் அரையநாதர். அவர் எதுவும் கேட்காததற்குக் காரணமும் இருக்கிறது. ஏனென்றால் வரைபடம் இங்கு இல்லை என்று கூறுகிறவர் எவ்வளவுதான் வரைபடம் பற்றிச் சொன்னாலும் நம்பப் போவதில்லை. தேவமித்திரர் சராசினின் உடலைப் பார்த்த அன்று சூரியக் கோயிலின் கீழ்த்தளத்தில் வைத்துக் கிரந்தக் கோயில்வரை படத்தில் சிங்கத்தின் நான்கு கால்களில் எட்டு வாசல்கள் தீட்டப் பட்டிருந்ததை நினைத்துக்கொண்டார். இப்போது தேவமித்திரர் வேண்டுமென்றே அமைதியாக இருக்கிறார் என்று நினைத்தார்.

புவனநந்தி இவர்கள் இருவரின் முயற்சிகளை ஆதரிப்பவரா எதிர்ப்பவரா என்று தெரியாததால் அரையநாதர் அதிகப் பிரசங்கித்தனமாய் எதுவும் பேசாமல் அமர்ந்தார். அவருடைய மனக்குறளி ஏதோ சேட்டை புரியத் தொடங்கிவிட நல்லகாலம் இருவரும் எழுந்தனர். இவரும் எழுந்தார்.

பின்னர் புவனநந்தியிடம் கூறிக்கொண்டு வேறோர் அறைக்குச் சென்றார் தேவமித்திரர். அரையநாதர் அவரைப் பின்தொடர்ந்தார்.

செல்லும்போது அரையநாதர் சொன்னார்.

'தேவமித்திரரே, என்ன மாயம் இது? நம் கண்ணால் பார்த்த சிங்க வரைபடத்தைப் பார்த்ததே இல்லை என்கிறாரே புவனநந்தி. கண்ணால் பார்த்தது மட்டுமின்றி, குறிப்பு எடுத்துவைத் திருக்கிறோமே!'

'மறந்திருப்பார்' என்றாரேயொழிய தேவமித்திரர் அதுபற்றி வேறெதுவும் பேசாதது ஆச்சரியத்தை ஏற்படுத்தியது. தேவ மித்திரர் அந்த அறையிலிருந்த புத்தகத்தைப் படிக்க ஆரம்பித்தார்.

சற்று நேரத்தில் படிப்பதை நிறுத்தினார். பின்னால் யாரோ வந்து நிற்பது தெரிந்தது. திரும்பினால்...

அங்கே புவனநந்தி நின்றிருந்தார்.

'புவனநந்தி அவர்களே' என்றழைத்து இப்போது தேவமித்திரர் தன் ஆன்ம அவஸ்தையைக் கூற ஆரம்பித்தார்.

'நான் இந்த ஊருக்கு ஒரு யாத்ரீகனாக என் நண்பரான இந்தப் போர் வீரனோடு வந்தேன். என் ஆன்ம சோதனைக்கும் பிரபஞ்சத் தேடலுக்கும் மனச் சஞ்சலத்துக்கும் விடை கண்டு பிடிக்கலாம் என்ற என் பிரயத்தனங்கள் இப்போது நாசமாகி விட்டன. நான் இந்தச் சுருங்கையின் கட்டடங்களையும் காடு களையும் ஓவியங்களையும் புல்லையும் மரங்களையும் தேடிக் கொண்டிருக்க இங்கு வரவில்லை. புத்த மதத்திலிருந்து பிரிந்து வந்த ஒரு புரட்சித் தத்துவவாதியை இப்படி ஒரு கொடிய சதியில் மாட்டியிருக்கிறார்களே...' ஓரளவு நகைச்சுவையும் ஓரளவு துக்கமும் கலந்து பேசினார்.

'இல்லை, தேவமித்திரரே. ஆத்மதரிசனத்திற்காகத் தாங்கள் மேற்கொண்டிருக்கும் யாத்திரைக்கும் சுருங்கையின் அடையாளச் சின்னங்கள், புராதன ஓவியங்கள், இடிந்த சுவர்கள், கோபுரங்கள், இருள் மூடிய குகைகள் ஆகியவற்றுக்கும் தொடர்பில்லை என்று கருதுகிறீர் களா?'

தேவமித்திரர் ஒன்றும் பேசவில்லை.

சற்று நேரத்திற்குப் பிறகு புவனநந்தியிடம் இப்படிக் கேட்டார்.

'உலகத்தின் நூல்களுக்கு எல்லாம் மூலநூல் ஒன்று இந்தக் கிரந்தக் கோயிலில் இருப்பதாக ஒரு நம்பிக்கை உலகத்தின் பல பாகங்களிலும் உள்ளது. எகிப்தில் இந்த மூல நூலைப் பத்து வாசகம் என்கிறார்கள். ஐரோப்பாவின் பல மொழிகளில் இதைக் காவியங்களின் காவியம் என்று அழைக்கிறார்கள். சீனாவிலோ இறந்தவர்களின் உலகம் என்று பெயர். புத்தர்கள் இதனைப் போதி மரத்தின் கனி என்றழைக்கிறார்கள்.'

புவனநந்தி புன்முறுவல் பூத்தார். 'உங்களுக்குச் சொல்லாமல் இந்த நூல் பற்றிய இரகசியங்களை வேறு யாருக்குச் சொல்லப் போகிறேன்' என்பது போல் பார்த்தார்.

'கேளுங்கள்' என்று ஆரம்பித்தார்.

'இந்த நூலகமும் சூரியக் கோயிலும் மனிதகுலத்தின் மையம் என்பது சுருங்கை மக்களிடம் காலம் காலமாக இருந்துவரும் நம்பிக்கை. இந்த இரண்டு இடங்களிலும் இரத்தக்கறை ஏற்பட்டதென்றால் சுருங்கை அழியப் போகிற அடையாளம் அது. இதுவும் இம்மக்களின் நம்பிக்கை. இந்த நம்பிக்கையை இவர்கள் காலம் கொடுத்தது என்கிறார்கள். இவற்றையெல்லாம் நாம் கேள்விக்குட்படுத்தக்கூடாது... காரணம், அறிவால் பதில் காண முடியாத விஷயங்கள் இவை. கிரந்தக் கோயிலுக்குள் முந்நூற்று அறுபத்தைந்து நூல்கள் இருக்கின்றன.'

இடைமறித்துக் கேட்டார் தேவமித்திரர்.

'முந்நூற்று அறுபத்தைந்து என்ற எண் எந்த இரகசியத்தை வெளிப்படுத்தும் அடையாளக் குறி?'

புவனநந்தி கண்களில் ஒளி தோன்றியது. அதைக் கண்டதும் எண்ணில் ஏதோ இரகசியம் இருக்கலாமோ என்று அரையநாதரின் மூளை எண்ணியது.

'சுருங்கையில் ஒவ்வொன்றும் ஓர் அடையாளக் குறியாகச் செயல்படுகிறது என்று கண்டுபிடித்துவிட்டீர்களே, தேவ மித்திரரே! இதுதான் அடிப்படை மர்மம். இந்த நூல்களின் நிழலில் என் வாழ்நாளை எல்லாம் கழித்த நான் பல ஆண்டுகள் கழித்துக் கண்டுபிடித்ததை நிமிடத்தில் நீங்கள் கண்டுகொண்டீர்களே ஆச்சரியம்தான்.'

பின் சற்றுநேரம் மௌனமாக இருந்துவிட்டுத் தொடர்ந்தார் புவனநந்தி.

'முந்நூற்று அறுபத்தைந்து என்பது அண்ட கோளங் களை ஆராய்ந்த ரிஷிகள் சொன்ன எண்ணிக்கை. அண்டகோளங்களின் இருப்பை ஆராய்ந்தால் இவற்றிற்கும் பிரபஞ்ச இரகசியத்திற்கும் ஓர் ஒற்றுமை தெரியும். இந்த முந்நூற்றறுபத்தைந்து என்ற எண் தான் படைப்புக் கடவுளின் எண். சுருங்கையில் ஒரு பழங்குடி மக்கள் கூட்டம் இந்த எண்ணுக்குக் கோயில் கட்டி விழா எடுக்கிறது. அறுவடை முடிந்ததும் இந்த விழா நடக்கும். நமது கனவுகளின் அர்த்தத்தைக் கண்டுபிடிக்க இந்த எண்ணைப் பயன்படுத்த முடியும் என்று ஒரு நூல் கூறுகிறது.'

'இந்த முந்நூற்றறுபத்தைந்து நூற்களையும் எப்படிப் படிப்பது?

ஏதேனும் தனி வழிமுறைகள் இருக்கின்றனவா?' என்ற ஒரு கேள்வி மூலம் இடையே புகுந்தார் அரையநாதர்.

'இந்த நூல்களைப் படிக்கப் பல்வேறு முறைகள் உண்டு. அதனை முற்றிலும் அறிந்தவர்கள் யாரும் இல்லை. முற்றிலும் அறிந்தவர் கடவுள்தான். ஆனால் ஒன்று. இங்குள்ள நூல்கள் இதுவரை பிறந்த மனிதர்களையும் இனி பிறக்கப் போகிற மனிதர்களையும் அறிய ஒருவகை மர்மமான அடையாளக் குறியாகக் கருதப்படுகின்றன...'

தொடர்ந்து பேசினார்.

'நீங்கள் கேட்ட மூலநூல் பற்றிய கேள்விக்கு இன்னும் நான் பதில் அளிக்கவில்லை தேவமித்திரரே, பொறுத்துக்கொள்ளுங்கள். சொல்கிறேன்.'

அரையநாதர் கண்களில் ஆர்வம் தென்பட்டது.

'இந்த நூலகத்தில்தான் மூலநூல் இருக்கிறதென்பது உண்மையே. வாஸ்தவத்தில் சொல்லவேண்டுமென்றால், அந்த நூல் எங்கே யிருக்கிறது தெரியுமா?' என்று கேட்டுவிட்டு நிறுத்தினார்.

அரையநாதர் அவசரப்படாமல் தன்னைக் கட்டுப்படுத்திக் கொண்டு அமர்ந்திருந்தது அவர் முகத்திற்கு ஒரு விநோத தோற்றத்தைக் கொடுத்தது.

பின்பு சிரித்தார் புவனநந்தி. சிரித்துவிட்டு, 'அது வேறு எங்குமல்ல. இங்கு—நம் மனதில்' என்றார்.

புவனநந்தியைப் பார்த்து விழித்தார் அரையநாதர். தேவமித்திரர் வழக்கம்போல் மௌனமானார். புவனநந்தி ஏதோ விளக்கம் சொன்னார்.

'அந்த நூல்கள் முந்நூற்றறுபத்தைந்தும் தனித்தனியாக வேறுவேறு நூல்கள். அந்தத் தனித்தனி நூல்களின் ஞானத்தைப் பெற்ற ஒருவனின் மனம்தான் இந்த நூல்களின் மூலநூல். இதுதான் கிரந்தக் கோயிலின் பரம இரகசியம்.'

அப்போது தேவமித்திரர் மிகுந்த சிந்தனா வயப்பட்டவராகக் காணப்பட்டார்.

18

நூலகத்தின் பல்வேறு அறைகளுள் ஒன்றிலிருந்து நிறையபேர் வந்துகொண்டிருந்தனர். அந்தப் பகுதியை இதுவரை பார்க்க வில்லையே என்ற எண்ணத்தில் தேவமித்திரரும் அரையநாதரும் அங்குச் சென்றனர். அந்த நூலகத்தின் ஒரு பகுதியிலுள்ள நூல்களின் பொறுப்பாளராக ஓர் உபநூலகர் அமர்ந்திருந்தார். அவர் புவனநந்தியைப் போன்று சிறப்புகள் கொண்டிருக்காவிட்டாலும் அவருக்கும் நூல்களைப் பற்றியும் அவற்றின் மர்மங்கள், பயன்கள், அமைப்பு ஆகியவை பற்றியும் நல்ல பரிச்சயம் இருந்ததென்பது அவருடன் பேசியவுடன் தெரிந்தது.

'பூமியின் பரப்பளவும்கூட எண்களின் இரகசியத்துக்குள் அடக்கம், தேவமித்திரரே' என்றார் உபநூலகர். மொழியின் இரகசியம், அதன் ஒலி அளவுகள், ஒலி அளவுக்கும் அர்த்த அளவுக்குமுள்ள தொடர்பு—இவைகூட எண்ணில்தானே அடங்கியிருக்கின்றன.'

பின்னர், எண்களை இயற்கை, அண்ட சராசரங்கள், மனித மனம் ஆகியவற்றை அறியும் திறவுகோலாக எப்படிப் பயன்படுத்த முடியும் என்று இருவரும் விரிவாகப் பேசினார்கள்.

'எல்லாம் மாறும். ஆனால் எண்கள் மாற்றமடைவதில்லை. இதுதான் எண்களுக்கு அதிக முக்கியத்துவத்தைப் பெற்றுத் தந்துள்ளது.'

இக்கருத்தை உபநூலகர் கூறியவுடன் தேவமித்திரர் கேட்டார்.

'உபநூலகரே, எழுத்துகளுக்கு ஓர் எண்முறை இருப்பது...?'

'குறிலுக்கு ஓரெண்ணும் மெய்க்கு அரையும் என்றொரு எண் இரகசியம் உண்டு. அதுபோல் நெடில் எழுத்துக்கு இரண்டு. இப்படி மொழியின் எல்லா ஒலிகளையும் எண்ணாக்கிவிடும் ஒரு சித்தாந்தத்தை இந்திய மொழியியலில் சமணத்துறவிகள் கண்டுபிடித்துள்ளார்கள்.'

சமண சமய ஞானம் இப்படிப் பல விஷயங்களையும் அறிய அவருக்குக் கை கொடுப்பதைப் புரிந்த தேவமித்திரர்,

'அந்த முறை பற்றிய இரகசிய அறிவைப் பெறும் நூல்களை

நூலகத்தின் எந்த அறையில் பார்க்கலாம்?' எனக் கேட்டார்.

அரையநாதரின் மனம் இப்போது ஒருவித மேகம் சூழ்ந்த வானம் போலாயிற்று. அவருக்கு மனதில் எதுவும் தோன்றாததால் கண்களை அடைத்து அடைத்து விழித்தார். அதைக் கண்ட உப நூலகர் அரையநாதரையே பார்த்துக்கொண்டிருந்ததைத் தேவ மித்திரர் கண்டு உபநூலகரின் கவனத்தைத் தன் பேச்சிற்குத் திருப்பினார். உபநூலகர் இப்போது தேவமித்திரரின் கேள்விக்குப் பதிலிறுத்தார்.

'தேவமித்திரரே, இது பழக்கத்தால், நாம் அடையக்கூடிய ஞானமாகும். இதுபற்றித் தாங்கள் நூலகராகவும் உரைகாரராகவும் இருக்கும் புவனநந்தியைக் கேட்க வேண்டும்.'

அரையநாதரின் உடல் சேஷ்டை நிற்கவில்லை.

பட் பட்... கண்கள் இயந்திரங்கள் திறந்து அடைப்பது போல் திறப்பதும் அடைப்பதுமாக இருந்தன. உப நூலகர் முதலில் ஏதேனும் ஒரு நோய்க்கூறோ இது என்று நினைத்தாலும் அரையநாதரின் நாடித்துடிப்புச் சரியாக இருந்ததால் இது ஒருவித கெட்ட உடல் சேஷ்டை என்று விரைவில் அறிந்துகொண்டார். பின்னர் 'வீட்டில் அழுகிற குழந்தைகளைச் சிரிக்க வைக்க இந்த மாதிரி அங்க சேஷ்டை உள்ளவர்கள் பயன்படுவார்கள்' என்றார்.

அப்போது எந்திரத் தொனியில் குரலை மாற்றி எந்திரம் பேசுவதுபோல் 'அது எப்படி?' என்று கேட்டார் அரையநாதர். நூலகத்தில் நின்றிருந்த எல்லோரும் சிரித்தார்கள்.

உபநூலகர் எதுவும் சொல்லவில்லை. வாய்பிளந்தவாறு அரையநாதர் அமர்ந்திருக்க, இருவரும் அவரைப் பொருட் படுத்தாது அங்கு நின்றவர்களைப் போகச் சொல்லிவிட்டுப் பேசிக் கொண்டிருந்தார்கள். தேவமித்திரரும் அரையநாதரின் உடல் சேஷ்டையைக் கண்டுகொள்ளாதது ஆச்சரியமாக இருந்தது.

'உபநூலகரே, இந்த எண் இரகசியத்தை ஓர் உதாரணம் தந்து விளக்க முடியுமா?'

'முடியும் தேவமித்திரரே!' கேளுங்கள். 'வட்டவடிவப் படிகள்' என்பதில், வ - ஒன்று; ட் - அரை என்று எண்ணினால் ஒன்பதரை கிடைக்கும்.

இப்போது வாயைத் திறந்திருந்த அரையநாதர் வாயைப் 'பட்'

என்று மூடி, படபட என்று கண்களைத் திறந்துமூடி வியப்பைத் தெரிவித்தார். தேவமித்திரர் சிரித்துக் கொண்டு அரையநாதரின் முகத்தில் இடமும் வலமுமாகத் தட்ட பழைய நிலைக்கு வந்து இயல்பானார் அரையநாதர்.

உபநூலகர் சொன்னதைக் கேட்டு ஆச்சரியமுற்ற தேவமித்திரர் தொடர்ந்தார்.

'உபநூலகரே, அப்படியென்றால் யுனசேனன் எழுதிய மூல நூலைக்கூட 'வட்ட வடிவப் படிகள்' என்றே அழைத்தார்கள் என்ற விளக்கம் சரியானதுதானா?' பல நாள்களாகத் தன்னை அரித்துக்கொண்டிருந்த கேள்விக்கு விடைதேடினார் தேவமித்திரர்.

'தேவமித்திரரே, 'வட்டவடிவப் படிகள்' தான் மூலநூல்.'

'எப்படி? எண் முறை சரியாக வராதே'

'அது *புறனடை* என்ற யாரும் புரிந்துகொள்ளாத இன்னொரு சித்தாந்தத்தின் பிரகாரம் நாம் பெறக்கூடிய முடிவாகும்.'

'ஒற்றுக்கு அரையும், குறிலுக்கு ஒன்றும், நெடிலுக்கு இரண்டும் என்று எண்கள் கொடுத்தால், *வட்டவடிவப் படிகள்* என்பது ஒன்பதரை ஆகுமல்லவா?'

'ஆம் தேவமித்திரரே, புறனடை மூலம் ஒன்பதரை கூட எட்டாகும்.'

'எப்படி?'

'இங்கு மூன்று ஒற்றுக்கள் வருவதால் அவை கணக்கில் எடுத்துக்கொள்ளப்படாததால் வட்டவடிவப் படிகளின் எண் முறை எட்டு ஆகும்' என்று விளக்கினார் உபநூலகர்.

அந்தக் கூற்று என்னவோ தேவமித்திரருக்கு ஏற்க முடியாததாக இருந்தது. ஏனென்றால் 'புறனடை' பற்றிய அவரது எண்ணம் வேறாக இருந்தது. எனினும் தந்திரமான அவர் மூளை எதையும் கிரகிக்கத்தான் செய்தது.

ஆனால் யுனசேனன் எழுதிக்கொண்டிருந்ததுகூட 'வட்ட வடிவப் படிகள்' என்ற பெயர்கொண்ட நூல் என்ற கருத்து தேவ மித்திரருக்கு முக்கியமான செய்தி என்பது அவர் முக பாவத்திலிருந்து தெரிந்தது.

அப்போது அரையநாதர் ஓரளவு இயல்புநிலை அடைந்து

இருந்தார். என்றாலும் முழு இயல்பு நிலை அடையாததால் ஓடிவந்து உபநூலகரின் மூக்கைக் கிள்ளி இந்த மூக்கு எனக்குப் பரிச்சயமானது என்று கூறிவிட்டுப் போய் அமர்ந்தார்.

தேவமித்திரர், 'உபநூலகரே, தாங்கள் தவறாக எடுக்கக் கூடாது. அரையநாதர் பலவித குணங்களும் கொண்டவர்' என்றார். 'சில வேளை அவர் இப்படி நடந்துகொள்வது தவிர்க்க இயலாதது. இதுபோல் இதுவரை சுருங்கையில் அவர் நடந்துகொண்ட தில்லை' என்று மன்னிப்புக் கோரும் தொனியில் பேச, உபநூலகர் தான் அதைப் பொருட்படுத்தவில்லை என்றார்.

அப்போது அரையநாதர் சரியான மனநிலையை அடைந்துவிட இயல்பானார். உபநூலகரிடம் இருவரும் விடைபெற்றுப் புறப் பட்டனர். உபநூலகர் அரையநாதரைப் பார்த்தபடி இருந்தார்.

'என்ன கோமாளித்தனம்?' என்றார் தேவமித்திரர் நடந்து வருகையில்.

'என்ன கோமாளித்தனம்?' என்று அரையநாதரும் ஒன்றும் புரியாதவராய் ஓர் எதிர்க்கேள்வி போட்டு, தான் சற்றுமுன் நடந்து கொண்டது தனக்குத் தெரியாத மனநிலையில் என்று காட்டிக் கொண்டார்.

'சரிசரி. நம் வரைபடங்கள் பற்றி இங்கு தகவல் இல்லை பார்த்தீர்களா?' என்றார் தேவமித்திரர். பின்னர் புவனநந்தி இருந்த இடத்திற்கு இருவரும் வந்த போது உபநூலகர் இருந்த அறையிலிருந்து இருவரும் வெகுதூரம் வந்துவிட்டனர் என்று அறிந்தனர். அப்போது தேவமித்திரர் கேட்டார்.

'அரையநாதரே, மல்யுத்த வீரன் மூன்றாவது வேடத்தில் எதற்கு இங்கு உபநூலகராய் அமர்ந்திருக்கிறான்?'

'எந்த மல்யுத்த வீரன்?'

அரையநாதருக்கு மல்யுத்த வீரன்தான் உபநூலகர் என்ற எண்ணம் அவருடைய புத்தி பேதலித்த நிலையில் தெரியாதிருக்கிறதென்று தேவமித்திரர் நினைத்தார். ஆனால் அரையநாதர் புத்திபேதலித்த நிலையில் உபநூலகரின் மூக்கைக் கிள்ள, அப்போது உபநூலகர் முகத்தில் வெளிப்பட்ட உணர்வுதான் தனக்கு அங்கு அமர்ந் திருக்கும் நபர் வேறு யாருமல்ல என்பதைக் காட்டியது என்பதை தேவமித்திரர் உணர்ந்தார். எனவே அவர் அரையநாதரின் புத்தி

பேதலிப்புக்கு மனத்திற்குள்ளேயே நன்றி சொன்னார்.

'அன்று மாயாஜாலக்காரனாக வந்தவன், அதற்குமுன் மல்யுத்த வீரனாக இருந்தவன், இன்று உப நூலகராக அமர்ந்திருக்கிறான்.'

திடீரென்று பேசிக்கொண்டிருந்த விஷயத்திலிருந்து மாறி வேறொரு விஷயத்தை ஞாபகப்படுத்தினார் அரையநாதர்.

'ஆம், தேவமித்திரரே, ஒன்றை விட்டுவிட்டீர்கள். தாங்கள் மர்ம ஓவியம் பெற்ற அன்று உங்களை வேவு பார்த்தவன்' என்று அரையநாதர் ஞாபகப்படுத்த, 'ஆம் ஆம் அரையநாதரே' என்றார் தேவமித்திரர்.

இப்போது தான் கேட்ட கேள்வியைத் தொடர்ந்தார் அரையநாதர்.

'அப்படியென்றால் நாம் போகும் இடத்திற்கெல்லாம் மல்யுத்த வீரன் வேறுவேறு வேஷங்களணிந்து வருவதற்கு எந்தக் காரணமும் இருக்காதென்றா கருதுகிறீர்கள்?'

திடீரென்று இப்படித் தொடர்பற்ற விஷயங்களுக்குப் போனாலும் மீண்டும் பேசிய விஷயத்திற்கே திரும்பும் அரைய நாதரின் செயல் அவருடைய புத்தி பேதலிப்பு முழுவதும் நீங்கியதைக் காட்டியது.

தேவமித்திரரின் முகத்தில் இப்போது புன்னகை மீண்டும் தோன்றியது.

அந்தக் கொலைகாரரை இதுவரை கண்டுபிடிக்கவில்லை என்ற கேலியும் அவரது பேச்சில் இருந்ததோ என்று பட்டது அவர் பேசிய முறையும் புன்னகை செய்த முறையும்.

பின்பு தேவமித்திரர் இவரை அழைத்துக்கொண்டு புவனநந்தி இருந்த இடத்திற்குப் போனார். போகும் போது இன்னும் கண்டு பிடிக்க வேண்டிய சில மர்மங்களை வரிசைப்படுத்தினார்கள் இருவரும்.

1. வரைபடங்களைத் திருடியவர் யார்?
2. அரையநாதரைத் தூக்கிச் சென்றது யார்?
3. எட்டுவாசல் அடையாளம் கொண்ட சிங்கப்படம் எதைச் சொல்கிறது?
4. 'மருபூமி சாவு' என்ற வாக்கியத்தின் அர்த்தம் என்ன?

இப்படிக் குழம்பியவாறு பட்டியல் இட்டுக்கொண்டனர் இருவரும்.

அப்போது 'பாசானி' என்றார் அரையநாதர், மறந்ததை நினைவு கொள்பவராக. 'ஆமாம், அது யார் என்று வேறு கண்டுபிடிக்க வேண்டுமே' என்றார் தலையைச் சொறிந்தவாறு தேவமித்திரர்.

பின்பு புவனநந்தியின் அறையினுள் நுழைந்தார்கள். அங்கு வழக்கமாகக் காணப்படும் மனித மரங்கள் மட்டுமே காட்சி தந்தன. புவனநந்தி இல்லை. மரத்தின் உணர்ச்சியை வெளிப் படுத்தும் மரக்கண்கள் எப்போதும் மூடாமல், உலகையும் அதன் மனிதர்களையும் பார்த்துக்கொண்டிருந்தன. மரமுகம் ஒரே உணர்ச்சியைக் காலமெல்லாம் பிரதிபலித்து நின்றுகொண்டிருந்தது. காலம் அந்த முகத்தின் பார்வைக்கு முன்பு தன் தோல்வியை ஒத்துக்கொண்டு வெளியேறியிருந்தது. இமைகள் அந்தக் கண்களை அடைக்க முடியாத ஒரு நித்தியத்தன்மை கொண்ட பார்வை. காலமற்ற நினைவுகளை அந்த உயிரற்ற மரங்கள் மூலம் சித்திரித்த அந்தச் சிற்பிகளின் சிந்தனையும் அவற்றைக் கிரந்தக் கோயில் என்ற சுருங்கையின் பிரசித்தி பெற்ற நூலகத்தில் வைத்திருப்பதன் முக்கியத்துவமும் யாருக்கும் புரியும்படி இருந்தது.

அப்போது திடீரென்று துபலைப் பற்றிப் பிரஸ்தா பித்தார் தேவமித்திரர்.

'சராசினின் சவ அடக்கத்தின் போது துபல் மிகவும் மாறி விட்டவராகத் தென்பட்டாரே பார்த்தீர்களா? ஒருவேளை தன்னுடைய ஆளான சராசின் போய்விட்ட பிறகு இந்த நகரத்தின் மீது தனக்கிருந்த அதிகாரம் போய்விட்டதென்று துபல் ஓய்ந்து விட்டாரோ, என்னவோ? நீங்கள் என்ன நினைக்கிறீர்கள்?'

'அப்படியென்றால் சராசின் மரணத்தின் பின்னணி யில் துபல் இல்லை என்று ஆகிறது.'

'சராசினைக் கொன்றதும் சரித்திரக்காரரைக் கொன்றதும் ஒருவர். இது என் உள்ளுணர்வு.'

இப்படிக் கூறிய தேவமித்திரர் தொடர்ந்து அரையநாதரிடம் 'உள்ளுணர்வை வெறும் நம்பிக்கை என்றோ, வெறும் கற்பனை என்றோ தள்ளிவிடக் கூடாது' என்று தொடர்ந்து சொன்னார்.

'அப்படியெனில் சரித்திரக்காரரின் மரணத்துக்கும் துபல் பொறுப்பல்ல என்கிறீர்கள்.'

அரையநாதரின் கேள்விக்குத் தேவமித்திரர் உடனடியாகப் பதில் சொல்லாவிட்டாலும் அவருடைய பார்வை பதில் சொல்லியது. அப்படிச் சொல்லிவிடவும் முடியாது என்பது அவருடைய பார்வையில் இருந்த அர்த்தம்.

'அதாவது யுனசேனனைச் சராசின் கொன்றிருக் கலாம். அதனால் யுனசேனனின் ஆள்கள் சராசினைக் கொன்று பழி தீர்த்திருக்கலாமே' என்றார் தேவமித்திரர்.

அரையநாதருக்கு மண்டை குழம்பியது. 'அப்படி யானால் யுனசேனனைத் துபலின் ஆளான சராசின் கொல்ல, சராசினை யுனசேனனின் ஆள் கொன்றிருக்கலாம். வெறும் தர்க்கப்படி... இப்படி யூகம் செய்யலாம்' என்றார் அரையநாதர்.

பின்னர் அவரே சற்று நேரம் கழித்துக் கேட்டார்.

'துபல் அந்தக் கொலைக்குக் காரணமாயிருப்பார் என்பதற்கு என்ன ஆதாரம்?'

'துபல்தான் இங்கிருப்பவர்களில் மிகுந்த அறிவாளி'

தேவமித்திரர் இப்படிக் கூறிவிட்டு அரையநாதரின் கண்களைக் கூர்ந்து பார்த்தார். எதற்கு அப்படிப் பார்க்கிறார் என்ற கேள்வி தோன்றும் வண்ணம் இருந்தது அவரது பார்வை.

'அறிவுக்கும் கொலைக்கும் தொடர்பு இருக்க முடியாது தேவமித்திரரே. ஏனெனில் சுருங்கையில் இருப்பவர்களில் மிகப் பெரிய அறிவாளி வேறொருவர். அவரை எனக்குத் தெரியும்.'

அரையநாதரின் வேடிக்கையைப் புரிந்த தேவமித்திரர் அவர் முதுகில் தட்டினார்.

அப்போது தூரத்தில் ஓர் அறையிலிருந்து வெளிப்பட்டனர் புவனநந்தியும் ஒரு நூலக சிப்பந்தியும்.

புவனநந்தியின் முகத்தில் கலவர உணர்வு. ஏதோ ஓர் அசம்பாவிதம் நடந்துவிட்டது என்பது போல் பரபரப்பாகக் காணப்பட்டார். ஓட்டமும் நடையுமாக நூலகச் சிப்பந்தி அவருடன் வந்துகொண்டிருந்தான்.

புவனநந்தி, தேவமித்திரருக்கும் அரையநாதருக்கும் அருகில் வந்ததும் மிகுந்த கலக்கத்தோடு சொன்னார்.

'தேவமித்திரரே, உங்கள் நண்பர் துபல் மரணத்தோடு போராடிக்

கொண்டிருக்கிறார். விரைவில் நாம் போய்ச் சேர்ந்தால் உயிர் போகும்முன் அவரைப் பார்க்கலாம்.'

தேவமித்திரரும் அரையநாதரும் ஒரே நேரத்தில் அதிர்ச்சி யடைந்தனர்.

'என்ன நடந்தது? இன்னுமொரு துர்பாக்கியமான சம்பவமா?'

'இல்லை இல்லை. உடல்நிலை மிகவும் மோசமாகக் குன்றி யுள்ளது.'

உடனே இருவரும் துபலின் மாளிகைக்குக் குதிரைகளில் விரைந்தனர். தனியாகப் புவனநந்தியும் துபல் மாளிகைக்கு விரைந்தார்.

சற்று நேரத்திற்கு முன்புதான் துபலுக்கும் நடந்துவரும் கொலைகளுக்கும் தொடர்புண்டு என்று பேசிய தேவமித்திரரின் பேச்சு அரையநாதரின் மனதில் தோன்றியது. தேவமித்திரரும் யோசனையில் ஆழ்ந்தார். உண்மையில் துபல்தான் காரணம் என்றால் மரண நேரத்தில் உண்மையை ஒத்துக்கொள்வாரா? அல்லது வேறு ஏதேனும் இரகசியத்தைச் சொல்லிவிடுவாரா? சுருங்கையின் தோற்றத்திற்குக் காரணமானவர், அதன் புகழ் உலகமெங்கும் பரவ உழைத்தவர் என்றெல்லாம் கருதப்படும் கிரேக்கச் சிற்பி துபலின் மரணத்தை இந்த மக்கள் எப்படி எதிர்கொள்ளப் போகிறார்களோ என்பது போன்ற பல நினைவுகள் தேவமித்திரரின் மனதில் தோன்றின.

அப்போது தூரத்தில் இரண்டு வீரர்கள் குதிரைகளில் வெகு வேகமாக வந்தபடியிருந்தனர். இவர்களின் குதிரைகளும் வெகு வேகமாகச் சென்றன.

அரையநாதர் அந்த வீரர்கள் வருவதைச் சுட்டிக் காட்டிக் கேட்டார் தேவமித்திரரிடம், 'நாம் பிந்திவிட்டோம் போலிருக் கிறதே!'

'அதற்குள் மரணம் சம்பவித்துவிட்டிருக்கும் என்று நினைக் கிறீர்களா?'

'அந்த வீரர்கள் வருவதைப் பார்த்தால் அப்படித்தான் தெரிகிறது.'

தேவமித்திரர் முகம் மாற்றமுற்றது. பெரிய ஏமாற்றம் தென் பட்டது. பின்னர் சொன்னார்.

'அப்படி ஏதேனும் சம்பவித்துவிட்டதென்றால், என்னைப் போன்ற துரதிருஷ்டசாலி யாரும் இருக்க முடியாது.'

அப்போது புவனநந்தி ஒரு குறுக்கு வழியில் வந்து இருவருடனும் சேர்ந்துகொண்டார். பேச்சில் அவரும் கலந்துகொண்டார்.

'ஏன்?'

'துபல் சுருங்கையின் ஒவ்வொரு இரகசியத்தையும் அறிந்தவர். அவர் மரணிப்பதற்கு முன்பு எனக்குச் சில செய்திகள் பெற முடிந்ததென்றால் இக்கொலைகளைக் கண்டுபிடித்துவிடுவேன்.'

சற்று நேரத்திற்கு முன்பு துபலைக் குற்றவாளி என்று பேசிய தேவமித்திரர் இப்படிப் பேசுகிறாரே என்று நினைத்தார் அரையநாதர். ஒருவேளை தேவமித்திரர் தன் யூகத்தைப் புவன நந்திக்கு எதற்குத் தெரிவிக்க வேண்டும் என்று மறைத்துப் பேசுகிறாரோ என்று நினைத்தார்.

'வரைபடங்கள் மட்டுமல்ல, புவனநந்தி அவர்களே' என்றார் அரையநாதர்.

'வேறு பல இரகசியங்களையும் துபல் மரணிப் பதற்கு முன்பு பெற்றாக வேண்டும்' என்று தொடர்ந்த போது தேவமித்திரர் அவரைப் பார்த்து முறைக்க, அவர் அமைதியானார்.

அப்போது இவர்களை நோக்க வந்த குதிரை வீரர்கள் அருகில் வந்துவிட்டனர். புழுதியடங்கித் தெளிவாகக் குதிரைகள் கண்ணில் பட்டன. மூவருக்கும் முன்னால் சென்றுகொண்டிருந்த புவன நந்தியின் குதிரையின் வேகம் குறைந்தது. உடனே பின்னால் பயணம் செய்த மற்ற இருவரின் குதிரைகளும் வேகத்தைக் குறைக்க இப்போது குதிரைவீரர்கள் அவர்கள் முன்பு வந்து குதிரையிலிருந்து இறங்கி வணங்கினார்கள்.

புவனநந்தி வந்தவர்களிடம் விவரம் கேட்கும் முன்பே அவர்கள் சொன்னார்கள்.

உடல் நலம் குன்றிக்கொண்டிருக்கும் துபல் உடனடி யாகத் தேவமித்திரரைப் பார்க்க விரும்பியதாகவும் இருவரும் தங்கும் மாளிகைக்குச் சென்று அவர்கள் இல்லாததால் இங்கு வருவ தாகவும் கூறினார்கள். உடனே எல்லோரும் கொஞ்சமும் தாமதிக்காமல் வேகம் வேகமாகக் குதிரைகளை விரட்டினர். அப்போது புவனநந்தியும் தேவமித்திரரும் எவ்வளவு பெரிய

குதிரை சவாரிக்காரர்கள் என்பதைக் கண்டுகொண்டார் அரைய நாதர்.

துபலின் மாளிகையை விரைவில் அடைந்ததும் புவனநந்தி, இவர்கள் இருவரையும் துபலைச் சந்திக்க அனுப்பிவிட்டு, கூட்டம் கூட்டமாக நின்ற சுருங்கையின் பெரிய பெரிய உத்தியோகஸ்தர் களுடன் சேர்ந்து கொண்டார்.

மாளிகையில் விசித்திர உருவங்கள் அலங்கரிக்கும் முன் அறையைக் கடந்து உள்பக்கம் சென்றனர் தேவமித்திரரும் அரையநாதரும். உள்ளே ஒரு விளக்கு இருந்தது. அதிலிருந்து நிறைய புகை. ஓரளவு வெளிச்சம் பலவீனமான வெளிறிய துபலின் முகத்திலும், வெள்ளைத் துணிகள் விரித்திருந்த படுக்கை யிலும் விழுந்திருந்தது. அரையநாதரின் பார்வை துபலின் படுக்கை கிடந்த அறையை நோட்டமிட்டது. விளக்கு வெளிச்சம் பரவிய பகுதியைத் தவிர வேறு எதையும் பார்க்க முடியவில்லை. வெளிப் பகுதியிலுள்ள அடர்ந்த செடிகளும் மரங்களும் சூரிய ஒளியைக் கொஞ்சமும் உள்ளே அனுமதிக்காதபடி வளர்ந் திருந்தன. முன்பு வந்தபோது துபல் வெளி அறையில் அமர்ந்து பேசியதால் உள்ளறையைப் பார்த்திருக்கவில்லை. உள்ளறையை இருவரும் இப்போதுதான் பார்த்தனர்.

தேவமித்திரர் படுக்கையில் அமர்ந்து மூன்றுமுறை அழைத்த பிறகு துபல் கண்களைத் திறந்தார். அரையநாதர் எதுவும் பேசாமல் அவரருகில் நின்றார். தேவமித்திரரைத் தன்னருகில் அழைத்தார் துபல். தேவமித்திரர் குனிந்து பலவீனமான துபல் பேசுவதைக் கேட்கும் வகையில் நெருங்கி அமர்ந்தார். துபல் பேசுவது தேவமித்திரருக்கு மட்டும் கேட்டது. அரையநாதர் இப்போது அருகில் சென்று அமர்ந்தார்.

மொத்தத்தில் துபல் பேசியதைக் கீழ்வருமாறு சுருக்கிச் சொல்லலாம்.

துபல் தன் இறுதிக் காலம் நெருங்கிவிட்டதை நன்கு உணர்ந் துள்ளார். அவர் இறந்துவிட்டால், அவர் படுத்திருக்கும் அறைக்கு நேர் பின்புறம் உள்ள பகுதியின் சில இரகசியங்களைத் தேவ மித்திரர் பார்வையிட வேண்டும் என்று சில தகவல்களைத் தருவதே அவர் இங்கு அழைக்கப்பட்டதன் நோக்கம். அவர் படுத்திருக்கும் அறைக்கு நேர் பின்புறம் போனால் இருளுக்குள்

ஒரு பறவையின் சிற்பம் உள்ள கதவு காணப்படும். அதன் நடுவில் ஒரு வட்டவடிவமான பகுதி உண்டு. நடுவட்டத்தின் நடுப் புள்ளியைக் கவன மாகக் கண்டுபிடித்தால் ஒரு துவாரம் தென்படும். அந்தப் பெரிய துவாரத்தில் சிறு ஊசி போன்ற பொருளால் அழுத்தினால் அந்தப் பெரிய கதவு திறக்கும். திறந்து உள்ளே போனால் முதலில் வருகின்ற ஏவலாளனைப் பார்த்து எதுவும் பேசாமல் உள்ளே நடந்துகொண்டேயிருக்க வேண்டும். அப்போது இன்னொரு ஏவலாளன் வருவான். அவனைப் பார்த்தபடி நின்றால் வருவது யார் என்று புரிந்துகொள்வான். பின்பு அவன் அழைக்கிற இடத்திற்குச் சென்றால் சுருங்கை பற்றிய மர்மம் தெரியும்.

துபலிடம் களவு போன வரைபடங்களைப் பற்றியும் அரைய நாதரைத் தூக்கிப் போனது யார் என்பது பற்றியும் பேசுவார் என்று எதிர்பார்த்த அரையநாதர் ஏமாந்தார். 'மருபூமி-சாவு' பற்றியும் கேட்கவில்லை என்பது அரையநாதரை எரிச்சல் படுத்தியது. அவற்றைப் பேசுவதைவிட மிக உயர்ந்த மர்மத்தை ஏதும் கண்டு பிடிக்கும் வழிமுறையைத் துபல் கொடுத்துவிட்டார் என்று கருதவும் வழியில்லை. எதையும் தெரிந்துகொள்ள முடியவில்லை அரையநாதருக்கு. ஏனெனில் தேவமித்திரர் பேசவேயில்லை. தேவமித்திரர் நடக்கும் சம்பவங்கள் எதையும் பெரிதுபடுத்துவதில்லை. அவர் சிந்தனைமுறை வேறு. வேறு சம்பவங்கள் நடக்கும் போது ஏற்கனவே நடந்த சம்பவங்களுக்கும் தற்சமயம் நடக்கும் சம்பவத்திற்கும் உள்ள தொடர்பை மிகவும் துல்லியமாக அறியும் முறையைத் தேவமித்திரரின் துப்பறியும் ஆராய்ச்சி சிந்தனாமுறை என்று கூறலாம். இப்படி அரையநாதர் ஏதோ சிந்தித்துக்கொண்டிருக்கும் போது துபல் தேவமித்திரரிடம் சொன்னார்.

'அந்த அறை நான் இறந்த பிறகுதான் திறக்கப்பட வேண்டும்.'

செத்துக் கொண்டிருக்கும் துபலுக்கு அவருடைய கரத்தில் தன் கரத்தை வைத்து இதை மீறமாட்டேன்' என்று தெரிவித்தார் தேவமித்திரர். அப்போது துபலின் முகத்தில் திருப்தி தென் பட்டது. அரையநாதர் துபல் பேசியதையும் தேவமித்திரர் கொடுத்த உறுதியையும் யாரேனும் கேட்கிறார்களா என்று வெளியில் வந்து நான்கு பக்கமும் எட்டிப் பார்த்தார். புவனநந்தி தூண் மறைவில் போனதைப் பார்த்து அதிர்ச்சி அடைந்தார்.

துபல் கூறிய மர்மக் கதவு திறந்தால் அங்கு என்ன இருக்கும்? ஒருவேளை இரண்டு மரணங்களைக் கண்டுபிடிக்கும் நிரூபணங்கள் ஏதாவது கிடைக்கும், அல்லது துபல் ஏதேனும் தவறு செய்த விவரம் இருக்குமா என்றெல்லாம் கற்பனை செய்ய ஆரம்பித்து விட்டார் அரையநாதர். சாகப்போகும் ஒரு மனிதர் உயிரோடி ருக்கும்போது இப்படி நினைப்பதுகூட தவறு என்று கூறியும் மனம் கேட்காமல் இப்படியெல்லாம் யோசனை செய்தது.

துபல் இருமினார். இரு சேவகர்கள் மூலிகைகளை இரு கல் சக்கரங்களைப் பயன்படுத்தி அரைத்து அந்த மூலிகை அரைவையை உள்ளங்கைகளைச் சேர்த்துவைத்து வலது கை பெருவிரல்வழி சாற்றை வடியவைத்து ஒரு பாத்திரத்தில் சேகரித்தனர். பின் அந்தச் சாற்றைத் துபலின் வாயில் ஒரு கடல் சங்கினால் ஊற்றினார்கள்.

பின்னர் துபல் ஏதும் பேச விரும்பவில்லை என்று அறிந்தார் தேவமித்திரர். துபலின் கண்களை இமைகள் அழுத்தி மூடி யிருந்தன. வெண்மையான தோலாகையால் ஒரு தேவதை படுத்திருப்பது போல் காட்சி தந்தார். அவர் கண்ணிமை வெள்ளி நார்கள் போல் வெண்மை. நரம்புகள் நீலமாகத் தென்பட்டன. தேவமித்திரரும் அரையநாதரும் அங்கிருப்பதால் பயன் இல்லை என்று கருதி வெளியே வந்தார்கள்.

குறிப்பு 8

இந்த நாவலை எழுதியிருக்கலாம் என்று இதுவரை கூறப்பட்டு வந்த நபர்களான சி. பெரியநாயகம்பிள்ளை, ஜுலியன் வென்சன், பூவாராகவன் முதலியார் முதலிய பத்தொன்பதாம் நூற்றாண்டின் இறுதியில் வாழ்ந்த மூன்றுபேரில் ஒருவர் ஜி. கே. என்று சந்தேகப்பட்டாலும் வேறு பெரிய ஆதாரங்கள் இல்லை. முக்கியமாக சி. பெரியநாயகம்பிள்ளையின் தலை முடியில் கட்டியிழுக்கப்பட்ட கார் பற்றிக் கிடைக்குமளவுக்குக்கூட அவருடைய எழுத்துப் பழக்கம் பற்றித் தகவல்கள் இல்லை. 1930களில் கிடைக்கும் அச்சடிக்கப்பட்ட திருமண வாழ்த்துகளை முழுவதும் தொகுத்து வைத்துள்ள சோமசுந்தர முதலியார்

(இவருடைய இன்னொரு பெயர் சோமுபண்டாரம்—இவர் பெயரில் கநாசுவுக்கு இருந்த பிரேமையால்தான் தன் நாவல் ஒன்றுக்கு இவர் பெயரில் பாத்திரம் ஒன்றை உருவாக்கினார்) பல எழுத்தாளர்களின் கையெழுத்துகளைச் சேகரித்த தொகுப்பில் சி. பெரியநாயகம் இல்லை. சி. பெரியநாயகம்பிள்ளை பேரில் இருக்கிற ஒரு கையெழுத்து வேறொரு சி. பெரியநாயகம்பிள்ளை யினுடையது. அவருடைய தொழில் என்று எழுதி 'திருடுவது' என்று குறிக்கப்பட்டுள்ளது (அந்தக் காலத்தில் 'திருடுவது' ஒரு தொழில் என ஆங்கிலேயரால் கருதப்பட்டது).

அதே போலத்தான் ஜுலியன் வென்சனைப் பற்றியும். வென்சன் முன்சீப் வேதநாயகம்பிள்ளையின் எதிரியின் மைத்துனன் என்பது சரிதான் என்றாலும் அவன் தமிழில் ஒரு நாவல் எழுதியுள்ளான் என்பது உண்மையானால் எப்படித் தமிழிலக்கிய வரலாற்றிலிருந்து அது சல்லிசாக எந்தச் சுவடும் தெரியாமல் அழிக்கப்பட்டிருக்க முடியும் என்று கேட்கும் கேள்விக்குப் பதில் இல்லை. இன்னொரு அதிர்ச்சி தரத்தக்கச் செய்தி அவன் நாவல் எழுதியதான புரளி வேதநாயகம் பிள்ளையே கிளப்பிவிட்டது என்பது. தன்னைக் கிறிஸ்தவ தர்மத்தின் பாதுகாவலன் என்று கூறித் திரிந்த திரிசிரபுரம் மகாவித்வான் ஆரோக்கிய நாத படையாச்சி (இவருடைய போட்டோக்களில் மீசையுள்ளது) ஆக்ரோஷமாக 'நீதி நெறி விளக்கம்' எழுதிய கைகள் இப்படி ஒரு காரியத்தைச் செய்யுமா எனக் கேட்டாராம். எது எப்படியிருந்தாலும் வென்சன் தமிழில் மர்ம நாவல் எழுதியதற்குப் பெரிய ஆதாரங்கள் ஏதும் இல்லை.

பூவாராகவன் முதலியார் பற்றித் தகவல்கள் பெறுவதற்காக 1962இல் கோலப்பப் பிள்ளையை நாகர்கோவிலுக்குச் சென்று சந்திக்கச் சென்ற சுப்பிரமணிய போத்தியை (இவர் கேரளாவில் ஆற்றிங்கலைச் சார்ந்தவர்) ஒருமுறை கேட்டபோது விழுந்து விழுந்து சிரித்த போத்தி கப்ஸா என்று கூறிவிட்டு வெற்றிலை யைக் கீழே துப்பிவிட்டுச் சொன்னார். 'ஐயா நாகர்கோவிலில் ஜங்ஷனில் இருந்த புளியமரத்தின் அடியில் ஒரு கடை வைத்து நடத்துகிறார் என்று அறிந்து ஒரு அபூர்வமான கேரள சரித்திரம் கிடைக்குமென்று இஎம்எஸ் நம்பூதிரிபாட் சொல்லி அனுப்பப் போயிருந்தேன். போனபிறகுதான் தெரிந்தது. அப்படி ஒரு கடை

புளியமரத்தின் கீழ் இருக்கவில்லை என்று.' பிரமித்து நின்ற என்னைப் பார்த்துக் கண்ணைச் சிமிட்டி ஜிப்பாவைத் தொட்டுக் கொண்டே சொன்னார் போத்தி: 'கேளுங்கள் கவனமாக, கோலப்பப் பிள்ளை என்று ஒருத்தர் இருக்கவில்லை. இலக்கிய அபிமானி கோலப்பப்பிள்ளை ஒரு கற்பனைப் பாத்திரம்.'

19

அங்குத் தேவமித்திரர் மற்றும் அரையநாதருக்காக மாளிகையின் வெளியில் காத்திருந்தார் புவனநந்தி. அதற்குள் மனிதர் பின் புறமாக விரைந்து போய் இங்கு வந்திருக்க வேண்டும் என்று நினைத்தார் அரையநாதர். அரையநாதர் புவனநந்தியைப் பார்த்ததைக் காட்டிக்கொள்ளாமல் நடந்துகொண்டார். இவர் எதற்காக உற்றுக் கேட்டார் என்று விளங்கவில்லை அரைய நாதருக்கு.

துபலின் நிலைமை பற்றிக் கேட்டார் புவனநந்தி. அவர் சாவோடு போராடிக் கொண்டிருக்கிறார் என்பதைச் சொன்னார்கள் தேவமித்திரரும் அவரது நண்பரும்.

'அவர் ஏதும் முக்கியமாகச் சொன்னாரா, தேவ மித்திரரே?' என்று கேட்க, அரையநாதர், தேவமித்திரர் அதற்கு என்ன பதில் சொல்லப் போகிறார் என்று எதிர்பார்த்தபடி நின்றார்.

'முதலில் மரணத்தோடு போராடும் நிலையில் இருக்கும் துபலைப் பார்த்துவிட்டு வாருங்கள், புவனநந்தி அவர்களே!' என்றார் தேவமித்திரர்.

எவ்வளவு சாமர்த்தியமான பதிலைச் சொல்லிச் சமாளித்தார் என்று மகிழ்ந்தார் அரையநாதர்.

புவனநந்தியும் உடனே அவசரமாகத் துபலைப் பார்க்க உள்ளே போனார்.

அரையநாதர் தேவமித்திரரைப் பார்க்க, அவர் முகத்தில் ஒரு விதமான நமுட்டுச் சிரிப்பு இருந்தது. பல பல்லக்குகள் வருவதும் போவதுமாக இருந்தன. ராஜாவும் ராணியும் ஏற்கனவே வந்து

விட்டுப் போய்விட்டார்களாம். புவனநந்தி உற்றுக்கேட்ட சமாச்சாரத்தை அரையநாதர் சொல்ல, புன்னகைத்தார் தேவ மித்திரர். வேறெதுவும் சொல்லவில்லை.

அப்போது துபலைப் பார்த்துவிட்டுப் புவனநந்தி வர, தோட்டத்தின் மூலையில் வளர்ந்திருந்த புல்லால் மறைக்கப் பட்டிருந்த ஓர் இடத்தில் சென்று அமர்ந்தனர் மூவரும். புவனநந்தி இப்போது ஒருவகை நெருக்கத்துடன் தேவமித்திரருடன் பழகுவதைக் கண்டார் அரையநாதர். ஒருவேளை துபலின் நம்பிக்கைக்குரியவர் என்பதனால் இருக்குமோ? அரையநாதருக்கு ஒரே குழப்பமாக இருந்தது. துபலுக்கும் புவனநந்திக்கும் கருத்து வேறுபாடு உள்ளது. ஆனால் துபல் ஒருவருக்கு முக்கியத்துவம் கொடுத்தால் புவனநந்திக்கும் அவரிடம் நெருக்கம் வந்து விடுகிறது. அதுபோல் அமைச்சரும் புவனநந்தியும் வேறு வேறு பின்னணியும் மதநம்பிக்கையும் கொண்டவர்கள். ஆனாலும் இருவரும் சுருங்கைமீது பற்றுவைத்து வாழ்வது அவர்கள் நடைமுறையிலிருந்து தெரிகிறது. யுனசேனனும் இப்படிச் சுருங்கை மீது பற்றுவைத்து சரித்திரம் எழுதியவர்தான். துபலும் சுருங்கையைக் கட்டியவர். எனவே இவர்களுக்குள் ஒருவர் யுன சேனனைக் கொன்றிருக்க முடியாது. வேறு ஏதோ காரணம் நிச்சயம் இருக்க வேண்டும். இப்படிச் சென்றது அரையநாதர் சிந்தனை.

மூவரும் அமர்ந்ததும் புவனநந்தி சொன்னார்.

'துபலின் உடலில் தாதுக்கள் பலவீனமாகி இருக் கின்றன. வாதம், பித்தம், ஸ்லேத்துமன் என்கிற மூன்று உடல் சம்மந்தப் பட்ட தோஷங்களும், சத்துவம் என்று வேதரிஷிகளால் கருதப் படுகிற மனசின் தோஷங்களான ராஜஸம், தாமஸம் ஆகியனவும் கெட்ட ஸ்திதியில் இருக்கிறபடியால் ராஜசிற்பி பிழைப்பது அரிது.'

சற்று நேரம் மூவரும் அமைதியாக இருந்தனர். பிறகு அரையநாதரின் மனநிலை மிகுந்த விழிப்புடன் செயல்பட்டது. அவர் ஏதோ நினைத்தபடி புவனநந்தியைப் பார்த்து 'உங்கள் வாய் மூலம் எனக்கு, காளிங்கன் சுருங்கையில் வருவதற்கு முந்திய கதையைக் கேட்கும் ஆவலுள்ளது' என்றார். உடனே,

'அதாவது சமலனுக்கு முந்திய வரலாற்றுக் கதையைக் கேட்க விரும்புகிறீர்கள், அப்படித்தானே?' என்று விளக்கம்

கேட்டார் புவனநந்தி. அவர் குரலில் அரைய நாதரைத் திருப்திப் படுத்துவதைவிட, தேவமித்திரரின் ஆமோதிப்பைப் பெறும் ஆர்வம் இருந்தது தெரிந்தது.

'ஆம்' என்றார் அரையநாதர். அப்போதும் தேவமித்திரர் எதுவும் சொல்லாமல் இருந்தது தேவமித்திரரை அறியாதவர் களுக்குத்தான் புதிர். தெரிந்தவர்களுக்கு அவருடைய செயல் முறையின் ஆழம் புரியும். அவர் தன் கருத்தைத் தெரிவித்து விட்டால் அரையநாதரும் அவரும் பேசிவைத்து இப்படிக் கேட்கிறார்கள் என்ற எண்ணம் புவனநந்திக்கு வந்துவிடும். அப்படி வந்துவிட்டால், அவர் உஷாராகிவிடுவார். பேச்சு இயல்பாக இருக்காது. இயல்பாக இல்லை என்றால் உண்மை வராது. சரித்திரத்தைச் சொல்ல ஆரம்பித்தார் புவனநந்தி, கண்களில் ஒரு மயக்கநிலை தோன்றும்படி.

'இது காளிங்கன் தன் தொலைநோக்கால் கண்டு சொன்ன கதை. சீர்திருத்தம் என்று இன்று எல்லோரும் பேசுகிறார்கள். அது முன்பும் பேசப்பட்டது. ஆனால் அப்போது பேசிய சூழ்நிலை வேறு.'

அரையநாதர் அடி எடுத்துக் கொடுப்பது போல், 'என்ன சூழ்நிலை?' என்று கேட்ட போதும் மயக்கமுற்று மூடிய கண்களைத் திறக்கவில்லை புவனநந்தி. நீர்யானை போன்ற வாயிதழ்கள் முணுமுணுக்க, வாயிலிருந்து வந்த குரல் மந்திரம் போன்ற உச்சரிப் புடன் தொடர்ந்தது.

'இச்சுவாகு வம்சத்து காசியப கோத்திரத்து மன்னனான ஜிதசத்ரு மகாராஜனும் சீர்திருத்தத்தை எதிர்க்கவில்லை. ஆகையால் விஜயமாகி என்கிற தன் மகள் ஜைன சந்நியாசினி ஆனதைக் கண்டு தன் ஆட்சியை மகனிடம் கொடுத்துத் துறவும் மேற்கொண்டார். இங்குச் சீர்திருத்தம் என்பது மதமாற்றத்தைக் குறிக்கும். எப்படித் துறவறம் மேற்கொண்டார் தெரியுமா? கேளுங்கள்! எதிர்கொள்கை, திருவடியலம்புதல், உயர்ந்த ஸ்தானம் காட்டுகை, அர்ச்சனை புரிதல் முதலிய ஒன்பது வகை புண்ணியங் களும் செய்தபின் துறவறம் பூண்டு ஊர்ஊராகப் புறப்படச் சித்தமானார். தேவர்களால் பரிநிஷ்க்ரமண கலியாணம் செய்து வைக்கப்பட்ட பிறகு அவர் 'சூப்ரபா' என்னும் சிவிகை மீதேறி, சகேத வனத்தில், ஏழிலைப் பாலை மரத்தின் கீழேசென்று அமர்ந்தார். பிற்காலத்தில் நல்லேரைப் பட்டணத்திலிருந்து வந்து

சுருங்கை நூலகத்தில் சுவடி ஆராய்ச்சி செய்த சமணத் துறவியின் சொல்படி ராஜா அவர்கள் மாசிமாதம், சுக்லபட்ச நவமி உரோகிணி நட்சத்திரம் அன்று பிற்பகலில் ஆயிரம் மன்னர்களுடன் ஷஷ்டோபவாசம் செய்து, தீட்சையை ஏற்று அப்போதே சதுர்த்த ஞானம் என்று ஜைனதர்ம சீர்திருத்தவாதிகள் கூறும் நான்காவது ஞானத்தைப் பெற்றார்.'

இப்படி அதீதமான சமண தத்துவ, மற்றும் சடங்காச்சார பரிபாஷை பயன்படுத்திப் பேசிய புவனநந்தி பேச்சைக் கேட்டு ஏதோ ஒரு விதிமுறையிலுள்ள தவறு பற்றிப் பேசினார் முன்னாள் புத்தமதத் துறவியான தேவமித்திரர். அரையநாதருக்கு இதில் ஈடுபாடு இல்லாததால் கண்களில் தூக்கம் தழுவுவது போலிருந்தது.

புவனநந்தி தேவமித்திரர் காட்டிய விதிமுறை தவறுக்கு என்ன சொல்லப் போகிறார் என்று கேட்க ஆசையிருந்தாலும் அரைய நாதருக்குக் கண்கள் சதா தூக்கத்தால் அடைத்தன. 'ஆண்டவா, என் தூக்கத்தைக் குறட்டையில்லாதபடி புரிய அருள் பாலிப்பாய்' என்று மனதிற்குள் வேண்டிக்கொண்டார் அவர்.

புவனநந்தி நிதானமாய்க் கேட்டு அதுவரை பேசிய தேவ மித்திரரின் புத்தக அறிவைப் புகழ்ந்தார். பல்வித வியாக்கியானங்களைச் சொல்லி தேவமித்திரர் கூறியது சரிதான் என்றார்.

தேவமித்திரர் திருப்தி தெரிவித்தார்.

புவனநந்தி தொடர்ந்தார், கண்களை அடைத்தபடி.

'...அதன் பின்பு ஜிதசத்துரு மகாராஜா, பிரம்ம நரபதியின் இல்லத்திற்குச் சென்றார். இவரைப் பார்த்து பிரம்ம நரபதி ஜைனதர்மத்தில் சொல்லப்படுகிற ஐந்து ஆச்சரியங்களை விளக்கினான். பின்பு மகாராஜா ஜிதசத்ரு அவர்கள் தீட்சை ஏற்றுப் பன்னிரண்டு ஆண்டுகள் பெருந்தவம் செய்தார். தை மாதம் சுக்கில பட்சத்து ஏகாதசி உரோகிணி நட்சத்திரம் பிற்பகலில் இவ்வுலகக் கருமங்களை அவர் அழித்தார். அப்போது சொர்க்க வாசிகள் தேவர் தலைவர்களுடன் வந்து கேவலோற்பத்திக் கலியாணம், சம விரணம் முதலிய சடங்குகளைச் செய்து அவருடைய ஸ்ரீபாதங்களில் பணி செய்ய அமர்ந்தனர்...'

'அப்படியென்றால் ஜிதசத்துரு மகாராஜா மகனது ஆட்சி என்ன

ஆனது புவனநந்தி அவர்களே...?

தேவமித்திரர்தான் இந்தக் கதைத் தொடர்ச்சியைப் பற்றிக் கேட்டார். ஏனெனில் கண்களைத் திறந்து வைத்தும்கூட நித்திரை புரியும் மாயம் தன் சக துப்பறிவாளனுக்குக் கை வந்த கலை என்று அவர் அறிந்தே இருந்தார். முதல் தலைமுறை மகாராஜாவின் ஆட்சி பற்றி அறிந்துகொண்டு இரண்டாம் தலைமுறையில் என்ன ஆனது என்று கேட்டார் தேவமித்திரர்.

தொலைவில் துபல் மாளிகையில் ஆள்கள் வெளியே வருவதும் உள்ளே செல்வதும் அவர்கள் இருந்த இடத்திலிருந்து தெரிந்தது.

புவனநந்தி கூறினார்.

'ஜிதசத்ரு மகாராஜாவின் மகன் அஜிதசத்ரு அடுத்த படியாக ஆட்சிக்கு வந்தான். அவனது ஆட்சியின் போது அவன் மனைவியான துபாந்த தேவி, ஆனி மாதம் கிருஷ்ணபட்ச தசமி கிருத்திகை நட்சத்திரத்தில் கணவனுடன் இரவு முழுவதும்கூட, சூரியன் தோன்ற கொஞ்ச நேரமே இருக்கும் அந்த வேளையில் கரு சேர, வைகாசி மாதம் சுக்கில பட்சத்து பிரதமை கிருத்திகை நட்சத்திரத்தில் அக்னேய யோகத்தில் கர்ப்பவதாரம் செய்தபோது தனபத்திரன் பிறந்தான்.'

அஜிதசத்ரு தன் மனைவி பேறு காலத்தில் தங்கிய மாளிகையைச் சுற்றிலும் அகழி அமைத்து அதில் முதலைகளையும் கொடிய நீர்வாழ் பிராணிகளையும் வாழவிட்டுக் காவலாளிகளை நன்கு காக்குமாறு செய்து விரைவில் வருவேன் என்று கூறி காடு சென்று பல்வித விளையாட்டுகளை விளையாடினான்.

சூரியகுல சக்கரவர்த்தி சர்வபௌமன், அஜித சத்ருவின் மனைவி இருந்த மாளிகையை முற்றுகையிட்டான். பிறந்த குழந்தையான தனபத்திரனையும் ராணியையும் கைது செய்தான். விளையாட்டுகள் முடிந்து வந்த அஜிதசத்ரு விஷயமறிந்து தன் தேவதை களின் மகிமையால் ஒரு மத யானையை வரவழைத்து சூரியகுல சக்கரவர்த்தி சர்வபௌமனுடன் முதல் யுத்தம் செய்து தோற்றுப் போனான்.

அன்றிலிருந்து, சரித்திரத்தின்படி சூரிய குல ஆட்சி சுருங்கைக்கு வந்தது...

எப்போது விழித்துக்கொண்டார் என்று சொல்ல முடியாமல்

விழித்திருந்தார் அரையநாதர். சூரிய குல ஆட்சி என்றதும் ஒரு புன்னகை புரிந்ததிலிருந்து அவர் புவனநந்தியின் பேச்சிலிருந்து ஏதோ கண்டுபிடிக்க முயல்கிறார் என்று பட்டது.

புவனநந்தி தொடர்ந்தார்.

'சூரியகுல ஆட்சியின் போது நகரங்கள் தோன்றின. கலைகளும் கட்டடங்களும் வந்தன. ஆனால் சர்வ பௌமனின் மகன் கீர்த்திபௌமன் மீண்டும் ஜைனர்களின் விரோதத்தைப் பெற்றான். அப்போது காட்டில் வாழ்ந்து பெரியவனான தனபத்திரன் படைகளைச் சேகரித்துக்கொண்டுவந்தான். கீர்த்தி பௌமனைத் தன் மந்திரத்தால் கொன்று அவனது இதயத்தைக் கீறினான். பிறகு அவனை எடுத்துச் சென்று கடலில் போட்டான். தீய சார்வாகனான கீர்த்திபௌமன் கடல் நடுவில் உள்ள ஏழாம் லோகத்தில் புகுந்து நரகம் அடைந்தான்.

தனபத்திரனுடைய காலத்தில் சூரியவம்சம் வடநாட்டிலும் மிகுந்த கௌரவத்துடன் ஆட்சி புரிந்தது. பின்பு அவர்களின் குலத்தில் பிறந்த ராஜன் ஒருவன் தன் பெரும்படையைச் சுருங்கைக்கு அனுப்ப, தனபத்திரன் தோற்றான். தோற்ற அவமானத்தால் சதுர்த்த ஞானதாரியாகி, பக்தி, பேராசையின்மை, தயை, சக்தி, பொறுமை, விஞ்ஞானம் என்னும் ஏழு குணங்களைக் கொண்டு மௌனியாகித் தவவனம் சேர்ந்து, சத்மஸ்த்த காலமாகிய ஆறு நாள்களைக் கழித்துத் தைமாதம் துதியை திருவாதிரை நட்சத்திரத்தில் கைவல்ய செல்வத்தை அடைந்தான். அவனுக்கு நால் வகை தேவதேவேந்திரர்களும் வந்து சமவ சரவணம் முதலிய பெருமைகளுடன்கூடிய நான்காவது திருக் கல்யாணத்தை நிகழ்த்தி அங்கேயே சேவை புரிந்துவந்தனர்.

அதன் பிறகு பத்துத் தலைமுறைகள் என்னென் னவோ நடந்தன. பத்தாம் தலைமுறையாகச் சமலன் வந்தான்...' என்று நிறுத்தினார் புவனநந்தி.

இந்தச் சரித்திரம் துபல் சொன்ன சரித்திரத்தைவிட மிகவும் பழமை கொண்ட சரித்திரம். மிகப் பழங்காலத்திலிருந்தே தொடங்கும் சரித்திரம். ஆனால் சமலனுக்கு முன்பு சேனராஜனும் அவனுக்கு முன்பு போஜராஜனும் ஆண்டதாக துபல் கூறினார். சேனராஜனும் போஜராஜனும் புவனநந்தி கூறிய வரலாற்றில் சமலனுக்குமுன் ஆண்ட பத்து தலைமுறை ராஜர்களில் இறுதி

இரு அரசர்கள். மொத்தத்தில் அரசர்களின் வரலாறு துபலுக்கும் புவனநந்திக்கும் ஒன்றே என்று அறிய முடிந்தது. புவனநந்தி பழமையையும் சடங்கையும் வலியுறுத்த, துபல் சமகாலத்திற்கும் வரலாற்றிற்குமுள்ள தொடர்ச்சியறா உறவையும் வலியுறுத்தி உள்ளார்.

இவ்வாறு சுருங்கையின் வரலாற்றைப் புவனநந்தி கூறிக் கொண்டிருக்கும் போது மாலை நேரமாகியது. தேவமித்திரரும் அரையநாதரும் அவர்களின் மாளிகைக்கும், புவனநந்தி துபலின் மாளிகைக்கும் சென்றார்கள். இறுதியில் புவனநந்தி மீண்டும் துபல் சொன்ன இரகசியம் பற்றிக் கேட்பார் என நினைத்த அரையநாதருக்குப் புவனந்தி அப்படி எதும் கேட்காமல் போனதைப் புரிந்துகொள்ள முடியவில்லை.

மறுநாள் காலையில் சேவகர்கள் வந்து துபல் முந்திய நாள் நடுராத்திரியில் மரணமடைந்துவிட்டார் என்றும், அவருடைய உடலை வேறு இடத்திற்கு மாற்றிவிட்டார்கள் என்றும் கூற அரைய நாதர் தேவமித்திரரைப் பார்த்தார். அவர் தயாராகும்படிக் கூறினார்.

'எதற்கும் தக்க ஏற்பாட்டுடன் வாருங்கள். நாம் பாதாள அறைக்குச் செல்லும்போது எதிரிகள் நாம் எதிர்பார்ப்பதற்கு மாறாக நடந்துகொள்ளலாம்' என்றார் தேவமித்திரர்.

எனவே மீண்டும் தன் அறைக்குச் சென்று தக்க ஆயுதங் களுடன் வந்தார் அரையநாதர். பிறகு இருவரும் துபலின் பூட்டப்பட்ட மாளிகைக்கு வந்தனர். 'ஒளிந்திருந்து ஒற்றுக்கேட்ட புவனநந்தி அங்கு வந்து நின்றால்...?' என்ற கேள்வி அரைய நாதருக்குத் தோன்றியது.

வந்து சேர்ந்தபோது துபல் மாளிகையில் ஆளரவமே இல்லை. பூட்டப்பட்ட முன்வாசல் இவர்களை வரவேற்றது. யாராவது அங்கு இருக்கலாம் என்று குதிரைகளைத் தெரியாதபடி காட்டுக்குள் மரங்களில் கட்டிவிட்டு, மாளிகையின் வலது பக்கத்திற்கு இருவரும் போனார்கள். அங்கு மாளிகையைக் காவல்புரியும் இரு காவலாளிகள் இருந்தனர். அவர்களிடம் தங்களைப் பற்றிக் கூறி வாசலைத் திறக்கக் கோரினார்கள். திறந்த பின் அவர்கள் அங்கு நிற்காமல் அவரவர் கடமைகளைச் செய்யச் செல்லலாம் என்று உறுதியான தொனியில் தேவமித்திரர் கூற அவர்கள் வணங்கிவிட்டுப் பயந்தபடி பின்வாங்கினார்கள்.

திறந்த வாசல் வழி மாளிகைக்குள் சென்றார்கள் தேவமித்திரரும் அரையநாதரும்.

வெளியிலிருந்து புகுந்தவுடன் விசித்திர ஓவியங்கள் இருந்த முதல் அறை காணப்பட்டது. அந்த அறையில் சுருங்கைக்கு வந்த சில நாட்களில் அறிமுகம் செய்ய துபலைச் சந்தித்தது இருவருக்கும் ஞாபகம் வந்தது. மேலும் சென்ற போது துபல் உடல்நலமன்றிப் படுத்த அறை வந்தது. அது இரண்டாவது அறை; அதையும் தாண்டிய போது உள்ளே மூன்றாவது அறை தென்பட்டது. அந்த அறையில் இருவரும் சென்றபோது காற்றில்லாத ஓர் உணர்வு ஏற்பட்டது. முதல் இரண்டு அறைகளைப் போலில்லாமல் இருள் நிரம்பியதாகவும் அதிக நீளமுடையதாகவும் அந்த அறை இருந்தது.

தேவமித்திரர் குறுவாளைக் கையிலும் சங்கிலிக் கவசத்தை முகத்திலும் அணிந்துகொண்டார். பெரிய மர்மமான ஓரிடத்தைப் பார்க்கச் செல்லும் உணர்வு இருவருக்கும் ஏற்பட்டது. இரு கேடயங்களையும் அரையநாதர் வைத்துக்கொள்ள, இருவரும் உள்ளே நடந்தனர்.

அப்போது ஏதோ சப்தம் கேட்டது போலிருக்க, அரையநாதர் உற்றுக் கேட்டார். தேவமித்திரர் சப்தத்தைப் பொருட்படுத்தவில்லை.

'சுருங்கையின் மர்மங்களுக்கெல்லாம் மர்மங்களைச் சந்திக்கப் போகிறோம்' என்றார் தேவமித்திரர்.

மேலும் நடந்தார்கள். நடந்தபோது அந்த அறை கீழ்நோக்கிய சாய்வான தரை அமைப்பைக் கொண்டிருந்தது தெரிந்தது முதலில் தேவமித்திரர் தரையின் இந்தத் தன்மையை உணரவில்லை. அரையநாதர் கூறியபோது உணர்ந்தார். 'சரிதான்' என்று அரைய நாதரை முதுகில் தட்டிக்கொடுத்தார். காற்றோட்டம் இல்லாததால் அந்த அறை ஒருவித நாற்றம் கொண்டிருந்தது. துபல் தான் மர்மங்களுடன் வாழ்வதற்காகக் கட்டிய மர்மமாளிகை இது. தன்னைச் சுருங்கை மறக்கக்கூடாதென்றும், தான் சுருங்கையின் ஒரு பகுதி, எல்லோரும் அதை அங்கீகரிக்க வேண்டும் என்றும் கட்டிய மாளிகை. கீழே கீழே என்று சற்றுத் தூரம் நடந்ததும் துபல் கூறிய கதவு வந்தது. கதவை உடனடியாகத் திறக்காமல் ஆராய்ந்தார்கள். இருட்டில் ஓரச்சுவர்களைத் தடவிப் பார்த்தார்கள்.

ஏதும் அகப்படவில்லை. அதனைக் கண்டு இடதுபக்க சுவரிலும் எதுவுமிராது என்றார் அரையநாதர்.

'இல்லை. எதற்கும் செய்கிற காரியத்தைத் திருந்தச் செய்யுங்கள்' என்றார் தேவமித்திரர். பிறகு இடதுபுறச் சுவரில் ஏதேனும் இருக்கிறதா என்று பார்த்தனர் இருவரும். அப்படிப் பார்க்கும் போது ஓரிடத்தில் ஒரு குமிழ் இருந்ததை அரையநாதர் கண்டு தேவமித்திரரை அழைத்துக் காட்டினார்.

அப்போது யாரோ நடக்கும் சப்தம் கேட்டது. துபல் கூறியது போல் இருவர் உள்ளே இருக்கிறார்கள் என்று நினைத்தார்கள்.

அந்தக் குமிழ் பற்றித் துபல் கூறியிருக்கவில்லை, ஆதலால் இருவரும் குழப்பமடைந்தார்கள். என்றாலும் துபல், தேவமித்திரர் மீது அதிக மதிப்பு வைத்திருந்தவர். ஆகையால் இது போன்ற வற்றைக் கண்டுபிடிக்கமாட்டாரா என்று சொல்லாமல் விட்டிருக்கலாம் என்று நினைத்தார் அரையநாதர். குமிழை வலதுபுறத்தில் அசைக்க ஏதும் நடக்கவில்லை. இடதுபுறம் அசைக்க உடனே ஒரு கதவு திறக்க, அங்குத் துபல் கூறிய பறவை வடிவம் கொண்ட கதவு தென்பட்டது.

தேவமித்திரர் ஆச்சரியமடைந்தார். துபல் ஏற்கனவே பறவை வடிவத்தில் நடுவிலுள்ள ஊசித் துவாரத்தை அழுத்துங்கள், கதவு திறக்கும் என்றார். இங்குக் குமிழை இடது புறம் திருகினால் வேறு ஒரு கதவு திறக்கிறதே என்று இருவரும் யோசித்தார்கள்.

அப்படியானால் துபல் சொல்லாத வேறு ஏதேதோ இந்தச் சுரங்கத்திற்குள் இருக்க முடியும் என்று கருதிய அரையநாதர் ஊசியால் பறவை சிற்பவடிவத்தின் நடுப்பகுதியை அழுத்த, கதவு திறந்தது. துபல் ஏன் குமிழ்வடிவம் பற்றிக் கூறவில்லை? துபலின் இப்படிப்பட்டக் கூற்றிலிருந்து என்ன புரிந்துகொள்ள வேண்டும்? தேவமித்திரரும் அரையநாதரும் யோசித்த வண்ணம் உள்ளே போனார்கள். ஒரு சேவகன் வந்தான். அவனைத் தாண்டி இருவரும், துபல் கூறியது போலவே சட்டை செய்யாது போனார்கள். இரண்டாவது சேவகனும் வந்தான். அவனைப் பார்த்து ஏதும் பேசாமல் இருவரும் நின்றனர். உடனே அவன் இவர்கள் யார் என்று புரிந்துகொண்டு உள்ளே அழைத்துச் சென்றான். அங்குச் சற்று தூரம் இருவரும் இருளில் அவனுடன் சென்றார்கள்.

'இனிப் படிக்கட்டுகளில் நீங்கள் உங்கள் ஆன்மப் பயணத்தைத் தொடங்குகிறீர்கள்' என்று கூறி அந்தச் சேவகன் மறைந்தான். அந்தச் சேவகன் ஓர் இளம் தத்துவவாதி போல் சாந்தமான முகத்துடன் தென்பட்டான். குகைக்குள் காவல் காக்கும் வீரர்களை வைத்திருப்பார் என்று நினைத்தால் தத்துவவாதிகளை அல்லவா வைத்திருக்கிறார் என்ற எண்ணம் ஏற்பட சந்தேகத்துடன் முதல் படியில் கால் வைத்தவாறே வினாக்குறியாய் தேவமித்திரரைப் பார்த்தார் அரையநாதர். அதற்குத் தேவமித்திரர்,

'ஆம், இந்த நம் பயணமும் ஆன்மப் பயணமாய் இருக்க வேண்டும் என்பதை இந்த நபரின் முக அடையாளம் மூலம் நாம் கற்றுக்கொள்ள வேண்டும்' என்றார்.

அந்தப் படிக்கட்டுகள் ஒரே நேரத்தில் ஒருவர் மட்டுமே செல்லும் படிக்கட்டுகளாக அமைந்திருந்தன. தேவமித்திரர் முதல் படிக்கட்டு ஓரத்திலிருந்து எடுத்த விளக்கு இப்போது வெளிச்சம் தந்தது. எத்தனை படிகளைக் கடந்திருப்பார்கள் என்று கூற முடியாதபடி அத்தனை படிகளைக் கடந்துகொண்டிருந்தார்கள்.

திரும்பிப் பார்த்தார் தேவமித்திரர். பிறகு சொன்னார்,

'இருநூற்று நாற்பத்தெட்டாவது படியில் நின்றுகொண்டிருக் கிறேன்'

'நான் நிற்பது இருநூற்று நாற்பத்தேழு, தேவ மித்திரரே.'

விளக்கொளியில் தேவமித்திரர் முகம் பயங்கரமாகவும் வியர்வையுடனும் காட்சியளித்தது. கண்கள் பயங்கரமும் மாயத் தன்மையும் கொண்டிருந்தன.

'இங்கு யாராவது இருக்கிறார்களா, தேவமித்திரரே?'

'தெரியவில்லை'

'யாரோ நடக்கும் காலடிச்சத்தம் எனக்குக் கேட்கிறது. அப்போதிலிருந்தே கூறவேண்டும் என்று நினைத்தேன்' என்றார் அரையநாதர்.

'உங்கள் மனப்பிராந்தியாக இருக்கலாம்'

'அப்படியும் இருக்கலாம்' இருவர் குரலும் இருவருக்கும் அந்நியமாகக் கேட்டன.

அடுத்த படியில் இறங்கியதும் தொலைவில் விளக்கொளி

தெரிவதைப் பற்றி சொன்னார் அரையநாதர். அந்த விளக்கின் முன் யாரோ அமர்ந்திருப்பதையும் சுட்டிக்காட்டினார். தேவமித்திரர் அரையநாதர் சுட்டிக்காட்டிய திசையைப் பார்த்து அதிசயப் பட்டார். அந்த விளக்கொளி படிகள் செல்லும் பாதையிலேயே இருந்தது என்பதைச் சில படிகள் இறங்கியதும் இருவரும் கண்டுகொண்டனர்.

தேவமித்திரர் எந்தத் தயக்கமும் இல்லாமல் அந்த உருவம் விளக்கின் முன் இருந்ததைப் பார்த்தபடியே மடமடவென்று ஒரு குழந்தை தாயைப் பார்த்து ஓடுவதுபோல் இறங்கினார்.

அரையநாதரின் மனக்குறளி புதியபுதிய வேடங்கள் போட்டது. இப்போது அவரைப் பைத்தியமும் பயமும் பீடித்திருந்தன. இந்த உருவம் ஆணா, அல்லது பெண்ணா என்று அறிய அரையநாதர் மனம் முயன்றது. 'உய் உய்' என்று சுழன்றடிக்கும் ஒரு மனச்சுழலில் சிக்கியவர் போல் அரையநாதர் தள்ளாடியபடியே நடந்தார். பெண்ணாகத்தான் அந்த உருவம் இருக்க வேண்டும். ஏனெனில் தலைவிரிக் கோலம் தெரிந்தது. மாயக்கிழவி ஒருத்தி வந்து அமர்ந்திருக்கிறாள். அவளிடம் கண்களுக்குப் பதில் இரண்டு வெள்ளைக் கோலிக் குண்டுகள். அவளுடைய வெளுத்த அலை பாயும் சடைமுடி அரையநாதரைப் பயப்பட வைத்தது. அந்தச் சடைமுடி தன்னை இழுத்துக்கொண்டே இருக்கிறதென உணர்ந்து தேவமித்திரரைத் தொடர்ந்து அரையநாதர் நடந்துகொண்டிருந்தார்.

இப்போது தேவமித்திரர் படிகளில் இறங்கிக்கொண்டே பேசலானார்.

'இந்த இடம் சுருங்கையின் மர்ம ஸ்தலங்களில் ஒன்று. துபல் இறந்ததால், இந்த இடத்தின் முக்கியத்துவத்தை நாம் அறிய அனுமதித்திருக்கிறார். மனித உடலில் இருக்கும் மர்ம ஸ்தலங் களில் அழுத்தினால் எப்படி உயிர் போகுமோ, அதுபோல் அந்த இடங்களின் விதிமுறைகளைக் கொஞ்சம் நாம் மீறினாலும் அழிக்கப்பட்டுவிடுவோம். இதுதான் இந்த இடத்தை உருவாக்கியவர் சொல்லும் விதி. இந்த இடம் பிறப்பையும் இறப்பையும் குறியீடாகக் காட்டுகிறது. ஆண் பெண்ணாகவும் பெண் ஆணாகவும் மாறும் உச்சம் இந்த இடம். தெய்வம் உலகைப் படைக்கும் போது சில விதிமுறைகளை உருவாக்குவது போல், இந்த இடத்தை உருவாக்கிய சிற்பிகளும் தங்களுக்குத் தெய்வ அருள் இருப்பதை

நம்புகிறார்கள். அப்படி நம்பாவிட்டால், இந்த மாதிரியான பிரமாண்டமான சுரங்கப்பாதைகளைக் கட்டமுடியாது. இத்தகைய பிரமாண்டமான சுரங்கப் பாதைகள்தான் இந்த நகரை அழியாமல் காக்க உதவுகின்றன. எதிரி படையெடுப்புகளின் போது அடுத்த தலைமுறைக்குத் தேவையான அரச குடும்பங்களின் குழந்தைகள் இங்குதான் ஒளித்து வைக்கப்படுவார்கள்.'

'வியப்பாக இருக்கிறதே, தேவமித்திரரே' என்றார் அரைய நாதர். தொடர்ந்து பேசிக்கொண்டிருந்தார் தேவமித்திரர்.

'மிகச் சிறந்த சிற்பியும் ஓர் அழகிய பெண்ணும், மிகச் சிறந்த மூலிகை அறிஞனும் ஓர் அழகிய பெண்ணும், மிகச் சிறந்த கவிஞனும் ஓர் அழகிய பெண்ணும், மிகச் சிறந்த மல்யுத்த வீரனும் ஓர் அழகிய பெண்ணும் என்று அடுத்த தலைமுறை அழியாமல் இருக்க, ஒவ்வொரு துறை தொடர்புடைய மனிதர் களும் அவர்கள் சேர்க்கை புரிய பெண்களும் தேர்ந்தெடுக்கப்பட்டு இந்தச் சுரங்கத்துக்கு அனுப்பப்படுவார்கள். எதிரி படையெடுப் பாலோ இயற்கைப் பேரழிவுகளாலோ மண்ணின் மீது சாவுகளும் அழிவுகளும் ஏற்படும்போது சுரங்கத்திற்குள் இருப்பவர்கள் மீண்டும் வந்து மனித உற்பத்தியை நடத்துவார்கள். அதுபோல் மாடு, ஆடு, பாம்பு, தவளை, செடி, கொடிகள், பறவைகள் போன்ற உயிரினங்களின் வேலை அடுத்த தலைமுறைக்கான உயிரினங்களை உற்பத்தி செய்வது...'

இப்போது அரையநாதர் மனதில் அந்தச் சுரங்கப் பாதையின் முக்கியத்துவம் இன்னும் ஆழமாகப் பதிந்தது. ஆனால் அவர் எதுவும் கூறாமல் தேவமித்திரரின் பின்னால் இறங்கிக்கொண்டே யிருந்தார்.

'இப்படி அழிவு ஏற்படும்போது கடந்த காலத்தை யும் புதிய உலகம் ஏற்படுத்தும் புதிய காலத்தையும் இணைக்கும் *உயிர்ப் பாதை*'என இந்தச் சுரங்கங்களைச் சிற்பிகள் அழைக்கிறார்கள். இந்தச் சுரங்கங்கள் மக்கள் பேசும் மொழிகளிலிருந்து ஒளித்து வைக்கப்படுகின்றன.'

'அப்படியென்றால்...' என்று விளக்கம் கேட்டார் அரையநாதர்.

'சொல்கிறேன், கேளுங்கள். சுருங்கையின் மொழி நல்ல வளர்ச்சி அடைந்த மொழி. சந்தேகமேயில்லை. ஆனால் ஒரு

வியப்பு என்ன தெரியுமா? அவ்வளவு வளர்ச்சியடைந்த அந்த மொழியில் 'சுரங்கம்' என்பதற்கு ஒரு சொல் இல்லை. எந்த மொழியில் இது போன்ற சாதாரணச் சொல் இல்லையோ, அந்த மொழியைப் பேசும் மக்கள் அந்தச் சொல்லை வேண்டும் என்றே உருவாக்குவதில்லை என்பது மொழி வல்லுநர்களின் கருத்து...'

தேவமித்திரர் பேச்சை நிறுத்த அரையநாதர் கவனம் தொலைவில் தெரிந்த விளக்கில் சென்றது. ஓரளவு அந்த வெளிச்சத்திற்கு அருகில் இருவரும் வந்துவிட்டனர் என்றுதான் கூற வேண்டும். ஆனால் வியப்பு என்னவென்றால் அந்த வெளிச்சம் இப்போது மிக மிக மங்கலாகிவிட்டது. இதைவிட வியப்பு விளக்கின் முன்னிருந்த உருவம் மறைந்துவிட்டது. கண்களைத் துடைத்துக்கொண்டு அரையநாதர் பார்த்தார். உருவத்தைக் காணவே இல்லை.

இன்னும் ஓரிரு படிகளைத் தாண்டினால் அந்த விளக்கு இருந்த படி வந்துவிடும்.

உருவம் காணப்படாததால் தேவமித்திரரும் ஏதோ ஒரு பிரமைக்கு ஆட்பட்டார் என்பது நன்றாகத் தெரிந்தது. அடுத்த அடி எடுத்து வைத்ததும் தெரிந்துகொண்டிருந்த விளக்கொளியும் மாயமாய் மறைந்தது.

அடுத்த படியை அடைந்தனர் இருவரும். ஒரு கல்லாலான பீடம் பெரியதாகச் சிவப்பு வண்ணம் பூசப்பட்டுக் காணப் பட்டது. அந்தக் கல்லாலான பீடத்தில் எதுவுமில்லை. தேவ மித்திரர் பின்பக்கம் சென்றும் முன்பக்கம் வந்தும் மீண்டும் மீண்டும் என்ன தெரிகிறதென்று பரீட்சை செய்தார். கண்களைச் சுருக்கிச் சுருக்கிப் பார்த்தார். தொலைவிலிருந்து ஒரு பொருளைப் பார்ப்பது போல் கண்களை வைத்துப் பின்னால் உடலை வளைத்துப் பார்த்துவிட்டுப் புன்னகைத்தார். அரையநாதரை அழைத்து அது போல் நின்று பார்க்க வைத்தார். 'என்ன வியப்பு!' என்றார் அரையநாதர்.

'இதுதான் ராஜசிற்பியின் திறமை. வெறும் கல்லைக்கூட தொலைவில் இருந்த படியிலிருந்து பார்க்கையில் ஒரு கிழவி விளக்குமுன் அமர்ந்திருப்பது போல் தெரியும்படி ஓர் ஒளி ரேகையைப் பாறையைத் துளைத்து உள்ளே கொண்டுவரும் சிற்ப அறிவு.' இருவரும் சொல்ல முடியாத வியப்பை அடைந்தனர்.

அடுத்த படிகளில் கால் எடுத்து வைத்து அந்தச் சிவப்புக் கல்லைத் தொட்டபோது மேலிருந்து வந்த ஒளி பாயாத ஓர் இடத்தில் ஒரு பொருள் இருந்தது. எடுத்துப் பார்த்தால், அது தாமிரத்தாலான பெட்டி. அவசரமாகத் திறந்து அதனுள் பார்த்த போது தேவ மித்திரரும் அரையநாதரும் குழம்பினார்கள். ஏனென்றால் அந்தப் பெட்டியில் சுருட்டி வைத்திருந்த தாமிரத்துண்டில் காணப்பட்டவை மூன்று அடையாளங்கள்.

அவை, வெற்றிலை, பாக்கு , சுண்ணாம்பு வைக்கும் சம்புடம். அப்போது, 'யாரோ ஓடியது போல் கேட்டது அல்லவா?' என்று அரையநாதர் கேட்க, தேவமித்திரர் முதலில் 'இல்லையே' என்றும், பின்னர் 'ஆமாம்' என்றும் கூறினார்.

அரையநாதரின் மனம் பேதலித்தது. மனதில் சித்திரங்கள் தோன்ற ஆரம்பித்தன. எடுத்த பெட்டியைக் கல்லில் மீண்டும் அவர்கள் வைக்கவில்லை. படிகளில் இறங்கினார்கள். சுரத்து இல்லாமல் இருவரும் இறங்கினார்கள். அரையநாதருக்கு இயல்பிலேயே பேதலித்த புத்தி. இந்தத் தேவமித்திரருக்கு என்ன ஆகிவிட்டது? அவர் முகம் இப்படி ஏன் வெளிறிப் போய்க் காணப்படுகிறது? நடை ஏன் தள்ளாடுகிறது? ஓரச் சுவரைப் பிடித்து நகர்கிறார், மேலும் மேலும் என்று...

அரையநாதரின் மனதில் பட்சிணிகள் தோன்றி னார்கள். பாதாள லோகத்தில் கண்கள் பறிக்கப்பட்டுவிட்ட காட்டு மனுஷிகள் வந்து நிறைந்தார்கள். தரைகளிலிருந்து முளைத்திருக்கும் புற்று களிலிருந்து வெளியேறும் பாம்புராணிகள் அரையநாதரை ஒரு மாய உலகின் பிரஜையாக்கினார்கள்.

தேவமித்திரர் நகர்ந்து நகர்ந்து இப்போது இருநூற்று எண்பதாம் படியில் நின்றார். அரையநாதர் சில படிகளுக்குப் பின்னால் நின்றார். எவ்வளவு தூரம் நிலத்திற்கடியில் இருக்கிறார்கள் என்று அறிய முடியவில்லை.

தேவமித்திரருக்கு உடல்நிலை சரியில்லையோ என்பது போல் காணப்பட்டார். அவ்வளவு ஆழமான இடத்திற்கு இறங்கினால் இப்படி உடல்நலம் சரியில்லாமல் போகுமா என்றும் இருவருக்கும் கணிக்க முடியவில்லை. திரும்பிச் செல்ல வேண்டியதாகி விடுமோ என்ற எண்ணம் தேவமித்திரர் மனதில் தோன்றியது.

இனி மேலும் நடக்க முடியாதென்ற எண்ணம் வந்தவுடன் தேவமித்திரர் ஒரு படியில் அமர்ந்தார். மனம் அலைபாய்ந்தது. இனியும் எத்தனை படிகள் இறங்க வேண்டுமென்றும் தெரிய வில்லை. ஞாபகம் கட்டுப்பாட்டில் இல்லை.

தேவமித்திரர் அரையநாதரிடம், 'மெதுவாக என்னை அழைத்துச் செல்லுங்கள்' என்றார்.

அவர் பலவீனத்திலும் உறுதியாக இருக்கிறார் என்றறிந்த அரையநாதர் மனதில் புது உற்சாக அலை பாய்ந்தது. அவரைத் தாங்கியவாறு நடந்தார்.

'உங்களை அழைத்து வந்திராவிட்டால் இந்தச் சுரங்கமே என் சமாதி' என்றார். மரணம் மரணம் என்று குரல் அலையடித்தது.

தேவமித்திரரின் புத்தி பேதலித்தது. வாயில் வார்த்தைகள் கவிதை போல் வந்தன.

'பாதை குறுகியது; படிகளில் ஒருவர்தான் செல்லமுடியும்; வானமும் பூமியும் இருள் மட்டும், நாம் தேடுவது நமக்கே தெரியாது...'

'பின் எதற்காக வந்தோம்?'

'வார்த்தைக்காக'

'யாருடைய வார்த்தைக்காக?'

'சாகக் கிடந்த துபலின் வார்த்தைக்காக'

இப்போது தேவமித்திரரின் முகமும் உடலும் வியர்த்திருந்தன. எங்கும் ஒரே மௌனம். அரையநாதர் தன்னுடன் வைத்திருந்த ஆயுதங்களும் முகச்சங்கிலிகளும் கேடயமும் அவ்வப்போது எழுப்பும் ஒலியின்றி வேறு ஒலி இல்லை. தேவமித்திரர் முகத்திலிருந்து கவசச் சங்கிலியைக் கழற்றித்தானே சுமந்து கொண்டு வந்தார் அரையநாதர். குத்துவாளை மட்டும் அவரது இடுப்பில் ஒரு துணியால் கட்டிவைத்தார். கேடயமும் ஆயுதங் களும் ஒலியெழுப்பாத போது இருவரின் மூச்சும் எதிரொலிப்புடன் கேட்டது. மௌனம்; ஒலி. மனத்தின் தொனிப்புகள்.

இருவரும் இப்போது அவர்களை அறியாமலே முந்நூறாம் படியில் இருந்தனர். எதிரொலி மட்டும். எந்த எதிர்பார்ப்பும் இல்லாமல் எப்போதோ எழுதப்பட்ட ஒரு விதிக்காக, சாவா,

வாழ்வா எனத் தெரியாமல் போய்க் கொண்டிருந்தனர் இருவரும். இப்போது உயிரின் மீதான ஆசையும் அற்றது. கால்கள் அசைவது மட்டும் தெரிந்தது. அந்த அசைவு தொடர்வது மட்டும் தான் வாழும் அடையாளமானது. நகர்ந்து நகர்ந்து இருவரும் செல் கிறார்கள் என்பதன்றி, இருவரின் ஞாபகங்களும்கூட மரத்துப் போய்விட்டன. இந்த ஸ்தானம் காலவோட்டம் உறைந்து வெறும் வட்டவடிவ வெளிச்சம் பிரக்ஞையாக மாறிவிட்ட மாயஸ்தானம் என்ற ஓர்மை தொடர்ந்தது. எதைத் தேடுகிறோம் என்பதோ, எதற்காகத் தேடுகிறோம் என்பதோ மறந்துவிட்டது இருவருக்கும். அரையநாதரின் தோளில் ஒரு பளுவாக மட்டும் பிரபஞ்சத்தின் பிணைப்பில் முரணற்றுத் தேவமித்திரர் கிடந்தார். விசித்திரமாக இருவரும் ஒருவரையொருவர் தழுவிக்கொண்டனர். இரு பெண்களின் உடல்கள் தங்களுக்கு எப்படி ஏற்பட்டன என வியந்தனர். நேர எல்லையற்ற ஓர் யோனி வெளி அது என உணர்ந்தனர். தேவமித்திரர் அவ்வப்போது கண்களைத் திறந்து பார்த்தார். அது அரையநாதருக்கு உற்சாகம் தந்தது. அந்த உற்சாகம் ஒரு நீட்சி மனநிலையைத் தந்தது. அரையநாதரின் மனம் திரையாய் மாற, உணர்வில் உறைந்துபோன புலன்கள் கேலிச் சித்திரமாய் காற்றில் நிறைந்திருந்தன. அரைய நாதர் மனம் அந்தக் காற்றில் ஒரு பறவையாயிற்று. ஏதோ ஒரு காலத்தில் இருட்டுக்குள் விழுந்த ஆதி மனிதனின் தொப்புள் கொடியின் கடைசி நுனியில் தொங்கும் ஓர் அடிபட்ட ஜந்து என்று தன்னை நினைத்தார் அவர்.

ஸ்தானம் என்னும் பரிமாணம் உயர்ந்தெழுந்தது. இதுவரை ஓடியாடிய அரையநாதரின் பித்து மனநிலை அதனுள் தஞ்சம் புகுந்தது. அவரை வட்டவடிவான இருள் சுற்றி இறுக்கியது. அவரது மூதாதையரின் செத்த கண்கள் அவருடன் அலைந்தன.

'படியின் எண் முந்நூற்றறுபத்தைந்து'

யார் குரல் அது? கால்கள் பின்னால் போகின்றனவா? முன்னால் போகின்றனவா? கவனிக்க முடியவில்லை. மனிதன் தன் கனத்தை இழந்த ஸ்தானம், அது. மனதின் காற்றில் சருகு. பறவையின் கிழிந்த இறகு இழுத்த இழுப்புக்குத் தக காற்றில் அசைகிறான் மனிதன். எங்கிருந்து வருகிறது அந்த இழுக்கும் சக்தி? வேகமே உண்மை. இந்த வேகமான சுழற்சி எப்படி இங்கு வந்தது?

தேவமித்திரர் யார்?

அரையநாதர் யார்?

அவர் தலைவர்.

அரையநாதர் துணைவர்.

இல்லை அவர் துணைவர். இவர் தலைவர்.

யார் பேசுவது, யார் கேட்பது, இருவரும் வேறு வேறா, இப்போது பேசியது யார், ஆளில்லாத குரல்ம், வேகத்திற்கு, சக்திக்குக் குரல் உண்டா?

குமைந்து எங்கோ அந்தராழத்தில் தேவமித்திரர் அரையநாதரை அழைத்துச் சொன்னார்.

'அரையநாதா, கேள்! நான் பேசுகிறேன். சஞ்சலப்படாதே. மகா பிரளயத்தில் அழிந்துபோன உலகங் களையெல்லாம் சிற்பி மீண்டும் படைக்கிறான். அதற்காகத்தான் அவன் நீண்டகாலம் சிந்தனையில் ஆழ்ந்திருக்கிறான். அதன் பிறகு எழுந்து நடந்து வருகிறான். அவனது எழுகையே படைப்பின் அடிநாதம். சிற்பியே படைப்பின் மகா சின்னம். அவனே வடிவம் தருபவன். உயிர் அவனால் எழுகிறது. அதன் எழுகையே வேகத்தை வடி வமாக்கு கிறது. அவன் படைக்க ஆரம்பித்துவிடுகிறான். படைப்புக்கலை, படைக்க வேண்டிய பொருளின் வடிவத்துடன் ஒன்றிய சலன மற்ற மனமே... அரையநாதா, அழாதே!'

குரல் நின்றது.

இப்போது அரையநாதரின் புத்தி பேதலித்த மனம் சிலிர்த்தது. அவர் முன்னால் நின்றுகொண்டிருந்தார் தேவமித்திரர்.

யுகங்களை இருவரும் கடந்து முந்நூற்றறுபத்தைந்தாம் படியில் ஆரோக்கியத்துடன் நிற்கிறார்கள். முன்னால் ஓர் அறை தென் படுகிறது.

தேவமித்திரர் இயல்பாய் வழக்கம்போல் அரைய நாதரைப் பார்த்துப் புன்னகைத்தார்.

அரையநாதர் முன்னால் இருக்கும் அறையையும் அதன் கதவையும் பார்த்தார். கதவின் நடுவிலிருந்த அடையாளத்தை மண் மூடியிருந்ததால் அரையநாதர் சுரண்டிப் பார்த்தார்.

'மெதுவாய், கவனமாய்' என்றார் தேவமித்திரர்.

'இதென்ன தேவமித்திரரே, ஒரு வெற்றிலை அடையாளம்?'
தேவமித்திரர் முகம் மகிழ்ச்சியைக் காட்டியது.

'இதென்ன அரையநாதரே! ஒரு சுண்ணாம்பு வைக்கும் சம்புடம்?' அவர் இப்போது கண்டுபிடித்தார்.

மூன்றாவது அடையாளம் பாக்கு.

'சற்று நேரத்துக்கு முன்பு தென்பட்ட பெட்டியிலும் இந்த அடையாளங்கள் காணப்பட்டனவே' என்றார் அரையநாதர்.

'இது ஏதோ ஒன்றை விளக்குகிறது.'

'எதை?'

'கண்டுபிடிப்பது நம் வேலை'

இப்போது யோசித்தபடி தேவமித்திரர் ஒரு வேலை செய்தார். ஒரு கையின் விரல்களில் ஒரு விரல் வெற்றிலையையும், ஒரு விரல் பாக்கையும், ஒரு விரல் சுண்ணாம்பு சம்புடத்தையும் தொட, ஆச்சரியமாகக் கதவு திறந்தது. உள்ளே ஒளி பாய்ந்து காற்று வந்தது. நாலாபக்கமிருந்தும் திணிக்கப்பட்ட ஏதோ ஒன்று அகன்றது போல் இருவரும் உணர்ந்து மகிழ்ச்சியடைந்தனர். முன்புபோல் இயல்பு உணர்வு தேவமித்திரருக்கு வந்துவிட்டதைக் கண்டு அரையநாதர் அடைந்த ஆனந்தத்திற்கு அளவில்லை. இப்போது முற்றிலும் இயல்பாகிவிட்டனர் இருவரும்.

பின் தேவமித்திரரும் அரையநாதரும் திறந்த கத விற்குள் சென்றனர். அங்குப் பார்த்தால் ஒரு பெட்டி. அந்தப் பெட்டியிலும் கதவில் காணப்பட்ட அதே மூன்று சின்னங்கள். வெற்றிலை, பாக்கு, சுண்ணாம்பு சம்புடம். அந்தச் சின்னங்கள் எதற்காக என்பது இப்போது தேவமித்திரருக்கு எளிதாகத் தெரிந்திருந்தது.

மூன்று சின்னங்களையும் ஒரு கையின் மூன்று விரல்களால் தொட்டார். உடனே பெட்டி திறக்க, அதில் பார்த்தால், பெட்டிக்குள் ஒன்றும் இல்லை.

ஏற்கனவே கண்டுபிடிக்க வேண்டிய மர்மங்களையே இன்னும் கண்டுபிடிக்காத போது இன்னொன்றும் சேர்ந்துவிட்டதோ என்று இருவரும் நினைத்தனர். உடனே மீண்டும் அரையநாதர் ஒவ்வொன்றாகக் கண்டுபிடிக்க வேண்டியவற்றில் சிலவற்றின் பட்டியலைப் போட்டார்.

1. சூரியக்கோயில் கட்டப்பட்டதில் உள்ள மர்மம்
2. சிங்கப்படத்தில் உள்ள எட்டு வாசல்கள்
3. மருபூமி - சாவு உண்மை என்ன?
4. சூரியக்கோயிலில் பாடியது யார்?

பின்னர் இருவரும் அறையிலிருந்து வெளியே வந்தார்கள். அப்போது பறந்த ஜந்துவைப் பார்த்து முதலில் அருவருப்பும், பின்பு ஆச்சரியமும் அடைந்தார் அரையநாதர். அது ஒரு வெளவால்.

'இதுதான் நம்மைப் பயப்பட வைத்தது. வெளவால் நட மாட்டமும் அதன் தலைகீழ் தொங்கி ஏற்படுத்தும் சப்தமும் மனித நடமாட்டம் போல் கேட்டது' என்றார் தேவமித்திரர்.

பின்பு இருவரும் மேலே ஏற ஆரம்பித்தனர். கீழே போகும் போது ஏற்பட்ட சிரமங்கள் எதுவும் மேலே ஏறும் போது இல்லை. இருவரும் படிகளில் விரைவாய் ஏறி வெளியே வந்தனர். அரையநாதருக்கு ஏனோ மனதில் திருப்தி ஏற்படவில்லை. இரண்டு கொலை களைக் கண்டுபிடிக்க நேரடியாக எந்த ஆதாரமும் கிடைக்காதது அவருக்கு ஏமாற்றத்தைத் தந்தது. கொலைகளைக் கண்டு பிடிக்காமல் நாள்கள் சென்றுகொண்டிருப்பது அவருக்கு எரிச்சலை ஊட்டியது.

குறிப்பு 9

ஜி. கே. என்ற பெயரில் இந்த மர்ம நாவலை எழுதியிருக்கலாம் என்று கருதப்பட்ட மூன்று பேரையும் ஒதுக்கிவிட்டாலும் நம் பிரச்சினை தீர்ந்துவிடாது. என்றாலும் அந்த மூன்று பேரையும் ஒதுக்கிவிட்டு சில யூகங்களைச் செய்து பார்ப்பதில் தவறில்லை. அப்படிப்பட்ட சில யூகங்கள் எனக்கு இப்போது உருவா கின்றன. அந்த யூகங்களை உங்கள்முன் வைக்கிறேன்.

1. இந்தச் சுருங்கையின் வரலாறு மதக் கலவரங்களை வைத்துத் தீட்டப்படும் ஒரு கற்பனையாக வருவதால் இது இந்தியாவில் மதக் கலவரங்கள் நடந்த சுதந்திரத்திற்குப் பிந்திய காலத்தைக் குறிக்கிறது. குறிப்பாக, இந்து முஸ்லிம் பெரும் கலவரம் மூண்ட சந்தர்ப்பத்தை ஞாபக

மூட்டுகிறது. எனவே ஜி.கே. நம்மோடு வாழ்பவர் அல்லது வாழ்ந்துவிட்டு வாழ்வின் கொடூரம் தாங்காமல் நம்மை விட்டுப் பிரிந்திருக்கும் ஒரு தமிழ் எழுத்தாளர் என்று கூறுவதற்கும் வாய்ப்பிருக்கிறது.

2. ஏற்கனவே வந்த ஒரு விஷயம்தான். இந்த நாவலின் ஆரம்பத்தில் சராசினுடன் தேவமித்திரரும் அரைய நாதரும் பேசும் இடம் ஒன்று வருகிறது. அங்குக் கட்டடக் கலை பற்றிப் பேசும்போது 'பரிபூரணக் கொள்கை'யைப் பற்றி சராசின் பேசுகிறான். மர்ம நாவலை எழுதியவர் யார் என்று அறிய இந்தக் கொள்கை பற்றி அறிவது பயன் படும். இது ஒரு தீவிரவாத இரகசிய இயக்கத்தின் சிந்தனை. இதற்கான ஆதாரம் 'ஞானபானா' என்ற பெயரில் இப்போது எங்கும் இல்லாத ஓரிதழின் தவறாக அச்சிடப்பட்ட பக்கத்தில் மட்டும் இருக்கிறது. அந்தக் கொள்கை இயற்கையின் மர்மத்துள் எல்லாம் அடக்கம் என வாதிக்கிறது. வவேசு ஐயருக்கு சுதந்திரப் போராட்டக் காலத்தில் இவ்வியக்கம் பிரான்சிலிருந்து இந்தியாவுக்குத் தப்பிவர உதவியது. இது பிரிட்டிஷ் போலீஸ் இரகசிய குறிப்புகளில் காணக் கிடைப்பது (பார்க்க: *ஸ்கூல் ஆப் ஓரியண்டல் அண்ட் ஆப்பிரிக்கன் ஸ்டடீஸ் லைப்ரரி*, லண்டன்). இவ்வியக்கம் தொடர்ந்து சிறு நாடுகளின் விடுதலைக்கு உதவுகிறது. ஈராக்கில் குர்துகள், தென் ஆப்பிரிக்காவில் ஸுலுக்கள், அஸ்ஸாமில் போடோ, மியான்மரில் சில குழுக்கள் என்று. இந்தத் தகவல்களில் மிகை இருந்தாலும் அடிப்படைகள் சரியானவை. இது ஜி. கே. என்பது நாம் பார்த்து வந்த மூவரும் அல்லர் என்ற எண்ணத்தையே உறுதிப்படுத்துகிறது. அவர் தன் பெயர் வெளியில் வருவதை விரும்பாத ஒரு லட்சியவாதி. அண்டர்கிரவுண்ட் நபர் எனலாம்.

3. மூன்றாம் யூகம். கேரளத்திலும் கர்நாடகத்திலும் தமிழ் நாட்டிலும் வாழ்வதாகக் கருதப்படும் ஒருவரே இந்த மர்ம நாவலை எழுதியிருக்கலாம் என்பது. இவர் மொழியே எல்லாவற்றுக்கும் பிரதானம் என்பவர். இவர் யார் என்பதும் இன்னொரு முடிவு பெறாத ஆராய்ச்சி. எனினும்

மர்மமான இந்த ஆசாமி தமிழில் சில சோதனை நாவல்களும் புரியமுடியாத உரைநடையும் எழுதியுள்ளார். இவருடைய ஆராதகர்கள் பலப்பல அலுவல்களில் உள்ளனர். மொத்தம் 390 பேர். இவரைப் பற்றி இவரது சீடர் ஒருவர் முந்நூறு பக்கங்களில் ஒரு வாழ்க்கை வரலாறு எழுதிவைத்துள்ளார். வெளியிடப்படா அந்த நூலில் இவரைப் பற்றி இப்படிக் கூறி முடிக்கிறார். 'இவர் வாழ்வெல்லாம் நடந்துகொண்டிருந்தவர், தன் கால்களால்...'

20

இங்கு வந்து நாற்பத்தைந்து நாள்கள் ஆகிவிட்டன. இன்று மீண்டும் அமாவாசை. தேவமித்திரரும் அரையநாதரும் தனியாகவும் சேர்ந்தும் பல இடங்களுக்குச் சென்றனர். பலரிடம் பேசியும் பார்த்துவிட்டார்கள். இன்னும் எந்த மர்மத்தையும் தீர்க்கும் எந்த ஆதாரமும் அவர்களுக்குக் கிடைக்கவில்லை. அப்படி இருக்கும் போது அன்று ஒரு சேவகன் இவர்கள் இருக்கும் மாளிகைக்கு வந்தான்.

அன்று காலைக் காற்று இதமாக இருந்தது. காலைச் சிற்றுண்டியை முடித்து அன்றைய வேலைகளைத் திட்டமிட இருவரும் பேசிக்கொண்டிருக்கும் நேரத்தில் அந்தச் சிப்பந்தி வந்தான். அவன் ஒரு பெரிய இரும்பால் ஓரம் கட்டிய மரப்பெட்டியிலிருந்த நூல் ஒன்றைத் தேவமித்திரரிடம் கொடுத்துவிட்டு, வந்தது போலவே வெகுவேகமாக மறைந்தான். அவர் அந்த நூலைத் திறந்து பெயரை வாசித்தார். முதலில் காணப்பட்டது நான்கடிப் பாடல் ஒன்று. அந்தப் பாடலின் நான்காவது வரியில் நூலின் பெயர் குறிப்பிடப்பட்டிருந்தது. அந்த நூல்தான் இருவரும் தேடி அலைந்து கொண்டிருக்கும் பெயரைக்கொண்ட நூல் என்பது இருவரையும் அதிர்ச்சியடையச் செய்தது. அது 'வட்டவடிவப் படிகள்' என்ற பெயரைக் கொண்ட நூல்.

'அப்படியென்றால் அந்த நூல்தான் யுனசேனன் எழுதிக் கொண்டிருந்த நூலா?'

அரையநாதரின் கேள்விக்குப் பதிலிறுத்தார் தேவமித்திரர்.

'எதையும் நாம் இலேசில் நம்ப முடியாது. ஓர் உண்மையான நூல் இருந்தால் பல பொய்யான நூல்கள் உலவுகின்றன.'

'சரி எதற்கும் படியுங்கள்' என்றார் புன்முறுவலோடு அரையநாதர். தேவமித்திரர் படிப்பதற்குமுன் நூலின் பல பக்கங்களைப் புரட்டிவிட்டுச் சொன்னார். 'விசித்திரமாக உள்ளது. பயணக் குறிப்பு, அகராதி, பூக்களின் பெயர்கள், நோய்களுக்கான மருந்து, மர்மங்களுக்கான திறவுகோல், சிலைகள் செய்யும் குறிப்புகள், வரலாறு, ஐந்து பூக் கவிதைகள் என்னும் காதல்—போர்க் கவிதைகள் ஆகிய இவையும் இன்னும் பலவும் நூலில் இருக்கின்றன. எனவே இது வெறும் வரலாற்று நூல் அல்ல.'

'ஒருவேளை இது பொய் நூலாகவும் நிஜமான 'வட்டவடிவப் படிகள்' வெறும் வரலாறாகவும் இருக்கக்கூடுமோ என்னவோ?' என்று ஓர் ஐயத்தை முன்வைத்தார் அரையநாதர்.

'தெரியவில்லை' என்ற தேவமித்திரர், சற்றுநேரத்தில் அந்த நூலில் ஆழ்ந்தார். தொடர்ந்து வாசித்துக்கொண்டிருந்தார். பயணியின் வரலாறு என்ற ஒரு பகுதியை வாசித்துவிட்டு, தேவ மித்திரர் அரையநாதரைப் பார்த்தார்.

'இது ஒரு மர்மக்கதை போல் உள்ளது. இதில் ஒரு பயணி வருகிறான்' என்று கூறிவிட்டு உதடுகளை வெற்றிலை குதப்புவது போல் ஒரு பக்கமாகக் குதப்பினார் தேவமித்திரர். அப்படி அவர் முகசேஷ்டை செய்யும்போது குறும்பாக ஏதோ பேசப்போகிறார் என்று அர்த்தம்.

'உங்களைப் போன்றவர்கள் காண்கிற மனோ உலகக் காட்சி இது' என்றார். 'இந்தப் பயணி பற்றிய கதையின் பொருள் தெரியுமா?'

'இந்தக் கதையை வாசித்தது நீங்கள். அது என்ன கதை என்றுகூடச் சொல்லவில்லை. நான் காணும் மனவுலகக் காட்சி என்கிறீர்கள். அதுகூட என்ன மன உலகக் காட்சி என்று கூறவில்லை நீங்கள்.' பொய்க் கோபம் தொனிக்கச் சொன்னார் அரையநாதர்.

'உங்களைப் போன்றவர்கள் என்றால் திருமணமாகாதவர்கள் என்று அர்த்தம்.'

'என்ன சொல்கிறீர்கள், புரியவில்லை. புரியும்படி சொன்னால் என்ன?'

'சொல்கிறேன். ஒரு பயணி வந்து வட்டவடிவமான படிகளைப் பார்க்கிறான். இறுதியில் சாவைப் பற்றிப் பேசுகிறான்.'

'இதற்கும் நான் திருமணம் செய்யாததற்கும் என்ன தொடர்பு?'

தேவமித்திரர் தனது தாடையையும் மழுங்க சிரைக்கப்பட்ட தலையையும் தடவியபடி குறும்புடன் சொன்னார்.

'இந்தக் கதை புணர்ச்சியைப் பற்றியது.'

'அது என்ன கதை? கொஞ்சம் வாசியுங்கள் பார்க்கலாம். வட்டவடிவமான படிகள், மற்றும் சாவு; இதற்கு அர்த்தம் புணர்ச்சியாம்... நான் விரிவாய் தெரிந்துகொள்கிறேனே.'

'வாசிக்கிறேன், கேளுங்கள்' என்று தேவமித்திரர் வாசித்தார். அது ஒரு பயணியைப் பற்றியதாக இருந்தது.

நிறுத்திவிட்டுத் தேவமித்திரர் அரையநாதரைப் பார்த்தார். பின்பு தொடர்ந்து வாசித்தார். இப்போது படித்த பகுதி பயணியைப் பற்றியதாக இல்லாமல் வட்டவடிவப் படிகளைப் பற்றியதாக இருந்தது. அங்குத் தேடிவந்தவனைப் பற்றிக் கூறாமல், படிகளின் விசித்திரத்தன்மையை விளக்குவதில் கவனம் செலுத்தியிருந்தது.

'இப்படிச் செல்கிறது...' என்றார் தேவமித்திரர்.

'இதில் எனக்கொன்றும் புரியவில்லையே, தேவமித்திரரே!' என்றார் அரையநாதர்.

'தொடர்ந்து கேளுங்கள், புரியும்' என்று கூறிவிட்டுத் தொடர்ந்தார் அவர்.

அரையநாதர் சற்றுநேரம் யோசித்துவிட்டுச் சொன்னார்.

'இதில் எங்கே வருகிறது புணர்ச்சி, தேவமித்திரரே?' அரைய நாதரின் கேள்வி தேவமித்திரரைத் தலையை உயர்த்திப் பார்க்க வைத்தது.

இது ஏதோ மர்ம மொழியாக இருக்குமோ என்ற ஐயம் அரைய நாதர் மனதில் தோன்றியது.

தேவமித்திரர் கூறினார்.

'ஓர் ஊரில் பசுவைப் பிடித்துக்கொண்டு போகிறார்கள் என்றால் யுத்தம் வருகிறதென்று அர்த்தம். குழந்தைகளையும் பெண் களையும் வேறு ஊருக்கு அனுப்புகிறார்கள் என்றாலும் அதே அர்த்தம்தான். அதுபோல் கதையில் வரும் படகு என்பதும்

வட்டவடிவம் என்பதும் வடிவத்தால், பெண்ணின் யோனியோடு ஒத்திருப்பதால் அதை யோனிக்கான அடையாளம் என்றும், அவன் படகில் கால்வைப்பதும் வட்டவடிவப்படியில் ஏற விரும்புவதும் அவனுடைய புணர்ச்சி ஆசையைக் குறிப்பிடுகிறது என்றும் கூறலாம். அந்த மொழி நடையில் உள்ள ஒரு இரகசிய முணு முணுப்பு சத்தமும் இந்த அர்த்தத்தையே தருகிறது. மீண்டும் ஒருமுறை வாசித்துப் பாருங்கள்...'

தேவமித்திரர் கூற்றைக் கேட்டு அரையநாதர் ஆச்சரியப்பட்டார்.

'இப்படி அர்த்தம் சொல்வதற்கு உங்களுக்கு என்ன ஆதாரம்?' என்று அரையநாதர் கேட்டபோது,

'ஒரு சூத்திரம் கேட்டிருக்கிறீர்களா? சொல்கிறேன்.'

'உவமமும் பொருளும் ஒத்தல் வேண்டும்' என்று புராதன சூத்திரம் ஒன்று கூறுகிறது. அந்தச் சூத்திரம் படகு, ஏணி, படிகள், வட்டம் போன்ற சொற்கள் எந்தப் பொருளைத் தருகின்றன என நாம் கண்டுபிடிக்க உதவுகின்றன...' என்றார் தேவமித்திரர்.

அந்த பயணி பற்றிய கதையைக் கொண்டிருந்த 'வட்ட வடிவப் படிகள்' என்ற புத்தகத்தைப் பார்த்தார் அரையநாதர். அதை யார் அனுப்பியிருப்பார்கள் என்று யோசித்த போதும் இருவருக்கும் ஒன்றும் புரியவில்லை. ஏதோ பெரிய மர்மம் இந்த நூலில் அடங்கி யிருக்க வேண்டும் என்று மட்டும் இருவரின் உள்ளுணர்வும் கூறின.

அப்புத்தகம் அதிக கவனத்துடன் பாதுகாக்கப்பட்டிருந்தாலும் அதன் ஓரங்களில் நீர் ஊறி நிறம் மாறியிருக்கிறது.

அரையநாதரை நூலின் உள்ளடக்கம் கவர்ந்தது போலவே அதன் வெளித்தோற்றமும் கவரத்தான் செய்தது. திடீரென்று ஏதோ ஒன்று மனதில்பட, தேவமித்திரரிடம் நிலத்தடியில் கிடைத்த அந்த மர்ம ஓவியம் பற்றிக் கேட்டார் அவர்.

தேவமித்திரர் அதனை வைத்திருக்கும் இடத்தைப் பற்றிச் சொன்னார். உடனே அரையநாதர் விரைந்து சென்று அந்த ஓவியத்தை எடுத்தார். அப்போதும் மேல் பார்வைக்கு அந்த மர்ம ஓவியம் புரியாத பல சித்திரிப்புகளுடன் ஏற்கனவே தெரிந்தது போல் ஐந்து கோடுகளை மட்டும் கொண்டிருந்தது. இவற்றிற் கிடையில் கிறுக்கல்களும் தெளிவற்ற சித்திரிப்புகளும்தான்

தென்பட்டன. திருப்பித் திருப்பிப் பார்த்தபோது, ஏதோ ஒருவித எண் இரகசியம் அதில் இருக்கக்கூடும் என்ற உணர்வு ஏற்பட்டது அரையநாதருக்கு. ஓடிவந்தார் தேவமித்திரரிடம். அவர் அசதியில் சாய்ந்து சோர்வின் காரணமாக அமர்ந்தே நித்திரை செய்து கொண்டிருந்தார். அவரை இவருடைய உற்சாகத்தால் எழுப்பக் கூடாது என்றுகூட எண்ணாமல் எழுப்பினார். உடனேயே கண் களைத் துடைத்துக்கொண்டு எழுந்துகொண்டார் தேவமித்திரர்.

மேல் நோட்டத்திற்குத் தெரியும் குழப்பமான சித்திரிப்பு களுக்குள் வேறு சில எழுத்துகள் இருப்பதைச் சொன்னார். அவருடைய முகத்திலும் வியப்பு தோன்றியது. ஒரு கத்தியை எடுத்து லேசாகச் சில பகுதிகளைச் சுரண்டச் சொன்னார் தேவமித்திரர். அரையநாதர் அப்படியே செய்தார். சில எழுத்துகள் வெளிப்பட்டன. ஐந்து சுவர்கள் என்பது இப்போது மறைய, 'தாமரை' என்ற குறியீட்டுச் சொல் வெளிப்பட்டது. இது ஒரு எண்ணைக் குறிக்கும் சொல். 'தாமரை' வெளிப்பட்டதும் தேவமித்திரருக்கு வியப்பென்றால் வியப்பு. அடுத்த ஒரு பகுதியைச் சுரண்டிய போது, 'வெள்ளம்' என்ற எண்ணைக் குறிக்கும் அந்தக் காலத்துச் சொல் ஒன்று வெளிப்பட்டது. தொடர்ந்து ஓவியத்தைச் சுரண்டியபோது ஓவியம் முற்றிலும் வெறும் எண் சொற்களாலானது என்று புரிந்துகொண்டார்கள். ஐந்து சுவர்கள் என்பது இப்போது இல்லாமலானது. இதிலிருந்த மொத்த எண்கள் முந்நூற்றறுபத்தைந்து. முந்நூற்றறுபத்தைந்து என்பது ஒரு முக்கியமான எண் என்பது புரிந்தது.

'தேவமித்திரரே, இதே எண்தான் நூலகத்தின் மொத்த புத்தகங்களின் எண்ணிக்கை. அதுபோல் துபல் மாளிகையின் இரகசிய பாதாள அறையின் படிகளும் முந்நூற்று அறுபத்தைந்து தான். இது உங்களுக்கு எதையும் சுட்டவில்லையா?'

அவர் முகத்தில் ஓர் ஒளி தோன்றியது. அந்த எண்ணில் ஏதோ இருக்க வேண்டும் என்பதை அவரும் ஒத்துக்கொண்டார். அரையநாதர் தன் திருப்தியைத் தெரிவித்தார்.

'ஒரு வழியாக மர்ம ஓவியத்தின் உள் இரகசியமும் முந்நூற்றறுபத் தைந்து என்ற எண்ணின் ஒற்றுமையும் கண்டுபிடித்தாகிவிட்டது.'

புன்னகை மூலம் தனது பாராட்டை அரையநாதருக்குத் தெரிவித்தார்.

‘ஆனால் முந்நூற்றறுபத்தைந்து என்பதற்கும் இந்த நகரின் இரகசிய அமைப்பு முறைக்குமுள்ள வேறு தொடர்புகள் எவை எவை என்பதைக் கண்டுபிடிப்பதுவரை கொலைகள் பற்றித் தெரியாதே அரையநாதரே’ என்ற தேவமித்திரரை அரையநாதர் ஆமோதித்தார் என்பது அவர் முகத்திலிருந்து தெரிந்தது.

21

அன்று வழக்கத்திற்கு முன்பாகவே தேவமித்திரர் தூங்கச் சென்றார். அவருடைய ஏடுகளும் பிற நூல்களும் மேசைமீது இறைந்து கிடந்தன. வழக்கத்திற்கு மாறான இந்தச் செயல் அரையநாதருக்கு வியப்பைத் தந்தது. இரண்டு கொலைகளையும் கண்டுபிடிக்கும் ஆதாரம் ஏதும் இல்லாததால் தேவமித்திரர் மிகவும் குழம்பிப் போயுள்ளார் என்று தோன்றியது.

வட்டவடிவப் படிகள் என்ற நூல் அந்தப் பெரிய அறையின் மேசைமீது வைக்கப்பட்டிருந்தது. தேவமித்திரர் தூங்குவதற்காக அவரது அறைக்குப் போய்விட்டதால் அரையநாதர் அந்த நூலை எடுத்துப் பார்த்தார். அந்தப் புத்தகம் யார் அனுப்பிய புத்தகம்? புவன நந்திதான் நூலகத்தில் இருக்கிறார். அவர் கொடுத்து அனுப்பியிருக்கலாம், அல்லது அமைச்சர்கூட கொடுத்தனுப்பி யிருக்கலாம். கொண்டுவந்தவனை விட்டிருக்கக்கூடாதென்று இப்போது நினைவு வந்தது. இனி என்ன செய்ய முடியும்? அரைய நாதர் நூலின் பின்பக்கத்தைப் புரட்டினார். அப்பக்கத்தில் வரலாறு எழுதிய பகுதி காணப்பட்டது. அதன் உட்பகுதியாக உளவு *சாஸ்திரம்* என்று இருந்தது. இந்த அத்தியாயத்தில் ஒரு பாடல்.

ஒற்றொற்
றித்தந்
தபொரு
ளையு
மொற்றுமோ
ரொற்றினா
லொற்றிக் கொளஎல்.

இந்த அர்த்தம் புரியாத தாந்திரீக பாணிக் கவிதை எந்த மொழியில் எழுதப்பட்டிருக்கிறதென்று அரைய நாதரால் புரிந்துகொள்ள முடியாததால் பாடலின் பொருளை எடுத்துப் பார்த்தார். அது புரியும்படியிருந்தது. ஓர் அமைச்சர்தான் அனுப்பிய ஒருவனை மட்டும் நம்பி உளவுபார்க்கக்கூடாது. அப்படி அனுப்பப்பட்டவனைக்கூட உளவுபார்க்கக்கூடிய இன்னொருவனை அனுப்புவதில் தப்பில்லை. இந்தப் பாடலின் உரையைப் படித்ததும் அந்த அத்தியாயத்தின் முக்கியத்துவம் புரிந்தது. இதுபோல் ராஜரகசியங்கள் பலவும் பாடல் வடிவத்தில் எழுதப்பட்டிருந்தன. ஒற்றனைக்கூட உளவுபார்க்க வேண்டும் என்ற அந்தச் சிந்தனை அரையநாதருக்குப் புதுமையானதாகத் தெரிந்தது. தேவமித்திரரை துப்பறிபவராக இந்த ராஜாவைத் திருந்தாலும் தேவமித்திரரையும் அரையநாதரையும் உளவு பார்க்க வேறு ஆட்களை வைத்திருப்பார் என்று மின்னல் போல ஓர் எண்ணம் அரையநாதருக்குத் தோன்றியது.

பின்னர் நூலை மூடி வைத்துவிட்டு வெளியில் வந்தார் அரையநாதர். எங்கும் ஒரே இருள். அந்தக் கோடை காலத்தில் காற்று சுகமாக வீசியது. குதிரை அரையநாதரைப் பார்த்ததும் பரிச்சய உணர்வு காட்டியது. ஏதோ ஒரு மனநிலையில் குதிரையை அவிழ்த்துப் புறப்பட்டார் அரையநாதர், தனியாகக் கொஞ்ச தூரம் போய்ப் பார்க்கலாமே என்று.

குதிரை, துபல் மாளிகைக்கு நேராகச் சென்றது. தேவமித்திரர் இல்லாமல் செல்கிறோமே என்று பய மாகவும், செல்வது தவறாக முடியுமோ என்றும்கூட தோன்றியது. ஏதோ ஓர் அசட்டுத் தைரியத்தில் போய்க்கொண்டேயிருந்தார்.

துபல் மாளிகை வந்துவிட்டது. அது இருளில் ஒரு பூதம்போல் காட்சி தந்தது. மாளிகைக்கருகில் நின்ற சேவகர்களுக்குத் தேவமித்திரருடன் இருப்பவர் என்பதற்கான அடையாள முத்திரை யைக் காட்டியதும் அவர்கள் அகன்று போய்விட்டார்கள்.

அப்போது அங்கு மாளிகையின் ஒரு மூலையில் ஓர் உருவம் பதுங்கியிருந்தது தெரிந்தது. அரையநாதருக்கு ஆச்சரியம். ஏற்கனவே பயமேறிய அவர் மனதில் நடுக்கம் ஏற்பட்டது. மயிர்க் கண்கள் சில்லிட்டன. நெஞ்சுரத்தை வரவழைத்துக் கொண்டு அந்த உருவத்திற்கு அருகில் உருவிய வாளுடன்

அணுகினார். அவர் அப்படிப் பக்கத்தில் சென்றபோதும் அந்த உருவம் அசையாமல் நின்றதால் நம்மைத் தாக்கும் உருவமல்ல என்று அவர் புரிந்து சற்று நிதானமாக அந்த உருவத்தினருகில் சென்ற போது அந்த நபரைக் கண்டு அரையநாதருக்கு அளவிட முடியாத வியப்பு ஏற்பட்டது.

அது வேறுயாருமல்ல, கப்பில்லன்.

'நான் கப்பில்லன். உங்கள் நண்பன்' என்றான் கப்பில்லன்.

அரையநாதரும் ஒற்றைக்கால் நிழலை இப்போது கண்ணுற்ற தால் அவ்வுருவம் கப்பில்லன்தான் என்பதைச் சந்தேகப்பட வில்லை. யாரும் அங்கு ஒற்றுக் கேட்கக்கூடும் என்று நினைத்துக் கீழ்க்குரலில், 'கப்பில்லன், எதற்காக இங்கே...?' என்றார். கப்பில்லன் திறமைசாலிதான் என்பதைப் பதிலில் காட்டினான். 'உங்களைப் போல்தான் நானும் வந்தேன்.' அதன் பின்னர் இருவரும் பேசவில்லை. துபல் மாளிகையின் இரண்டாவது அறைப்பக்கம் அவன் சைகை மூலம் அரையநாதரை அழைத்துச் சென்றான். அங்கு மரங்களுக்கும் செடிகளுக்கும் ஓரத்தில் நிழலில் ஒதுங்கி நின்றான்; அரையநாதரையும் ஒதுங்கி நிற்க வைத்தான்.

மரங்கள் நின்ற இருளுக்குள் இருவரும் சென்றபின் அவன் இவர் முகத்தைப் பார்த்தான். அரையநாதரிடம் ஒரு சிறிய கட்டாரி இருப்பது அவருக்கு ஞாபகம் வந்தது. ஒற்றைக் காலோடு அவன் நடந்தாலும் அவ்வளவு லாவகமாக நடமாடினான். மேலும் அந்தப் பிராந்தியங்கள் நன்கு பரிச்சயமுள்ளவை என்பதுபோல் நடந்துகொண்டான்.

'உங்கள் நண்பரைத் தனியாய் விட்டுவிட்டு துப்பறியக் கிளம்பிவிட்டீர்கள் போலுள்ளது.'

கப்பில்லன் நட்புடன் பேசுகிறானா, அல்லது கிண்டல் செய் கிறானா என்று கண்டுபிடிக்க முடியாமலிருந்தது அவன் கேட்ட முறை.

அரையநாதர் அவன் முகத்தை உற்றுப்பார்த்தார். என்ன பேசலாம் என்று யோசிக்கும் முன் அவனே சொன்னான்.

'நீங்கள் இங்கு வந்து போனதை எங்கள் அடிமைகள் எனக்குக் கூறியுள்ளார்கள்.'

அவன் சொன்னதைக் கேட்டு அரையநாதருக்கு வியப்பாக

இருந்தது. மிகவும் இரகசியமான காரியம் என்று தேவமித்திரரும் அரையநாதரும் கருதிய பாதாளச் சுரங்கப் பயணத்தை இவன் சர்வசாதாரணமாகத் தனக்குத் தெரியும் என்கிறானே. இவனது அடிமை ஒற்றர்கள் எங்கும் இருப்பார்கள் போலுள்ளதே என்று யோசித்தார்.

'என் உதவியை நீங்கள் பெற்றால் இந்தச் சுருங்கையின் பல இரகசியங்களும் நிமிடத்திற்குள் தெளிவாகிவிடும். வேண்டு மென்றால் ஒருண்மையைக் கேளுங்கள், சொல்லட்டுமா...? சொல்லட்டுமா?' என்று அவசரப்பட்டான்.

ஏதோ சொல்ல வருகிறானே என்று 'சரி' என்றார் அரையநாதர்.

'அதிர்ச்சியடையாதீர்கள் நான் சொல்வதைக் கேட்டு' என்று கூறிவிட்டுப் பேசினான்.

'துபலின் மரணம் சாதாரணமாய் நோயால் ஏற்பட்ட மரணம் என்றுதானே நினைக்கிறீர்கள்?'

'ஆமா, அது அது...' என்று அரையநாதர் அவசரப்பட, கப்பில்லன் சிரித்தான்.

'அது நோயால் வந்த மரணம் அல்ல, கொலை' என்றான். தொடர்ந்து சொன்னான்.

'மூன்றாவது கொலை'

'அப்படியா?' என்று அரையநாதரின் கட்டுப்பாட்டையும் மீறி, வாயிலிருந்து ஆச்சரியச் சொல் வந்தது.

பாவி கப்பில்லன் படுபயங்கரமாய் நின்று மந்தகாச மாய்ச் சிரித்தான். அவனது முரட்டு முகத்தில் உறுதிகூடியிருந்தது. சிரிப்பை நிறுத்தினான்.

'இனி வேறு விஷயங்களுக்குப் போவோம். அந்த அமைச்சர் மீது ஒரு கண் வைத்திருங்கள். அவன் பொய்யனும்கூட.'

'கொலைகளில் அவனுக்குப் பங்கிருக்கும் என்று நீ நினைக் கிறாயா கப்பில்லன்?'

'அது எனக்கு இன்னும் தெரியவில்லை. அதற்காகத் தானே உங்களைப் போலவே நானும் இந்த நடு இரவில் அலைந்து கொண்டிருக்கிறேன். அமைச்சர் மோசமான மனிதர். எங்கள் வம்சத்தை அழிக்க முயல்கிறார். ஆயிரத்தெட்டு அடிமைகள்

இந்த நகரில் வாழ்கிறார்கள். அவர்களைப் பூண்டோடு அழிக்க இருக்கிறார்.'

'எப்படி?'

'யோகச்சீட்டு என்பது எங்களைப் பொறுத்தவரை முக்கியம். அதில் சமமான பங்கு வேண்டும். எங்களுக்கு லாபத்தில் பங்கைத் தர மறுக்கிறார் அமைச்சர். அவருடைய தூண்டுதலால்தான் அடிமைகளின் உரிமை மறுக்கப்படுகிறது.'

அப்போது அரையநாதர் நல்ல வாய்ப்பென்று கருதி, அமைச்சருக்கும் கப்பில்லனுக்குமுள்ள பகைமையைப் பற்றி அறிந்து கொள்ள முயன்றார்.

'உன்னைப் பார்த்தால், அவருக்கு ஆவதில்லை. அவரைப் பார்த்தால் உனக்கு ஆவதில்லை. இதற்கான ஆழமான காரண மென்ன, கப்பில்லன்?'

சற்று யோசித்துப் பிறகு பேசினான்.

'என்னவோ தெரியவில்லை, அரையநாதரே. இது தான் இயல்பான மனித வெறுப்பு என்பதோ? அவர் பிராமணர்; பிராமணர்கள் என்றாலே எனக்கு ஒரு வெறுப்பு; நான் சார்வாகன், அதனால் இருக்கலாம், அவருக்கும் என்மீது வெறுப்பு.'

இப்போது கப்பில்லன் அரையநாதரின் கணிப்பில் ஒரு படி உயர்ந்தான். அவன் ஒரு முரடன் மட்டுமல்ல, மனித இயல்பை ஆழமாய் ஆய்வு செய்கிற உயர்ந்த பண்புகளும் கொண்டவன். அவன் எப்போதும் பேசும் சொற்களுக்கிடையில் இப்படிப்பட்ட ஒரு கேள்விக்குப் பதிலைத் தேடாமல், புதிய பதில் ஒன்றை யோசித்துப் பார்த்தானே என்பது அரையநாதரை அவன்பால் ஈர்த்தது. மீண்டும் சற்று நேரத்தில் பழையவிதமான பேச்சு முறைக்குத் திரும்பினான்.

'என்ன இருந்தாலும் அமைச்சரை நாங்கள் மன்னிக்க மாட்டோம். எங்கள் மக்கள் மூக்கின்றியும் காதின்றியும் பிறக்க ஆரம்பித்துள்ளார்கள். பிற தேசத்துப் பயணிகள் வரும்போது எங்கள் மக்களைக் கூண்டுகளில் அடைத்துக் காதில்லாத மனிதனைப் பாருங்கள், மூக்கில்லாத மனிதனைப் பாருங்கள் என்று பொருட் காட்சிப் பொருள்போல் காட்டத் தொடங்கிவிட்டார்கள். எங்களுக்கு இந்தத் தேசத்து ராஜனையும் ராணியையும் கொல்ல வேண்டும். அவர்களை ஆட்சியிலிருந்து இறக்கி எங்கள் பழைய ஆட்சியை

நிலைநாட்ட வேண்டும்.'

கப்பில்லன் கோபத்தோடு பேசினான். இப்படிப்பட்ட பேச்சு அரையநாதருக்கு முதலில் எரிச்சலை உண்டுபண்ணினாலும் இப்போது அமைதியாக நடந்துகொள்ள வேண்டும். அதுவே பலனளிக்கும் என்று அவருடைய மனம் கூறியது.

'அப்படியானால், இப்போது ஆளுகின்ற ராஜவம்சத்தின் நாடல்லவா இது?'

கப்பில்லன் குரல் உயர்ந்தது.

'அந்தக் கதையைச் சொல்கிறேன் கேளுங்கள். இது இவர்கள் உருவாக்கிய நாடு அல்ல. இவர்களுடைய சரித்திரக்காரன் ஒரு பொய்யன். அவனது சரித்திர நூல் பொய்யான நூல்; பொய் சரித்திரம் வெளிப்படக் கூடாதென்று, சரித்திர நூலில் கவிதை பற்றியும், உளவு சாஸ்திரம் பற்றியும், கற்பனைக் கதை பற்றியும்கூட எழுதி நியாயம் தேடுகிறான். கிரந்தக் கோயில் பொய்களின் அலங்கார மாளிகை. அதைக் காவல் புரியும் புவனநந்தி ஒரு கொலைகாரன்...'

உடனே அரையநாதருக்குக் கப்பில்லன் கூற்றின் மீது சந்தேகம் வந்தது.

'கப்பில்லன், நீ சொல்வதை நான் ஏற்கமுடியாது. நீ தான் அன்று யுனசேனன் தான் எழுதும் சரித்திரத்தில் அடிமைகளைப் பற்றிக் கூட ஓரிடத்தில் எழுதுகிறார் என்றாய்.'

'ஆம், சொன்னேன். வேண்டுமென்றே தேவமித்திர ரிடம் சொன்ன பொய் அது. அன்று நான் சொன்ன தெல்லாம் பொய்.'

அரையநாதருக்கு வியப்பு இன்னும் கூடியது. என்றாலும் இவனுடன் தொடர்ந்து பேச வேண்டும் என்பதற்காக, வேறு யாராவது இருவரும் பேசுவதை ஒற்றுக் கேட்கக்கூடும் என்று சந்தேகம் தெரிவிக்க, அவன் அவர் கவலைப்படத் தேவையில்லை; ஏனெனில் இந்தப் பிராந்தியம் முழுவதும் அடிமைகள் காவல் புரிகிறார்கள் என்றான்.

இவன் லேசானவன் இல்லை என்று அரையநாதர் நினைத்தார். அத்துடன் தனக்கும் இனி பயமில்லை என்ற நினைப்பும் வந்தது அவருக்கு.

அடுத்ததாக, கப்பில்லன் கூறிய செய்தியும் வேண்டு கோளும்

அரையநாதருக்கு இன்னும் வியப்பைக்கூட்டின.

'அரையநாதரே, கேளுங்கள். இங்கு நான் சொல்கிற விஷயங் களையும் இரகசியங்களையும் உங்கள் நண்பர் தேவமித்திரர் அறியக்கூடாது. அறிந்தால் நீங்கள் எவ்வளவு பெரிய போர்வீரராக இருந்தாலும் இங்கிருந்து தப்பமுடியாது.' அவன் கண்கள் பாம்பின் விஷம் கக்கின. பின்பு நட்பு முகம் காட்டி, எதையும் தேவமித்திர ருக்குச் சொல்வதில்லை என்று அரையநாதரிடம் உறுதிமொழி வாங்கினான். பின்னர் மிக நல்லவன் போல் மாறினான். 'எனக்குப் போர் வீரர்களைப் பிடிக்கும். எனவே உங்களையும் பிடிக்கும்' என்று கலகலவெனச் சிரிக்க, தொலைவில் நிழலாட்டம் தெரிந்தது.

அரையநாதரின் கண்கள் அக்கம்பக்கம் பார்க்க, 'பயப்படத் தேவையில்லை. அவர்கள் என் சேவகர்கள்' என்றான். பின்னர்,

'அமைச்சர் கூறுவது கேட்டு என்னையோ, வேறெந்த அப்பாவி யையோ நீங்கள் கொலைக் குற்றத்தில் தொடர்புபடுத்தினால் எங்கள் எதிரியின் கூட்டத்தில் நீங்களும் சேர்ந்துவிடுவீர்கள்... உஷார்...' என்று கடும் கோபத்தில் கூறிவிட்டுத் திடீரென்று முகத்தை மாற்றிக் குழந்தைபோல் சிரித்துவிட்டு, 'சரி, இனி சுருங்கையின் சரித்திரத்தைக் கேளுங்கள், சொல்கிறேன்' என்று தொடங்கினான்.

'இது எந்தச் சரித்திரம்? எழுதிவைத்துள்ளார்களா அறிஞர்கள்?'

'இல்லை, அரையநாதரே. இது எழுதாத சரித்திரம். எங்கள் மக்கள் காதின்றி, மூக்கின்றி வாழ்கிறார்கள். அவர்கள் மனதி லிருந்து வரும் வாய்மொழி வரலாறு.'

'அப்படியா? சொல்.'

'இந்த நாடு எங்களுடைய சார்வாக நாடு. எங்கள் ராஜா 'பிதிருத்ரு' என்பவன் தேவர்களை மகா யுத்தத்தில் தோல்விறச் செய்து எங்கள் சாதியை ராஜர்களின் சாதியாக்கினான். அவனுடைய வம்சம்தான் சுருங்கையின் முதல் ராஜகுலம். பிதிருத்ரு சுருங்கையின் அண்டை நாட்டு ராஜனின் மகளை மணம் செய்தான். அவளது பெயர் ருனிஸா என்பது. பிதிருத்ருவுக்கும் ருனிஸா வுக்கும் எழுபது மக்கள் பிறந்தனர். பின்பு பிதிருத்ரு தன் பிள்ளைகளுக்கு ரதம், குதிரை, வாள், யானை பயிற்சிகளைக் கொடுக்க வேண்டும் என்று ருனிஸாவின் தந்தைக்கு வேண்டுகோள்

அனுப்பினான். ருனிஸாவின் தந்தை அப்படியே செய்தான். பின்பு அவர்கள் வளர்ந்தபோது பிதிருத்ரு அவர்களை அழைத்து வந்து தனது நகரக் காவலர்களையும், வரி வசூல் செய்பவர்களையும், நியாயாதிபதிகளையும் அழைத்து அவர்கள் எழுபது பேரும் தன் பிள்ளைகள் என்று அறிமுகம் செய்தான்.

அதன்பின் பிதிருத்ரு நோய்வாய் பட்டபோது தனது மூத்த குமாரர்களை அழைத்து அவர்களில் வலதுபுறம் நின்ற மூத்தவனுக்கு ஆட்சியை ஒப்படைத்துச் செத்துப்போனான். அவனது பெயர்தான் ஆகாபு என்பது.

ஏதோ ஒலி இப்போதும் அரையநாதருக்குக் கேட்க, அவர் அச்சம் கொண்டார். அவன் சற்று நிறுத்திவிட்டுச் சொன்னான்.

'எங்கள் ஆள்கள்தான், கேளுங்கள் சரித்திரத்தை. ஆகாபு சில வருடங்கள் ஆண்ட போது பெயரில்லாத ஒரு நோய் பரவ, எழுபது பேரில் அறுபத்தொரு பேரும் மாண்டார்கள். அவர்களோடு ஆறாயிரம் ஆண்களும், இரண்டாயிரம் பெண்களும், மூவாயிரம் குழந்தைகளும் இறந்தார்கள். அத்துடன் ஏழாயிரம் ஆடுகளும், மூன்றரையாயிரம் வெட்டுக்கிளிகளும், ஓராயிரம் மீன்களும் இறந்தன. அதன் பிறகு உயிருடனிருந்த சல்லூசின் என்பவனும் அவனுடைய மகன் ஆகாஸூம் பத்தாண்டுகள் வீதம் ஆண்டனர். ஆகாஸ் மரணப்படுக்கையில் இருந்தபோது அவனது மகன் நித்ருவை அழைத்து, 'நீ மனிதர்களையும் மிருகங் களையும் பறவைகளையும் ஆளும் நாள் வரும்போது எனது ஆவி உன்னைச் சந்திக்கும்' என்று கூறி, அவன் மடியில் தலைவைத்துப் படுத்து மரணமடைந்தான்.

'பின்னர் ஆகாஸின் மகன் நித்ரு பதினேழு ஆண்டுகள் மேன்மையாய் ஆண்டான். அவன் நீதிக்குப் பெயர் போனவன் என்று கவிதைகள் இயற்றப்பட்டன. நித்ரு தனது பன்னிரண்டு அமைச்சர்களில் ஒருவனான யஷதன் என்பவன் வயதானவர்களை வருத்துகிறான் என்றும், இரவுகளில் செல்வந்தர்களின் வீடுகளில் விருந்துகள் நடத்துகிறான் என்றும் அறிந்து அவனை ஆட்டுக்கு மயிர் வெட்டுமிடத்தில் வைத்துக் கொல்ல ஆணையிட்டான். பிறகு நித்ருவின் பதவிக்காலம் முடிந்தபின் அவன் தனக்குப் பிறந்த பாகாலை ராஜாவாக்கினான்.

'பாகால் பதினோராண்டுகள் ஆண்டபின் ஹரிஷேணன்

என்பவன் ஆண்டான். ஹரிஷேணன் காலத்தில் சமணமத ராஜனான சாந்திநாதன் பக்கத்து ராஜியத்தில் வெற்றிபெற்று ஆட்சி புரிந்தான். யோகச் சீட்டில் அப்போதுதான் சார்வாகர்களுக்கு உரிமை மறுக்கப்பட்டது. ஹரிஷேணன் இறந்தபின் அவனது அண்ணன் மகனான பானதாப் ஆட்சி புரிந்தான். அதன் பிறகு தகனன், தகனனுக்குப் பின் பாசானி என்று ஆட்சிக்கு வந்தனர்...'

'இவ்வளவு பெரிய சரித்திரப் புகழ் படைத்தவர்களா இந்தப் பழங்குடிகள்?' என்றார் அரையநாதர்.

'ஆம், பாசானிதான் இந்த ஊர் சார்வாகப் பழங்குடிகளின் கடைசி ஆட்சியாளன். யுனசேனன் பலரிடம் பாசானிதான் பெரிய கொடுமை செய்தவன் என்று கூறியது இதனால்தான். பாசானியைத் தாக்கிக் கொன்றவன் காடுகளில் ஒளிந்திருந்த சூரியகுல அரசனான அகமிந்திரன். அகமிந்திரன் காடுகளில் வாழும்போது சூரியகுல வழிபாட்டுக்காரனானான். அவன் தனது எண்பதாவது வயதில் சுருங்கையில் ஆட்சிக்கு வந்தான்.' யுனசேனன் அரையநாதரிடம் பாசானி ஒரு பாம்பு என்று முதல் சந்திப்பின் போது கூறியது இப்போது அரையநாருக்கு ஞாபகம் வந்தது.

'அதன் பிறகு அகமிந்திரனின் மகன் விஜயன் ஆட்சிக்கு வந்தான். அகமிந்திரனின் மகனாகையால் விஜயனும் சூரியகுல வழிபாட்டுக்காரனே.'

அரையநாதர் ஆச்சரியமடைந்தார்.

'அப்படியானால் புவனநந்தி சொன்ன சரித்திரமான சமலன், அவன் தம்பி அமலன் இதெல்லாம்...?'

'கேளுங்கள், இவர்கள் செய்துள்ள குறும்புகளை. பாசானி என்ற பழங்குடிகளின் ராஜன் இறுதிக்காலத்தில் சூரிய வழிபாட்டுக்காரன் ஆகிவிட்டான் என்கிறார்கள். அதனால்தான் காட்டில் வாழ்ந்த அகமிந்திரன் என்ற சூரிய வழிபாட்டுக்காரனுக்கு ஆட்சியை ஒப்படைத்தான் என்கிறார்கள். பாசானிதான் கீர்த்திபௌமன் என்ற சார்வாக ஆட்சிக்காரன் என்றும், அகமிந்திரன்தான் காட்டில் வளர்ந்த தனபத்திரன் அது இது என்று நிறைய பெயர் மாற்றங்களையும் அதுபோல் இடைச் செருகல்களையும் இந்த வரலாற்றை ஏட்டில் எழுதும்போது சேர்த்துவிட்டார்கள். அதன் தொடர்ச்சியாகப் பத்து தலைமுறைகள் என்னென்னவோ

நடந்தன. பத்தாம் தலைமுறைதான் சமலன் வந்தான். அதன் பின்பு அமலன் வந்தான் என்று கதை கட்டுகிறார்கள். சமலன், அமலன் ஆகியோர் இந்த ஆள்களின் கண்டுபிடிப்பு. அப்படி இருவர் வரலாற்றில் இல்லை... யுனசேனன்தான் அந்தக் கற்பனை வரலாற்றை உருவாக்கியவன்.'

அரையநாதருக்கு எதை நம்புவது, எதை நம்பாமல் விடுவது என்று புரியவில்லை.

'அப்படியென்றால் சராசின் சாவுச் சடங்குக்கு வந்த ராஜாவும் ராணியும்?'

'அதிர்ச்சி அடையாதீர்கள் அரையநாதரே! அவர்கள் அதிகாரம் பறிக்கப்பட்ட அல்லது இல்லாத பொம்மை ராஜா, ராணி. உண்மையில் சுருங்கை அமைச்சராலும் உரைகாரராலும் யுன சேனனாலும் துபலாலும் ஆளப்படுகிற நகரம். இவர்களால் ராஜாவையும் ராணியையும் உருவாக்கவோ, அழிக்கவோ முடியும். இதுதான் சுருங்கை பற்றிய உண்மை.'

அரையநாதருக்குத் தலை சுழல ஆரம்பித்தது. இதெல்லாம் உண்மைதானா என்று கேட்டுக் கொண்டார். ஆனாலும் எல்லா சந்தேகங்களையும் கேட்கும் இந்தச் சந்தர்ப்பத்தை நழுவ விடக்கூடாது என்று தொடர்ந்து கேள்விகளாய் முன்வைத்துக் கொண்டிருந்தார் அரையநாதர். அப்போது தேவமித்திரர் தனியாக ராஜாவைச் சந்தித்ததாய்க் கூறியதும் ஞாபகம் வந்தது.

'புவனநந்தி சமணன் என்பது. பின்பு சூரிய குல வழிபாட்டில் சில சிந்தனைகளை நம்புகிறான் என்பது.'

'அது சரியாக இருக்கலாம். ஆனால் உண்மை என்னவென்றால் இப்போது இந்தச் சுருங்கையை ஆள்வது இவர்கள்தான்.'

'இவர்கள் மூவரும் சேர்ந்து இந்தச் சுருங்கையை ஆளுகிறார்களென்றால் ஏன் மூன்றுவிதமாய்ச் சுருங்கை வரலாற்றைக் கூறுகிறார்கள்?'

'ஆனால் நோக்கம் ஒன்றுதான். அது போதாதா?'

சற்று யோசித்த அரையநாதர் சிந்தனை வேறு விஷயங்களுக்குச் சென்றது.

'அப்படியானால் தேவமித்திரர் ராஜாவைச் சந்தித்தது பற்றி என்னிடம் சொன்னது குறித்து நான் அவருடன் விவாதிக்கலாமா,

கப்பில்லன்?'

சற்று நேரம் யோசித்தான். பின்னர் சொன்னான். 'அவர் ராஜாவைச் சந்தித்தது உண்மையாக இருக் கலாம். இவர்கள் சொல்படி ஒருவரை ராஜா என்று பட்டம் கட்டி வைப்பதும், ராணி என்று ஒருவரை வைப்பதும் சாத்தியமில்லையா என்ன? ஆனால் ஒன்று. நீங்கள் கேட்ட கடைசி விஷயம். தேவமித்திரரிடம் நீங்கள் இது விஷயமாய் தயவு செய்து கொஞ்ச நாட்களுக்கு விவாதிக்க வேண்டாம்.'

இப்போது அரையநாதருக்குக் குழப்பம்தான் கூடியது. என்றாலும் இவ்வளவு விஷயங்களையும் சொல்லும் இவனிடம் பேசிப் பார்க்கலாம் என்று கொலை விஷயத்தை அடுத்ததாகப் பிரஸ்தாபித்தார் அரையநாதர்.

கப்பில்லன் பதில் கூறினான்.

'கொலைகளை யார் செய்தனர் என்று எங்களால் கண்டுபிடிக்க முடியவில்லை.'

'சராசின்தான் யுனசேனனைக் கொன்றான் என்று நீ கூறியது?'

'அப்படி ஒரு யூகம் செய்தேன்' என்றான் கப்பில்லன். தேவமித்திரரின் கப்பில்லன் பற்றிய கணிப்பு சரி என்று நினைத்து அவன்மீது அரையநாதருக்கு மதிப்பு கூடியது. யுன சேனன் எழுதிய வரலாற்றில் சார்வாகர்களுக்கு இடம் தந்துள்ளார் என்பது பொய் என்று தேவமித்திரர் கூறியது ஞாபகம் வந்தது அவருக்கு. மூன்று கொலைகளையும் யார் செய்ய முடியும் என்ற கேள்வியே அரையநாதருக்குப் பூதாகாரமாக எழுந்தது. முதலில் இரு கொலைகள் என்பது இப்போது மூன்று கொலை களாக வளர்ச்சி பெற்றுள்ளது இன்னொரு பெரிய மர்மமாகத் தோன்றியது.

இடையில் ஒரு சந்தேகம் அரையநாதருக்குத் தோன்றியது. கப்பில்லனிடம் கேட்டார்.

'ஏன் புவனநந்தியும் சார்வாகர்களுக்கு இடம் கொடுத்து வரலாற்றைக் கூறுகிறார்?'

'முழுபொய் எடுபடாது. எனவே ஓரளவாவது சார்வாகர் களுக்கு அவருடைய வரலாற்றில் இடம் கொடுக்கிறார்.' அரைய நாதருக்கு இந்தக் கூற்றுச் சரியாக இருக்கலாம் என்று தோன்றியது.

கேட்கலாம்.

'நீங்கள் இந்த இரவில் எங்கே புறப்பட்டீர்கள்?'

'சும்மாதான் புறப்பட்டேன். இங்கு வந்ததும் இந்தப் பாதாள சுரங்கத்தைப் பார்க்கலாம் என எண்ணினேன்.'

'உங்கள் தைரியத்தை மெச்சுகிறேன்'

'தைரியமா? எனக்கா?'

'ஆம், தைரியம் இல்லாவிட்டால், உண்மை சொல்ல முடியுமா? சரி, இப்போது நீங்கள் பாதாள அறைக்குத்தானே போக வேண்டும்?'

'ஏன்?'

'அங்குதானே வட்டவடிவப் படிகள் நூல் இருக்கிறது'

'அங்கு எங்கும் நாங்கள் பார்க்கவில்லையே!'

'எத்தனை படிகள் போனீர்கள்?'

'முந்நூற்றறுபத்தைந்து'

'அந்த நூல் முந்நூற்றறுபத்தாறில் அல்லவா உள்ளது?'

'முந்நூற்றறுபத்தாறா, அப்படி ஓர் அறையா? ஏனெனில் முந்நூற்றறுபத்தைந்தில் படிகள் முடிகின்றன.'

'ஆம். நீங்கள் சொல்வது சரிதான். வாருங்கள் என்னுடன்' என்றான் குறும்பாக.

இருவரும் படி படியாகப் பேசிக்கொண்டே இறங்கினார்கள். இடையிடையே இவனிடம் தெரியாமல் வந்து மாட்டிக் கொண்டேனோ என்ற எண்ணமும் அரையநாதருக்குத் தோன்றாமலில்லை.

'எப்படி உன் ஆள்களுக்குத் தெரிந்தது நாங்கள் சுரங்கத்துக்குள் சென்றது?'

'நீங்களும் தேவமித்திரரும் பாதாள அறைக்குச் சென்ற செய்தி கிடைத்த பின்புதான் நாங்களும் பாதாளச் சுரங்கத்தைக் கண்டு பிடித்தோம். அதன் பின்னர் முந்நூற்றறுபத்தாறாம் அறை இருப்பதும் அதில் வட்டவடிவப் படிகள் இருப்பதும் கண்டு பிடித்தோம். துபல் இறக்கும்போது தேவமித்திரரை முற்றிலும் நம்பி பாதாளச் சுரங்கம் பற்றிக் கூறியதால் தான் நாங்கள் பாதாளச் சுரங்கம் பற்றித் தெரிந்து சுருங்கையின் வேறு சில

இரகசியங்களையும் அறிய முடிந்தது.'

'இதற்காகத் தானா துபல் கொலை செய்யப்பட்டார்.'

இந்தக் கேள்வியைக் கேட்டதும் கப்பில்லன் அரையநாதரைக் கேலி செய்தான்.

'துப்பறியும் மூளை அல்லவா?' என்றான்.

பின்னர், 'துபல் கொலை செய்யப்பட்டால் நாம் எல்லோரும் பாதாள அறை இரகசியத்தை அறிவோம் என்று ஏதோ ஒரு மூளைக்குத் தெரிந்திருக்கிறதே' என்று கூறினார் அரையநாதர். மேலும் கப்பில்லனுடன் செல்லும்போது கீழே இறங்க எந்தச் சிரமமும் இல்லாமலிருந்ததைக் கவனித்தார். இப்போது கப்பில்லனைப் பார்த்துக் கேட்டார்.

'இந்தச் சுருங்கையில் முந்நூற்றறுபத்தைந்து என்ற எண் பற்றிய இரகசியம் என்ன, சொல்லமுடியுமா கப்பில்லன்?'

'ஆம். இந்தச் சுருங்கையின் எண்களை வழக்கமாய் இரண்டாய்ப் பிளந்து வைக்கும் ஒருமுறை உண்டு.'

'எப்படி'

'365 என்றால் இதன் வடிவத்தை இரண்டாய்ப் பிளப்பது'

'புரியவில்லையே'

'பொறுங்கள், விளக்குகிறேன்'

அப்போது இருவரும் முந்நூற்று அறுபத்தைந்தாம் எண்ணுள்ள படியில் நின்றனர். முன்பு போல் வெற்றிலை, பாக்கு, சுண்ணாம்பு சம்புடம் என அடையாளங்கள் இருந்தன. இப்போது கதவு திறப்பது எளிதாக இருந்தது. கதவு திறந்தது. உள்ளே இடதுபுறம் சுவரில் கப்பில்லன் கைகளால் தட்ட ஒரிடம் 'டொக்டொக்' எனக் கேட்க 'கதவு' என்றான். அந்தக் கதவில் நுட்பமாய்ப் பார்த்தால் ஒரு மர்ம ஓவியம் தென்பட்டது. அது ஏறத்தாழ இப்படி இருந்தது.

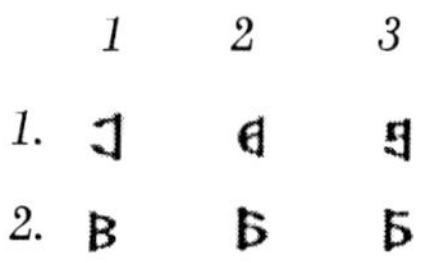

	1	2	3
1.	ʓ	ᘓ	ᖽ
2.	ʙ	ᖘ	ᖘ

'இதனை விளக்க முடியுமா கப்பில்லன்?'

'ஓ, தாராளமாக, முதலில் 3 என்ற எண்ணை எடுங்கள். இதை

மேலிருந்து கீழாய் நடுக்கோடு போட்டுப் பிரியுங்கள். 3 என்பது $ என்று ஆகும். பின்னர் $ என்பதை ℸ என்றும் ʙ என்றும் இரண்டு அமைப்பு களாய் பிரிக்கலாம். ஒன்றை மேலும் அடுத்ததைக் கீழும் வையுங்கள்.'

'அடுத்து?'

'365இல் எண் 6ஐ எடுங்கள். முன்பு போல் நடுக்கோடு போடுங்கள். $ என்று வரும். அதை இரண்டாய் பிரியுங்கள். அது இப்படி ɕ என்றும் ƃ என்றும் இரு அமைப்புகளாய் வரும்.'

'மூன்றாவது எண்?'

'மூன்றாவது 5 என்பது; இதை $ எனப் பிரித்து ʊ என்றும் ƃ என்றும் இரு அமைப்புக்களாய் துண்டுகள் செய்யலாம்.

'இப்போது புரிகிறது கப்பில்லன். இதில் மர்ம ஓவியம் ஏதும் இல்லை. 365 என்ற எண் இரண்டாய்ப் பிளக்கப்பட்டு இரு வரிசையாய் மேலும் கீழும் அடுக்கப்பட்டுள்ளது.'

'இனி இந்த இருவரிசையிலுள்ள 365இன் பிளவுபட்ட துண்டுகளை 365 என வரும்படி ஒவ்வொரு எண்ணாய்க் கழற்றிப் பொருத்துங்கள்'

அப்படியே இருவரும் செய்ய, 365 என்ற எண் வந்ததும் கதவு திறந்தது. தேவமித்திரரிடம் இருக்கும் அதே வடிவமுள்ள நூல் காணப்பட்டது உள்ளே. நூலைக் கப்பில்லன் எடுத்தான். எடுத்துவிட்டு ஓரளவு சப்தமிட்டுச் சிரித்தான்.

பின்னர் இருவரும் மேலே ஏற ஆரம்பித்தார்கள்.

இப்போது அரையநாதருக்கு ஒன்று உறைத்தது. அவருக்குத் தேவமித்திரருடன் தான் வந்தபோது ஆரம்பத்தில் துபல் குறிப்பிடாத ஒரு வாசலும் அதன் ஓரச்சுவரில் ஒரு குமிழும் இருந்தது நினைவுக்கு வந்தது. அதை அவர்களாகவே கண்டு பிடித்தது போல் இன்னொரு சுவர் முந்நூற்றறுபத்தைந்தாம் படியில் இருந்ததை அவர்களாகவே கண்டுபிடிக்கட்டும் என்று துபல் நினைத்திருக்கலாம். ஆனால் தேவமித்திரர் கண்டு பிடிக்காமல் கப்பில்லன் கண்டுபிடித்திருக்கிறான் என்று அரைய நாதர் அறிந்தபோது அவருக்கு ஆச்சரியம் பல மடங்காயிற்று.

அப்போது கப்பில்லன், 'அரையநாதரே, சுருங்கையின் மையஸ்தானத்தில் ஒரு சிலை இருக்கிறது. அதை நீங்கள்

காண்பதுவரை மர்மம் தொடரும். ஏனெனில் இந்த நகரமும் மர்மமும் இணைந்தே இருக்கின்றன' என்றான்.

அரையநாதர், 'அப்படி ஒரு மர்மஇடம் சுருங்கையில் இருக்கிறதா?' என்று ஆச்சரியத்தில் வாய்பிளந்தபடி கேட்டார்.

'ஆம்' என்று கூறிவிட்டு அதன் பிறகு அது பற்றிப் பேசவில்லை அவன். இவன் என்னென்னவோ கூறு கிறானே என்று அரைய நாதர் நினைத்தார்.

மேலே வந்ததும் கப்பில்லன் கையிலிருந்த நூலை வாங்கிப் பார்த்தார் அரையநாதர். அட்டை ஏற்கனவே தேவமித்திரரிடம் இருக்கும் நூலைப் போலத்தான் காட்சி தந்தது. ஆனால் முதல் பக்கத்தில் நூலைப் பற்றிய விவரம் தருமிடத்தில் இது 'ஆண் பதிப்பு' என்றும், இந்த நூலுக்கான இன்னொரு பதிப்பு உண்டு, அது 'பெண் பதிப்பு' என்றும், இரண்டு பதிப்புகளும் ஒருசில வேறுபாடுகள் கொண்டிருந்தாலும் ஏகதேசம் ஒன்றே என்றும் குறிப்பிடப்பட்டிருந்தது. இது அரையநாதருக்கு ஆச்சரியத்தை ஏற்படுத்தியதென்பது வியப்பல்ல. ஆனால் நேரடியாகக் கொலை பற்றிய தடயம் எதுவும் கிடைக்கலாம் என்று எதிர்பார்த்தவருக்கு ஏமாற்றம்.

தன் மாளிகையில் இதன் 'பெண் பதிப்பு' உள்ளது என்ற விஷயத்தையும் அந்தப் பிரதியை அனுப்பியது யார் என்பது தெரியவில்லை என்பதையும் கப்பில்லனுடன் விவாதிக்கலாமா என்று யோசித்த போது அவருடைய உள்குரல் வேண்டாம் என்று தடுத்தது. ஆனால் ஒரு சந்தேகத்தைக் கேட்டார்.

'சந்திரகுலம் சூரியகுலங்களுக்கிடையில் போர்கள் நடந்தது உண்டா?'

'இல்லை. இவர்கள் எழுதிவரும் பொய் வரலாற்றில் நடக்காத சூரிய குல, சந்திரகுல சண்டைதான் பெரிது படுத்தப் பட்டுள்ளது. அது இவர்கள் சரித்திரத்தின் முக்கிய நிகழ்ச்சியாக்கப் பட்டுள்ளது. பொய்யின் மீது வரலாற்றைக் கட்டுகிறார்கள். நாங்கள் சொல்வது, சார்வாகர்களையும் சேர்த்துச் சமாதானத்தின் மீது வரலாற்றை எழுத' இப்போது சூரிய குலத்திற்கும் சந்திர குலத்திற்கும் நடந்த தகராறுகள் பற்றிப் புவனநந்தி கூறியது அரையநாதருக்கு நினைவுக்கு வந்தது.

அவருக்கு ஓரளவு விஷயங்கள் தெளிவாகத் தொடங்கின. சார்வாகர்களைப் பற்றிய பொய் சரித்திரத்தை எழுதியதால் எழுதியவர் அவருடைய எதிரிகளால் கொல்லப்பட்டிருக்கிறார். எதிரிகள் யார்? கப்பில்லன்தான் எதிரி. அதை அவனே ஒத்துக் கொள்கிறான். ஆனால் கொலைக்கும் தனக்கும் சம்பந்தமில்லை என்கிறான் அவன். அவனுடைய ஆள்கள் கொன்றிருக்கலாம். ஆனால் அவனுடைய அறிவு இல்லாமல் யாரும் அச்செயலைச் செய்யமாட்டார்கள் என்று உறுதியாகக் கூறுகிறானே! அவன் கருத்துகள் தெளிவாக இருக்கின்றன. சார்வாகர்களின் ஆட்சியைச் சூரியகுலத்தவர்கள் பிடித்திருக்கிறார்கள். கடந்த நான்கைந்து தலைமுறையாட்சியில் குழப்பம். அதில் சூரியகுல ஆட்சியே தொடர்ந்திருக்கிறது. அதற்குமுன் தொடர்ந்து சார்வாகர்கள் ஆண்டிருக்க முடியும். இடையிடையே சமணர்கள் ஆட்சியைப் பிடித்திருக்கலாம். சூரிய குலமும் சந்திரகுலமும் முறையே ஆண்வழி, பெண்வழி சார்ந்த ஆட்சி, அந்த அளவே வித்தியாசம் கொண்டவை. மற்றபடி இரண்டும் ஓர் ஆட்சிதான்.

சூரியகுல ஆட்சியை ஒரு வைதீகச் சிந்தனையாளனும், சமண மரபிலிருந்து வந்த ஒருவனும், ஓரிரு வெளிநாட்டுக்கார கிரேக்கர்களும் பாதுகாக்க முன்வந்திருக்கிறார்கள். அவர்களுக்கும் ஏதாவது ஒரு தத்துவம் இருக்கலாம், அவர்கள் செயலை நியாயப் படுத்துவதற்கு. அரையநாதரின் கவலை கொலைக்குப் பின்னால் உள்ள தூண்டுதல் எது, தத்துவமா, தனிநபர் குரோதமா, வரலாற்றுக் காரணமா? இங்கு ஒன்று தெளிவாகத் தெரிகிறது. ஒரு புதிய சமூகத்தை இவர்கள் கட்டுகிறார்கள், அந்தணனும் உரைகாரனும் யுனசேனனும் துபலும் சேர்ந்து. அதில் சார்வாகர்களை அழிக்கும் நோக்கம் உள்ளது உண்மைதான்.

சூரியகுல ஆட்சியை மண்ணில் நிலைநாட்ட வேறெங்கும் இல்லாத காரியத்தைச் செய்கிறார்கள். அறிவைப் பயன்படுத்து கிறார்கள். மனித மனங்களிலிருந்து சார்வாகச் சரித்திரத்தை அழிக்கவும், அவர்களின் ராஜர்களின் பெயர்களை மாற்றவும் முயல்கிறார்கள். புதிய சரித்திரம் எழுது கிறார்கள். அதற்கு எழுத்து ஒரு கருவியாகியுள்ளது. புதிதாய் வரும் நாடுகள் இனி எழுத்தையும் பெரிய ஓர் ஆயுதமாகப் பயன்படுத்த வேண்டுமென்று புரிந்துள்ளவர்கள் இவர்கள். எப்படிச் சேனையும் மதியுள்ள

அமைச்சரும் நீதியும் வேண்டுமோ, அப்படி எழுத்தும் வேண்டும் என்பதைப் புரிந்தவர்கள் சுருங்கையின் அதிகாரத்திலுள்ள இந்த அமைச்சர், துபல், உரைகாரர் ஆகியோர். இந்த மூவரின் தத்துவ அறிவும் எழுத்துப் பலமும் எங்கே? இந்த மூன்றும் இப்போது இல்லாத சார்வாகர்கள் எங்கே? ஆனால் கொலைகளை ஒரு முக்கிய ஆயுதமாகப் பயன்படுத்துகிறார்கள். இதுதான் கொலைகள் பற்றிய மர்மம். ஆனால் கொல்வது யார்? அந்த மர்மம் வெளிவரும் வரை உண்மை தெரியாது. கப்பில்லனிடம் அரையநாதர் தன் எண்ண ஓட்டத்தை விவாதிக்க விரும்பினார்.

'சரி, கப்பில்லன், அடுத்தபடியாக யார் யார் கொல்லப் படுவார்கள், சொல்லமுடியுமா?'

'சொல்வது கஷ்டம்'

'ஏன்?'

'ஏனென்றால் நடந்த மூன்று கொலையிலும் கொலை புரிந்த நோக்கம் ஒன்றுபோலில்லை. மூன்றையும் புரிந்த முறையிலும் பொதுப் பண்பு இல்லை. அப்படியிருக்க, எப்படிச் சொல்ல முடியும்?'

அரையநாதர் விளக்கினார்.

'சார்வாகர்களின் வரலாற்றை மறுப்பவர்கள் இந்த மூவரும்; இனி பழையபடி சார்வாகர்கள் வரக்கூடாது என்று நினைப்பவர்கள் இந்த மூவரும்; சார்வாக அடையாளங்களை மாற்றுபவர்கள் இந்த மூவரும்...'

அப்போது இடைமறித்தான் கப்பில்லன்.

'நீங்கள் சொல்வது சரிதான். ஆனால் எனக்கு உங்களைப் போல பேசத் தெரியவில்லை.'

'எனவே கேள், அடுத்த பலி'

'அடுத்த பலி?'

'அமைச்சர். அதற்கடுத்தது புவனநந்தி.'

கப்பில்லன் மிரண்டுபோய் அரையநாதரைப் பார்த்தான். 'எங்கள்மீது பழிசுமத்தி எங்களைக் கொல்ல நல்ல காரணம்... இப்படி ஒரு காரணத்தைத்தான் எங்கள் பகைவர்களும் தேடு கிறார்கள்.'

'ஆனால் உண்மையும் இதுதானே.'

அரையநாதரின் கேள்விக்கு என்ன சொல்வதென்று புரியாமல் விழித்தான் கப்பில்லன். இறுதியாகக் கூறினான்.

'அரையநாதரே, எல்லாம் கண்டுபிடித்த பிறகு இந்த மாதிரி விவாதத்தை வைத்துக்கொள்ளுங்கள், ஆமாம். அல்லது இதைக் காரணமாக வைத்து எங்கள் சாதியினரையெல்லாம் சிறையில் அடைக்க ஆரம்பித்துவிடுவார்கள்.'

அரையநாதர் முற்றிலும் நிரூபணத்தோடு உண்மை தெரிவது வரை எதையும் வெளியில் பேசுவதில்லை என்று உறுதி சொன்னார்.

பின்பு இருவரும் தற்சமயம் நடு இரவு ஆகையால் பிரிவது என்றும், மேலும் தேவை வரும்போது சந்திப்பது என்றும் பேசிப் பிரிந்தார்கள். அப்போதும் கப்பில்லன் அங்கு அவனைச் சந்தித்ததையோ பேசியதையோ தக்க நேரம் வரும்வரை தேவமித்திரரிடம் பேசவேண்டாம் என்று மீண்டும் கேட்டுக் கொண்டான். கேட்டதோடு நில்லாமல் உறுதிமொழி வாங்கினான். பின்னர் அவனது குதிரை இருளில் மறைந்தது.

அரையநாதர் சிந்தித்தார். எல்லா ஆதாரங்களும் அவனையே குற்றவாளியாகக் காட்டுகின்றன. இது அவர் மனதில் தோன்றிக் கொண்டேயிருந்தது. ஒருவேளை அவன் தனது குற்றத்தை மறைக்க இவரைத் தனது வலையில் போட்டுக்கொள்வதற்காகத் தேவமித்திரருக்கு இங்கு நடந்ததைக் கூறாதே என்கிறானோ என்ற சந்தேகமும் வந்தது. அப்படியானால் அமைச்சர் கூறிய விஷயங்களே சரி என்று ஆகிறது. இப்படிப்பட்ட சிந்தனை களால் அலைக்கழிக்கப்பட்டு நிம்மதியிழந்தார் அரையநாதர்.

பின்னர் அரையநாதர் தனது மாளிகைக்குப் புறப்பட்டார். மாளிகை வந்ததும் குதிரையின் வேகத்தைக் கட்டுப்படுத்தினார். நிழல்வழி குதிரையை மெதுவாக நடக்க வைத்தார். பின்னர் குதிரையினின்றும் இறங்கினார். தேவமித்திரர் நல்ல தூக்கத்தில் இருப்பார் என்று எண்ணி அவருக்குத் தொந்தரவு கொடுக்காமல் உள்ளே செல்ல நினைத்தார். இப்போது இன்னொரு சோதனை மனதில் ஏற்பட்டது. கப்பில்லன் கூறியபடி நடந்துகொள்ள வேண்டுமா? அல்லது தேவமித்திரரிடம் நடந்தவற்றை எல்லாம் கொட்டிவிடலாமா? இந்த மனக்குழப்பத்தோடு மாளிகையின்

உள்ளே சென்றார் அரையநாதர். அங்கே அவருக்கு ஓர் ஆச்சரியம் காத்திருந்தது.

குறிப்பு 10

சிறு நாடுகளின் விடுதலையில் நாட்டமுடைய ஒருவரால் எழுதப்பட்டது இந்த மர்ம நாவல் என்ற எண்ணம் இங்கே சொல்ல முடியாத பல தகவல்களின் மூலமும் சொல்லிய தகவல்கள் மூலமும் வெளிப்படுகின்றன. 'ஜி. கே' யார் என்பது உறுதியாகிறது. இப்படி யூகங்கள், சில அகச்சான்றுகள் (இவை நூலில் மறைமுகமாக எங்கெங்கோ மறைத்து வைக்கப் பட்டுள்ளன.) சில புறச்சான்றுகள் முதலியன மூலம்தான் நாம் இதை எழுதிய உண்மையான ஆள் யாரென்று கூறவேண்டும். என்றாலும் நான் எல்லா விஷயங்களையும் கூறிவிட்டேன் என்று அர்த்தமல்ல. இனி அடுத்த விஷயம்.

இவ்வளவு நேரமும் இந்த மர்ம நாவலைப் பற்றிய குறிப்பு களைத் தொடர்ந்து படித்து வந்த நீங்கள் இரண்டு காரியங்களை ஒரே நேரத்தில் புரிந்துள்ளீர்கள். அதற்காக நீங்கள் நிச்சயம் மகிழலாம். அப்படி நீங்கள் புரிந்த முதல் காரியம் குற்றவாளி யைத் தேடியது. இரண்டாவது காரியம் எழுதிய ஆசிரியரைத் தேடியது. இப்படிக் குற்றமும் எழுத்தும் மாறிமாறி திரைப்படம் பார்ப்பது போல் உங்கள் மனத்திரையில் தோன்றித் தோன்றி மறைந்தன. குற்றம் செய்த மனம் குறுகுறுக்கும்; எழுத விரும்பும் மனமும் குறுகுறுக்கும். தாஸ்தாவஸ்கியின் நாவல் எழுத்துகள் நினைவுக்கு வந்திருக்குமல்லவா? குற்றம்தான் பிரக்ஞை உருவாவதன் அடித்தளமாய் அமையும் அங்கே. நமக்கெதற்கு சலிப்பூட்டும் ரஷ்ய நாவல் பற்றிய விசாரம்?

மர்ம நாவல் படித்து மகிழும் நம் பரம்பரையை அறியாதவர் யாருண்டு? மர்ம நாவலின் மகிமை யைப் பற்றி இங்கு ஒரு குட்டிச் சொற்பொழிவு ஆற்றும் என் உந்துதலை அடக்கிக் கொள்கிறேன். எத்தனை தினுசு தினுசான மர்ம நாவல்கள்! அதுவும் நிமிடத்திற்கொரு மர்ம நாவல். துப்பாக்கியுள்ள மர்ம

நாவல், துப்பாக்கி இல்லாத மர்ம நாவல், முதலில் கொலை நடக்கும் மர்ம நாவல், கடைசியில் கொலை நடக்கும் மர்ம நாவல், கொலை செய்தவனைத் தேடும் மர்ம நாவல், கொலை செய்யப்போகிறவனைத் தேடும் மர்ம நாவல், கொலையாளியைத் தேடும் மர்ம நாவல், கொலையாளியைத் தேடுபவனைத் தேடும் மர்ம நாவல், ஆண் துப்பறிபவன் வரும் மர்ம நாவல், பெண் துப்பறிபவள் வரும் மர்ம நாவல்—ஆஹா எவ்வளவு வகை மர்ம நாவல்கள், தமிழிலக்கியம் உயர வேறுவழி ஏதாவது வேண்டுமா? இனி இலக்கிய அமைப்புகள் தங்கள் விருதுகளை, பரிசுகளை, மெடல்களை, கேடயங்களை, நினைவுச் சின்னங்களை மர்ம நாவல் டஜன் கணக்கில் எழுதி அடுக்கி அவற்றைத் தமிழ்க் குடியின் வாசகச் செல்வங்களுக்கு ஊர்ஊராய், பட்டி தொட்டியாய், நகரம், கிராமமாய் அனுப்பும் எழுத்தாளர் களுக்குத்தான் கொடுக்க வேண்டும். இது இந்த நாவலின் மர்ம நாவலாசிரியனைத் தேடி ஓடும் எனது பணிவான வேண்டுகோள். ஓ, குழந்தை போல் உற்சாகப்படும் நான் யார் என்று சொல்ல வில்லையே!

22

அங்குத் தேவமித்திரரின் அறை வழக்கத்திற்கு மாறாகச் சாத்தப்பட்டிருந்தது. அதைக் கண்டு பெரும் குழப்பம் அடைந்து அறையைத் தள்ளிப் பார்த்தார் அரையநாதர். கதவு திறந்தது. அவர் படுக்கையில் இல்லை. இரண்டு எண்ணங்கள் உடனே தோன்றின. ஒன்று, அங்கேயே உள்ள வேறு அறை எதிலாவது இருக்கலாம்; இரண்டு, கொலைகாரர்கள் தேவமித்திரரையும்...?

இரண்டாவது சாத்தியப்பாடு பற்றி நினைத்த உடனேயே உடல் பதறியது.

மாளிகை எங்கும் தேடினார். மெதுவாக எல்லா இடங்களிலும் பெயர்கூறி அழைத்துப் பார்த்தார். மேல்மாடி அறைகளில் தேடுவது கடினமான காரியம். அந்தச் சிரமத்தையும் பொருட் படுத்தாது தேடினார். ஏனென்றால் அடுத்து எடுக்கவேண்டிய

முடிவு யாரும் விரும்பாத ஒன்று. எங்கும் தேவமித்திரர் இல்லை. இதுவரை அவர் தனியாகச் சென்றதில்லை என்று அரையநாதர் நினைத்ததால் அடுத்து எடுக்க வேண்டிய தீர்மானத்தை நினைக்கக் கூட அவர் விரும்பவில்லை.

மீண்டும் அவர் அறைக்கு ஓடிவந்தபோது தேவ மித்திரர் தூங்குகிற படுக்கையில் சில மூலிகைகள் சிதறியிருந்தன. அரையநாதருக்குச் சந்தேகம் வலுத்தது. படுக்கைக்கடியில் தேடினார். ஒரு மூலிகைப் பெட்டி திறந்திருந்தது. சில வேர்களும் இலைகளும் காய்ந்த பூக்களும் இருந்தன. தேவமித்திரரிடம் மூலிகைகள் உண்டென்பது தெரியுமேயொழிய இப்படிப்பட்ட மூலிகைப் பெட்டியைப் பார்த்தது இல்லை. ஆச்சரியத்துடன் அலங்காரமான சிற்பங்கள் செதுக்கப்பட்ட அந்தப் பெட்டியை வெளியே எடுத்துத் திறந்தார் அரையநாதர். இரண்டு தட்டுகள் கொண்ட பெட்டியாக அது இருந்தது. மேலே உள்ள தட்டில் மூலிகை களும் சூரணம் வைக்கும் ஜாடிகளும் இருந்தன. அதனை எடுத்துவிட்டு மூலிகைகளைக் கீழே கொட்டிய போது இன்னோர் அறை அந்தப் பெட்டிக்குள் இருந்தது. அதைத் திறந்தபோது இருந்த சீட்டைக் கண்டு எதுவும் புரியாமல் அந்தச் சீட்டில் எழுதியிருந்ததையே புரட்டிப்புரட்டிப் பார்த்துக்கொண்டு நின்றார் அவர்.

'மருபூமி - சாவு.'

வேறெதுவும் பெட்டியின் உள் அறையில் இல்லை. இருந்ததை இருந்தபடி வைத்துவிட்டு அறையை முன்பிருந்ததுபோல் சாத்திவிட்டு வெளியில் வந்தார். 'அவரைப் பகைவர்கள் எவரேனும் கொன்றுவிட்டால்...?' என்ற எண்ணம் வந்தது.

எதற்கும் தன் அறையைப் பார்க்கலாம் என்று போனவருக்கு அங்கும் யாரோ வந்து சென்றிருப்பதற் கான அடையாளங்களைக் கண்டு அதிகம் குழப்பம் ஏற்பட்டது. அரையநாதரின் படுக்கையும் பொருள்களும் கிளறப்பட்டிருந்தன. ஏதாவது காணாமல் போயிருக்குமோ என்று ஒரு நோட்டம்விட்டார். பார்த்த அளவில் எதுவும் காணாமல் போயிருக்கவில்லை.

உடனே காலம் தாழ்த்தாது குதிரை கட்டப்பட்ட இடத்திற்கு விரைந்தார்.

அப்போது தூரத்தில் குதிரைகள் இரண்டு மூன்று வருவது கண்டு அவர்கள் யாராக இருக்கும் என்று யோசித்தார். அவர்கள் நெருங்கிவிட்டனர். முதலில் வருவது கப்பில்லன். இரவில் மீண்டும் எதற்குத் தேடி வருகிறான் என்று யோசனை வந்தது. அதற்குள் அவன் பின்னால் யாரோ ஒருவனை கப்பில்லனின் ஆள் கட்டி அழைத்துவருவது தெரிந்தது. அரையநாதர், அவர்களின் முன்பு வர, கப்பில்லன் குதிரையிலிருந்து இறங்கினான்.

'என்ன கப்பில்லன்?' என்று மட்டும் கேட்டார். உடனே அவர் தேவமித்திரரைக் காணவில்லை என்று அவனிடம் சொல்ல வேண்டாம் என்று நினைத்தார்.

'சுருங்கையின் வரைபடங்கள் சில கிடைத்திருக் கின்றன.' குதிரையில் வேகமாக வந்ததால் இரைத்தான் கப்பில்லன்.

'வரைபடங்களா?' என்று அரையநாதர் கேட்கும் முன் கட்டாக வரைபடங்களை அவர் முன்பு வைத்தான். யாரோ திருடி யிருந்தார்களே அந்த வரைபடங்கள். வரைபடங்கள் திருடப்பட்ட விஷயம் கப்பில்லனுக்குப் போயிருக்கிறது என எண்ணினார் அரையநாதர்.

'அந்த வரைபடங்களைத் திருடியவனைக் கட்டிக்கொண்டு வந்திருக்கிறோம்.'

'எங்கே?'

'இங்கே, இருளில் நிற்கிறான், ஏய், இங்கே இழுத்து வாருங்கள்.'

இருளில் கட்டுக்களோடு நின்றிருந்த நபரை வெளிச்சத்திற்குக் கொண்டு வந்ததும் அதிர்ந்தார் அரையநாதர்.

புவனநந்தி.

அரையநாதரைப் பார்த்த புவனநந்தி கத்தினார். 'அரைய நாதரே, இவன்தான் கப்பில்லன். எல்லாக் கொலைகளையும் இவன்தான் புரிந்துள்ளான்' என்று அடிக்குரலில் உச்சஸ்தாயியில் சொன்னார்.

அரையநாதர் புவனநந்தியைச் சமாதானப்படுத் தினார். அவர் தனது கையில் எப்படிச் சுருங்கையின் வரைபடங்கள் வந்தன என்று விளக்க ஆரம்பித்தார். தான் நூலகத்திலிருந்து வெளியே வந்தபோது ஒருவன் குதிரையில் வேகமாகச் செல்ல, அந்தக்

குதிரையிலிருந்து விழுந்ததுதான் அந்த வரைபடக்கட்டு என்று கூறினார். அரையநாதர் நம்பினாலும் கப்பில்லன் அந்தக் கூற்றை நம்பவில்லை.

'பொய்' என்று உரக்கக் கூவினான் அவன்.

'குதிரையில் இருந்தவர் யார், புவனநந்தி அவர்களே?'

'சரியாகத் தெரியவில்லை, அரையநாதரே. யார் எனக் கண்டுபிடிக்க குதிரையிலிருந்து விழுந்த கட்டுக்களுடன் ஒரு குதிரையேறி விரைந்தபோது இந்தக் கப்பில்லன் வந்தான். எவ்வளவோ கூறியும் கேட்காமல், இந்த வரைபடக் கட்டுக்களுடன் என்னை இப்படிக் கட்டி இங்கே அழைத்து வந்துள்ளான்.' பின் கப்பில்லனைச் சபிக்க ஆரம்பித்தார்.

'குதிரையில் போனவர் தேவமித்திரர் போல் இருந்தாரா, புவனநந்தி அவர்களே?' அரையநாதர் புவனநந்தி கூறியதை நம்பி இப்படிக் கேட்டார்.

'அவர் போல் இருந்தார் என்றே நினைக்கிறேன்.'

'யாரையாவது அவர் விரட்டிக்கொண்டு போனாரா?'

'யாரையோ விரட்டிக்கொண்டு சென்றிருக்கலாம். அவ்வளவு விரைவில் சென்றார். குதிரை தாண்டிச் சென்ற பிறகுதான் நான் கவனித்தேன். எனவே என்னால் சரியாகச் சொல்ல முடியவில்லை.' படங்களைப் பார்த்த அரையநாதர், புவனநந்தியும் கப்பில்லனும் தெரிந்துகொள்ளட்டும் என்றும், அவர்களின் முகபாவம் எப்படி மாறுகிறது என்று அறியலாம் என்றும் தேவமித்திரர் மாளிகையில் இல்லாததைக் கூறினார்.

அரையநாதரும் புவனநந்தியும் கப்பில்லனும் ஒருவரை யொருவர் உடனே அவசரமாகப் பார்த்துக்கொண்டனர்.

பின்பு அரையநாதர் புவனநந்தியைத் திடீரென்று பார்த்துக் கேட்டார், 'புவனநந்தி அவர்களே, உங்களுக்கு எண் இரகசியம் நன்கு தெரியும்...?'

'ஆம்'

'அப்படியென்றால் மருபூமி-சாவு எத்தனை எண்?'

'அது... அது... எட்டு... ஏன் கேட்கிறீர்கள்?'

'உங்களைப் போன்றவர்கள்தானே, நானும் சிந்திக்கவும்

கேள்வி கேட்கவும் கற்றுக்கொடுத்தீர்கள்... 'மருபூமி - சாவு' எப்படி எட்டு?'

இப்போது கப்பில்லன் இடையில் புகுந்தான்.

'குறில் ஒன்று; நெடில் இரண்டு. ஒற்றெழுத்து எண் பெறும் அல்லது பெறாது, சந்தர்ப்பத்திற்கு ஏற்ப. இப்போது ம-ரு-பூ-மி = 5 என்றும் சா - வு = 3 என்றும் கண்டுபிடித்து 5+3=8 என்ற முடிவுக்கு வரலாம்.'

'நன்றி, கப்பில்லன்' என்ற அரையநாதருக்கு இதே போல உபநூலகரும் சொன்னது ஞாபகம் வந்தது.

'ஆனால் ஒன்று... இன்னொரு மர்மம் பற்றியும் தெரிந்தாக வேண்டும். என் கையிலிருக்கும் வரைபடத்தில் எட்டு வாசல்களை, சுருங்கையைக் குறிக்கும் சிங்கவடிவத்தின் கால் நகங்களில் ஏன் தீட்டியிருக்கிறார்கள்...?'

'எனக்கு இது தெரியாது... வரைபடத்தைத் திருடிய புவன நந்தியைக் கேட்க வேண்டிய கேள்வி.'

'கப்பில்லன், உஷாராகப் பேசு... அரையநாதரே, தாங்கள் மன்னிக்க வேண்டும்...' புவனநந்தி கோபப்பட்டார்.

'புவனநந்தி அவர்களே, தேவமித்திரர் உயிர் ஆபத்தில் இருக்கலாம். எனவே அவசரமாகச் செயல்பட வேண்டிய தருணம். அவர் ஏதோ அவசரமான தேவையிருந்ததால் தான் சென்றிருக் கிறார். வரைபடத்தின் சிங்க நகத்தில் எட்டுவாசல் தீட்டப் பட்டிருப்பது ஏன் என்று தெரிந்தால், நாம் அவர் எங்குச் சென்றுள்ளார் என்று காணலாம். ஏனெனில் அவரது இரகசிய மூலிகைப் பெட்டியில் *மருபூமி-சாவு* என்ற வாசகத்தைத் தவறுதலாகவோ, வேண்டுமென்றோ வைத்துவிட்டுப் போயிருக் கிறார். பகைவர்களைப் பார்த்ததும் மூலிகைப் பெட்டியை எடுத்து அதில் அவர் போட்டு வைத்திருக்கலாம். ஏனெனில் நான் அங்குப் போய் அந்தக் குறிப்பைப் பார்ப்பேன் என்றும், அதன் அர்த்தத்தைக் கண்டு அவரைக் கடத்திச் சென்ற இடத்திற்கு வந்து, அவரைக் காப்பாற்றுவேன் என்றும் அவர் நினைத்திருக்கலாம். எனவே சிங்கநகத்தில் தீட்டப்பட்ட எட்டு வாசல்களின் அர்த்தம் என்ன, புவனநந்தி அவர்களே? தேவமித்திரர் கொலைகாரனைக் கண்டுபிடிக்கும் கடைசி முயற்சியில் ஈடுபட்டிருக்கிறார். நீங்கள்

வேறேதும் சொல்லாது மிக விரைவில் சிங்கநகச் சித்திரம் பற்றிக் கூறித்தான் ஆகவேண்டும். கூறுங்கள்... நீங்கள் தனியாக என்னிடம் கூறலாம், கப்பில்லன் கேட்காதவாறு. நீங்கள் சொல்ல வில்லையென்றால் காலையில் இன்னொரு கொலை பற்றிய செய்தி கிடைக்கும்.'

புவனநந்தி யோசித்தாற் போலிருந்தது. தொடர்ந்தார் அரைய நாதர்.

'உங்களுக்கும் அமைச்சருக்கும் துபலுக்கும் யுனசேனனுக்கும் சுருங்கை பற்றிய எல்லா இரகசியங் களும் தெரியும்.'

திடுக்கிட்டார் புவனநந்தி.

'உங்கள் முகமே சொல்கிறது. உங்களுக்கு இந்தச் செய்தி தெரியும். நீங்கள் நினைத்தால் இன்னொரு கொலை தடுக்கப்படும். அதாவது நான்காவது கொலை...'

'ஆ... என்னது? மூன்றாவது கொலை எப்போது நடந்தது?'

'மூன்றாவது கொலை இயற்கை மரணம் என நாம் எல்லோரும் நினைக்கும் துபலின் கொலை.'

'ஐயோ, கொலையா? யார் கொன்றது துபலை?'

'பிற இரு கொலைகளையும் செய்த அதே கரங்கள். நீங்கள் ஒத்துழைத்தால், மூன்று கொலைகளையும் செய்தவனைக் கண்டு பிடிக்கலாம்.'

'சொல்லுங்கள், கப்பில்லன் தூரத்தில் நிற்கிறான்.'

'அவனுக்குக் கேட்காது. சொல்லுங்கள்.'

இந்தப் பாறையை உருக்கினால் உண்மை வெளிவரும் என்று நினைத்தார் அரையநாதர்.

'புவனநந்தி அவர்களே, நீங்கள் காலம் கடத்தினால் அதற்குள் அமைச்சரின் மரணச்செய்தி வரும்.' தன் கற்பனை எப்படி வேலை செய்கிறது என்று பார்க்கலாம் என நினைத்தார் அரையநாதர்.

'சொல்கிறேன், அரையநாதரே. தாமதிக்காமல் சூரியக் கோயிலுக்குச் செல்லுங்கள். அங்கு யாருக்கும் தெரியாத ஒரு மூன்றாவது தளம் நிலத்துக்கு அடியில் உள்ளது. இரண்டாவது தளத்தில் உள்ளது போல் எட்டு வாசல்கள் தரைக்கடியிலுள்ள தளத் திலும் உண்டு. ஆக, அது ஒரு மூன்றுமாடிக் கட்டடம். அதுதான்

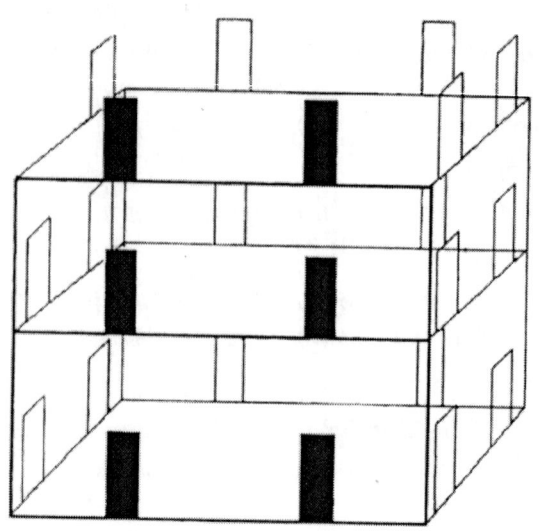

'நான்கு சிங்கங்களின் நகத்தில் உள்ள எட்டு வாசல்கள்.'

தரையின் கீழ் உள்ள முதல்மாடி – எட்டு வாசல்கள்.

நடுவில் உள்ள இரண்டாம் மாடி – எட்டு வாசல்கள்.

தரை மேலுள்ள மூன்றாம் மாடி – ஏழு வாசல்கள்.

என்று அரையநாதர் புரிந்துகொண்டார். புவனநந்தியே தொடர்ந்தார்.

'சரிதான், உடனே செல்லுங்கள். சுருங்கையைக் காக்கத்தான் இந்த இரகசியத்தைச் சொன்னேன். கப்பில்லனைக் கூட்டிச் செல்லாதீர்கள். அவன் சுருங்கையை அழிக்கும் ராட்சசன்.'

உடனே அரையநாதரும் புவனநந்தியும் இரு குதிரைகளில் சூரியக் கோயிலுக்கு விரைந்தனர். கப்பில்லன் அங்கிருந்து நகர்ந்தான். அப்போது அவனுடைய வட்டவடிவப் படிகள் நூலின் ஆண்பதிப்பையும் அரையநாதர் பெற்றுக்கொண்டார், புவன நந்திக்குத் தெரியாமல். கப்பில்லன் அரையநாதரை முழுவதும் நம்ப ஆரம்பித்திருந்தான்.

சூரியக்கோயிலை விரைவில் வந்தடைந்தனர். புவன நந்தி ஒரு இரகசியப் பாதை வழியாக அரையநாதரை இரண்டாவது தளத்துக்கு அழைத்துச் சென்றார். 'மேலே உள்ள தளம் சூரிய வம்சத்தவர்கள் கட்டியது' என்றார். அரையநாதர், கீழ் இரண்டு

தளங்களும் சார்வாகர்கள் கட்டியதென்று மனதில் நினைத்தார். வெளியில் சொல்லவில்லை. பின்பு இருவரும் ஏறினார்கள். மேல்தளத்தில் நடுக்கோயிலைச் சுற்றி ஏழுவாசல்கள் இருப்பதால், எட்டு வாசல்களுள்ள கீழ்த் தளங்களைச் சிங்கப்படத்தின் கால் நகங்கள் இரண்டு இரண்டாகச் சித்திரித்து விளக்கின.

புவனநந்தி மேல்தளத்தின் ஓரிடத்தைச் சுரண்ட, ஓர் இரும்புச் சட்டகம் தென்பட்டது. இருபக்கமும் கால் களை அகட்டி வைத்து நின்று அதனைத் தூக்கினார். நிலம் கதவாய் திறந்தது. அப்போது முன்பு தேவமித்திரருடன் வந்தபோது கேட்டது போல், ஒரு பாடல் கேட்டது. குரல் பெண் குரல். சராசினின் உடல்கிடந்த அன்று மிருகக் குரலில் கேட்ட பாடல் இப்போது பெண் குரலாகிவிட்டது. இதுதான் மாற்றம்.

புவனநந்தியிடம் பாடல் பற்றிச் சொன்னாலும் அவர் அதிகம் நாட்டம் காட்டவில்லை. உள்ளே தெரிந்த வளைந்து வளைந்து செல்லும் படிகள் வழி இறங்கினார்கள் இருவரும். புவனநந்தி கையில் ஒரு தீப்பந்தம் இருந்தது. தேவமித்திரர் வந்தபோது போன பாதை வேறு. அதன் வழி போனால் கீழுள்ள மூன்றாம் தளத்திற்குப் போகமுடியாது. சாதாரணமாக மூன்றாம் தளம் இருப்பதே தெரியாது என்ற உண்மை இப்போது நன்கு விளங்கியது. புவனநந்தி உள்ளே வந்ததும் அந்தத் தரைக்கதவை நன்கு மூடி உள்ளேயிருந்து ஒரு பூட்டால் பூட்டினார்.

அப்போது கேட்ட பாடல் சட்டென்று நின்றது. யாரோ அவர்களைப் பார்த்திருக்க வேண்டும், உடனே பாடலை அந்த நபர் நிறுத்திவிட்டார் என்று நினைத்தார் அரையநாதர். புவனநந்தி உள்ளே அவரை வேகமாக அழைத்துச் சென்றார். நடக்கையில் காலில் ஏதோ தட்டுப்பட, அதைப் பார்த்த அரையநாதர் சில மூலிகைச் செடிகளை எடுத்தார். மீண்டும் உள்ளே இறங்கினார்கள். தேவமித்திரரை யாரோ தூக்கி வந்திருக்கலாம், அல்லது அவர் யாரையோ தனது மூலிகைகளுடன் விரட்டிக் கொண்டு வந்திருக்க வேண்டும் என்று நினைத்தார் அரையநாதர்.

படிகளிலிருந்து கீழே இறங்கியதும் யாரோ ஓடும் சப்தம் கேட்டது. ஓடியதைத் தொடர்ந்து யாரோ கதவு திறக்கும் சப்தம். அப்போது புவனநந்தி அவரைப் படிகள் வழி அழைத்துச் சென்றது மூன்றாவதான கீழ்த் தளத்திற்கு. நிலத்திற்கு மேல் ஏழு

வாசல்கள் உள்ள ஒரு தளம். நிலத்திற்குக் கீழ் எட்டு வாசல்கள் உள்ள இரு தளங்கள். அந்த எட்டு வாசல்களின் பெயர் சிங்கநக வாசல்கள். இப்போது வரைபடங்களில் காணப்பட்ட சிங்கங்களின் நகங்களில் இருந்த வாசல் சித்திரத்தின் இரகசியம் துலங்கியது.

'புவனநந்தி அவர்களே, ஓடிய நபர் எங்குப் போயிருப்பார்?'

'எங்கும் போக முடியாது. இந்தச் சிலையின் கதவுவழி ஓடிப் போயிருக்கலாம்.'

'சிலையா?'

'இருளில் நடுநாயகமாக இருக்கிறது, அருகில் வாருங்கள். தீப்பந்தம் காட்டுகிறேன்.'

'சிலையின் கதவு எங்கு?'

கப்பில்லன் சிலையைப் பற்றிக் கூறியதை நினைத்தார் அரையநாதர்.

'கைவிரல்களால் சிலையைத் தடவிப் பாருங்கள்.'

'தடவிவிட்டேன். எதுவும் தெரியவில்லை.'

'வட்டவடிவப் படிகள்' நூலில்தான் இந்தக் கதவு திறக்கும் முறை உள்ளது. அந்தப் புத்தகம் மட்டும் இப்போது இங்கு இருந்திருந்தால்...?'

'அந்தப் புத்தகத்தில் என்ன உள்ளது?'

'சுருங்கையின் மூல இரகசியம் உள்ளது.'

'உண்மையாகவா?'

'ஆம். ஆனால் அதை வாசிக்கப் பயிற்சி வேண்டும். சில பகுதிகளை அந்தாதி முறையிலும், சில பகுதிகளைக் கொண்டு கூட்டு' முறையிலும் படிக்க வேண்டும். அந்தப் புத்தகத்துக்கு இரண்டு பதிப்புகள் உண்டு. ஒன்று ஆண்பதிப்பு; இன்னொன்று பெண்பதிப்பு. பெண்பதிப்பு கிரந்தக் கோயிலில் இருந்தது. ஆண்பதிப்பு பாதாளச் சுரங்கத்தில் உள்ளது என்கிறார்கள். ஆண் பதிப்பில்தான் சிலையைத் திறக்கும் விளக்கம் உள்ளது.'

புவனநந்தி சொல்லி முடிக்கும்முன் புத்தகத்தை நீட்டினார் அரையநாதர்.

புவனநந்தியின் கண்கள் அகல விரிந்தன. அவர் ஆச்சரியமும்

பீதியும் அடைந்தார் என்பது வெளிப்படையாகத் தெரிந்தது.

'அரையநாதரே, எப்படிக் கொண்டுவந்தீர்கள்?' என்று கேட்டபடியே புத்தகத்தை வாங்கித் திறந்தார்.

'அதெல்லாம் பிறகு பேசலாம். இந்த ஆண் பிரதியில் சிலை திறப்பதைப் பற்றி உள்ள பகுதிகளைப் படித்துச் சொல்லுங்கள்.

'ஓ, இதுதான் ஆண் பிரதியா?'

'ஆம், அவசரம். படித்துச் சொல்லுங்கள்?'

'கேளுங்கள். வாசிப்புக்குரிய உத்தி முறைகளைப் பயன்படுத்திப் படிக்கிறேன். உஷ்ணீசம் முதலில் காணப்படும். அது ஓர் அங்குலம்.'

'உஷ்ணீசம் என்பது தலைப்பாகையைக் குறிக்கும்.' அரையநாதரின் கண்கள் சிலையின் தலைப்பாகையைக் கவனித்தன.

'உஷ்ணீசத்திலிருந்து தலைப் பகுதி முடியும்வரை மூன்றங்குலம். அதிலிருந்து *நாஸாபுடம்* வரை எட்டங்குலம் இருக்கும்.'

இதை வாசித்துவிட்டு அரையநாதரின் முகத்தைப் பார்த்தார்.

'நாஸாபுடமா?'

அரையநாதரின் சிற்ப சாஸ்திர அறிவின்மை வெளிப்பட்டது.

'நாஸாபுடம் என்பது மூக்கு நுனி.'

புவனநந்தி என்ற உரைகாரர் இந்த நகரைக் காக்கும் பலவகை அறிவைக் கொண்டிருந்தவர் என்பது விளங்கியது.

'அங்கிருந்து முகத்தின் அந்தம் வரை நான்கு அங்குலம்.'

'மேட்ர மூலம்' என்ற சிற்ப சாஸ்திரச் சொல் அரையநாதருக்குப் புரியாது என்று அதன் அர்த்தத்தையும் சேர்த்துக்கொண்டு சொன்ன புவனநந்தியை ஏறிட்டுப் பார்த்தார் அரையநாதர்.

'தொடையின் நீளம் இருபத்துநான்கு அங்குலம். முழங்கால் நீளம் நான்கு அங்குலம். ஜங்காவின் நீளம் தொடையளவே. பாதத்தின் உயரம் நான்கு அங்குலம். ஜங்கா என்பது கெண்டைக் காலைக் குறிக்கும்...'

'இவற்றில் வெறும் அளவுதானே உள்ளது. இதை வைத்து எப்படி உண்மைகளைக் கண்டுபிடிக்க முடியும்?' என்று அரைய நாதர் எண்ணியபோது புவனநந்தி கேட்டார்.

‘மொத்தம் எவ்வளவு?’

‘மொத்தம் நூற்றுப் பன்னிரண்டு அங்குலம்.’

புவனநந்தி ஆச்சரியமடைந்தார். இப்படி எண்களைக் கூட்ட சில இரகசிய வழிமுறைகள் இருப்பதைப் பயிற்சி கொடுத்து ஆரம்பத்தில் அரையநாதருக்கு தேவமித்திரர் கற்பித்தது எங்கே புவனநந்திக்குத் தெரியும்?

அப்போது தனது சாண்களாலும் விரல்களாலும் கைகளாலும் மொத்த சிலையையும் புவனநந்தி அளந்து, ‘மிகவும் துல்லியமாக உள்ளது’ என்றார். அதனோடு ‘துபல் கட்டியதல்லவா? கொஞ்சம் கூட குறை இருக்க முடியாதே!’ என்று துபலையும் பாராட்டிக் கொண்டார்.

மிகவும் அவசரப்பட முடியாது, என்றாலும் தேவமித்திரருக்கு எதுவும் ஆகிவிடக் கூடாதென்ற பயமும் அரையநாதருக்கு இருந்தது.

அடுத்த பக்கத்தைப் புரட்டிப் பார்த்தார்.

‘இந்த நூற்றுப் பன்னிரண்டு அங்குல உயரத்தை உத்தம நவதாளம் என்று ரிஷிகள் அழைப்பார்கள். இதற்கு இன்னொரு பெயர் பூரணத்துவம். ஏனென்றால், இந்த உத்தம நவதாளம் சூரிய தேவனைக் குறிப்பது. சூரியதேவன் இருதிணைகளையும் மூன்று இடங்களையும் ஏழுவகைச் சொற்களையும் உண்டு பண்ணினான். அவன் பிரபஞ்சத்தை இருளிலிருந்து படைத்தான். இவனது படைப்பே இந்த உலகம் என்ற சத்தியத்தைக் கட்டடம் கூறுகிறது. சூரியனின் படைப்பே கட்டடம். கட்டடம் கட்டிய சிற்பிதான் தேவன். அந்தச் சிற்பியின் நாமம் என்றும் வாழ்க.’

‘இது சூரிய தேவனைப் பாடும் பாடல் மட்டுமே’ என்றார் அரையநாதர். அவரது அவசரம் பேச்சில் வெளிப்பட்டது.

‘கேளுங்கள்... பிரபஞ்சத்தைப் படைத்தவன் ஆதிசிற்பி. அவன் பெயர் விச்வகர்மா. தலையின் சுற்றளவு முப்பத்தாறு அங்குலம்...’ என்று வாசித்த போது அரையநாதர் மனதில் ஏதோ தோன்றியது.

‘பலவாறாக விகற்பங்கள் மனதில் தோன்றுங்கால் புருவத்தின் மத்திய பாகம் வளைந்து காணப்படும். சகிப்புத்தன்மை யிலும் கோபத்திலும் வியப்பிலும்கூட, புருவங்கள் இரண்டும்

தனித்தனியே மும்மூன்றங்குலம் நீளும்.'

அதைப் படித்தபோது சிற்பத்துக்குக் கோபம் வரும் என்ற செய்தியை அறிந்த அரையநாதர்,

'புவனநந்தி அவர்களே, சிற்பத்துக்குக் கோபம் வருமா?' எனக் கேட்டார்.

'வரும். அப்போதுதான் அதன் கதவு திறக்கும். கதவு திறப்பதைக் குறிப்பிட சிற்பம் கோபப்படும் என்பார்கள்.'

'சரி, புவனநந்தி, வேறென்ன நம்பிக்கை இருக்கிறது? சிற்பம் கொடியவர்களைத் தண்டிக்கும் என்ற நம்பிக்கை உண்டா?'

'உண்டு.'

புவனநந்தி அரையநாதரைப் பார்த்தார். அரையநாத ருக்கு ஏதோ ஒன்று மூளையில் பட்டது. ஓடிச் சென்று தீப்பந்தத்தைப் பிடிக்கக் கூறி, சிலையின் தலைப் பகுதியில் ஏறி, விரல்களால் பொருத்தப் பட்டிருக்கும் ஒவ்வொரு பொருத்தாகச் சோதனை செய்தார். தலையின் பின்பக்கம் சிறிதாக என்ன செருகப்பட்டிருக்கிறது? ஒரு துண்டு. தீப்பந்தத்தை அருகில் பிடித்துப் படித்ததும் மனம் மருண்டது.

அதில் செருகப்பட்டிருந்த சிறிய துண்டு ஓலையில் தெரிந்த வாசகம் இது.

'மருபூமி -சாவு.'

ஏற்கனவே பல இடங்களில் வந்த வாசகம். ஏற்கனவே, இது எட்டைக் குறிக்கும் என்று கப்பில்லன் கூறியது நினைவுக்கு வந்தது.

பொறி தட்டியது அரையநாதர் மனதில்.

'உத்தம நவதாளம்' எத்தனை எண் புவனநந்தி?'

'எட்டு, ஒற்றுக்களைத் தள்ளிக் கணக்கிடும் மரபுப்படி.'

'புவனநந்தி அவர்களே, நூற்றுப் பன்னிரண்டு அங்குலமுள்ள சிலையில் எட்டு எங்கு வரும்?'

புவனநந்திக்கு உற்சாகம் வந்தது.

'தலையில் ரோமம் முடியும் பகுதி. கழுத்து தோன்றும் பகுதி.'

தலையை உடனே பிடித்துச் சுழற்றினார் அரையநாதர்.

மாற்றம் எதுவும் தெரியவில்லை. அரையநாதர் முகத்தில் ஏமாற்றம். புவனநந்தி முகத்திலும் எந்தக் குறிப்பும் தென்படவில்லை.

'வட்டவடிவமான நிலத்துக்குக் கீழ் இறங்கும் படிகள் எந்தப் பக்கம் சுழன்று இறங்குகின்றன, இடது புறமா வலதுபுறமா, புவனநந்தி அவர்களே?'

'வலது புறம்' என்றார்.

வலது புறம் பிடித்துப் பலமாக அரையநாதர் சிலையின் தலையைச் சுழற்றினார். அப்போது ஒரு பெரிய ஒலியுடன் சிலை இரண்டாகப் பிளந்தது.

இருவரும் அடைந்த ஆச்சரியத்திற்கு அளவில்லை. ஆனாலும் அந்த ஆச்சரியத்தைப் பரிமாறிக்கொண்டிருக்கும் தருணமல்ல இது என்பதால் இருவரும் சிலையிலிருந்து கீழே சென்ற வட்ட வடிவமான படிகளில் வேகம் வேகமாக இறங்கினார்கள். கீழே இரு பாதைகள் பிரிந்தன. அரையநாதர் வலது பாதையிலும் புவனநந்தி இடது பாதையிலும் ஓடினார்கள். இந்தப் பாதைகள் ஏதோ ஓர் ஒழுங்கின்படி அமைந்திருந்தன. வலதுபுறப் பாதை கொஞ்ச தூரம் சென்றபோது ஒரு வட்டவடிவ சிறு கோயில் தென்பட்டது. இப்போது அரையநாதர் அந்த நாலாம் தளத்தில் (இது நிலத்தடிப் பாதைகள் மட்டும் செல்லும் தளம்) உள்ள வட்டவடிவக் கோயிலும் தரைக்கு மேலுள்ள முதல் தளத்திலிருக்கும் நடுக் கோயிலும் ஒரே கோட்டில் வருவதை விரைவில் அறிந்தார். ஆனால் சிலை வழி சுழன்று சுழன்று இறங்கிய பாதை நேர்க்கோடாய்க் கீழே இறங்காமல் வேறெங்கோ தள்ளிச் சுழன்று இறங்குகிறதென்பது புரிந்தது. அங்கிருந்த வட்டவடிவக் கோயிலை ஒரு சுற்று சுற்றிப்பார்த்தார் அரையநாதர். கீழே ஒரு துணி கிடந்தது.

அரையநாதரின் வாய் அவரை அறியாமல் 'தேவமித்திரரின் ஆடை' என்று உச்சரித்தது. தேவமித்திரரை இங்கேதான் கொண்டு வந்துள்ளார்கள். யாரையோ விரட்டும் போது பகைவர் களின் குகையில் சிக்கியிருக்கிறார். இது இரகசியப் பாதை. சூரியக் கோயிலின் மூன்றாவது தளத்திற்கும் கீழுள்ள பாதைகளாலான ஒரு தளம். தேவமித்திரரைக் காக்கும் கடமையிலிருந்து தான் தவறிவிடுவேனோ என்ற பயம் அரையநாதர் முகத்தில் தோன்றிற்று. நான்கு பக்கமும் மிரண்டபடி பார்த்தார். சிறு கோயிலைச் சுற்றி இருபக்கமும் இரு பாதைகள் சென்றன.

அப்போது வலது பக்கம் யாரோ ஓடினார்கள். யார் ஓடுவது என்று தெரியவில்லை. அரையநாதர் விரட்டிக்கொண்டு ஓடினார். அவரது உருவப்பட்ட வாள் தயாராகக் கைகளில் இருந்தது. அரைய நாதருக்கு முன்னால் ஓடிய உருவம் தனக்குப் பின்னால் விரட்டிக் கொண்டு வருவது யார் என்று கண்டுபிடிக்க முடியாத வகையில் அரையநாதர் ஓடினார். என்றாலும் பாதை பழக்கமற்றதாகையால் விழுந்து விழுந்து ஓடவேண்டியதாயிற்று. தொலைவில் அந்த உருவம் ஓடியது அங்கிருந்த விளக்குக் கம்பத்தின் ஒளியில் தெரிந்தது. அந்த உருவம் ஒளியில் ஓடியபோது, அந்த உருவத்தின் அசைவையும் அளவையும் கவனித்தார். ஓடியது ஏற்கனவே தெரிந்த உருவமாகத் தோன்றவில்லை. இது மேலும் பயத்தைக் கூட்டியது. அந்த உருவம்கூட வேறு யாரையோ விரட்டிக்கொண்டு ஓடலாம் என்று நினைத்துக்கொண்டார் அரையநாதர். மிக மிக வேகத்தைக் கூட்டினார் அரையநாதர். நல்ல காலமாக அவரை விழவைக்கும் எந்தப் பொருளும் இடையில் இல்லை. அந்த நபரைப் பிடித்துக் கைகளையும் கால்களையும் கட்டினார். முகத்தைப் பார்க்க முடியவில்லை. இருள். இப்போது புவன நந்தியிட மல்லவா பந்தம் இருக்கிறது எனக் கஷ்டப்பட்டு வெளிச்சத்திற்கு இழுத்துக்கொண்டு வந்து பார்த்தால், அது அங்கு யாரும் எதிர்பார்க்காத நபர்.

அது நூலகத்தின் உபநூலகரான சீங்சோது. அதாவது மல்யுத்த வீரனாகவும், மாயாஜாலக்கார சீங்சோது வாகவும், உபநூலக ராகவும் தேவமித்திரருக்கும் அரையநாதருக்கும் அறிமுகமான நபர். அந்த நபர் எதற்காக இங்கு வந்தான் என்று கேட்க முகத்தைப் பிடித்துத் திருப்பியபோது அவனது உடலிலிருந்து இரத்தம் கொட்டிக் கொண்டிருந்தது. அவனால் பேச முடியவில்லை. கையை மட்டும் முன்னே காட்டினான். அப்படி யென்றால் அவனைத் தாக்கிய நபர்தான் கொலைகாரனாக இருக்க வேண்டும். தாக்கிய நபரை இரத்தம் சொட்டச் சொட்ட விரட்டியிருக்கிறான்.

‘தேவமித்திரரைப் பார்த்தாயா?’ என்ற கேள்விக்கு அவன் முன்பக்கம் சுட்ட, அரையநாதர் ஓட ஆரம்பித்தார். தேவமித்திரரை யாரோ விரட்டுகிறார்கள் என்று அரையநாதர் நினைத்தார். தன்னை விரட்டிய சீங்சோது இப்போது விரட்டவில்லை என்பதறிந்து திரும்பிய அந்த உருவம் இப்போது அரையநாதரால்

விரட்டப்பட்டது. அந்த உருவமும் வேகமாக ஓடியது. ஓடும் உருவத்தின் திசையில் குத்தீட்டியை வீச நினைத்தபோது உள்மனம் வேண்டாம் என்றது. பாதை ஒரு சுற்றுச் சுற்றி அரையநாதர் ஆரம்பித்த இடத்திற்கே வந்தது தெரிந்தது. அந்நேரம் மறுபக்க மாய்ப் போன புவனநந்தி வந்தால், நன்றாக இருக்குமே என்றிருந்தது அரையநாதருக்கு.

இப்போது அரையநாதருக்கு முன்பாக ஓடிய உருவம் வட்ட வடிவப் படிகளில் ஏறி மேலே ஏழு வாசல் உள்ள தளத்தில் சென்று தப்ப விரும்பியது. பாவம், மேலே சிலைக்கு வரும் வாசலைப் பூட்டி விட்டுப் புவனநந்தி இறங்கியது அந்த நபருக்குத் தெரியவில்லை. நன்றாக வட்டவடிவப் படிகளில் மாட்டிக் கொண்டது உருவம். வேகமாய்ப் போய் அரையநாதர் படிகளின் கீழ்ப்பகுதியை வாளுடன் காவல்புரிந்தார். ஓடிய உருவம், அரையநாதரும் புவனநந்தியும் உள்ளே வந்திருப்பதை அறிய வில்லை என்றுபட்டது. அரையநாதர் மேலே ஏறாமலே நின்றார் உறுதியாக. மேலே எதையோ அந்த உருவம் அசைத்துப் பார்த்து விட்டு முடியாமல் நின்றது. மேலே தப்பும் வழி அடைக்கப் பட்டிருப்பதை உருவம் அறிந்துகொண்டது என்று நினைத்தார், அரையநாதர். கீழ்நோக்கி இரண்டு படிகளில் காலடி ஓசை கேட்டது. உஷாரானார் அரையநாதர். மீண்டும் மௌனம். உருவம் நின்று யோசிக்கிறது. இப்போது பல இரகசியங்கள் தெளிவாக விளங்கின. அந்த உருவம் உபநூலகரைக் கொல்ல முயன்றது, அவன் காயத்துடன் தப்பியோட முயன்ற போது அரையநாதரிடம் சிக்கினான். எதிர்பாராமல் அந்த உருவமும் மாட்டிக் கொண்டிருக் கிறது. அந்த உருவத்தின் அடுத்த நடவடிக்கை எதுவாக இருக்கும் என்று எதிர்பார்த்துத் தயாராக நின்றார் அரையநாதர்.

மௌனம் தொடர்ந்தது. மேலே அந்த உருவம் தப்பிவிட்டது என்று கீழே நிற்கும் அரையநாதர் நினைக்கட்டும் என்றோ என்னவோ அந்த உருவம் எதுவும் பேசவில்லை. ஒருவேளை தன்னை விரட்டி வருபவர் யார் என்று அறிந்து அதற்கேற்ப தன் தாக்கு தலைச் செய்ய உத்தேசித்திருக்கலாம் அந்த உருவம்.

‘அன்புள்ள நண்பரே!’ என்று அழைத்துப் படிகளில் மறைந்து நிற்கும் நபரைப் பார்த்துப் பேசினார் அரையநாதர்.

‘இனி நீங்கள் தப்பமுடியாது. மேலே சிலைவாசல் வழி போகும்

தளம் அடைக்கப்பட்டிருக்கிறது. கீழே நான் நின்று கொண்டிருக்கிறேன். யுத்தங்கள் பல செய்த ஒருவனுடன் போரிட விரும்பினால் கீழே இறங்கலாம். நீர் யார் என்பதைச் சொல்லிவிடுவதே நம் மோதலைத் தடுக்கும்.'

அந்த உருவத்திடமிருந்து எந்த சப்தமும் வரவில்லை. உடனே மேலே செல்வதால் மட்டும் அந்த உருவத்தைக் கண்டுபிடிக்க முடியும் என்று தீர்மானம் செய்தார் அரையநாதர். இரண்டு படிகள் மேலே செல்வதால் மட்டும் அந்த உருவத்தைக் கண்டுபிடிக்க முடியாததாக இருந்தது. இன்னும் ஒருபடி மேலே சென்றார் அரையநாதர்.

அப்போது ஒலித்த குரலைக் கேட்டு அப்படியே பேயறைந்தது போல் அதிர்ச்சியடைந்தார் அரையநாதர். காதுகளை நம்ப முடியவில்லை.

'நில்லுங்கள், மேலே வரக்கூடாது.'

அரையநாதர் கைகள் நடுங்கின; கால்கள் பலம் இழந்தன. அது ஒரு கணம்தான். ஒரு போர்வீரன் அல்லவா? அரையநாதர் உறுதியாகிவிட்டார். தான் நிற்குமிடம் யுத்தகளம் என்று புரிந்தார். ஒரு நிமிடம் அசந்தாலும் எதிரியின் வாள் தன் தலையைத் தூரத்தில் வெட்டி வீசிவிடும். இப்போது தைரியத்துடன் அரைய நாதர் பதிலளித்தார்.

'ஓ, தேவமித்திரரா? வாருங்கள். உங்களுடன் உங்கள் நண்பன் போர் செய்ய அனுமதிக்கமாட்டீர்கள் அல்லவா?'

மிகவும் உறுதியாக மேலிருந்து குரல் கேட்டது.

'அரையநாதரே, போய்விடுங்கள்.'

ஏதோ ஒரு தைரியமும் கோபமும் வந்தது, அரையநாதருக்கு. ஒரு வேளை தன்னை ஏமாற்றியதால் ஆக இருக்கும்.

'நான் உண்மைக்காக வாழ்பவன், தேவமித்திரரே.'

'இல்லை. நீங்கள் என் சொல்படித்தான் நடக்க வேண்டும்.'

'அப்படிக் கூலி வேலை செய்பவன் நானல்ல.'

'அப்படியென்றால் ஐந்தாவது பலியாகிவிடக்கூடாது. உங்களுடன் பேச நேரமில்லை. உடனடி விலகுங்கள், அரையநாதரே.'

'ஒரு சிறு திருத்தம் தேவமித்திரரே. நான்காவது நபர்,

உபநூலகர் சாகவில்லை. தப்பிவிட்டார்.'

'அப்படியா?'

ஒரு வெறிபிடித்த மிருகம் போல் கர்ச்சித்தார் தேவமித்திரர்.

'ஆம். ஏன் நம்பமுடியவில்லையா?'

'அரையநாதரே, போய்விடுங்கள். நான் ஒரு லட்சியத்திற்காக இந்தக் காரியங்களைச் செய்தேன்... சாதாரண உயிர்கள் முக்கியம் அல்ல. என் லட்சியம்தான் முக்கியம். ஏனென்றால் என் லட்சியம்தான் ஒரே உண்மை. இறுதி உண்மை. நீங்களும் நானும் இன்றிருப்போம். நாளை இருக்கமாட்டோம். அந்த உண்மை அனாதிகாலமும் சத்திய ஜோதியாக இருக்கும். சுருங்கையை இந்தச் சிற்பியிடமிருந்தும், உரைகாரர், அமைச்சரிடமிருந்தும், சார்வாகர்களிடமிருந்தும் சூரிய வழிபாட்டு அசுரர்களிடமிருந்தும் காப்பாற்ற வேண்டும். இவர்களிடமிருந்து சுருங்கையை மீட்டுப் புத்த மதத்தை மீண்டும் ஸ்தாபிக்கவே இத்தனை கொலைகளைப் புரிந்தேன்.'

'தவறு செய்துவிட்டீர்களே, தேவமித்திரரே, கப்பில்லனை இங்கு வருவதற்கு முன்பு நான் சந்திக்காவிட்டால், ஒருவேளை உங்கள் கூற்றுகளை இதுவரை நம்பியதுபோல் இப்போதும் நம்பியிருப்பேன். கேளுங்கள். இந்த ஊர்—சுருங்கை சார்வாகர்களிடமிருந்து பறிக்கப்பட்டுச் சில தலைமுறைகளாக ஆளப்படுகிறது. இந்தத் தலைமுறையில் அதைப் பாதுகாக்கும் பொறுப்பு உரைகாரர், சிற்பி துபல், அமைச்சர், யுனசேனன், சராசின், சீங்சோது போன்றவர்களைச் சார்ந்தது. அவர்கள் சுரங்கப்பாதைகளும் கோயில்களும் பாதாளச் சுரங்கங்களும் நூலகங்களும் நிர்மாணித்து, சரித்திரங்களும் உரைகளும் எழுதி, சுருங்கை என்றும் சார்வாகர்களுக்குப் போய்விடாதவாறு காக்கிறார்கள்.'

தேவமித்திரர் மனதில் அரையநாதரைத் தன் கட்சிக்கு இழுக்க முடியாதென்று பட்டிருக்க வேண்டும்.

அப்போது மேலிருந்து மறுமொழி கொஞ்சமும் பிசிறடிக்காத குரலில் வந்தது.

'அரையநாதரே, புவனநந்தியும் அதற்குமுன் துபலும் கூறிய சரித்திரம் தவறு என்று புரிந்திருப்பது போலவே கப்பில்லன் சொல்லும் சரித்திரமும் தவறு என்று அறியும் திறமை உள்ளவர்

நீங்கள் என்று நினைத் திருந்தேன்.'

'கப்பில்லன் சொன்ன சரித்திரம் தவறா?'

'ஆம். உண்மையான வரலாற்றை நான் சொல்கிறேன், கேளுங்கள். சுருங்கை அசலான புத்தர்களின் நகரம். வரலாற்றுக்குப் பிந்திய சுருங்கை சரித்திரம் இது, கேளுங்கள். குண்டலமித்திரன் என்ற ராஜாவிலிருந்து இந்தச் சரித்திரம் தொடங்குகிறது. குண்டல மித்திரன்தான் இங்குப் புத்தமதத்தை ஸ்தாபித்தவன். குண்டல மித்திரன் வருடத்தின் முதலாம் மாதம் பன்னிரண்டாம் தேதியிலே பாதிகா என்ற நதிக்கரையில் தன் மதத்தைவிட்டுப் புத்த தேவனுடைய குரலுக்குச் செவிசாய்த்தான். அவன் பின்னர் விகார், புகார் என்ற இரண்டு புத்த விகாரைகளுக்குச் சென்றபோது அங்குக் குண்டலமித்திரனுக்குப் பொன்னும் வெள்ளியும் நறுமணப் பொருள்களும் கொடுத்தார்கள். அவன் அவற்றைத்தான் ஏற்பதில்லை என்றான். பின்னர் 'காரித்து' என்ற தடாகக் கரையில் பன்னிரண்டு காளைகளையும், எழுபத்தேழு ஆட்டுக்குட்டி களையும், தொண்ணூற்றாறு ஆட்டுக் கடாக்களையும் பலியிட்டுக் கொண்டிருந்த மக்களிடம் வந்து அப்பொருட்களைக் கொடுத்துப் பலி கொடுப்பதைத் தடுத்து நிறுத்தினான். அதன்பின் பசாவு ஆட்சிக்கு வந்தான். இவனது ஆட்சிக் காலத்தில்தான் 'பவச் சக்கரம்' என்ற புத்தமதத் தத்துவத்தை விளக்கும் 'வட்ட வடிவ மான படிகள்' நகர் முழுவதும் தரையின் கீழுள்ள ஊருடன் இணைப்பதற்காகக் கட்டப்பட்டன. இந்த ஆதாரம் புத்தர்களின் ஊர்தான் இந்தச் சுருங்கை என்பதை விளக்கவில்லையா?' 'வட்ட வடிவப் படிகள்' என்பது புத்த பகவானின் சீடர் நூலிமாலால் புத்தபகவானுடன் வாழ்ந்த அனுபவத்தையும், தர்மத்தையும் கதைபோல் எழுதிய ஆதிநூல். யுனசேனன் மாற்றி எழுதினான். அவன் முழுவதும் மாற்றுவதற்குமுன் நகருக்குள் நுழைந்து யுன சேனனைக் கொன்று அந்த நூலில் அவன் முழுவதும் இடைச் செருகல்களைச் சேர்ப்பதைத் தடுக்க வந்தேன். என்னை உளவு பார்க்க சராசின் நியமிக்கப்பட்டிருந்தான் முதலில்; அவனை நான் கொன்றேன். அடுத்து, என்னை உளவு பார்க்க வைக்கப்பட்டவன் சீங்சோது என்ற உபநூலகர். அவனைக் கொல்ல நினைத்தபோது நீங்கள் வந்துவிட்டீர்கள்.'

தேவமித்திரர் நிறுத்தினார். அவரே பேசட்டும் என்று

அரையநாதர் இடையில் குறுக்கிடவில்லை. அவரே தொடர்ந்தார். அவர் சரித்திரத்தைக் கூறுவதில் வெறிகொண்டிருந்தார்.

'பசாவு மரணத்துக்குப் பிறகு அருமைராஜன் வந்தான். அவனது ஆட்சியின் இருபதாம் ஆண்டு நடந்து கொண்டிருந்த போது அவன் மூப்பு நோயால் வருந்த, அவனது மகன் முதலாம் தத்தனும், அதன்பின் இரண்டாம் தத்தனும் ஆட்சிக்கு வந்தனர். அதன்பின் இரண்டாம் தத்தனின் மக்கள் பொன்கலன், புத்கலன் ஆகியோர் வந்து ஆண்டார்கள். பசாவு முதல் புத்கலன் வரை பலர் இருநூறு ஆண்டுகள் ஆண்டனர். பின்னர் ரானகேதுவும் ராஜ கேதுவும் வந்தார்கள். ரானகேது ஒரு கலகத்தை அடக்கினான். ராஜகேது எட்டு எட்டு வாசல்கள் கொண்ட இரு மாளிகைகளைக் கட்டினான். அப்போது மூன்றாவதான தரைமீது தெரியும் கட்டடம் இருக்கவில்லை. அதனாலேயே யுனசேனனுக்கும் சராசினுக்கும் அங்கே தண்டனை கொடுத்தேன்.'

எப்படி என்று கேட்கும் ஆசையை அடக்கிக்கொண்டார் அரையநாதர்.

'தூமகேது ஆட்சியில்தான் பக்கத்து நாட்டிலிருந்த சமலன் ஆட்சிக்கு வந்தான். அன்றிலிருந்து சுருங்கையின் அடையாளங் களை அழிக்கிறார்கள்.'

'எட்டுவாசல் என்பது எப்படிப் புத்த அடையாளமாகும்?' அரையநாதர் கேட்டார்.

'கேளுங்கள், அரையநாதரே. எட்டு என்பது பௌத்தத்தில் மிக முக்கியமான கருத்து. நற்காட்சி, நற்கருத்து, நல்வாய்மை, நற்செய்கை, நல்வாழ்க்கை, நல்முயற்சி, நற்கொள்கை, நல்லமைதி ஆகியன எட்டாகும். இப்போது புரிந்திருக்கும், சிங்க நகங்களில் காணப்பட்ட வாசல் உள்ள வரைபடம் புத்த தத்துவத்தை விளக்குகிற ஒன்று. அதுபோல் எட்டு வாசல்களும் புத்த சிந்தனையின் விளக்கம் தான்...'

'மருபூமி - சாவு' என்னும் எட்டு எண்களும் இந்தப் பௌத்த சிந்தனைதான். 'வட்ட வடிவப் படிகள்' என்பதும்கூட எட்டுதான். அதுவும் எங்கள் பௌத்த சிந்தனையைத் தான் சுட்டுகிறது. 'அட்ட நாம் ஷிஸ்டாத்வ' என்ற சித்தாந்தத்தின்படி 365 என்பது கூட எட்டுதான் தெரியுமா, உங்களுக்கு?'

'அது எப்படி?'

'முதல் எண் மூன்று, அடுத்த எண்ணை ஆறிலிருந்து கழிக்க மீதி மூன்று. அந்த மூன்றும் இறுதி ஐந்தும் சேர்ந்து எட்டுத் தான். (6-3=3; 3+5=5). இதுவும் எங்கள் புனித சிந்தனைதான். இந்த எட்டு என்ற எண் எவ்வளவு புனிதமானது. அதற்கு உயிர் கொடுக்கவும் நான் சித்தமாயிருக்கிறேன் என்று காட்டத்தான் 'மருபூமி-சாவு' என்ற குறிப்பை அங்கு ஒரு மருந்துப் பெட்டியில் வைத்துவிட்டு வந்தேன். உமது புத்திசாலித்தனம் பற்றி எனக்குத் தெரியும், என் மூலம் கற்றவர் அல்லவா? கண்டுபிடித்து வந்துவிடுவீர் என்று. இப்போது கூறும், இது யார் நகரம்?' வெறி ஏறி குரல் கம்மியது தேவமித்திரருக்கு.

அரையநாதருக்குத் தலை சுழன்றது. சுருங்கை சூரிய குலத்தி னுடையது என்று துபலும் புவனநந்தியும் கூற, சார்வாகர் களுடையது என்று கப்பில்லனும், இப்போது புத்தர்களுடையது என்று தேவமித்திரரும் வாதாடுகிறார்கள். எது உண்மை என்று காண்பது தன் குறிக்கோள் இல்லை என்று எண்ணினார் அரைய நாதர். யாருடைய சரித்திரம் சரியானது என்று அறிவதல்ல தன் கடமை என்பது அவருக்கு நன்கு தெரிந்திருந்தது. இன்னொன்றும் பட்டது, எதிலும் உண்மையில்லை. உண்மை உண்மையல்ல என்று.

'சரி, தேவமித்திரரே, இப்போது எனக்கு உங்கள் நோக்கம் புரிகிறது. எப்படி யுனசேனனைக் கொன்றீர்கள்?' என்று வெளிப்படை யாகக் கேட்டார். இந்தக் கேள்விக்குப் பதில் சொல்வாரோ இல்லையோ என்று ஐயமும் ஏற்பட்டது அவருக்கு.

'உங்களைப் போல் என்னுடன் இருந்த ஒருவருக்கு இந்த நேரத்தில் அல்லாமல் வேறு எப்போது இப்படிப்பட்ட கேள்விக்குப் பதில் சொல்ல முடியும்? யுனசேனனைச் சந்தித்த அன்றே அந்தத் துரோகி புரிந்த காரியத்தை அறிந்துகொண்டேன். அவன் எழுதுவது ஸ்தாபிக்கப்பட்டால் புத்தர்கள் வரலாறு பொய் என்றாகும். காலம் காலமாகப் புத்தர்கள் ஆண்ட ஒரு தேசத்தின் சுவடு அழிக்கப்பட்டுவிடும். இதைத் தடுப்பதைத் தவிர என்னைப் போன்ற புத்த பிக்குவிற்கு வேறென்ன வேலை?'

'சரி, புத்த விகாரையிலிருந்து வெளியேறிய புரட்சித் துறவி என்று என்னை நம்ப வைத்தீர்கள். சரி, ஆனால் துபல், அமைச்சர்

ஆகியோர்கூட உங்களைப் புரட்சித் துறவி என்றார்களே.'

'அது உரையாடும் சாமர்த்தியம். நாம் ஒருவரிடம் பேசும்போது அவருக்கு நம்மைப் பற்றித் தெரிந்ததையும் தெரியாததையும் குழப்பிவிட வேண்டும். இது உரையாடல் கலையில் பதினொரு முக்கிய உத்திகளில் ஒன்று. *ஸர்வே ஷாம் ச ஸங்கர* என்ற ஸ்லோகத்தின் சர்ச்சையைப் புரிந்துவிட்டால் இது விளங்கும்.'

'நான் கேட்ட கேள்விக்கு...?'

'ஓ, புரிகிறது. யுனசேனனை எப்படிக் கொன்றேன் என்ற கேள்விக்குப் பதில் வரவில்லையே. சொல்கிறேன்.'

'யுனசேனன் வாளை நம்பாமல் புத்தியை நம்பினான். அவன் *பவச் சக்கரம்* என்ற எங்கள் தத்துவத்தை நாசம் செய்வதும், *வட்டவடிவப் படிகள்* என்ற பெயரில் திரிபு செய்வதும் பற்றி எல்லாப் புத்த விகாரைகளிலும் செய்தி பரவியதால், பழிவாங்க நான் எல்லாப் பயிற்சிகளும் கொடுக்கப்பட்டு அனுப்பப்பட்டவன். அரசனைக் கொல்வது முக்கியமல்ல. சரித்திரக்காரனைக் கொல்வதே முக்கியம். மனிதர்களின் வலதுபக்க மூச்சைச் *சூரியக்கலை* என்றும், இடது பக்க மூச்சைச் *சந்திரக்கலை* என்றும் கூறுவார்கள். *சந்திர சூரிய* என்ற மூலிகை இந்த வலதுபக்க மூச்சை இடது பக்கமாக மாற்றிக் குழப்பும் வல்லமை கொண்டது. அதனை அவனது சீன பீங்கான் மைப்புட்டியில் போட்டேன். நீங்கள்கூட என் கையிலிருந்த மைபுட்டியைப் பார்த்தீர்களே! அதன்பின் அவனைத் தூக்கிக் கொண்டு யுனசேனன் மாளிகைக்கும் சூரியக் கோயிலுக்குமுள்ள இரகசிய பாதை வழிவந்து தரைமீது ஏறி, சிலை வழி இறங்கி உங்களை முதன் முதலில் அழைத்துப்போன முறையில் இரண்டாம் தளத்தில் போய் கயிற்றால் கட்டி பாறை களில் இறக்கிவைத்தேன். இது முதல் கொலை... பிறவியே துக்கத்துக்குக் காரணம் அரையநாதரே.'

'சரி. யுனசேனனைக் கொல்வது மட்டுமே உங்கள் நோக்கம் என்றால் அப்போதே நீங்கள் தப்பியிருக்கலாமே!'

'அது மட்டுமே அல்ல நோக்கம். அந்த நிலத்தடி பூமியிலிருந்து கொண்டு வந்த ஓவியம் எதைச் சொல்லியது? ஐந்து சுவர்கள். அது புத்தத் தத்துவம் என்று விளக்கினேனே, ஞாபகம் இருக்கிறதா? எனவே இந்தச் சுருங்கையின் உண்மையை மீண்டும் நிலை

நாட்ட விரும்பி, யார் யார் அதற்குத் தடையாக இருக்கிறார்களோ அவர்களைத் தொடர்ந்து கொல்ல நினைத்தேன். புத்தமத அடையாளங்களுக்கு எதிரான அடையாளங்களையும் அழிக்க விரும்பினேன்.'

'அந்த ஓவியத்தைச் சுரண்டிய போது 365 என்ற எண் என்றீர்களே.'

'ஆம். பல அடுக்குகளில் அர்த்தம் புதைக்கப்பட்டுள்ளது. எல்லா அடுக்குகளும் அழிந்த ஊர் பௌத்தர்களுடையதென்றே காட்டுகிறது.'

'அடுத்த கொலை பற்றிச் சொல்லுங்கள்.'

மேலேயே நின்று பதில் சொன்னார் தேவமித்திரர். 'உண்மையில் நான் சராசினைக் கொல்ல விரும்பவில்லை. ஆனால் என்னைப் பிடித்துக் கொடுப்பதற்காக உளவு பார்த்தான். என் மூலிகைப் பெட்டியிலிருந்து மூலிகை திருடினான். அவன் அன்று விடுதலை யானதும் நம் மாளிகையில் சீங்சோதுவுடன் இருந்தபோது மூலிகை திருடி சீங்சோதுவுக்குக் கொடுத்ததைக் கண்டுபிடித்தேன். சீங்சோது போகும்போது அவனது சட்டைப் பையில் அனிச்சம் பூ கிடந்தது அல்லவா? அது எனக்கு மட்டுமே தெரிந்த மூலிகை. குவலயபுரத்திலிருந்து நான் பெற்ற அறிவு. உடனேயே சராசினைத் தீர்த்துக் கட்ட முடிவு செய்தேன். அவன் மரணம்கூட மூலிகை மூலம்தான். அதே மூலிகை அனிச்சம்பூ. இரவில் உங்களுக்குத் தெரியாமல் அனிச்சம்பூவுடன் அவன் தூங்கிய வரவேற்பு மாளிகைக்குச் சென்றேன். அதனை முகர்ந்ததும் இறந்தான். கால்கள் அடித்துக் கொண்டிருந்ததால் கொஞ்சம் தாமதமாக அவனைத் தூக்கி வரவேற்பு மாளிகையிலிருந்து நிலத்தின் கீழ் செல்லும் இரகசியப் பாதை வழியாக சூரியக் கோயிலுக்குப் போய் மூன்றாம் தளத்திலிருந்து படிகள் வழியாக ஏறிச் சிலையைத் திறந்து தரைக்கு வந்து மீண்டும் நாம் அன்று போனதுபோல் இரண்டாம்தளம் சென்று கயிறு மூலம் பாறைகளில் உடலை வைத்தேன். கொஞ்சம் இரத்தம் வரவைப்பது கடினமா என்ன?'

அட கொலைகாரா, என்று கத்தலாம் போல உணர்ந்த அரைய நாதர் தன்னைக் கட்டுப்படுத்திக்கொண்டார்.

'அதன்பின்...' என்று தேவமித்திரர் தொடர்ந்த போது

அரையநாதர் இடைமறித்தார். 'அதன்பின்தான் என்ன நடந்தது என்று நான் நேரில் பார்த்தேனே. இரவில் நாம் தங்கிய மாளிகைக்கு வந்து என்னை அழைத்துக் கொண்டுவந்து சராசின் உடலைப் பார்த்து, அப்போதுதான் அவன் உடலைக் கண்டது போல் நடித்தீர்கள்.'

'பரவாயில்லை. புரிந்துகொண்டிருக்கிறீர்கள். கேளுங்கள். துபல் கொலையைப் பற்றியும் சொல்கிறேன். அந்தக் கொலையும் மூலிகையால்தான் என்றாலும் சற்று வேறுபட்டது. அவர் நீர் குடிக்கும் ஜாடியில் என் 'மெல்லக் கொல்லி' என்ற மூலிகையைப் போட்டேன். அந்த நீரைக் குடித்திருக்கிறார். அதனால் மூலிகை யானது நோயை ஏற்படுத்தி அவ்வளவு நாட்கள் கழித்துக் கொன்றிருக்கிறது. அவர் என்னைத் தேவமித்திரர் என்று முற்றாய் நினைத்ததால் சாகும்போது பாதாளச் சுரங்கம் பற்றிச் சொல்வார் என்று யூகம் செய்தேன். அப்படியே செய்தார்.'

'அப்படியென்றால் தேவமித்திரர் இல்லையா நீங்கள்?'

'அது அப்புறம் பேசலாம். நேரமாகிக்கொண்டே இருக்கிறது. போவோம் வாருங்கள். என் பணியாள்தான் நீங்கள். என் கட்டளைக்கு ஆட்பட்டவர்.' அரையநாதர் தனக்கு உதவி செய்வாரா என்று முயன்று பார்த்தார் தேவமித்திரர். இப்படி மாட்டிக் கொள்வார் என்று நினைக்கவில்லை அவர்.

'அதற்கு வேறு யாரையாவது பாருங்கள். கொலைகாரர் ஒருவர் என்றும் என் உதவியைப் பெறமுடியாது. மேலும்...'

'உண்மையைத் தெரிந்து கொள்ளுங்கள். நான் தேவமித்திரர் அல்ல. எச்சரிக்கை. நான் சூனியதத்தன்.'

அதிர்ச்சியுடன் அரையநாதர், 'சூனியதத்தனா?' என்றார். உடனே உஷாரானார். ஒரு வாள் சண்டையை எதிர்பார்த்தார். ஏனோ தேவமித்திரர் அதற்குத் துணியவில்லை. அந்நேரம் தேவமித்திரரின் வாயிலிருந்து வந்த உண்மையைக் கேட்டு மண்டையில் அடிவிழுந்தது போல் அதிர்ந்து நின்றார் அரையநாதர்.

'நான் சூனியதத்தன் என்ற புத்த பிக்கு. தேவமித்திரர் பெயரில் எங்குப் போனாலும் மதிப்பு உண்டு என்பதாலும் கொலை செய்தபின் அதைக் கண்டுபிடிக்க தேவமித்திரரையே யாரும் கேட்பார்கள் என்பதாலும் அந்தப் பெயரைப் பயன்படுத்தினேன்.

அப்படியே நடந்தது.'

'உண்மையான தேவமித்திரர் வந்துவிட்டால்?' தன் மனதில் தோன்றியதைக் கேட்டார் அரையநாதர்.

'ஹஹ்ஹா' என்று சிரித்தார் சூனியதத்தன் என்ற தேவமித்திரர்.

'உண்மையான தேவமித்திரர் குவலயபுரத்தின் புத்த விகாரை யிலுள்ள சிறையில் அடைக்கப்பட்டிருக்கிறார். நான் போன பின்னர்தான் அவரை வெளியே அனுப்புவார்கள். அதுவரை அந்தப் புத்தமத துரோகியின் தோற்றத்தைக் கொண்டவனாகவும், அவனது நடைபாவனை மற்றும் பேச்சைக் கற்றுக்கொண்ட வனுமான நானே தேவமித்திரர்.'

'என்றாலும் தேவமித்திரரைப் போலவே எப்படி அச்சடையாள மாகப் பேச முடிந்தது?'

'எங்கள் மடங்களில் கொடுக்கும் பயிற்சி அது. மேலும் அந்தத் துரோகியின் கருத்துகளை இங்கு வரும் முன் படித்துவிட்டேன். இங்கு என்னைக் கண்டுபிடிக்க முடிந்தவர் துபல் ஒருவரே. அவருக்குக் கண் பார்வையில்லாததால், அவரும் என்னைக் கண்டுபிடிக்க வில்லை.' அரையநாதரின் முகம் கடுகடுப்பானது.

'சரி சரி, மர்ம ஓவியம் கிடைத்த அன்று ஓடிய மர்ம ஆசாமி யார் என்று இப்போதாவது சொல்லமுடியுமா? எனக்கு ஏதும் தெரியாது என்று நினைத்துப் பேசிவிடாதீர்கள். ஏனென்றால் அது இன்னொரு பொய்யாக மாறிவிடும்.'

'அதாவது...' ஆச்சரியம் கலந்த கேள்வி மேலிருந்து வந்தது.

'மர்ம ஆசாமி யாரும் அன்று வரவில்லை என்று எனக்குத் தெரியும். அப்போது சந்தேகம் வந்தது. அதனால்தான் மீண்டும் மீண்டும் நான்குமுறை அதனைப் பற்றிப் பிரஸ்தாபித்தேன்' என்றார் தேவமித்திரர் என்ற சூனியதத்தன்.

'மர்ம ஆசாமி விஷயம் பொய், அப்படித்தானே தேவமித்திரர் என்ற சூனியதத்தனே?'

'தொடர்ந்து கேளுங்கள், தேவமித்திரர் என்ற சூனியதத்தனே! உங்கள்மீது எப்படிச் சந்தேகம் வந்தது தெரியுமா? ஒருவரிடம் முக்கியமான ஒரு விஷயத்தை நான்குமுறை குறிப்பிட்டாலும் அவர் எந்தப் பதிலும் சொல்லவில்லையென்றால் அது பொய்தான்.'

'ஓகோ.'

'அப்படி நான்குமுறை பிரஸ்தாபித்தும் அந்த மர்ம ஆசாமி பற்றி அதன்பின் நீங்கள் ஈடுபாடு காட்டவில்லை. உடனே என்னுடன் வரும் தேவமித்திரரின் திறமை, அறிவு, வல்லமையைத் தாண்டிய ஏதோ ஒன்று இருக்கிறது என்று ஐயப்பட்டேன். ஆனாலும் கொலைகளை நீங்கள்தான் செய்துவருகிறீர்கள் என்று நான் சந்தேகிக்கவில்லை.'

'அன்று ஏன் என்னை மூலிகைகளைப் பயன்படுத்தித் தூக்கிச் சென்றீர்கள் என்றும் கேட்க மாட்டேன்.'

அம்மனிதர் அமைதியானார்.

'ஆமாம், இத்தனை கொலைகளைச் செய்ய உங்கள் மத நம்பிக்கை இடம் கொடுக்கிறதா?'

'கேளுங்கள், எங்கள் தத்துவத்தின்படி நோக்கத்திலுள்ள தூய்மையே முக்கியம். செயலிலுள்ள தூய்மை என்பதும் நோக்கத்திலுள்ள தூய்மை என்பதும் ஒன்றுதான். புத்தனுக்கு மூன்று நிலைகள் உண்டு. முதல்நிலையின் பெயர்: தர்மகாயம் என்ற பரிபூரணநிலை. அந்தப் பரிபூரணநிலை பெற்றவன் கொலை செய்தாலும் அது கொலை அல்ல. பொய் சொன்னாலும் பொய்யல்ல.'

தத்துவத்தில் ஈடுபாடு காட்டாமல் அரையநாதர் விஷயத்திற்கு வந்தார்.

'நீங்கள் வரைபடங்களை...'

'இல்லை. நூலகத்தின் வரைபடங்களை மட்டுமே திருடி வைத்திருந்தேன். நான்தான் திருடியது என்பது வெளிப்படாமல் இருக்க, உங்களை அழைத்துக் கொண்டு ஒருமுறை தேடும் நாடகம் போட்டேன். அதனை ஓரளவு அறிந்தவன் சராசின். அவனுக்கு அடுத்தபடியாக என்னை உளவுபார்க்க வைக்கப் பட்டவன் உபநூலகரான மங்கோலியன்.'

மர்மங்களை ஒவ்வொன்றாக விடுவிப்பதில் கவனமாயிருந்தார் அரையநாதர்.

'யுனசேனன் எழுதிய நூல்?'

'வட்டவடிவப் படிகள்' என்ற நூலுக்கு இரண்டு படிகள் உண்டு.

பெண்பிரதி பயனற்றது. ஆண் பிரதி யில்தான் இரகசியங்கள் உள்ளன. அது என்னுடைய கைக்கு வரவில்லை. பெண்பிரதி என் வசம் பத்திரப்படுத்தப்பட்டுள்ளது. ஆண்பிரதி கிடைத்தால் அதனைப் பயன்படுத்தி இந்த நகரின் அடையாளங்களை அழிப்பேன். பின்னர் அந்த நூலையும் அழிப்பேன்.'

அப்போது ஆண்பிரதியை வைத்திருக்கும் அரையநாதர் மனதிற்குள் சிரித்துக்கொண்டார்.

'சிலையைத் திறப்பது பற்றி எப்படித் தெரிந்து கொண்டீர்கள்? ஆண்பிரதியில் உள்ள செய்தி அல்லவா அது' என்று எண்ணி ஐயத்துடன் கேட்டார் அரையநாதர்.

'அது சிற்பம் பற்றிய ஒரு இரகசியம். ஏற்கனவே அறிந்து வைத்திருந்தேன்.'

'சரி சரி... நாம் கேள்வி-பதில் அரங்கு நடத்த இதுவல்ல நேரம். விடுங்கள் அரையநாதரே. நீங்கள் என் பணியாள். என் கட்டளையை மட்டும்தான் நீங்கள் கேட்க வேண்டும்' என்று கூறிக்கொண்டு ஓரிரு அடிகளை எடுத்துவைத்தார் சூனியதத்தன் என்ற தேவமித்திரர்.

அப்போது எழுந்த 'நில்லுங்கள்' என்ற உறுதியான குரலைக் கேட்டுப் பிரமித்து நின்றார் சூனியதத்தன் என்ற தேவமித்திரர்.

'நான் கொலைகாரர்களுக்கு உதவுவதில்லை என்று சொல்லி விட்டேன்.'

அப்போது புவனநந்தியைக் கட்டி அழைத்துக்கொண்டு கப்பில்லன் வந்தான்.

'இவர் தப்பி ஓடப் பார்த்தார். நான்காம் தளமான பாதாளச் சுரங்கத்தில் நான் நின்றிருந்ததால் எளிதாக இவரைக் கட்டி அழைத்து வந்தேன்' என்றான். பாதாளச் சுரங்கத்திற்கும் பாதை களாலான நான்காவது தளத்திற்கும்கூட பாதை இருப்பதை அறிந்தார் அரையநாதர். பின் கூறினார்,

'புவனநந்தி தப்பி ஓடவில்லை. இந்தக் கொலைகாரனை— உள்ளே நிற்கிறான்—சூனியதத்தன்—இவனைப் பிடிக்க நான் ஒரு பாதையிலும் புவனநந்தி ஒரு பாதையிலும் சென்றோம். அப்போது அங்குப் பாதாளச் சுரங்கத்தில் நின்றிருந்த நீ புவனநந்தியைப் பிடித்திருக்கிறாய்' என்று உண்மையைச் சுட்டிக்காட்ட, அவன் திருப்தியுற்று,

'இங்கே நிற்பது யார்?' என்றான்.

'சூனியதத்தன் என்ற குவலயபுரம் புத்த பிக்கு.'

'யார் அது? நான் கேள்விப்பட்டதே இல்லையே. எனக்குத் தெரியாமலா?'

'சரி, சூனியதத்தன் தெரியாது - தேவமித்திரர்.'

'தேவமித்திரர் ஏன் இங்கே?'

'உண்மையான கொலைகாரர் சூனியதத்தன் என்ற தேவ மித்திரர்.'

அரையநாதரின் கூற்றைக் கேட்டுக் கப்பில்லனும் புவன நந்தியும் அதிர்ச்சி அடைந்தார்கள்.

அப்போது மேலிருந்து குரல் வந்தது.

'மூவரையும் ஒரே நிமிடத்தில் கொல்வேன். பதில் சொல், அரையநாதரே, பைத்தியக்காரனான நீ என் வேலை ஆள்...?'

சற்று நேரம் யாரும் எதுவும் பேசவில்லை. பறக்கும் இருட்டுப் பறவைகளின் ஒலி மட்டும் கேட்டபடி இருந்தது.

அரையநாதர் பதில் சொன்னார்.

'நண்பரே, நீங்கள் எப்போது தேவமித்திரர் இல்லையோ அப்போதே குவலயபுரம் புத்தவிகாரையினர் என்னிடம் கூறிய நிபந்தனைக்கு நான் கட்டுப்படத் தேவையும் இல்லாமல் போய்விடுகிறது.'

இப்போது கப்பில்லன் பரிகாசத் தொனியில் சொன்னான்.

'சார்வாகர்களுக்குக் கொலைகாரர் பட்டம் ஏற்படுத்த முயன்ற தேவமித்திரர் என்ற சூனியதத்தன் அவர்களே! நானே இனி மேலே வருகிறேன்.'

இப்படிக் கப்பில்லன் கூறியதுதான் தாமதம். சூனியதத்தன் பாய்ந்து கீழே ஒரே தாவலில் வந்தார். சிரமப்பட்டாலும் சற்று நேரத்தில் மூவரும் அவரைப் பிடித்துக் கட்டிவிட்டார்கள்.

கட்டியபின் புவனநந்திதான் முதல் கேள்வியைக் கேட்டார்.

'ஆமாம். கிரந்தக் கோயிலில் உங்களை நான் தடுத்தபோது ராஜனின் முத்திரையைக் காட்டினீர்களே!'

'அதுபோல் என்னிடம் பல முத்திரைகள் உண்டு.'

சூனியதத்தன் யாரையும் பொருட்படுத்தாமல் பதில் தந்தார். சூனியதத்தனைப் பிடித்துக் கட்டும் போது ஏற்பட்ட வாள்வீச்சில் இரத்தம் கட்டிய இடத்தைத் தடவியபடி கேட்டார் அரையநாதர்.

'சரி. சூனியதத்தன் அவர்களே, நீங்கள் தெரிந்து கொள்ளாத பல இரகசியங்கள் இந்த ஊரில் இருக்கின்றன. உதாரணத்துக்கு முந்நூற்றறுபத்தாறாம் எண்ணுள்ள அறை இருப்பதும், அதில் 'வட்டவடிவப் படிகள்' நூலின் ஆண்பிரதி இருப்பதும்...' அரையநாதர் பேசி முடிக்கவில்லை. கோபமாய் இடைமறித்துப் பேசினார் தேவமித்திரராய் நடித்த சூனியதத்தன்.

'அந்த ஆண் பிரதிக்காகத்தான் அன்று முந்நூற்றறுபத்தைந்தாம் படிக்கு அழைத்துப் போனேன். சிற்பி துபலின் அறிவு என்னை ஏமாற்றியிருக்கிறது. அவரை மெச்சுகிறேன். அவரது வருஷம் 366 நாட்கள் கொண்டது. அந்த அறிவுதான் என்னை வென்றிருக்கிறது.'

அப்போதுதான் சாதாரண வருஷம் 365 நாட்கள் என்பதும், சிறப்பு வருஷம் 366 நாட்கள் என்பதும் நினைவுக்கு வந்தது அரையநாதருக்கு. உடன் தன்னை இத்தனை நாள் வாட்டிய அந்தக் கேள்வியைக் கேட்டார்.

'என்னை ஏன் உங்கள் துணைவராகத் தேர்ந்தெடுத்தீர்கள்?'

உடனே பதில் வந்தது.

'போர்வீரராக இருந்த அனுபவமும், துப்புவேலை செய்த அனுபவமும், மிகுந்த பயமும், கோமாளித்தனங்களும், அவ்வப் போது பித்த மனநிலையும் கொண்ட ஒருவரைத் தேடியதால்...'

அரையநாதருக்கு இதைக் கேட்டவுடன் திக்பிரமையாயிற்று. யாரும் விரும்பாத தனது எதிர்மறை குணங்களை வேண்டு மென்றே பயன்படுத்தத் திட்டமிட்டிருக்கும் இந்தச் சதிக் கூட்டத்தின் திட்டம் புரிந்தது. பின்னர் புவனநந்தியைப் பார்த்து அரையநாதர் சொன்னார்.

'இந்தச் சுருங்கையின் மர்மப் பாதைகளை விளக்குங்கள், புவனநந்தி அவர்களே.' புவனநந்தி கப்பில்லனைப் பார்க்க, அவனிருக்கும் வரை விளக்கமாட்டார் என்று எண்ணி கப்பில்ல னிடம் சூனிய தத்தனை அங்கிருந்து அழைத்துச் செல்லக் கூறினார் அரையநாதர். அவனும் அவன் வீரர்களும் சேர்ந்து அவரை அங்கிருந்து அழைத்துப்போனர்கள்.

இப்போது புவனநந்தி விளக்கிச் சொல்ல ஆரம்பித்தார்.

'இந்தச் சுருங்கை இரண்டு இரண்டு எண்களாலான அமைப்பு முறை கொண்டது. இதனைச் சூரிய வம்ச இரட்டைச் சிந்தனை முறை என்கிறார்கள். இருளும் ஒளியும், பகலும் இரவும், இன்பமும் துன்பமும், காலும் தலையும் என்பதுபோல. இதுபோல் வரவேற்பு மாளிகையைப் பார்த்தீர்களே, அதன் வலதுபுறம் உங்கள் மாளிகை, இடதுபுறம் துபலின் மாளிகை. உங்கள் மாளிகைக்கு எதிரில் கோயில். துபல் மாளிகைக்கு எதிரில் கிரந்தக் கோயில். கிரந்தக் கோயிலுக்கு எதிரில் சூரியக் கோயில். இப்படி இப்படியே ஒவ்வொன்றும் இரட்டையாக அமைந்திருக்கும். நிலத்திற்கு மேல் பாதை இருப்பது போல் நிலத்திற்குக் கீழும் பாதைகள் உண்டு. ஒவ்வொரு மாளிகையிலிருந்தும் அதுபோல் கிரந்தக் கோயில், சூரியக் கோயில் போன்றவைகளில் இருந்தும் இன்னொன்றிற்கு வரலாம். அப்படி இவை அமைக்கப்பட்டிருக் கின்றன. கீழ்ப் பாதைகள் குறுக்கும் நெடுக்குமாய் ஓட, நான்காவது தளத்தில் இப்படிக் குறுக்கும் நெடுக்கும் போகும் எல்லாப் பாதைகளையும் நடுநாயகமாக இணைப்பதுதான் சிலையின் வழி போகும்பாதை. அதுபோல் சுரங்கத்தின் 366ஆவது அறையை இணைக்கும் ஒரு குகைப் பாதையும் உண்டு. வேறு ஒரு பாதை அரச மாளிகையையும் நுழைவாயிலையும் இணைக்கும். நிலத்திற்கடியில் உள்ள பாதைகளைப் பயன்படுத்தி யாரும் சுருங்கையின் எந்தப் பகுதிக்கும் மிக விரைவில் போய்விட முடியும். மேலும் மூடிய குகைப் பாதைகளாக இவை இருப்பதால் அரச மாளிகையிலிருந்து ராணி பாடும் பாட்டு எந்த குகைப் பாதை திறந்திருக்கிறதோ, அதில் காற்றழுத்தத்திற்கேற்ப குரல் மாறிமாறிக் கேட்கும், ஆண் குரலாயும் பெண் குரலாயும்கூட.'

அரையநாதர் சிலைவழியாக இறங்கும் போதும் தேவ மித்திரருடன் வந்தபோதும் கேட்ட பாடல்களை நினைத்துக் கொண்டார். பிறகு அவர் 365 என்ற எண்ணிற்கும் கிரந்தக் கோயிலுக்கும் உள்ள தொடர்பைப் பற்றிக் கேட்டார்.

'அரையநாதரே, எங்கள் சுருங்கையை மீட்டுக் கொடுத்த உங்களுக்கன்றி வேறு யாருக்கு இதெல்லாம் சொல்லப் போகிறேன்?' 'சுரங்கப் பாதையின் ஒவ்வொரு படியும் ஒரு நூல். மொத்த சுரங்கப் படிகளும் 365. அதன் நூலகத்தின் மொத்த நூல்களும் 365.

சரித்திர நூல் இருப்பது 366இல்.'

அரையநாதருக்கு ஓர் ஐயம் தோன்றியது. தேவ மித்திரர் கூறியதுபோல் 'அஷ்டநாம் ஷிஸ்டாத்வ' தத்துவத்தின்படி புத்தர்களின் எட்டுத் தத்துவங்களான நற்காட்சி, நற்கருத்து, நல்வாய்மை, நற்செய்கை, நல் வாழ்க்கை, நல்முயற்சி, நற்கொள்கை, நல்லமைதி ஆகியவற்றைக் குறிக்குமோ என்ற கேள்வி அவருக்கு வாய்வரை வந்தது. உடனே யார் ஊர் இது என்று கண்டுபிடிப்பது தன் நோக்கமல்ல என்று எண்ணி அக்கேள்வியைப் புவனநந்தியிடம் கேட்கவில்லை.

அடுத்து அரையநாதருக்குச் சில நினைவுகள் வந்தன. சுருங்கை உலகின் மிகப் பெரிய அறிவாளிகளால் திட்டமிட்டுக் கட்டப் பட்ட நகர அமைப்பிலான நாடு. இப்படி அறிவின் பலத்தால் தரையின் மீதும் தரைக்கு அடியிலும் கொஞ்சமும் தவறு இல்லாமல் கட்டப்பட்ட நகரம் உலகில் வேறு எங்கும் இருக்குமா என்பது சந்தேகம். இந்த நகரத் திட்டத்தைத் தனது அறிவு பலத்தால் செயல்படுத்தி மிகமிக மர்மம் கொண்ட ஒரு நகரமாகக் கட்டிய துபலையும் அவரது தந்தையையும் நினைத்துப் பார்த்தார் அரையநாதர். தெய்வம் மனிதனைப் படைத்துள்ளது போல் சிற்பிகள் நகரைப் படைத்துள்ளார்கள். இத்தகைய நகரப் படைப்பு மனிதகுலப் படைப்பு போன்றது. ஆனால் கொலைகளும் இங்கு நடக்கிறதே என்று வருத்தமாக இருந்தது அரையநாதருக்கு. மதவெறி அதற்கு அடிப்படையாகத் தெரிகிறது. மனித படைப்பு ஒரு லயத்தின் அடிப்படை கொண்டது. கொலைகள் அந்த லயத்தை அழிக்கும். சுருங்கையும் லயத்தைக் காக்குமாறு படைக்கப்பட்டது. மனித உடலுக்கு அசையும் இரண்டு கண் களாலும், இரண்டு காதுகளாலும், இரண்டு கைகளாலும், இரு கால்களாலும் லயம் கிடைக்கிறது. சுருங்கையும் இந்த அடிப்படை லயத்தைக் கொண்டிருப்பதாகப் புவனநந்தி பேசினார். அங்கும் ஒவ்வொன்றும் இரட்டைச் சிந்தனையின் அடிப்படையில் உருவாகியுள்ளது. புவனநந்தி விளக்கிய போது சுருங்கை ஒரு கவிதை என்று பட்டது. அதன் சிறுசிறு அங்கங்கள் ஒருவித அடிப்படைக்குத் தகக் கட்டுப்பட்டு ஒரு மொத்த வடிவம் கிடைத் திருக்கிறது. கவிதைக்கு எதுகை, மோனை, அடி, தொடை என்று இருப்பது போல் விளக்கமுடியாத பூரணத்துவத்தை (ததா கதா)

விளக்கிக் கட்டப்பட்டது தானோ சுருங்கை? இவ்வாறெல்லாம் யோசனைகள் வந்ததைத் தடுக்கமுடியவில்லை அரையநாதரால்.

யோசனைகளில் ஆழ்ந்த அரையநாதரைப் பார்த்துப் புவனநந்தி சொன்னார்.

'சுருங்கை மனித லட்சியத்தின் இறுதிக் குறி. இதற்கு மேல் மனித கரங்களுக்குப் படைக்க சாத்தியமில்லை என்பதை விளக்குவதற்காகப் படைக்கப்பட்ட நகரம். இதன் மர்மங்கள் வாழ்க்கையின் மர்மங்களைப் போல் ஏராளம். எல்லையில்லா மர்மங்கள் என்னும் சமுத்திரம் இது. காலந்தோறும் புதுப்புது மர்மங்கள் இங்குத் தோன்றும். சில மர்மங்களைக் கண்டு பிடிப்பார்கள். சில கொலைகள் நடக்கும். துப்பு துலக்குபவர்கள் வருவார்கள். ஆனால் கொலைகள் தொடரும். உண்மையைக் கண்டுபிடித்துவிடுவேன் என்பவன் கைது செய்யப்படுவான். மனிதனின் மகத்துவத்தையும் அவனது பலவீனங்களையும் படம்பிடித்துக் காட்டுவதன் மூலம்தான் சுருங்கை தொடர்ந்து தன் கடமையைச் செய்கிறது.'

அரையநாதரின் மனம் லேசானது. அவரது கண்கள் இருளில் இருவிளக்குகள் போல எரிந்தன. தன் உடலை மறந்தார். உள்ளிருந்து அவரை நோக்கி நிறையபேர் ஊர்வலம் வந்தார்கள். தொலைவில் தெரிந்த விளக்குக் கம்பத்தின் அருகில் நின்ற ஓர் உருவம் தொடர்ந்து தன்னை நோக்கி நடந்துவந்ததாய் உணர்ந்தார். காலம் அதற்கிடையில் உருண்டோடி மறைந்தது. அவனும் தன்னை வந்து சேர்ந்துவிடவில்லை. அவனது நடைபயணமும் நின்றபாடில்லை. அந்த உருவத்தின் முகமும் அடையாளம் தெரியவில்லை. காரணம் இருள். அவனது கையிலிருந்த நீண்ட பேரேட்டில் நாள்கள் செல்லச் செல்ல எழுதிய கணக்குகள் மிகுந்த சிக்கலுடையவையாய் மாறிக்கொண்டிருந்தன. கணக்குப் பார்த்துப் பிரச்சினை தீர்க்க முடியாதபடி கணக்கு மலைபோல் குவிந்துவிட்டது. அவன் பாதங்களில் வியர்வை கொட்டியது. நடந்த உருவம் திடீரென்று நின்றது.

'காலக் கிழவி வந்தாள். அவளுக்கு ஆள் தெரியவில்லை. அவளது பணப்பையையும் வாசல் எண்ணையும் கொடுத்து விட்டு லேசாக நடந்து மறைந்தாள். அவளுடைய முகத்தைப் பார்க்க முடியாதா என்ற இவனது பரிதவிப்பு தொடர்ந்து

கொண்டிருந்தது. ஒருநாள் யாருமற்ற காலையில் பன்னீர் மலர்கள் தரையை நிறைத்த தோட்டத்திற்கு இவன் போனான். மனிதர்கள் அமர்வதற்காகப் போடப்பட்ட கல்பெஞ்சில் இவன் அமர்ந்து இடதுபுறம் திரும்பி, தொலைவில் தெரிந்த நீண்ட பாதையில் ஒருவன் போவதைப் பார்த்தான். தொலைவில் வானம் தெரிந்தது. வானத்தின் எல்லையை அடைக்கப் புறப்பட்டவன் போல் பயணி நடந்தான்...'

புவனநந்தி ஏதோ பேசிக்கொண்டிருக்கிறாரே என்று பிரமை யிலிருந்து விடுபட்டு அரையநாதர் விழித்துப் பார்த்தால் புவனநந்தி தொடர்ந்து பேசிக்கொண்டேயிருக்கிறார். அரையநாதர் இடையே கேட்ட கேள்விக்கு அவர் பதில் கூறிக்கொண்டிருந்தது போல் இருந்தது.

அப்போது காயம்பட்ட உபநூலகரை அழைத்துச் செல்ல சேவகர்கள் வந்தனர்.

அரையநாதருக்குத் தேவமித்திரர் என்ற பெயரில் பழகிய மனிதரை விட்டுவிட்டு, தான் மட்டும் தனியாக மாளிகைக்குப் போவது வருத்தமாக இருந்தது.

பலவிஷயங்களில் சந்தேகங்கள் இருந்தாலும் சூனியதத்தன், தான் செய்த கொலைகளை ஒத்துக்கொண்டதால், ஒவ்வொன் றிற்கும் விளக்கம் தேடிச் செல்ல அரையநாதரின் மனம் விரும்ப வில்லை. அரையநாதரின் கண்களில் தூக்கம் சுழன்றது. ஏதோ ஒரு மந்தநிலை மனதில் தலைகாட்டியது. அடக்கிவைக்க கஷ்டப் பட்டார். தன் மனக்குறளி வெளிப்பட்டுக் கேவலப்படுத்தாமல் தனக்கு அந்த நகரில் கிடைக்கப் போகும் கௌரவத்தைப் பாதுகாக்க வேண்டுமே என்று கவலைப்பட்டார்.

செய்தி கேட்டு உடனே மாளிகைக்கு அமைச்சர் வந்தார். அமைச்சரிடம் 'நடந்தது தெரியுமா?' என்று கேட்டார் அரைய நாதர்.

'புத்தமத வெறியன் ஒருவன் பேரறிஞரான தேவ மித்திரரின் பெயரில் மோசடி புரிந்து சுருங்கைக்குள் புகுந்து அதன் இரகசியங் களை அறிந்ததோடு சுருங்கையின் மூன்று தலைவர்களையும் கொன்றுள்ளான். எந்த நேரம் நீங்கள் உண்மையைக் கண்டு பிடித்தீர்களோ, அதேநேரம் எங்கள் துப்பறிபவர்களும் இதே

செய்தியைக்கொண்டு வந்தனர்' என்றார் அமைச்சர்.

பின்னர் அரையநாதர் மறுநாள் தனக்குக் கிடைக்கப் போகும் அரச மரியாதையையும் பாராட்டுதல்களையும் எண்ணிக் கொண்டே தூங்கப் போனபோது அதுவரை கண்களைச் சுழற்றிய தூக்கம் வர மறுத்தது. மாலைகள், மகுடம், தங்கத்தாலான பரிசுகளைத்தான் மறுநாள் எப்படி அன்பொழுகப் பார்த்தபடி வாங்க வேண்டும் என்று எண்ணி எழுந்து கல்லாலான கண்ணாடி முன்நின்று நடித்துப் பார்த்துக்கொண்டார். ஒரு முறைக்கு இருமுறை நடித்துப் பார்த்தும் சரியாக வரவில்லை என்று புரிந்தபோது கோபம் வந்தது—பித்த நிலையால் பீடிக்கப்பட்ட அந்த மனிதருக்கு. தலையைப் பிய்த்துக்கொண்டு, கோரமாக முகத்தை வைத்துக் கொண்டு, மீண்டும் மீண்டும் கண்ணாடி முன் எப்படி ராஜாவைப் பார்க்க வேண்டும், கடைக்கண்ணால் எப்படி ராணியைப் பார்க்க வேண்டும் என்று நடித்துக் கொண்டேயிருந்தார். தனக்கு வந்திருக்கும் கௌரவமும் பெருமையும் பரிசும் பாராட்டும் தனக்குள் கிளப்பிவிட்டிருக்கும் பைத்தியத்தையும் கோமாளித்தனத்தையும் கட்டுப்படுத்துவது கடினம் என்று எண்ணியபடியே மீண்டும் மீண்டும் ராஜனுக்கும் ராணிக்கும் கடைக் கண்ணால் அன்பொழுகும் பார்வைகளைச் செலுத்திச் செலுத்தி உடல் சோர்வுற்ற போது அவரையும் அறியாமல் தூக்கம் வந்து தழுவத் தூங்கலானார்.

குறிப்பு 11

ஜி.கே. யார் என்று கண்டுபிடிப்பதற்காக இந்தக் குறிப்புகளை எழுதிய நான் யார் என்று அறிய ஆசைப்படுவீர்கள். சரி என்னைப் பற்றிச் சொல்லிவிடுகிறேன். இவ்வளவு குறிப்பு களையும் எழுதிய நான் ஒரு பலவீனன். ஜி. கே. யார் என்று கண்டு பிடிக்க 1983இல் நான் மேற்கொண்ட ஆராய்ச்சி தென்னிந்தியா வில் புராதன சுவடிகளைப் பாதுகாக்கும் நான்கு பெரிய நிறுவனங்களுக்கு என்னை இட்டுச் சென்றது. அதுபோல் சிரவண பௌகோலாவிலுள்ள ஜைன சுவடி பாதுகாப்பகத்துக்கும்

போனேன். என் வயதான காலத்தில் என் உந்துதலுக்கான காரணம் ஓர் அமானுஷ்யமான சக்திதான்.

திருப்பதி கீழைத்தேய சுவடிப் பாதுகாவலரான பொட்டி நரசிம்மலு காருவை என்றும் மறக்கமுடியாது. அங்கு ஆறு நாள்கள் ஐம்பத்தாறு கன்னட, தெலுங்கு, தமிழ்ச் சுவடிகளை ஆராய்ந்ததில் இன்னும் அச்சு வடிவம் பெறாத ஒரு சுவடி எனக்குச் சொல்ல முடியாத சந்தோஷத்தைத் தந்தது. தங்க ஜரிகை போட்ட அட்டையுடன் முரட்டுத் தாளில் கடுக்காய் கலந்த மையால் மயில் தூவல் நுனியில் எழுதப்பட்ட அந்த 16 அங்குல அகலமும் 27 அங்குல நீளமும் கொண்ட நூல் முக்கியமானது.

நிறைய வரைபடங்களுடன் காணப்பட்ட நூலில் உத்தம நவதாளம், உஷ்ணிசம், நாஸாபுடம், மேட்ரமூலம், ஜங்கா போன்ற சொற்களைக் கண்டு மிகுந்த சந்தோஷம் கொண்டேன். அந்த நூலை வேறு யாராவது வாசித்திருக்கிறார்களா என்று அறுபத்திரண்டு வயதான நரசிம்மலுகாருவைக் கேட்டபோது அவரால் சொல்ல முடியாவிட்டாலும் நெற்றியில் கோடு போட்ட ஓர் இளைஞனிடம் வழிகாட்டினார். இளைஞன் காட்டிய வருகைப் பதிவேட்டில் தேதிகளும் மாதங்களும் மை ஊற்றிய பேனாவால் எழுதப்பட்டிருந்தன.

180 பக்கமுள்ள வருகைப் பதிவு ஏட்டில் கடைசிப் பக்கத்தைச் சோர்வுடன் மூடப்போகும்போது என் கண்களை நம்பமுடிய வில்லை. ஜி. கே. அந்த ஏட்டைப் படித்திருக்கிறார். அவசரமாய் தேதியைப் பார்த்த எனக்கு ஏமாற்றம். தேதியில்லை. சோர்வுடன் இளைஞனிடம் ஜி. கே. பற்றிக் கேட்டபோது அவன் கண்களில் ஒளி தோன்றியது கண்டு உற்சாகம் கொண்டேன். அந்த ஜி.கே. ஓர் இலங்கையர் என்றும் கடந்த ஆறுமாதமாய் அந்தச் சுவடிக் காப்பகத்தில் அவர் தங்கி எல்லாத் தமிழ் நூல்களையும் ஆய்ந்தார் என்றும் சொன்னபோது எனக்குத் தோன்றிய அளவு கடந்த ஆர்வம், நேற்று அவர் மும்பை வழியாக லண்டன் சென்று விட்டார் என்று இளைஞன் சொன்னபோது மங்கியது. அவரது முகவரி தன்னிடம் இல்லை என்றும், ஆனால் அவர் நல்லவர் என்றும் கூறிய இளைஞன் ஒரு கையெழுத்து ஏட்டைத்

தன்னிடம் அவர் விட்டுச் சென்றுள்ளார் என்று கூறி மாலையில் திருப்பதி பஸ்ஸ்டாண்ட் அருகில் ஒரு சந்துவழி அழைத்துச் சென்று அவன் அறையிலிருந்த பிரதியைக் காட்டினான். ஆச்சரியகரமாக அது என் கையில் ஏற்கனவே கிடைத்திருந்த அதே மர்ம நாவலின் மற்றொரு பிரதி. ஜி. கே. திருப்பதியில் வைத்து ஒவ்வொரு நாளும் காலை 4லிருந்து 7 வரை (32 நாட்கள் தொடர்ச்சியாக) எழுதியது. மர்மமாக என் கைக்கு வந்த நாவல் எங்கு வைத்து எப்போது எழுதப்பட்டது என்பது புரிந்தது. இப்போது தெளிவாயிற்று. 1983இல் நடந்த ஈழ இனக் கலவரத்தில் வெளியேறியவர் ஜி. கே.

இது நிற்க. ஒருநாள் பழைய மூர்மார்க்கெட் புத்தகங்கள் சில தெருக்களில் விற்கப்படுகின்றன என்று ஒரு நண்பர் கூறியதைக் கேட்டு எனக்குக் கொஞ்சமும் பழக்கமில்லாத சென்னை வெயிலையும் நடைபாதை அசுத்தத்தையும் பொருட்படுத்தாது மே மாத ஆரம்பத்தில் புறப்பட்டேன். மூன்று நாட்கள் காலை நேரங்களில் சுற்றி அலைந்தபோது தொழுநோயாளியான ஒரு பழைய புத்தகக் கடைக்காரனிடம் கிடைத்தது 1928இல் பதிப்பித்த ஒரு நூல் (பதிப்பித்தவர்கள் ஏ அண்ட் சி ப்ளாக் லிமிடெட் 4, 5, 6, ஸோ ஹோ ஸ்கொயர் லண்டன் டபிள்யு 1). புத்தகத்தின் பெயர்: பீப்ஸ் அட் ஆர்ட்ஸ் கிராப்ட் ஆசிரியர்: கெர்ரூட் எம். ஹெக்டர். பன்னிரண்டு முழுப்பக்க படங்கள். நான்கு வருணத்தில் என்று விளம்பரம். வலது பக்கத்திலும் இடது பக்கத்திலும் 1580 வாக்கில் கிடைத்த மருந்து வைக்கும் போர்ஸிலின் பாட்டில். பிளாரென்ஸில் செய்தது என பாட்டிலில் அச்சிடப்பட்டிருந்தது. நாம் இயற்கையாகக் காணமுடியாத வகையில் தீட்டப்பட்ட இலை படமும் பாட்டிலில் இருந்தது.

அந்த நூலை எடுத்துப் பார்த்தபோது அந்த நூலின் கட்டடக் கலை என்ற கட்டுரையின் அடிப்படையில்தான் நாவலில் வரும் சுருங்கையின் கட்டடக்கலை விளக்கப்பட்டிருந்ததை அறிந்தேன். இது கண்டுபிடித்த அன்று ஏற்கனவே பலவீனனான என் உடல்நிலை மேலும் மோசமானது. இந்த நூலின் இன்னொரு பிரதியை ஓர் இலங்கைக்காரர் வாங்கி போனதாகக் கடைக்காரர் நினைவுபடுத்தினார். இப்போது எல்லாம் தெளிவானது. தன்

மர்ம நாவலை எழுத—(மர்ம நாவல் என்பது வெறும் கற்பனை மற்றும் புத்தி சக்திமீது நிற்கும் அதீதமான சாமர்த்தியத்தைக் கோரும் எழுத்துக்கலை) அந்த பீப்ஸ் அட் ஆர்ட் கிராப்ட் என்ற பழைய நூலை வாங்கியிருக்கிறார். இது புத்தகத்தை நம்பி இலக்கியம் படைக்கும் இரண்டாம் பட்சமான எழுத்துமுறை.

எனவே ஜி. கே. முதல் பட்சமான சிரேஷ்டமான உள்ளொளி யிலிருந்து படைக்கும் படைப்பாளி இல்லையோ என்ற சந்தேகமும் வந்தது. ஆனாலும் இந்த மர்ம நாவல் மிக உயர்ந்த ஒரு சரித்திர வெளிப்பாட்டின் நுட்பத்தைச் சொல்வது என்று புரிந்ததால், என் மோசமாகிக் கொண்டிருக்கும் உடல்நிலையைப் பொருட்படுத்தாது ஜி. கே. பற்றி அறிந்ததற்கு உற்சாகம் அடைந்தேன். அந்நிமிடம் என் வாழ்வில் மறக்க முடியாதது. அடுத்து என் முயற்சி என் கையில் ஏற்கனவே இருந்த பிரதிக்கும் திருப்பதியில் கிடைத்த பிரதிக்கும் உள்ள ஒற்றுமை வேற்றுமை களை ஒப்பிடுவது. மிகப் பிரயாசையுடன் அந்தக் காரியத்தைச் செய்து முடித்த போது என் மனம் எனக்கு சொன்ன விஷயம் இது: இரண்டும் ஒன்றுதான் முழுதாய் இல்லையாயினும்...

☙❧

தமிழவனின்
காலனிய அழகியலுக்கு
எதிரான பின்காலனிய நாவல்

சரித்திரத்தில் படிந்த நிழல்கள்

தமிழில் எழுதப்பட்ட முதல் தொடர் உருவக நாவலான இது, ஒன்றைச் சொல்லி வேறு ஒன்றை உணர்த்துகிறது. இதனாலேயே இது தமிழில் ஒரு புதிய புனைகதை மரபைத் தொடங்கி வைக்கிறது. புனைவு நாடான தொகிமொலா, ராணி பாக்கியத்தாய், அரசன் பச்சைராஜன் போன்ற கதாபாத்திரங்கள் நமது நினைவின் அடுக்குகளில் சஞ்சரிக்கின்றன. ஒரு கற்பனை தேசத்தின் கதை மாந்தர்களாக உலவும் இந்தப் பாத்திரங்கள், நமது நிஜவாழ்வில் இரத்தமும் சதையுமாய் உலவும் உண்மை மனிதர்களை நினைவுபடுத்துகின்றன என்பது ஒரு நூதன அம்சம். இந்த அம்சமே வாசகனின் நனவிலி மனத்தைத் தட்டி எழுப்பும் சாகசத்தைச் சாத்தியமாக்குகிறது.

பக்கம்: 144   விலை: ₹ 140